மஹாபாரதம்:
பகுதி 24

வெ. நாகராஜன்
Email: nagaradjanev@gmail.com

First Edition 01-Jun-2025

NOTION PRESS

India. Singapore. Malaysia.
ISBN xxx-x-xxxxx-xx-x

பொருளடக்கம்

காப்பு/ முன்னுரை

விநாயகா உன்பதத்தில் விழுந்து வணங்கினேன்,
கனிவாகச் சிறியன் கடும்பணி முடித்திட,
துணையாக வந்துத் தணிவாக அருளுவாய்,
நீயாக எழுதியது நிகரிலா பாரதம்.

பாரதம் என்னுமோர்ப் பாங்குடைய காவியம்,
பெரிதும் அரிதும் பெரும்புகழ் உடைத்துமென,
அறிந்தும் சிறியன் அடங்காது முயல்கிறேன்,
உன்பதம் அன்றியோர் உரமில்லை முழுமையுற.

முழுமையுற வேண்டினேன் மாதவா கண்ணா,
அருமையுள பாரதம் அகண்டதோர்க் கடலென்று,
அறிவிளுள பயங்கள் மனமிரள வைத்தாலும்,
உனதருளை நம்பியே உன்மத்தன் உழைக்கிறேன்.

உழைக்கிறேன் கண்ணா உன்பதக் கருணையால்,
நினைக்கிறேன் இதுவோ நடந்திடல் கடிதென்று,
அறிவிலேன் ஆகினும் அன்புளேன் உன்னடியில்,
குறைகளே இல்லாமல் எழுதவே அருளுவாய்.

அருளுவாய் ஈசனே அன்பின் பிரகாசனே,
தகுதியாய் இல்லாதும் தமியனாய் இருப்பவன்,
மிகுதியாய் முயல்வதை கருதியே சிறியன்,
முடிப்பதாய்த் துணைகொடும் மேலான பாரதம்.

பாரதம் துவக்கப் பேரிறை நாரணனை,
நரனாகும் ரிஷியை நன்கு பணிந்து,
சரஸ்வதியின் பாதத்தில் செலுத்துவோம் கருத்தை,
உரத்துடன் ஜெயமாவது உன்னத பாரதம்.

பகுதி 14:
அஸ்வமேதிக பர்வம்

(1)அஸ்வமேதிக பர்வம், பகுதி 1

அனைவரும் வணங்கும் ஆதியிறை நாரணனை,
நரனெனும் ஆண்மைமிகு நல்லானுடன் வணங்கி,
சிரமும் தாழ்த்தி சரஸ்வதியாம் தேவிக்கு,
ஜெயமெனும் வார்த்தையை சொல்லவேண்டும் பக்தியுடன்.

பக்தியுடன் கங்கையாம் பாகீரதியை வணங்கி,
குழுவுடன் கௌரவர்கள் கரையேறி வருகையில்,
அழுகையுடன் யுதிஷ்டிரன் அகங்குழம்பி நடந்தான்,
திருதராஷ்டிரருடன் வருகையில் தரையில் விழுந்தான்.

விழுந்தான் தரையில் வீரமிக்க யுதிஷ்டிரன்,
கிடந்தான் அசைவின்றி கனத்த மனத்துடன்,
வேடன் அடித்து வீழ்த்திவிட்ட வேழமென,
யுதிஷ்டிரன் கிடந்தான் அழுத்தும் துக்கத்தில்.

துக்கத்தில் யுதிஷ்டிரன் துடித்துக் கிடந்திட,
பக்கத்தில் நின்ற பரந்தாமன் கண்ணனோ,
பீமனிடத்தில் யுதிஷ்டிரனைப் பாரென்று உரைத்தான்,
தூக்குதல் இயலாமல் தளர்ந்தார் பீமன்.

பீமன் யுதிஷ்டிரனுடன் பூமியில் அமர்ந்தான்,
இதுதான் சரியில்லையென இயம்பினான் கண்ணன்,
வேந்தன் யுதிஷ்டிரனின் வருத்தம் காரணமாக,
யுதிஷ்டிரன் அருகிலே அமர்ந்தனர் பாண்டவர்கள்.

பாண்டவர்கள் ஐவரும் பக்கத்தில் அமர்ந்திருக்க,
வருத்தத்தில் இருந்த வேந்தன் யுதிஷ்டிரனிடம்,
ஞானத்தில் மிகைத்தவன் நலமிக்கான் திருதராஷ்டிரன்,

ஆறுதல்கள் உரைத்தான் அரற்றாது எழுந்திரென.

எழுந்திரென உரைக்கிறேன் அரசனே இப்போது,
கௌரவரான வம்சத்தின் கோவான வேங்கையே,
கடமையென இருப்பவை கிடக்கின்றன அனேகம்,
வெற்றியினை பெற்றாய் வலுமிக்க க்ஷத்ரியனாக.

க்ஷத்ரியனாக இருப்பவன் செயத்தக்கதான வழிமுறையில்,
பூமியாக இருப்பதைப் பெற்றாய் களம்வென்று,
உனக்காகக் கிடைத்ததை உனது நட்புறவுடன்,
மகிழ்வாக அனுபவிப்பாய் மன்னனாக அரசாளுவாய்.

அரசாளுவாய் யுதிஷ்டிரா உனக்கேன் இவ்வருத்தம்?
நூறுமைந்தரை இழந்ததால் நானும் காந்தாரியுமே,
வருத்தத்தை அடைந்து வாடவேண்டும் மனதளவில்,
இதனை முன்னரே இயம்பினான் விதுரன்.

விதுரன் இயம்பிய வார்த்தைகளைக் கேளாமல்,
அனைவரின் நலத்துக்கு அவன்சொன்ன வழியை,
நிராகரித்தேன் எனது நீசமிக்க மனநிலையால்,
சொன்னான் அப்போதே செயத்தக்கதை எனக்கு.

எனக்கு உரைத்தான் அரசனே உந்தன்,
குலத்து அழிவைக் கொணர்ந்தாய் அருகிலே,
துரியோதனனது தவற்றினால் தாக்குண்டு அழிவீர்,
நல்லது வேண்டுமெனில் நான்சொன்னதைக் கேளாய்.

கேளாய் நான்சொல்வதைக் கேட்டினை விலக்குவாய்,
சுயோதனனை விட்டுச் செல்லச்சொல் கர்ணனை,
சகுனியை விலக்கிச் செல்லவை அவன்போக்கில்,
யுதிஷ்டிரனை வேந்தனாக்கி அமர்த்திடு அரியணையில்.

அரியணையில் யுதிஷ்டிரனை அமர்த்தி ஆளச்சொல்,
சூதாட்டத்தில் நிகழ்ந்தவற்றை சற்றும் கருதாதே,
தருமத்தில் பிசகாமல் தரணியை ஆளுதற்கு,
தகுதிகள் உடையவன் தகுந்தவன் யுதிஷ்டிரனே.

யுதிஷ்டிரனே அரசனென அரியணையிலே அமர்த்தி,
அவ்விதமே செய்ய அகத்திலே விரும்பாவிடில்,

ஆட்சியிலே நீயே அமர்ந்துவிடு அரசனாக,
வேள்வியே செய்து வழங்குவாய் தானங்களை.

தானங்களை அளித்துத் தகுந்ததொரு வேள்விசெய்து,
அனைத்து மாந்தரும் அளவிலே சமமென்று,
நலத்தொடு ஆண்டு நாட்டினை வளமாக்கு,
உனது நட்புறவோர் வாழட்டும் உனையண்டி.

உனையண்டி அனைவரும் வாழட்டும் என்பதை,
எனையண்டி விதுரன் இயம்பியது கேளாமல்,
வெறிகொண்ட சுயோதனன் வார்த்தைக்கு மயங்கினேன்,
அளவின்றி சோகத்தை அடைந்தேன் தவற்றினால்.

தவற்றினால் என்னைத் தாக்கியது பெருஞ்சோகம்,
சோகக்கடல் உள்ளாகச் சுழலிலே சிக்கினேன்,
தந்தையிடத்தில் தாயிடத்தில் தணிவுகொண்டு நோக்குவாய்,
எங்களிடத்தில் இருப்பதினும் அதிகமோ உன்சோகம்?

உன்சோகம் சரியில்லை உரத்துடன் எழுந்திரு,
கவலையெலாம் விலக்கிக் கடமைகளைச் செய்வாய்,
வருந்தும் நேரம் விலகியது வேந்தனே,
வேந்தாகும் நீதான் வலிமையுடன் கடமைசெய்.

(2)அஸ்வமேதிக பர்வம், பகுதி 2

கடமைசெய் என்றுக் கூறினார் திருதராஷ்டிரரென,
நிகழ்வுகளை மேலும் நவின்றார் வைசம்பாயனர்,
அறிவுரையைக் கேட்ட அரசன் யுதிஷ்டிரன்,
மனநிலையை சரியாக்கி மீண்டான் அமைதிக்கு.

அமைதிக்கு மீண்ட அரசன் யுதிஷ்டிரனிடம்,
அன்புற்று கண்ணன் இயம்பினான் கருத்தை,
இறந்தாருக்கு என்று அதிகம் வருந்துபவர்,
இறந்தவருக்கு வருத்தத்தை அளித்து வதைக்கிறார்.

வதைக்கிறார் இறந்தவரை வாட்டத்துடன் நினைத்தழுவோர்,
மாற்றுவீர் மனத்தை மகிழுவீர் வேள்விசெய்து,

அளிப்பீர் பலவகை அரிதான தானங்களை,
வானவர் குழாத்துக்கும் வழங்குவீர் சோமத்தை.

சோமத்தை தேவருக்கு சொரிவீர் வேள்வியிலே,
பிண்டத்தை பித்ரிக்களுக்கு படைத்து மகிழுவீர்,
விருந்தினரை வணங்கி வழங்குவீர் விருந்துணவு,
இல்லாதவரை ஆதரித்து அளிப்பீர் தகுபொருள்.

தகுபொருள் கொடுத்துத் தாங்குவீர் நட்புறவை,
அறிவாற்றல் மிகுந்தவர் அவ்விதந்தான் நடப்பார்,
அறிவேண்டுதல் அனைத்தையும் அறிந்துளீர் நீவிர்,
செய்யவேண்டுதல் அனைத்தையும் செய்தல் உம்கடமை.

உம்கடமை என்னவென உணர்ந்தீர் கூத்ரியரே,
பேராற்றலை உடையவர் பாகீரதியின் திருமகனார்,
த்வைபாயனத்தை பிறப்பிடமாய்த் தானுற்ற கிருஷ்ணருடன்,
நல்லவை அனைத்தையும் நவின்றனர் உனக்கு.

உனக்கு நாரதரும் உத்தமர் விதுரரும்,
அளித்த வார்த்தைகள் அனைத்தையும் கேட்டீரே,
மூடருக்கு ஒப்பாக மதிகெட்டு நடவாதீர்,
முன்னோருக்கு பெருமைசேர்த்து மண்ணாண்டு மகிழுவீர்.

மகிழுவீர் அரசபாரம் முதுகிலே கனத்தாலும்,
அவரவர் பெருமையாலே அரசர்கள் சொர்க்கத்தில்,
பெறுவார் இடத்தைப் பெறுவீரரே கேளீர்,
இறந்தார் போரிலெனில் இருப்பார் சொர்க்கத்தில்.

சொர்கத்தில் நிலைத்து சுகித்திருப்பார் வீரர்கள்,
அன்னவர்கள் புண்ணியம் அகன்றதென வீழ்ந்திடார்,
இறந்தவர்கள் பொருட்டு எண்ணியே வருந்தாதீர்,
அரசர்கள் மனதிலே அமைதிவேண்டும் எப்போதும்.

எப்போதும் அமைதியுடன் இருப்பது அவசியம்,
நடந்ததேதும் இனிமேல் நடவாததாக மாறாது,
அவ்விதம் நடப்பதுதான் இயற்கையின் விதியாகும்,
பார்ப்பதும் இயலாது போர்க்களத்தில் மாண்டவரை.

மாண்டவரை நினைத்து மனவருத்தம் வேண்டாமென,

அறிவுரையை சொன்னான் அந்தகரின் கண்ணன்,
வ்ருஷ்ணியரை மகிழ்விப்பவன் ஒருநிமிடம் நிறுத்தினான்,
பதிலினை அளித்தான் பார்வேந்தன் யுதிஷ்டிரன்.

யுதிஷ்டிரன் உரைத்தான் இறைவனே கோவிந்தா,
எந்தன் மீதாக எவ்வளவு அன்புளம்,
கொண்டுதான் உள்ளாயெனக் நன்குநான் அறிவேன்,
எனக்குதான் ஆதரவாய் இருந்தாய் எப்போதும்.

எப்போதும் எனக்கு இனியதொரு நட்பாக,
இருகும் இறைவனே அன்புமிகும் நீதான்,
கதையும் சக்கரமும் கொண்டுளாய் கரத்திலே,
யாதவர்தம் செம்மலே எல்லாம் உன்புகழ்.

உன்புகழ் மிகப்பெரிது உலகங்கள் ஆளுவோனே,
என்மனதில் இருப்பது என்னவெனில் இப்போது,
ஆசிரமத்தில் புகுந்து அமைதியாய் தவமியற்ற,
அனுமதிகள் கொடுத்தால் அகமழ்வில் செல்லுவேன்.

செல்லுவேன் தவமியற்றி செய்தபாவம் தொலைக்கவே,
எந்தன் பாட்டனாரை அழித்தவன் நானாவேன்,
கர்ணன் என்னும் காளையையும் கொன்றேன்,
போரின் வேகத்தில் பின்வாங்காத மாவீரன்.

மாவீரன் கர்ணன் மிகதீரம் கொண்டவன்,
இவர்களின் மரணத்தால் என்னுளம் தவிக்கிறது,
எந்தன் மனதிலே இல்லை அமைதியேதும்,
பெரும்பாவத்தின் காரணமாய் பெருஞ்சோகம் அடைந்தேன்.

அடைந்தேன் சோகத்தை அகற்றும்வழி தெரியவில்லை,
இதுதான் நிலைமி யாதவனே எனக்கு,
பாவத்தின் தளைகளைப் போக்கும் விதமாக,
நடக்கதான் கட்டளையை நவிலவேண்டும் ஜனார்த்தனா.

ஜனார்த்தனா என்று சொன்ன யுதிஷ்டிரனிடம்,
இனக்கமாய் வியாசர் அளித்தார் அறிவுரையை,
குழந்தாய் உன்னுளத்தில் கலங்காமல் அமைதிபெறு,
உன்சிந்தை அமைதியற்று உழலுகிறது நிலையின்றி.

நிலையின்றி மூடத்தனத்தில் நலிந்து தவிக்கிறது,
குழந்தையென்று மேன்மேலும் கொதிக்கிறது சோகத்தில்,
இதுகுறித்து மேலும் எவ்வலவுதான் பேசுவது?
கூத்ரியரது கடமைதான் செங்களத்தில் போரிடுதல்.

போரிடும் தொழில்கொண்ட பார்வேந்தர் எவருமே,
இவ்விதம் போரில் இறந்தோருக்கு வருந்திடார்,
விடுதலையாம் மோட்சத்தின் விவரங்கள் அனைத்தையும்,
அறிந்தும் உனக்கு அகக்குழப்பம் எதற்காக?

எதற்காக வருத்தம் ஏற்பட்டது உன்மனதில்?
தொடர்ச்சியாக உனக்குத் தந்தேன் பாடங்கள்,
அறிவிலியாக அதையெலாம் அரைநொடியில் மறந்தாய்,
தவறாகச் சிந்தனையைத் தாறுமாறாகச் செலுத்துகிறாய்.

செலுத்துகிறாய் சிந்தனையை சோகமிகும் பாதையில்,
வருத்தமாய் இருப்பது உனக்கு பொருத்தந்தான்,
பாவங்களை விலக்கிட புரிவாய் வேள்விகளை,
அரசர்களைச் சாரும் உயர்வுகளை அறிவாய்.

அறிவாய் தானங்கள் அளிப்பதன் மேன்மையை,
நெறிகளை ஆகமங்கலை நன்கு அறிந்தவனே,
வருத்தத்தை உற்று வாடுவதேன் மூடனாக,
மனத்தை மாற்றென்று மொழிந்தார் வியாசர்.

(3)அஸ்வமேதிக பர்வம், பகுதி 3

வியாசர் மேலும் விளம்பினார் யுதிஷ்டிரனிடம்,
அறிவிலோர் சிறப்புற்ற அரசனே யுதிஷ்டிரா,
தனதானதோர் சக்திமட்டும் தன்செயலைச் செய்திட,
போதுமானதோர் காரணமில்லை பெறவேண்டும் தேவசித்தம்.

தேவசித்தம் எவ்விதத்தில் திருப்பினாலும் அவிதத்தில்,
சரியென்றும் தவறென்றும் செய்வது உயிர்களாகும்,
வருந்தும் செயலேதும் வையத்தில் இல்லையே,
பாவமெலாம் போக்குதற்குப் பொருத்தமான வழிதேடு.

வழிதேடு பாவத்தை விலக்கிவிட்டு நலம்பெற,
பாவத்துக்கு நிவர்த்தியாக புரியவேண்டும் தவத்தினை,
வேள்விசெய்து அதன்பின்னர் வழங்கவேண்டும் தானங்களை,
இவ்விதத்து செய்தால் எல்லாமே நலமாகும்.

நலமாகும் புண்ணியங்கள் நாடவேண்டும் தலையென்றும்,
தேவர்களும் அசுரர்களும் தங்களது பாவங்கள்,
அகலவேண்டும் என்றும் இயற்றுகிறார் வேள்விகளை,
வானவரிடம் வளமைகள் வருவது வேள்விகளால்.

வேள்விகளால் பெற்ற வலிமையின் காரணமாக,
தானவர்கள் கூட்டத்தை தேவர்கள் வென்றனர்,
ஆகையால் ராஜசூயம் இயற்றுவாய் யுதிஷ்டிரா,
அஸ்வமேதிகங்கள் சர்வமேதங்கள் இயற்றி நலம்பெறுவாய்.

நலம்பெறுவாய் மிகச்சிறந்த நரமேதமெனும் வேள்வியாலும்,
தசரதராமனாய் வையத்தில் தலைசிறந்து விளங்குவாய்,
துஷ்மந்தனை சகுந்தலையைத் தாய்தந்தையாய் உடையவன்,
முன்னோராய் உனக்குமுன் மண்ணாண்ட பரதனென.

பரதனென பெருமைபல பெற்று வாழுவாய்,
தட்சிணைபல கொடுத்து தகைமையுடன் நீயும்,
அஸ்வமேதிக வேள்விசெய்து அடைவாய் மேன்மையென,
விவரமான வழிமுறைகள் வழங்கினார் செயலாக்க.

செயலாக்க எனக்கு சித்தந்தான் என்பதாக,
பதிலளிக்கத் துவங்கினான் பார்வேந்தன் யுதிஷ்டிரன்,
புண்ணியமிக்க அஸ்வமேதிகம் பாவங்களை விலக்கும்,
செய்துமுடிக்க சூழல் சரியில்லை இப்போது.

இப்போது என்னிடம் எள்ளளவும் பொருளில்லை,
தானமீந்து வேள்விகளைத் தகைமையுடன் புரிந்திட,
பிறரிடத்து பொருள்பெறுதல் பொருத்தமில்லை ஏனெனில்,
அவரவரது காயங்கள் ஆறவில்லை போர்முடிந்து.

போரேமுடிந்து வேந்தர்கள் பாழ்பட்டு நிற்கிறார்,
அவரகளது வளமைகளை அழித்தேன் போரிலே,
இப்போது வரிகேட்டு இயற்றுவதோ வேள்வியை,
துரியோதனனது தவற்றினால் தரணியெலாம் அழிந்தது.

அழிந்தது அனைத்தும் அடைந்தோம் ஈனப்பெயரை,
கருவூலத்து பொருளையெலாம் கரைத்துவிட்டான் துரியோதனன்,
புவியானது தட்சிணையென பெறுவார் வேதியர்,
மாற்றுவது இயலாதே மாண்புமிக்க நடைமுறையை.

நடைமுறையை மாற்றுதல் நடவாது மகரிஷியே,
நிலைமையை உடைத்தேன் நீவிர் எனக்கு,
உகந்ததை உரைப்பீரென உருகியே வேண்டி,
முனிவரைப் பணிந்தான் மாமன்னன் யுதிஷ்டிரன்.

யுதிஷ்டிரன் வேண்டியதும் இருக்கும் சூழ்நிலையை,
அரைக்கணம் சிந்தித்தார் ஆற்றல்மிக்க மாமுனிவர்,
பொருளேதும் இல்லாது பீடிழந்த கருவூலம்,
நிறைவாகும் அதற்கு நல்லதொரு வழியுண்டு.

வழியுண்டு வேந்தனே விளம்புவது கேளாய்,
இயமத்து மலையிலே இருக்கிறது தங்கம்,
வேள்விமுடித்து மருத்தனெனும் வேந்தன் மிகுந்ததை,
விட்டுவிட்டு சென்றான் வெகுபெருத்த பொன்பொருளை.

பொன்பொருளைப் பெறலாமென பெருமுனிவர் உரைத்ததும்,
அச்சொல்லைக் கேட்டு அரசன் யுதிஷ்டிரன்,
எவ்விதமாய் மருத்தருக்கு ஏற்பட்டது அவ்வளமை?
எக்காலத்தை ஒட்டி அரசாண்டவர் மருத்தர்?

மருத்தர் குறித்து மொழியவேண்டும் விவரமென,
கௌரவர் வேந்தன் கேட்டான் வியாசரை,
கரந்தமர் வமசத்துக் கோனான மருத்தனின்,
முழுதானதோர் வரலாற்றை மொழிகிறேன் கேளாய்.

(4)அஸ்வமேதிக பர்வம், பகுதி 4

கேளாய் யுதிஷ்டிராவெனக் கூறிய வியாசரிடம்,
ஆர்வமாய் இருக்கிறேன் அரசன் மருத்தனின்,
கதையக் கேட்கவெனக் கூறினான் யுதிஷ்டிரன்,
த்வைபாயத்தைப் பிறப்பிடமாக்கிய தூயவர் பதிலளித்தார்.

பதிலளித்தார் வியாசர் பார்வந்தன் யுதிஷ்டிரனுக்கு,
க்ருதயுகத்திலோர் அரசனெனக் கோலோச்சினார் மனு,
ப்ரசாந்தியென்பதோர் மகன் பிறந்தோன் மனுவுக்கு,
ப்ரசாந்திக்கோர் மைந்தன் பீடுமிக்க கூஷூபன்.

கூஷூபன் மைந்தனானான் சீர்மிக்கான் இக்ஷுவாகு,
இக்ஷுவாகுவின் மைந்தர்கள் எண்ணிக்கை ஒருநூறு,
வின்சனென்பான் வேந்தனானான் வில்வித்தை திறமிக்கான்,
வின்சனின் மைந்தன் வலுமிக்க விவின்சன்.

விவின்சன் மைந்தர்களாய் வாய்த்தவர் பதினைவர்,
வில்வித்தையின் நுணுக்கங்கள் விளங்கிக்கொண்ட மாவீரர்,
பிராமணரின் பாதத்தைப் பணிவார்கள் எப்போதும்,
உண்மையில் வழிபற்றி விளம்புவர் நற்சொல்லை.

நற்சொல்லை இயம்பி நல்லவிதம் வாழூபவர்,
மிகமென்மை ஆகிய மாண்புமிக்க நடத்தையால்,
மற்றவரை மதிக்கும் மாண்புகள் மிகைத்தவர்,
தம்பியரை வென்றான் தலைமகன் கணிநேத்ரன்.

கணிநேத்ரன் உலகை கனபலத்தால் வென்றான்,
எதிரிகளின் கூட்டங்கள் இல்லாது அழித்தான்,
கொடூரத்தின் வடிவமெனக் கலங்கினர் மக்கள்,
தாங்கதான் இயலாதெனத் தள்ளினர் கணிநேத்ரனை.

கணிநேத்ரனை நீக்கிவிட்டு கொணர்ந்தனர் சுவர்ச்சனை,
அரசாட்சியை நடத்தி அனைவருக்கும் மகிழ்வளித்து,
மிகமாட்சியை அடைந்தான் மன்னவன் சுவர்ச்சன்,
தந்தையைப் போலன்றி தரணியில் நலம்விளைத்தான்.

நலம்விளைத்தான் சுவர்ச்சன் நாட்டுமக்கள் அனைவருக்கும்,
தந்தையாரின் நிலைக்குத் தானும் செல்லாதிருக்க,
மக்களின் நலத்தில் மிகவும் கவனத்துடன்,
உண்மையின் வடிவமாக அரசாண்டான் சுவர்ச்சன்.

சுவர்ச்சன் பிராமணரின் சொற்படி நடந்தான்,
தூய்மையுடன் மனமடக்கித் தக்கவிதம் நடந்தான்,
நேர்மையுடன் இருந்து நல்லாட்சி செய்ததால்,

மக்களிடம் நற்பெயர் மிகைத்தது மன்னனுக்கு.

மன்னனுக்கு நற்பெயர் மிகைத்து விளைந்தது,
நெறிகளுக்கு உட்பட்டு நற்செயல் பலசெய்து,
செயல்பட்டு வந்ததால் செழுமையான கருவூலம்,
பொருளற்று வரண்டது பகைவரும் சூழ்ந்தனர்.

சூழ்ந்தனர் பகைவர்கள் செழுமையில்லை அரசனிடம்,
படையினர் குதிரைகள் பஞ்சத்தில் வாடினர்,
நட்பானோர் ஆதரவாளர்களும் நசிந்தனர் அச்சூழலில்,
வாடினர் மக்கள் வைரிகளின் தாக்குதலால்.

தாக்குதலால் எதிரிகள் தீமைசெய்ய வந்தாலும்,
வெல்லுதல் இயலவில்லை வேந்தன் சுவர்ச்சனை,
நேர்மையில் நிலைத்த நல்லவன் ஆதலால்,
எதிரிகள் வெல்லுதல் இயலவில்லை வேந்தனை.

வேந்தனைப் பலவித வேதனைகள் சூழ்ந்ததால்,
கரங்களை வாயருகில் குவித்து வைத்தவனாக,
ஓசையை எழுப்பினான் உரமிகுந்த வேந்தன்,
வாய்வழியாய்ப் பெரும்படை வந்தது உதவிக்கு.

உதவிக்கு வந்த வெகுபெருத்த படைகள்,
போரிட்டு எதிரிகளைப் பின்வாங்கி ஓடவைத்தன,
கரந்தமனென்று வேந்தனுக்குக் கிடைத்தது புதுப்பெயர்,
அம்மன்னனுக்கு மகனொருவர் அவன்பெயரும் கரந்தமன்.

கரந்தமன் த்ரேதாயுகத்தில் கோனாக அரசாண்டான்,
இந்திரன் மண்ணுலகில் இருக்கிறான் என்பதாக,
மென்மையின் வடிவாக மன்னவன் திகழ்ந்தான்,
தேவரின் படைகளும் தோற்கடித்தல் இயலவில்லை.

இயலவில்லை கரந்தமனை எதிர்ப்பது எவருக்கும்,
வையத்தைச் சேர்ந்த வேந்தர்கள் அனைவரும்,
ஒருகுடைக் கீழாக வரவைத்தான் கரந்தமன்,
வேள்விகளை நடத்தினான் வேந்தன் அவிக்ஷித்.

அவிக்ஷித் தன்னடக்கம் உடையவனாய் இருந்தான்,
ஒளியில் சூரியனாய் அடக்கத்தில் பூமிதேவியாய்,

அறிவில் வ்ருஹஸ்பதியாய் அமைதியில் ஹிமவத்தாய்,
மக்கள் மனதுக்கு மகிழ்வளித்து அரசாண்டான்.

அரசாண்டான் மக்களுக்கு அகமகிழ்வு உண்டாகிட,
கொண்டிருந்தான் வார்த்தையில் கனிவும் நலமும்,
அடக்கத்துடன் இருந்தான் அரசாட்சி புரிந்தாலும்,
புரிந்தான் அஸ்வமேதிகத்தைப் பலநூறு முறைகள்.

முறைகள் பிசகாத மன்னவன் அபிகூஷித்துக்கு,
ரிஷிகளில் மூத்தவர் ஈடிலாதார் ஆங்கிரஸ்,
துணையில் இருந்து தந்தார் ஆதரவை,
அரசாட்சியில் அடுத்ததாக அமர்ந்தான் மைந்தன்.

மைந்தன் மருத்தன் மிகச்சிறந்த வேந்தன்,
தந்தையின் ஆற்றலையும் தான்மிஞ்சும் திறத்தினன்,
நேர்மையின் வடிவானவன் நிகரிலா பலசாலி,
படையின் யானைகள் பத்தாயிரம் எண்ணிக்கை.

எண்ணிக்கை பெருத்ததாக இருந்தது படையளவு,
விஷ்ணுவை ஒத்தவனாய் உரத்துடன் இருந்தான்,
ஹிமவத்தைக் கடந்து அடைந்தான் மேருமலையை,
பாத்திரங்களை உருவாக்கினான் பசுந்தங்கத்தை உருக்கி.

உருக்கி தங்கத்தால் உருவாக்கினான் ஆசனங்களை,
தட்டு கிண்ணங்கள் தோண்டிகள் சால்களென,
அனைத்து பொருட்களும் அமைத்தான் வேள்விக்காக,
சிறப்பு மிக்கதாகச் செய்தான் வேள்வியை.

(5)அஸ்வமேதிக பர்வம், பகுதி 5

வேள்வியை நடத்தினான் வேந்தன் மருத்தனென,
தகவலை விளக்கிய த்வைபாயனரிடம் வினவினான்,
பேச்சாற்றலை உடைய பெருமுனியே நீவிர்,
பெரும்பலத்தை மருத்தன் பெற்றவிதம் உரைப்பீர்.

உரைப்பீர் மருத்தரெனும் வேந்தர் எவ்விதத்தில்,
அடைந்தார் அவ்வளவு அபரிமிதத் தங்கமென,

அன்னவர் வளமைகள் இருப்பது எவ்விடத்தில்?
எடுப்பதற்கோர் வழியேதும் இருக்கிறதா அப்பொருளை.

அப்பொருளை எடுத்து இயற்றலாமா வேள்வியென,
ஐயத்தைத் தெரிவுத்த அரசன் யுதிஷ்டிரனுக்கு,
சகோதரராய் இருந்தாலும் சண்டையிட்டுச் சீரழியும்,
தேவாசுரரை ஒத்தவராகினர் தனயர்கள் ஆங்கிரசுக்கு.

ஆங்கிரசுக்கு மைந்தர்கள் இருவர் பிறந்தனர்,
வ்ருஹஸ்பதியென்று சம்வர்த்தரென்று வெகுசிறந்த தவசீலர்,
ஒருவருக்கு மற்றவர் வைரியென மோதினர்,
சம்வர்த்தனுக்கு பலதொல்லை செய்தார் வ்ருஹஸ்பதி.

வ்ருஹஸ்பதி செய்ததான வேதனைகள் தாளாமல்,
வீடுவாசலை விடுத்து வெளியேறினார் சம்வர்த்தர்,
வளங்களை விடுத்து வனத்துக்குள் புகுந்தார்,
உடல்தனை மூடவும் உடையில்லை வானந்தான்.

வானந்தான் ஆடையென வேதனையுடன் சம்வர்த்தர்,
தவந்தான் செய்துத் தன்போக்கில் இருந்தார்,
அசுரர்களின் கூட்டத்தை அழித்த வாசவன்,
வானுலகின் வேந்தனாகி வெகுபலம் பெற்றான்.

பெற்றான் வ்ருஹஸ்பதியைப் புரோகிதராய்த் தனக்கு,
ஆங்கிரசின் மைந்தன் அமரர்களின் குருவானதால்,
மண்ணுலகின் வேந்தன் மருத்தனெனும் அரசன்,
கரந்தமனின் மைந்தனுக்கு கிடைக்கவில்லை குருநாதர்.

குருநாதர் ஆங்கிரஸ் கரந்தமனிடம் இருந்தார்,
அரசர் பெற்றிருந்தார் ஆற்றலுடன் தவபலத்தை,
மன்னவர் கரந்தமர் மிகவும் வளமுடையார்,
வாயிலோர் சுவாசத்தால் வரவழைத்தார் வளங்களை.

வளங்களை தேர்களை வாகனங்களை படையினரை,
படுக்கைகளை ஆசனங்களைப் பலவித ஆதரவாளரை,
மூச்சினை வெளிவிட்டு மன்னவர் வரவழைத்தார்,
பலத்தினை உடையவர் பாருலகை வென்றார்.

வென்றார் பாருலகை வெகுகாலம் ஆட்சிசெய்தார்,

சென்றார் வானுலகுக்கு சாக்காடு அடையாமலே,
அன்னவர் மைந்தர் அவிக்ஷித்தென பெயருடையார்,
ஒத்தவர் யயாதியை வலிமைமிகு வேந்தர்.

வேந்தர் அவிக்ஷித்துக்கு வாய்த்தமகன் மருத்தர்,
வானவர் இந்திரனென வையத்தில் இருந்தார்,
அவ்வரசர் ஆட்சிக்கு உட்படவே விருப்பத்தால்,
பூமிதேவியார் தானாகப் பார்வேந்தனிடம் வந்தார்.

வந்தார் பூமிதேவி வேந்தனுக்கு வளமளிக்க,
மருத்தர் இந்திரனுடன் மோதல் உண்டானது,
மானிடர் ஆகினும் மகேந்திரன் எவ்விதத்திலும்,
வேந்தர் மருத்தரை விஞ்சிட இயலவில்லை.

இயலவில்லை மருத்தரை எவ்விதத்திலும் மிஞ்சுவதென,
கோபத்தை அடைந்த கோனான இந்திரன்,
வ்ருஹஸ்பதியை அழைத்து விளம்பினான் கருத்தை,
வேள்விகளைச் செய்யென விளம்புவான் மருத்தன்.

மருத்தன் வேள்விகளை மறையோதி முடித்துவைக்க,
கோரிக்கைதான் வைத்தால் கூடாது ஏற்றல்,
தேவர்களின் குருவானவர் தரணியில் வேந்தருக்கு,
ஸ்ரத்தத்துடன் வேள்விகளைச் செய்துவைத்தல் பொருந்தாது.

பொருந்தாது மனிதனுக்கு புரோகிதராய் செல்லுதல்,
மூவுலகு ஆட்சிசெய்யும் மகேந்திரனின் குருவானீர்,
மண்ணுலக வேந்தனுக்கு முடிக்கலாமா வேள்விகளை?
பிறந்திறக்க விதியுளார்க்கு புரந்தரன் சமமா?

சமமா இறப்புடைய சிறியவன் எனக்கு?
இருவருமே வேண்டுமெனில் இதற்குமேல் வழியில்லை,
தேவராய் இருப்போரைத் தள்ளியே நீவிர்,
நிலையாய் இல்லாதவனுக்கு நடத்தலாம் சடங்குகளை.

சடங்குகளை எனக்கு செய்ய விருப்பமெனில்,
மருத்தனை விலக்கிவிட்டு மகேந்திரனிடம் வந்துவிடும்,
இருவரை சார்ந்து இருக்கலாகாது நீவிரென,
கருத்தினை உரைத்ததும் கணநேரம் சிந்தித்தார்.

சிந்தித்தார் வ்ருஹஸ்பதி சொன்னார் இந்திரனிடம்,
வானத்தார் வேந்தனே வையத்தில் அனைத்துமே,
வலுமிக்கார் உன்னிடமே உள்ளன என்றறிவேன்,
அழித்தீர் பலமிகுந்த அசுரன் நமுச்சியை.

நமுச்சியை அழித்த நிகரிலாத வீரரே,
விஸ்வரூபனை வலனை வதைத்துக் கொன்றீர்,
தேவர்களை வளத்துடன் தகைமையாய்க் காக்கிறீர்,
வானத்தை மண்ணுலகை உமதாற்றலால் தாங்குகிறீர்.

தாங்குகிறீர் மூவுலகைத் தேவர்களின் இந்திரரே,
உமக்கோர் ஹோத்ரியாக உங்களது வேள்விகளை,
முடித்தோர் புரோகிதன் மண்ணுலகில் ஆட்சிசெய்யும்,
மானிடர் ஒருவருக்கு மறையோதுதல் எங்ஙனம்?

எங்ஙனம் உனைவிட்டு ஏகுவேன் மானிடரிடம்?
அக்கினியும் வெம்மை அளிக்காது நிறுத்தினாலும்,
பூமியும் நிலைமாறினும் பரிதியும் ஒளியற்றாலும்,
சொன்னதாகும் சொல்மாற்றிச் செல்லமாட்டேன் மருத்தனிடம்.

மறுத்தனிடம் செல்லேனென மொழிந்தார் வ்ருஹஸ்பதி,
அன்னவர்தம் சொல்கேட்டு அமரர்களின் இந்திரன்,
பொறாமையில் துடிக்காமல் பெற்றான் மனவமைதி,
அவரவர்கள் உறைவிடத்துக்கு ஏகினர் இருவரும்.

(6)அஸ்வமேதிக பர்வம், பகுதி 6

இருவரும் பேசிவிட்டு அகன்றனர் அவர்போக்கில்,
வ்ருஹஸ்பதியும் இந்திரரும் ஒப்பந்தம் செய்ததை,
கேள்விப்பட்டதும் மருத்தன் கொஞ்சம் சிந்தித்தான்,
வேள்விசெய்யும் நோக்கத்துடன் வ்ருஹஸ்பதியை அழைத்தான்.

அழைத்தான் வ்ருஹஸ்பதியை அன்பான வார்த்தைகளால்,
வணங்கதான் உரியவரே வெகுதவத்தின் உறைவிடமே,
வேள்விதான் செய்வதற்கு உளத்தில் விருப்பமுற்றேன்,
முன்புதான் நீவிர் மொழிந்தீர் கட்டளை.

கட்டளை நீவிர் கொடுத்தவிதம் அனைத்தையும்,
தயாராய் வைத்துளேன் தூயவரே உங்களுக்கு,
அழைப்பை அளிக்கிறேன் அமருவீர் ஹோத்ரியாயென,
பரம்பரையாய் எங்களது புரோகிதர் நீவிர்தான்.

நீவிர்தான் எங்களுக்கு நடத்துவீர் வேள்விகளை,
தங்களின் தந்தையார் தயவுடன் எங்களுக்கு,
குருவின் நிலையிலே கொடுத்தார் ஆதரவு,
அதேவிதம் தாங்களும் எனக்கு உதவுவீர்.

உதவுவீர் என்று வேந்தன் மருத்தன்,
வினவியதோர் சொல்கேட்டு விளம்பினார் வ்ருஹஸ்பதி,
மண்ணுலகோர் வேந்தனுக்கு மறையோதி வேள்விசெய்து,
ஹோத்ரியாய் இருக்க எனக்கு விருப்பமில்லை.

விருப்பமில்லை ஏனெனில் வானவரின் இந்திரனுக்கு,
குருவாய் இருக்கக் கொடுத்தேன் ஒப்புதலென,
மறுப்பினைத் தெரிவித்தார் மாண்புமிக்க வ்ருஹஸ்பதி,
விடவில்லை மருத்தன் வேண்டினான் மீண்டும்.

மீண்டும் உம்மிடம் மன்றாடுகிறேன் மகரிஷியே,
எங்களிடம் பரம்பரையாய் இருக்கும் வேதியரென,
உம்மிடம் மரியாதை வெகுவாக வைத்துளேன்,
செய்யவேண்டும் வேள்வியை சீர்மிகுந்த நீவிர்.

நீவிர் வேள்வியை நடத்தவேண்டும் என்பதாக,
பணிவானதோர் வார்த்தை பகர்ந்த மருத்தனிடம்,
அமரர் இறப்பிலாருக்கு அருமறை ஓதியபின்,
இறப்புடையார் உனக்கு எவ்விதம் மறையோதுவேன்?

மறையோதுவேன் வானவரின் மகேந்திரன் ஒருவனுக்கே,
வந்திடேன் உந்தன் வேள்வியை முடிப்பதற்கு,
இங்கேன் நிற்கிறாய் இங்கிருந்தாலும் சென்றாலும்,
முடிவெடுத்தேன் வானவரின் மகேந்திரனுக்கு குருவாக.

குருவாக அமரர்களின் கோனுக்கு பணிசெய்ததபின்,
உனக்காக பணியேற்றல் உகந்ததல்ல என்னகு,
தெளிவாக உரைத்தேன் தரணிவேந்தன் உனக்கேற்ற,
புரோகிதராக வேறொருவரைப் பணியில் அமர்த்து.

அமர்த்து பதவியிலே அடுத்து ஒருவரையென,
கருத்து உரைத்த குருவான வ்ருஹஸ்பதியின்,
சொல்கேட்டு குழம்பிச் சென்றான் மருத்தன்,
வீட்டுக்குத் திரும்புகையில் வெகுசோகம் மனதில்,.

மனதில் சோகத்துடன் மன்னவன் மருத்தன்,
திரும்புதல் செய்கையில் தென்பட்டார் நாரதர்,
ரிஷியிடத்தில் மரியாதையுடன் அரசன் வணங்கினான்,
மன்னனிடத்தில் கனிவுடன் முனிவர் வினவினார்.

வினவினார் நாரதர் வேந்தனே மருத்தா,
மனதிலோர் வருத்தத்துடன் முன்னர் நிற்கிறாயே,
உனக்கோர் சோகம் உண்டானது எதனால்?
மனதிலோர் கவலையென்ன மொழிவாய் என்னிடம்.

என்னிடம் சொன்னால் ஏதேனும் வழியுரைத்து,
உன்சோகம் விலகிட உதவவும் வாய்ப்புண்டு,
விளம்பவேண்டும் காரணமென வினவினார் நாரதர்,
முனிவரிடம் வ்ருஹஸ்பதி மொழிந்ததை உரைத்தான்.

உரைத்தான் வேந்தன் வ்ருஹஸ்பதியாம் க்ருநாதரிடம்,
வேள்வியின் ஹோத்ஜியாக வரவேண்டி அழைத்ததை,
அவர்தான் இந்திரனின் அரசகுரு ஆனதால்,
ஒப்பதான் இயலாதென உரைத்ததை நவின்றான்.

நவின்றான் எவ்விதம் நேதிசெய்தார் வ்ருஹஸ்பதியென,
பாவத்தின் தாக்கத்தால் பாங்கிழந்தேன் தானென்றும்,
வாழதான் விருப்பமின்றி வெறுப்புற்றேன் மனதிலென்றும்,
விளக்கினான் சூழலை வேந்தன் மருத்தன்.

மருத்தன் உரைத்த மொழிகளைக் கேட்டதும்,
ஆங்கிரசின் மைந்தன் இன்னொருவன் இருக்கிறான்,
சம்வர்த்தன் என்னும் சமர்த்தான மகரிஷி,
திரிகிறார் வெற்றுடலுடன் தனக்கோர் ஆதரவின்றி.

ஆதரவின்றி அலையும் அருந்தவ மாமுனிவர்,
நீவேண்டிப் பணிந்தால் நடத்துவார் வேள்வியை,,
அவரிடத்தில் சென்று அடைவாய் தஞ்சம்,

அவர்மனதில் குளிர்ந்தால் அனைத்தும் நலமாகும்.

நலமாகும் விளைவுகள் நாடிவரும் உன்னையென,
இதமாகும் வார்த்தைகளை எடுத்துரைத்த நாரதரிடம்,
புதிதாகும் உயிரோட்டம் பெற்றதாக உணருகிறேன்,
எவ்விடம் சென்றால் அவரைக் காணலாம்?

காணலாம் சம்வர்த்தரையெனில் கூறுவீர் விவரமாக,
எவ்விதம் கண்டறிவேன் ஆற்றல்மிகும் சம்வர்த்தரை?
அன்னவர்தம் துணைபெற்று அவரது ஆதரவு,
ஒருபோதும் விலகாது உடனிருத்தல் எங்ஙனம்?

எங்ஙனம் சம்வர்த்தரின் ஆதரவைப் பெறுவேன்?
வ்ருஹஸ்பதியாம் முனிவரின் வார்த்தைகள் என்னை,
நடைபிணம் ஆக்கின நெஞ்சம் பதைத்தது,
வாழவும் விருப்பமின்றி வெறுப்புற்றேன் மனதில்.

மனதில் மீண்டும் மிகக்கலக்கம் வாராமல்,
என்னிடத்தில் சம்வர்த்தர் எதிரிடையாய் நடவாமல்,
ஆதரவுகள் நல்கிட உகந்ததான வழியென்ன?
உரைத்தல் வேண்டுமென வேந்தன் விளம்பினான்.

விளம்பினான் வேந்தன் வழிமுறை என்னவென,
மருத்தனின் துயரகற்ற மனங்கொண்ட நாரதர்,
மஹாதேவரின் காட்சிபெற மனதிலே விருப்பமுற்று,
வாரணாசியின் பகுதிகளில் வலம்வருகிறார் சம்வர்த்தர்.

சம்வர்த்தர் விசிரரெனச் சுற்றியே திரிகிறார்,
வாரணாசிக்கோர் வாயில் உள்ளது வேந்தனே,
கதவருகிலோர் பிணத்துடன் காத்திரு வேந்தனே,
ஒரேயொருவர் பிணத்தை உற்று நோக்குவார்.

நோக்குவார் பிணத்தை நாடமாட்டார் வாயிலை,
செல்லுவார் விலகியே சம்வர்த்தர் அவர்தான்,
அன்னவர் பின்னாலே அலைவாய் நீயும்,
தனியானதோர் இடத்தில் தாள்களைப் பணிவாய்.

பணிவாய் கரங்கூப்பி பகருவாய் தஞ்சமென,
எவ்விதமாய்த் தனைப்பற்றி அறிந்தாயென சம்வர்த்தர்,

வினாவை எழுப்பினால் விளம்புவாய் அவரிடம்,
உங்களைக் குறித்து உரைத்தவர் நாரதரென.

நாரதரென மாமுனிவர் நவின்றாரென உரைத்தால்,
எங்கென எனைக்குறித்து ஏதேனும் வினவினாலோ,
நாரதரான முனிவரிடம் நீசெல்லென நவின்றாலோ,
அக்கினியான நெருப்பில் இறங்கினேனென உரைப்பாய்.

உரைப்பாய் நீயென உரைத்த நாரதரின்,
வார்த்தை கேட்டு வேந்தன் ஒப்பினான்,
மகரிஷியை வணங்கினான் மிகவும் மரியாதையுடன்,
வாரணாசியை அடைந்தான் வாயிலருகில் வந்தான்.

வந்தான் வாயிலருகில் வைத்தான் பிணத்தை,
காத்திருந்தான் நாரதர் கூறிய நிகழ்வுக்காக,
அப்போதுதான் சம்வர்த்தரும் அவ்விடத்தை அடைந்தார்,
கோட்டையின் உட்புகுகையில் கண்டார் பிணத்தை.

பிணத்தைக் கண்டதும் பின்வாங்கி திரும்பி,
கோட்டை விட்டு கனவேகமாய் வெளியேறினார்,
அவரைப் பின்தொடர்ந்தான் அவிக்ஷித்தின் மைந்தன்,
கரங்களைக் குவித்தபடி கூடவே நடந்தான்.

நடந்தான் மருத்தன் நிகரிலா முனிவருடன்,
தொடர்ந்தான் என்பது தெரிந்ததும் மாமுனிவர்,
மன்னவன் மீதாக மண்ணையும் சாம்பலையும்,
எச்சிலையும் இறைத்து எதிப்பைக் காட்டினார்.

காட்டினார் வெறுப்பை கோபத்தை வேந்தனிடம்,
மாமுனிவர் செயல்களால் மன்னவன் வருந்தவில்லை,
சென்றார் முனிவர் சற்றும் நில்லாமல்,
களைத்தார் அலைந்ததால் கண்டார் அத்திமரத்தை.

அத்திமரத்தைக் கண்டார் அநேக கிளைகளுடன்,
பெருநிழலை அளித்து பரந்து விரிந்ததாக,
மரத்தைக் கண்டு மனங்கொண்டார் ஓய்வெடுக்க,
மருத்தனை நோக்கி மொழிந்தார் வினாவை.

(7)அஸ்வமேதிக பர்வம், பகுதி 7

வினாவை எழுப்பினார் வேதரிஷி சம்வர்த்தர்,
என்னை எவ்விதம் அறிந்தாய் சம்வர்த்தனென?
உன்னை அனுப்பிவைத்த வேறொருவர் எவராவார்?
உண்மை விளம்பினால்தான் உதவிகள் செய்வேன்.

செய்வேன் விருப்பப்படி சத்தியத்தைப் பேசினால்,
பொய்தான் உரைத்தால் பல்லாயிரம் சுக்கலாக,
உந்தன் சிரந்தான் உடைந்து தூளாகுமென,
எச்சரித்துதான் சம்வர்த்தர் ஏறிட்டார் மருத்தனை.

மருத்தனை நோக்கி மாமுனிவர் வினவியதும்,
உங்களைக் குறித்து உரைத்தார் நாரதர்,
வழியிலே செல்லுகையில் வந்தார் உதவிசெய்ய,
பரம்பரை புரோகிதரின் பிள்ளையென இயம்பினார்.

இயம்பினார் நீவிர் அருந்தம் உடையீரென,
அனுப்பினார் என்னை அகவேட்கை நிறைவேறுமென,
மாமுனிவர் கேட்டதற்கு மறுமொழியை உரைத்தான்,
சம்வர்த்தர் உரைத்தார் சொன்னது உண்மையென.

உண்மையென உரைக்கிறேன் உன்னுடைய சொற்களை,
வேள்வியெனச் செய்வதற்கு வல்லவனென எனது,
உண்மையான பலத்தை உணர்ந்தவர் நாரதர்,
நாரதரான மாமுனிவர் நவின்றபின் சென்றதெங்கே?

சென்றதெங்கே என்று சம்வர்த்தர் வினவியதும்,
இவ்விதமே உமைக்குறித்து இயம்பியபின் நாரதர்,
உம்மிடமே சரணடைந்து உய்வாயென வாழ்த்திவிட்டு,
அக்கினியொலே புகுந்தாரென இயம்பினான் மருத்தன்.

மருத்தன் உரைத்தவற்றால் மகிழ்ந்தார் மாமுனிவர்,
நாரதரின் உரைப்படி நானும் வேள்விகளை,
செய்யதான் தகுதிகொண்ட சம்ர்த்தன் என்பதாக,
பதில்தான் உரைத்தார் பாங்குமிக்க மாமுனிவர்.

மாமுனிவர் அதன்பின்னர் மிகவும் வெறிகொண்டவராய்,

எழுப்பினார் பேரோசை ஏசினார் மருத்தனை,
உரைத்தார் எனக்கு உடலிலோர் குறையுண்டு,
முதுகுத்தண்டிலோர் பாதிப்பினால் மனம்போனபடி நடப்பேன்.

நடப்பேன் என்மனதில் நினைத்தவிதம் என்போக்கில்,
எந்தன் உதவியால் இயற்றவேண்டும் வேள்வியென,
உந்தன் மனதிலே உண்டான எண்ணத்துக்கு,
காரணந்தான் என்னவெனக் கூறவேண்டும் இப்போது.

இப்போது உனக்கு அளிக்கிறேன் இன்னொருவழி,
எனது தமயனார் என்னிலும் வலுமிக்கார்,
வாசவனுக்கு புரோகிதராகி வாழுகிறார் வளத்துடன்,
உனது வேள்விசெய்ய உகந்தவர் அவர்தான்.

அவர்தான் என்னிடம் இருந்த வளங்களை,
பொறாமையின் காரணமாகப் பறித்து அழித்தார்,
வீட்டையும் பொருட்களையும் வைத்திருந்த சிலைகளையும்,
எந்தன் ஆதரவாளரையும் எடுத்தார் என்னண்ணன்.

என்னண்ணன் என்னிடம் எல்லாவற்றையும் பறித்துவிட்டார்,
வெற்றுடல்தான் மிஞ்சியது வாழுகிறேன் திகம்பரனாக,
அவர்தான் எனது அனைத்து மரியாதைக்கும்,
உரியவர்தான் என்பதால் உன்வேள்வி செய்திடேன்.

செய்திடேன் உன்வேள்வியை சொல்லவில்லை அண்ணனெனில்,
வ்ருஹஸ்பதியின் அனுமதியை வாங்கிவா அதன்பின்னர்,
உந்தன் விருப்பப்படி வேள்வியைச் செய்துவைக்கிறேன்,
இதுதான் நிபந்தனையென இயம்பினார் சம்வர்த்தர்.

சம்வர்த்தர் சொன்னதற்கு சக்ரவர்த்தி மருத்தன்,
வ்ருஹஸ்பதியார் உதவியைதான் வேண்டினேன் முதலிலே,
வானவர் வேந்தன் வாசவன் ஆதரவுக்காக,
மறுத்தார் வேண்டுதலை மொழிந்தார் இயலாதென.

இயலாதென சொன்னதற்கு அளித்தார் காரணம்,
இந்திரனான அமரர்களின் அரசனுக்கு வேள்விசெய்தேன்,
மனிதனான உனக்காக மறையோதிடேன் இனிமேல்,
உந்தன் வேள்விசெய்ய வாய்ப்பில்லை வேந்தனே.

வேந்தனே உனக்கு வேள்விகள் செய்வதை,
தடையே செய்துளான் தேவர்களின் அரசன்,
தனக்கே போட்டியாக தரணிவேந்தன் மருத்தன்,
வந்திடவே வாய்ப்புள்ளதென விளம்பினான் இந்திரன்.

இந்திரன் சொன்னதை ஏற்றதால் உன்னண்ணன்,
எந்தன் வேள்வியை எவர்மூலமும் செய்திட,
அனுமதிதான் அளித்ததாக ஆகிறது மாமுனியே,
 வ்ருஹஸ்பதியின் உதவியை வேண்டினேன் மறுத்தார்.

மறுத்தார் ஆதலால் மனமுடைந்து வாடினேன்,
இருப்பதோர் வளத்தையெலாம் இந்த வேள்விக்கு,
செலவழித்தோர் பெருவேள்வி செய்ய விரும்புகிறேன்,
வாசவர் பெருமையை விஞ்சவேண்டும் அவ்வேள்வில்.

அவ்வேள்வி வாசவனைவிட அதிகமான சிறப்புடன்,
செய்விப்பீர் நீவிரென சார்ந்தேன் உம்மை,
எனதுய்குறை ஏதுமின்றி என்னுடைய வேண்டுதலை,
வெறுப்பில் நிராகரித்தார் வ்ருஹஸ்பதியாம் தேவகுரு.

தேவகுரு செய்தவை தவறானவை என்பதை,
நன்குணர்ந்து சம்வர்த்தர் நவின்றார் பதிலை,
உனது விருப்பப்படி வேள்வியைச் செய்வேன்,
எனது நிபந்தனைகளை ஏற்று நடந்தால்.

நடந்தால் இவ்வேள்வி நலந்தரும் உனக்கென்று,
என்பால் உன்பால் ஏற்படும் வெறுப்பினால்,
உன்மேல் தாக்கிட வரலாம் தேவேந்திரன்,
ஆதலால் உறுதியாக இருப்பாயென வாக்குக்கொடு.

வாக்குக்கொடு என்னை ஒருபோதும் ஏமாற்றாமல்,
என்னோடு வேள்விமுடிக்க இருப்பாய் என்பதாக,
அவ்விதத்து நடவாவிடில் அக்கினியால் உன்னை,
எரித்து சாம்பலாக்கி அழிப்பேன் திண்ணமாக.

திண்ணமாக உம்சசொல்லைத் தலையொலே சுமப்பேன்,
மாற்றமாக நடந்திடேன் மாமுனியே சம்வர்த்தரே,
ஏமாற்றுதலாகச் செய்தால் அசலங்கள் உள்ளளவும்,
ஒளிதர சூரியன் உள்ளளவும் உய்திடேன்.

உய்திடேன் ஞானமுற்று வாழுவேன் பொருளுலகில்,
உங்களின் வார்த்தைவிட்டு விலகியே நடந்தால்,
உய்விலன் ஆவேனென உரைததன் வேந்தன்,
உந்தன் வார்த்தைகள் உன்னதமென்றார் சம்வர்த்தர்.

சம்வர்த்தர் சொன்னார் சக்ரவர்த்தி மருத்தனிடம்,
உனக்கோர் வேள்வியை உன்னதமாகச் செய்கிறேன்,
தேவர் கந்தர்வர் தானவர் அனைவரையும்,
மிஞ்சுமோர் மாண்பு மிகைக்கும் உன்னிடம்.

உன்னிடம் மாண்பு உண்டாகும் என்பதாக,
உறுதிதான் அளிக்கிறேன் வேந்தனே மருத்தா,
ஏற்பாடுதான் செய்து இயற்றுவாய் வேள்வியென,
அனுமதிதான் அளித்தார் ஆற்றல்மிக்க சம்வர்த்தர்.

(8)அஸ்வமேதிக பர்வம், பகுதி 8

சம்வர்த்தர் உரைத்தார் சக்திமிக்கார் உமாசுதர்,
இருக்கிறார் தவத்திலே இமயத்தின் முஞ்சபனத்தில்,
உறைகிறார் உமையுடன் வைத்துளார் திரிசூலத்தை,
சூழ்ந்துளார் மகேசரைச் சதமான பூதகணங்கள்.

பூதகணங்கள் சூழ்ந்திருக்க பரமேசர் தம்போக்கில்,
மரங்கள் நடுவிலே மகிழ்ந்து வாழுகிறார்,
குகக்குள் சிகத்திலெனக் கழிக்கிறார் நேரத்தை,
உருத்திரர்கள் சாத்யர்கள் விஸ்வதேவர்கள் அருகுளார்.

அருகுளார் வசுக்கள் எமனுடன் வருணன்,
குபேரர் பணியாட்களுடன் கூடவே நிற்கிறார்,
பைசாசர் பூதர்கள் பரமேசருடன் இருக்கிறார்,
அஸ்வினியர் கந்தர்வர் அப்ஸரஸ்கள் அருகிலுளார்.

அருகிலுளார் யக்ஷூர்கள் அமரருலக மாமுனிகள்,
சூரியர் வாயுதேவர் சகலவித பேய்கள்,
வணங்குகிறார் மகாதேவர் உமைநாதர் பதத்தை,
எண்ணுகிறார் மகேசரின் அனேகவித மகிமைகளை.

மகிமைகளை உடைய மகாதேவர் அவ்விடத்தில்,
குபேரனைச் சார்ந்த கடுமைமிகு பூதங்களுடன்,
விளையாடலைச் செய்து வாழுகிறார் மகிழ்வாக,
ஒளியைக் கொண்டதாக உள்ளது மலைப்பகுதி.

மலைப்பகுதி முழுவதும் மிகவும் ஒளிபெற்று,
அதிகாலைச் சூரியனென அழகுடன் மிளிர்கிறது,
வெறுங்கண்களை உடையதான உயிர்கள் ஒன்றுகூட,
அப்பகுதி இருப்பதை அறிதல் இயலாது.

இயலாது மலையில் இருப்பதைக் காணுதல்,
சதையொடு கண்ணுற்றாருக்கு சக்தியில்லை காணுதற்கு,
வெம்மையற்று குளுமையற்று உள்ளது மிதமாக,
சூரியனது கதிரில்லை செல்லாது காற்றுகூட.

காற்றுகூட வீசாமல் கட்டுண்டு இருக்கும்,
நோயற்ற பசியற்ற நல்லதொரு இடமது,
தாகமற்ற அச்சமற்ற தூய்தான அவ்விடத்தில்,
அச்சமற்ற இறப்பற்ற அற்புத நிலையுண்டு.

நிலையுண்டு அவ்விடத்தில் நலங்களை அளிப்பதாக,
அனைத்து திசைகளிலும் அமைந்துள்ளன தங்கச்சுரங்கங்கள்,
சூரியனுக்கு ஒப்பான செறிவான பேரொளியுடன்,
உள்ளது சுரங்கங்கள் அருகுளார் காவலர்கள்.

காவலர்கள் தங்கத்தைக் காப்பது குபேரனுக்காக,
வெளிநபர்கள் நுழையாவிதம் வீசுவார் ஆயுதங்களை,
அவ்விடத்தில் சென்று ஏத்துவாய் மஹாதேவரை,
பலபெயர்கள் உடையார் பரமேசர் சர்வர்.

சர்வர் பேதர் சிதிகண்டர் உருத்திரர்,
சுரபர் கபர்தி சுவர்ச்சர் கரளர்
ஹர்யாக்ஷர் வரதர் த்ரியாக்ஷர் புஷ்ணோடந்தபித்,
வாமனர் சிவன் யாம்யர் அவ்யக்தர்.

அவ்யக்தர் சத்வரிததர் சங்கரர் க்ஷேம்யர்,
ஹரிகேசர் ஸ்தணு ஹரிநேத்ரர் புருஷன்,
முண்டர் க்ருஷ்ணர் பாஸ்கரர் உத்தரணர்,

சுதீர்த்தர் தேவதேவர் ரண்ஹர் சுவக்த்ரர்.

சுவக்த்ரர் உஷ்ணிஷி சஹஸ்ராக்ஷர் மித்வன்,
கிரிசர் ப்ரசாந்தர் சிரவாசர் யதர்,
சித்தர் வில்வதந்தர் சர்வதந்தரர் ம்ரிகர்,
வ்யாதர் மஹன் பாவா தனேசர்.

தனேசர் வரர் தம்ந்த்ரர் சோமவக்த்ரர்,
சிதமந்த்ரர் ஹிரண்யவாஹு சாக்ஷூ உக்ரர்,
சிதானந்தர் திக்பதி லேலிஹணர் கோஸ்தா,
பசுபதி வ்ரிஷ்ணு பூதபதி வ்ருஷர்.

வ்ருஷர் மாத்ரிபூதர் சேனானி மத்யமர்,
ஸ்ருவஹஸ்தர் யதி தன்வி பார்க்கவர்,
அஜர் க்ரிஷ்ணநேத்ரர் விரூபாக்ஷர் திக்ஷ்ணடன்ஷ்த்ரர்,
திக்ஷ்ணர் வைச்நரமுகர் மஹாயூதி அனங்கர்.

அனங்கர் சர்வர் திக்பதி பிலோஹிதர்,
தீப்தர் மஹௌளஜர் திப்தகூர் வசுரேதஸ்,
க்ரிதிவாசர் சுவபு கபாலமாலி ப்ரிது,
சுவர்ணமுகர் மஹாதேவர் க்ருஷ்ணர் த்ரியம்பகர்.

த்ரியம்பகர் அனகர் க்ரோதனர் ந்ரிசன்ஸர்,
தப்ததபர் வஹுசாலி தண்டி ம்ரிது,
சஹஸ்ரசிரர் அக்ரூரகர்மர் சஹஸ்ரசரணர் ஸ்வேதஸ்வரூபர்,
வஹுரூபர் தன்ஸ்த்ரீ பினாகி மஹாதேவர்.

மஹாதேவர் அவ்யக்தர் மஹாயோகி த்ரிசூலஹஸ்தர்,
வரதர் த்ரியம்பகர் புபவனேஸ்வரர் த்ரிபுரக்னர்,
த்ரிநயனர் மஹஞ்சர் த்ரிலோகேசர் சர்வபூதப்ரபாவர்,
சர்வபூததாரணர் தரணிதரர் சங்கரர் ஈசானியர்.

ஈசானியர் சர்வர் விஸ்வேஸ்வரர் சிவன்,
பாசுபதர் உமாபதி பாவா விஸ்வரூபர்,
மஹேஸ்வரர் விரூபாக்ஷர் தசபூஜர் வ்ரிஷவத்வஜர்,
உக்ரர் ஸ்தனு உருத்திரர் சர்வர்.

சர்வர் கிரீசர் சிவன் சிதகாந்தர்,
ப்ரிதுஹரர் அஜர் ப்ரிது சுக்ரர்,

வரர் விஸ்வரூபர் விரூபாக்ஷர் வஹ்ஹ்ரூபர்,
சரண்யர் அனங்ககஹரர் உமாபதி ஹரர்.

ஹரர் மகாதேவர் சதுர்முகர் என்பதாக,
மஹாதேவர் பெயர்களை மொழிந்து சிரந்தாழ்த்தி,
ஈசர் தாளிணையில் அடைக்கலம் பெறவேண்டும்,
மஹாதேவர் பதம்பணிந்து மிகப்பொருள் பெறுவாய்.

பெறுவாய் தங்கத்தைப் பரமேசர் நல்லருளால்,
அவ்விதமாய் பக்தியுடன் அவ்விடத்தில் மஹாதேவரை,
காட்சியாய்க் கண்டாருக்கு கிடைக்கும் பெரும்பொருள்,
அவ்விதமாய் மருத்தருக்கு இயம்பினார் சம்வர்த்தர்.

சம்வர்த்தர் சொன்னபடி செய்தான் மருத்தன்,
கரந்தர் மைந்தன் கனத்த முயற்சிப்ட்டௌன்,
வானவர் வியக்கும் விதவிதப் பாத்திரங்கள்,
பசுமையானதோர் தங்கத்தால் பாங்குடன் அமைத்தான்.

அமைத்தான் பாத்திரங்களை அழகான தங்கத்தில்,
மருத்தனின் வளமைகளை மனமறிந்த வ்ருஹஸ்பதி,
சம்வர்த்தனின் நிலைதான் சீர்பெற்று மேலோங்கியதாய்,
எண்ணிதான் உடலில் ஒளியற்று ஒடுங்கினார்.

ஒடுங்கினார் வ்ருஹஸ்பதி ஒளியிழந்து மங்கியென,
அறிந்தார் இந்திரன் அமரர்களின் பேரரசன்,
வினவினார் வ்ருஹஸ்பதியின் வாட்டத்தின் காரணத்தை,
தேவதேவர் குருவாகினும் தவிப்பென்ன மனதிலென.

(9)அஸ்வமேதிக பர்வம், பகுதி 9

மனதிலென உண்டான மிகவேதனை எதற்காக?
சரியான நேரத்தில் செல்கிறீரா உறங்கிட?
பணியாளரென இருப்போரின் பணிவிடைகள் போதுமா?
தேவரென இருப்போர் தணிவுடன் காக்கிறாரா?

காக்கிறாரா தேவ்ரெனக் கேட்டான் தேவேந்திரன்,
வ்ருஹஸ்பதியோ இந்திரனுக்கு வழங்கினார் பதிலை,

உறக்கத்திலோ உணவிலோ ஒருகுறைவும் கிடையாது,
தேவர்களோ என்னைத் தணிவுடன் ஓம்புகிறார்.

ஓம்புகிறார் தேவர்கள் ஒருகுறைவும் எனக்கில்லை,
தேவரானோர் நலத்தையே தினமும் சிந்திக்கிறேன்,
எனக்கோர் குறையுமில்லை இந்திரா எனக்கூறி,
முடித்தார் வ்ருஹஸ்பதி மகேந்திரன் விடவில்லை.

விடவில்லை மகேந்திரன் வினவினார் மேன்மேலும்,
வெகுவேதனை கொண்டீரென விளக்கமாய்த் தெரிகிறதே,
உடலை மனதை உருகவைத்தீர் வருத்தத்தால்,
நிறத்தை இழந்து நிற்கிறீர் வெளிறியே.

வெளிறியே நிற்கிறீர் உடலிலே பலமில்லை,
தோற்றமே மாறியது தேவர்களின் குருவுக்கு,
எவராலே இந்த அகவேதனை வந்ததென,
உரைக்கவே செய்தால் அழிக்கிறேன் அனைவரையும்.

அனைவரையும் அழிப்பேன் உமக்கேதும் தீங்கிழைத்தால்,
விளம்பும் காரணத்தையென வினவினான் வாசவன்,
மருத்தனிடம் சேர்ந்த மிகவளம் கண்டேன்,
சம்வர்த்தனாகும் ஹோத்ரிமூலம் செய்கிறான் பெருவேள்வி.

பெருவேள்வி செய்கிறான் பங்காளி சம்வர்த்தன்,
பெருவளத்தில் இருப்பானெனப் பதறுகிறது என்மனம்,
சம்வர்த்தனின் தலைமையில் செய்யலாகாது வேள்வியென,
எண்ணியெண்ணி என்மனதில் ஏற்பட்டது பெருஞ்சோகம்.

பெருஞ்சோகம் உண்டானது பீடிலான் சம்வர்த்தன்,
மருத்தனாகும் வேந்தனுக்கு முடிக்கிறான் வேள்வியெனும்,
காரணம் மூலமெனக் கூறினார் வ்ருஹஸ்பதி,
தேவரிடம் குருவானபின் தேவையேதும் உள்ளதா?

உள்ளதா மனதிலே உற்றகுறை ஏதேனும்?
வேதமாய் இருப்பதை ஓதியே தேர்ந்தீர்,
இறப்பினை நோய்நொடியை அகற்றி அமரரானீர்,
உங்களை சம்வர்த்தன் வருத்திட இயலுமா?

இயலுமா என்றதும் இயம்பினார் வ்ருஹஸ்பதி,

வளமோ எதிரியிடம் வாய்த்தால் அதுகண்டு,
மனமோ வருத்தத்தில் மிகவும் வாடுதே,
இல்லையோ உமக்கும் அசுரரிடம் இவ்வுணர்வு.

இவ்வுணர்வு காரணமாய் அவுணரது குலத்தார்,
சொந்தமென்று இருந்தாலும் சற்று வளமுற்றாலும்,
வளம்பெற்று இருப்போரை வைரியென அழிக்கிறீர்,
அதேவிதத்து என்மனதில் அடைந்தேன் வேதனை.

வேதனை விளைந்தது வைரியின் வளங்கண்டு,
மருத்தனைத் தடுத்து முடிக்காதே வேள்வியென்று,
எந்தவகை ஆகினும் இச்செயலை நிறுத்துவீர்,
சம்வர்த்தனை வளமைகள் சாருமெனில் வருத்தமே.

வருத்தமே அடைந்ததற்கு வ்ருஹஸ்பதி உரைத்ததான,
காரணமே கேட்டதும் கொஞ்சம் சிந்தித்து,
அக்கினியே வாருமென அழைத்தான் இந்திரன்,
ஜாதவேதரே மருத்தனிடம் செல்லவேண்டும் என்பொருட்டு.

என்பொருட்டு மருத்தனுக்கு எடுத்துரைப்பிர் கருத்தினை,
மருத்தனது வேள்வியை முடிப்பார் வ்ருஹஸ்பதி,
ஹோத்ரியென்று வ்ருஹஸ்பதியை ஏற்று வேள்விசெய்தால்,
அமரனென்று மருத்தன் இறப்பின்றி வாழலாம்.

வாழலாம் இறப்பின்றி வையத்தில் என்பதாக,
அக்கினியிடம் செய்தியை அளித்தான் இந்திரன்,
அதேவிதம் மருத்தனிடம் இயம்புவேன் என்பதாக,
ஒப்பிடும் வார்த்தைகளை உரைத்தார் அக்கினி.

அக்கினி உரைத்தார் அமரகுரு வ்ருஹஸ்பதி,
உனக்கினி ஹோத்ரியாகி வேள்வியினை முடிப்பாரென,
செய்தி சொல்லுவேன் செல்கிறேன் இப்போதென,
அடவிகளை எரித்தபடி அக்கினி சென்றார்.

சென்றார் அக்கினி செல்லும் பாதைகளில்,
எரித்தார் வனங்களை உக்கிரமிகு வேகத்துடன்,
வருகிறார் அக்கினியென வேந்தன் மருத்தன்,
முனிவர் சம்வர்த்தனிடம் மொழிந்தான் இவ்விதம்.

இவ்விதம் அக்கினி என்னிடம் வருகிறார்,
அன்னவர்தம் வருகைக்கு அர்க்கியம் அளித்து,
கொடுப்பீர் மரியாதையெனக் கூறினான் முனிவரிடம்,
அக்கினியும் ஏற்றார் அளித்த நீரினை.

நீரினை ஏற்று நல்லதொரு ஆசனத்தில்,
அமைதியாய் அமர்ந்து இயும்பினார் அக்கினி,
என்னை அனுப்பியது அமரர்கோன் இந்திரன்,
தூதுவனாய் வந்தேன் தரணியாளும் வேந்தனே.

வேந்தனே என்றதும் விளம்பினான் மருத்தன்,
நெருப்புக்கே இறைவரே நிகரிலாப் புகழுடையோய்,
வானவரே மகிழ்வில் வாழுகிறாரா விண்ணுலகில்?
என்செயலாலே மகிழ்வு ஏற்பட்டதா இந்திரனுக்கு?

இந்திரனுக்கு உகந்தவிதம் இருக்கிறாரா அமரரெலாம்?
எதுகுறித்து வந்தீரென இயம்பவேண்டும் எனக்கென்று,
வேண்டியது கேட்டதும் விளம்பினார் அக்கினி,
நலத்திலே வாழுகிறான் நிகரிலான் இந்திரன்.

இந்திரன் மகிழுகிறான் உங்களின் செயல்களால்,
நோய்நொடியின் தாக்கமின்றி நலமாக நீரிருக்க,
விரும்புகிறான் ஆதலால் வழங்கினான் செய்தியை,
எந்தன் வரவுக்கு இருக்கிறது நோக்கம்.

நோக்கம் என்னவென நவிலுகிறேன் இப்போது,
ருஹஸ்பதியாம் ஹோத்ரியை வேள்விக்குப் பயன்படுத்து,
அதன்மூலம் உனக்கு அளிப்பேன் இறப்பின்மையென,
வாய்ப்பும் அளித்தான் வாய்ப்பைப் பயன்படுத்து.

பயன்படுத்து வ்ருஹஸ்பதியை பெருவேள்வி முடித்திட,
ஏற்று மகிழ்வாயென இயம்பினார் அக்கினி,
வேள்விக்கு ஹோத்ரியாக வைத்தேன் சம்வர்த்தரை,
மஹேந்திரருக்கு புரோகிதர் மறுத்தார் முன்னரே.

முன்னரே மறுத்துவிட்ட மாமுனிவர் வ்ருஹஸ்பதி,
செய்யவே ஒப்புதலைச் சொல்வதேன் இப்போது?
மஹேந்திரனுக்கு ஹோத்ரி மண்ணுலகிலே மனிதனது,
வேள்விக்கே ஹோத்ரியாதல் ஒருபோதும் முடியாதே.

முடியாதே என்று மருத்தன் உரைத்ததும்,
இவ்விதமே தேவராஜன் இயம்பியதை ஏற்றால்,
வானுலகிலே அமரனாகி வாழுவாய் புகழுடன்,
ஆகவே வ்ருஹஸ்பதியை அமர்த்து ஹோத்ரியாக.

ஹோத்ரியாக வ்ருஹஸ்பதி அமர்ந்தால் அதன்மூலம்,
பூமியாக இருப்பதில் பகைவரே இல்லாதவிதம்,
சக்ரவர்த்தியாக ஆளுவாய் சகலவித பூமியை,
வானுலகாக இருப்பதிலும் வாய்க்கும் பெருநலம்.

பெருநலம் உனக்குண்டு ப்ரஜாபதியின் உலகிலென,
உரைத்ததும் அக்கினியிடம் உக்கிரமாக சம்வர்த்தர்,
இவ்விதம் வ்ருஹஸ்பதியை ஹோத்ரியாக்கும் பணிக்கென,
இவ்விடம் வந்தாயெனில் எரிப்பேன் உன்னை.

உன்னை எரிக்கும் விழிப்பார்வை எனக்குண்டு,
அக்கினியை அழிக்கும் ஆற்றல்மிக்கான் நானெனும்,
உண்மை அறிந்து ஓடிவிடு அக்கினியேயென,
வார்த்தை கேட்டதும் விதிர்விதிர்த்து நடுங்கினார்.

நடுங்கினார் அக்கினி நிற்கும் அஸ்வத்தத்தில்,
இருப்பதோர் இலையானது அடிப்பதோர் காற்றிலே,
அலைவுற்றோர் அதிர்வினை அடைவதற்கு ஒப்பாக,
திரும்பினார் சக்ரனிடம் தெரிவித்தார் நடந்ததை.

நடந்ததை உரைப்பீர் நிகரிலா ஜாதவேதரே,
வ்ருஹஸ்பதியை மருதனிடம் வழங்கினீரா ஹோத்ரியாக,
என்சொல்லை ஏற்றானா அரசன் மருத்தனென,
ஆவலாய் வினவினான் அமரர்களின் வேந்தன்.

வேந்தன் இந்திரனிடம் விளம்பினார் அக்கினி,
மருத்தன் உம்சொல்லை மறுத்தான் இந்திரனே,
வ்ருஹஸ்பதியின் கரங்களை உறுதியாய்ப் பற்றியபடி,
விளம்பினான் சம்வர்த்தரே வேள்வி நடத்தட்டுமென.

நடத்தட்டுமென சம்வர்த்தருக்கு நவின்றான் ஆதரவை,
வானுலகென ப்ரஜாபதியின் வளமிக்க மண்டலமென,
எவ்வுலகான மண்டலத்துக்கும் ஏகிட விரும்பாமல்,

வந்ததான தகவலுக்கு ஒப்பவில்லை மறுத்தான்.

மறுத்தான் மருத்தனென மொழிந்த அக்கினியிடம்,
இவர்தான் வேள்விக்கு இருப்பார் ஹோத்ரியாயென,
வேந்தன் மருத்தனுக்கு விளம்புவீர் தகவலை,
மறுத்துதான் பேசினால் மாய்வான் வஜ்ரத்தால்.

வஜ்ரத்தால் மாளுவான் வேந்தன் மருத்தனென,
மிரட்டுதல் விடுவீரென மொழிந்தான் தேவேந்திரன்,
அக்கணத்தில் அவன்சொல்லை ஏற்கவில்லை அக்கினி,
இவ்விடத்தில் கந்தர்வன் இருக்கிறானே செல்லட்டும்.

செல்லட்டும் கந்தர்வன் செல்லமாட்டேன் இனிமேல்,
சம்வர்தராகும் ரிஷி சபித்து எரிப்பாரென,
கோபத்துடன் கூறினார் கேளாஉ வேந்தனே,
பலமிகும் என்கண்ணால் பொழுக்குவேனென உரைத்தார்.

உரைத்தார் கண்களால் எரிப்பேன் என்பதாக,
மருத்தர் வேள்விக்கு மற்றோர் ஹோத்ரியை,
கொணர்ந்தீர் இனியெனில் கொல்லுவேன் எரித்தென,
மிரட்டினார் என்னை மருண்டு திரும்பினேன்.

திரும்பினேன் உன்னிடம் திரும்பிடேன் மருத்தனிடம்,
அஞ்சினேன் சம்வர்த்தரிடமென இயம்பினார் அக்கினி,
உங்களின் வார்த்தைகளை ஒருவரும் நம்பிடார்,
அனைத்தின் அழிவையும் உண்டாக்குபவர் அக்கினி.

அக்கினி சாம்பலென ஆக்குவார் அனைத்தையும்,
மாற்றி இப்போது மற்றொருவர் உம்மை,
எரிப்பதைக் குறித்து இயம்பினீர் என்பதாக,
வியப்பில் இயம்பினான் வாசவன் அக்கினியிடம்.

அக்கினியிடம் பதிலொன்று இருந்தது அதற்கும்,
பலமிகும் புரந்தரெனே பெற்றாய் மூவுலகையும்,
மூவுலகும் உனதாகினும் மிகபலத்த விருத்திரன்,
உன்னிடம் வெற்றிபெற்று வேந்தானான் வானுலகுக்கு.

வானுலகுக்கு வேந்தனாக விருத்திரன் வந்ததெப்படி?
பதிளப்பது வேண்டுமெனப் பகர்ந்தோர் அக்கினி,

எதிரியென்று வந்தால் அழித்துவிடுவேன் அரைநொடியில்,
மலையொன்று இருந்தாலும் மண்ணாகும் அரைநொடியில்.

அரைநொடியில் அசலத்தை அணுவாகச் சுருக்குவேன்,
எதிரிகள் அளித்தால் ஏற்றிடேன் சோமத்தை,
வஜ்ரத்தால் பலமிலாரை வதைத்திடேன் ஆதலால்,
வென்றதுபோல் சிலகாலம் வாழ்ந்தான் விருத்திரன்.

விருத்திரன் முதலான வெகுபலத்த தானவரை,
அழித்துதான் முடித்தேன் அழிக்கவொணாக் கூட்டமாகும்,
காலகேயரின் குழாத்தைக் கீழுலகிற்கு அனுப்பினேன்,
தானவரின் கூட்டமெலாம் தெரித்து ஓடிவிட்டார்.

ஓடிவிட்டார் தானவர்கள் வானுலகில் இல்லாமல்,
தானவவேந்தர் ப்ரஹலாதனை தள்ளிவிட்டேன் ஆட்சியினின்று,
எனக்கோர் எதிரியெனில் எவர்தான் வாழுவார்?
அஞ்சாதீர் அக்கினியே அழிப்பேன் எதிரிகளை.

எதிரிகளை அழிப்பேனென இயம்பிய இந்திரனிடம்,
நிகழ்வினை மறந்தீரோ நிகரிலாத இந்திரரே,
அஸ்வினியரைக் குறித்து எழுந்த சர்ச்சையிலே,
ச்யவணரை அழிக்க சென்றீர் வஜ்ரத்துடன்.

வஜ்ரத்துடன் சர்யவதி வேந்தனின் வேள்வியை,
அழிக்கதான் சென்றீர் ஆகினும் உங்களின்,
கரத்தின் வேகத்தைக் கட்டினார் ச்யவணர்,
அஸ்வினியருடன் சோமத்தை அருந்தினார் ச்யவணர்.

ச்யவணர் செயலால் சீற்றமுற்ற நீவிர்,
சென்றீர் வஜ்ரத்துடன் சாகடிப்பேன் ச்யவணரையென,
முனிவர் உம்கரத்தை முழுதாக அசைவின்றி,
உறையவைத்தார் அத்துடன் உண்டாக்கினார் மாடனை.

மாடனை உண்டாக்கிடய முனிவர் செயல்கண்டு,
நடுக்கத்தை அடைந்து நின்றீர் பரிதாபமாக,
நூறுயோஜனை உயரத்துக்கு நின்றன பற்கள்,
உங்களை விழுங்க வந்தான் வேகத்துடன்.

வேகத்துடன் வந்த வெறிகொண்ட மாடனின்,

கோரைப்பல்லின் உயரத்தைக் கணக்கிட்டால் இருநூறுயோஜனை,
தேவர்களின் குழாமெலாம் தவித்து நோக்கினர்,
வணக்கத்துடன் முனிவரிடம் விளம்பினீர் தஞ்சமென.

தஞ்சமென நீவிர் தவித்து வணங்கியது,
நினைவினை விட்டு நீங்கிட வாய்ப்பில்லை,
பிராமணரென இருப்போர் பெருவலிமை உடையவர்,
கூத்ரியரான வேந்தரிலும் சிறந்தவர் பிராமணர்.

பிராமணர் சக்தியைப் பகைத்திடேன் ஒருபோதும்,
வேதியர் சம்வர்த்தரை ஒருபோதும் எதிர்த்திடேன்,
வேறொருவர் செல்லட்டும் வ்ருஹஸ்பதியுடன் இப்போதென,
விளம்பினார் அக்கினி வானவரின் இந்திரனிடம்.

(10)அஸ்வமேதிக பர்வம், பகுதி 10

இந்திரனிடம் அக்கினி இயம்பிய சொல்கேட்டு,
இந்திரனும் பதிலளித்தான் இயம்பியன உண்மையென,
பிராமணர்தம் சக்திக்கு பிறிதெவரும் சமமில்லை,
அம்வரிஷர்தம் மகனின் ஆணவத்தால் வருந்துகிறேன்.

வருந்துகிறேன் மருத்தன் வந்தான் சமமாயென,
விடுப்பேன் வஜ்ரத்தை வீழ்த்துவேன் மருத்தனை,
திருதராஷ்டிரன் நீதான் தெரிவிபாய் இச்செய்தியை,
கந்தர்வரின் சிம்மமே கொணருவாய் பதிலை.

பதிலை வேண்டிய புரந்தரன் சொல்கேட்டு,
பயணத்தை மேற்கொள்வாய் பலமிக்க திருதராஷ்டிரா,
சம்வர்த்தனை அருகமர்த்திய சக்ரவர்த்தி மருத்தனிடம்,
தகவலை உரைப்பாய் தேவகுருவை ஏற்பீரென.

ஏற்பீரென இக்கருத்தை இயம்புவாய் மருத்தனிடம்,
அருகென சம்வர்த்தர் அமர்ந்திருக்கும் வேளையில்,
வ்ருஹஸ்பதியான ஹோத்ரியை வேள்விசெய்ய ஏற்பாய்,
மறுப்பான பதிலுரைத்தால் மாளுவாய் வஜ்ரத்தால்.

வஜ்ரத்தால் தாக்கிட வாசவன் வருவானெனும்,

தகவல் சொல்லவே திருதராஷ்டிரன் புறப்பட்டான்,
சபையில் வேந்தனிடம் சொன்னான் கருத்தை,
வேள்வியில் ஹோத்ரியாக வ்ருஹஸ்பதியை ஏற்பீரென.

ஏற்பீரென உரைக்கிறேன் அமரர்களின் வ்ருஹஸ்பதியை,
வேள்வியினை வேறுவிதம் விளைத்திட விழைந்தால்,
வஜ்ராயுதத்தை வீசுவார் வாசவன் உமையழிக்க,
பதிலை உரைப்பீரெனப் பகர்ந்தான் திருதராஷ்டிரன்.

திருதராஷ்டிரன் உரைத்தான் தரணியின் வேந்தனே,
கந்தர்வன் என்னைக் கூறுவார் திருதராஷ்டிரனென,
இந்திரனின் தூதுவனாய் இவ்விடத்தை அடைந்துளேன்,
சாதனைகளின் இறைவர் சொன்னதாகும் இச்செய்தி.

இச்செய்தி என்னவெனில் அமரகுரு வ்ருஹஸ்பதி,
உங்களது வேள்விக்கு வருவார் ஹோத்ரியாக,
மறுத்து உரைத்தால் மகேந்திரனின் வஜ்ராயுத்தில்,
தாக்குற்று வீழுவீர் தேவேந்திரனின் சொல்லிது.

சொல்லிது என்று சொன்னான் திருதராஷ்டிரன்,
மறுத்து மருத்தன் மொழிந்தான் பதிலுரை,
வாசவனுக்கு விஸ்வதேவருக்கு வசுக்களுக்கு அஸ்வினியருக்கு,
உரைப்பது யாதெனில் வெகுபாவம் துரோகம்.

துரோகம் செய்யலாகாது தூயவராம் நண்பருக்கு,
பிரமஹத்தியாம் பாவத்துக்கு பொருந்துவது துரோகம்,
செல்லட்டும் வ்ருஹஸ்பதி சக்ரனாம் இந்திரனிடம்,
சம்வர்த்தராம் வேள்வியை செய்துவைக்கும் ஹோத்ரி.

ஹோத்ரி சம்வர்த்தரே மாற்றி அமைத்திடேன்,
இதுபற்றி பேசிட ஏதொன்றும் இல்லையென,
கூறி மருத்தன் கொடுத்தான் பதிலை,
தாக்கி பதிலுரைத்தான் திருதராஷ்டிரனெனும் கந்தர்வன்..

கந்தர்வன் கூறினான் கர்ஜனையைக் கேளாய்,
அரசர்களின் வேங்கையே அமரர்களின் வேந்தன்,
வாசவனின் கர்ஜனை உன்காதில் விழுகிறதா?
வானுலகின் மண்டலத்தில் வெகுண்டு கர்ஜிக்கிறான்.

கர்ஜிக்கிறான் இந்திரன் கடுத்து உனையழிக்க,
வந்துநிற்பான் வெளிப்படையாய் வஜ்ரத்தால் உனையழிக்க,
எதுதான் உனக்கு ஏற்றதொரு நன்மையென,
எண்ணிதான் செயல்படு இதுதான் இறுதிவாய்ப்பு.

இறுதிவாய்ப்பு இதுவென்று இயம்பிய சொல்கேட்டு,
சம்வர்த்தரிடத்து சென்றான் சக்ரவர்த்தி மருத்தன்,
கரங்குவித்து இந்திரனின் கர்ஜனையை விவரித்தான்,
தவத்தின் பெருங்கடலே தேவேந்திரன் வருகிறான்.

வருகிறான் வானிலே வந்திடும் மேகத்திரளில்,
இருக்கீறான் அருகாமையில் ஆதலால் பிராமணரே,
எனக்குதான் அடைக்கலம் அளிக்கதான் வேண்டும்,
என்மனதின் அச்சத்தை அகற்றும் மாமுனியே.

மாமுனியே இந்திரனால் மிகபயம் உண்டானது,
எனக்குள்ளே ஏற்பட்ட அதிர்வான நடுக்கத்தை,
நீக்குவதே வேண்டும் நெருப்பென வஜ்ராயுதத்துடன்,
பத்துதிக்கே அதிர்ந்திட புரந்தரன் வருகிறான்.

வருகிறான் புரந்தரன் வெறிகொண்ட வேங்கையாக,
மனிதரின் திறத்தினால் முடியாது தடுத்தல்,
வேள்வியின் உதவியாளர் விதிர்விதிர்த்து நிற்கிறார்,
வாருமென் உதவிக்கென விளம்பிப் பணிந்தான்.

பணிந்தான் மருத்தன் பகர்ந்தார் சம்வர்த்தர்,
அரசர்களின் அரிமாவே அச்சத்தை விலக்குவேன்,
எந்தன் மந்திரங்களால் அமரேந்திரனை நிறுத்துவேன்,
அமைதியுடன் இருப்பாய் அச்சத்தைத் தவிர்ப்பாய்.

தவிர்ப்பாய் அச்சத்தை தேவேந்திரன் தாக்குவானென,
வேள்விகளாய் நூறுடையான் வலுவாகத் தாக்கவந்தால்,
மந்திரங்களாய் இருப்பவற்றால் மிகபலமாய்த் தடுப்பேன்,
தடுப்பினை மிஞ்சிடார் தேவர்களில் எவரும்.

எவரும் துளைத்திட இயலாத தடுப்பினை,
மந்திரம் மூலமாக மொழிந்தேன் உனக்கென,
இடியும் மின்னலும் ஏற்படட்டும் எட்டுதிக்கிலும்,
காற்றும் மழையும் கலந்து வீசட்டும்.

வீசட்டும் பெருங்காற்று வீழட்டும் பெருமழை,
அடிக்கட்டும் வெஜ்ரத்தால் ஆகினும் உன்னை,
வஹ்ன்னியெனும் இறைவர் வலுவாகக் காப்பார்,
அச்சமேதும் வேண்டாம் ஈடேறும் உன்னெண்ணம்.

உன்னெண்ணம் நிறைவேறுமென உரைத்த சம்வர்த்தரிடம்,
வஜ்ராயுதம் எழுப்பும் ஓசையுடன் காற்றொலியால்,
நடுக்கம் உண்டாகிறது நிற்கவும் வழியில்லை,
அமைதியேதும் இல்லை எந்தன் மனதிலே.

மனதிலே அமைதியின்றி மருத்தன் பேசியதும்,
வஜ்ராயுதம் குறித்து உளத்திலே அஞ்சாதே,
விலகிவிடும் இப்போதே வஜ்ரமெனும் ஆயுதம்,
வாயுவாகும் சக்தியால் விலக்குகிறேன் வஜ்ரத்தை.

வஜ்ரத்தை விலக்குகிறேன் வேந்தனே மருத்தா,
உன்னாசை ஏதேனும் உண்டெனில் என்னிடத்தில்,
அதனை உரைத்தால் உடனே முடிக்கிறேன்,
வரத்தைக் கேளென விளம்பினார் சம்வர்த்தர்.

சம்வர்த்தர் சொன்னதும் சக்ரவர்த்தி மருத்தன்,
பிராமணர் நீவிர் பாங்குடன் எனக்கு,
அருளுவீர் வேள்விக்கு அமரேந்திரன் இங்குவந்து,
ஆகுதியானதோர் பொருட்களை அவரே ஏற்கவேண்டும்.

ஏற்கவேண்டும் இறுதியில் அளிக்கும் சோமத்தையும்,
இந்திரனுடன் தேவர்களும் இருக்கவேண்டும் அருகிலே,
அந்தவிதம் வரத்தினை அளிக்கவேண்டும் எனக்கென்றான்,
அதேவிதம் மந்திரத்தை இயம்பினார் சம்வர்த்தர்.

சம்வர்த்தர் உரைத்தார் சக்ரனை தேவர்களை,
அழைப்பதற்கோர் மந்திரத்தை இயம்பினேன் இப்போது,
புரந்தரர் வருகிறார் புரவியிலே அமர்ந்தபடி,
தேவர் குழுக்கள் துதிக்கிறார் இந்திரனை.

இந்திரனை வாழ்த்தியபடி எல்லா தேவர்களும்,
தேர்களைச் செலுத்தியபடி தென்பட்டனர் எதிரிலே,
வேள்விசாலை அருகில்வந்து வாழ்த்தினர் மருத்தனை,

சோமத்தை அருந்தி சிந்தை குளிர்ந்தனர்.

குளிர்ந்தனர் மனத்திலே கணக்கிலா தேவர்கள்,
இந்திரர் வருவதால் எழுந்தான் மருத்தன்,
சம்வர்த்தர் எழுந்து சென்றார் வேந்தனுடன்,
வரவேற்றனர் இந்திரனை வானுலகின் தேவர்களை.

தேவர்களை ஆளும் தேவிந்திரா வாராயென,
வரவேற்பை அளித்தார் வலுமிக்க சம்வர்த்தர்,
உம்வரவை ஒட்டி வேள்வி சிறப்பானது,
சோமத்தை அருந்துவீர் சக்ரனான இந்திரனே.

இந்திரனே என்று இயம்பினான் மருத்தனும்,
என்னிடமே கோபம் ஏதுமே வேண்டாமே,
உன்வரவே பெற்றதால் உயர்வானது என்வேள்வி,
என்வாழ்வே நிறைவடைந்து எல்லாம் பெற்றேன்.

பெற்றேன் வ்ருஹஸ்பதிக்குப் பிந்தியவரை ஹோத்ரியாக,
எந்தன் ஆகுதிகளை ஏற்பீர் நீவிரென,
வேண்டினான் மருத்தன் வாசவன் ஒப்பியே,
விளம்பினான் நானறிவேன் வலுமிக்க சம்வர்த்தரை.

சம்வர்த்தரைக் குறித்து சகலமும் நானறிந்தேன்,
வ்ருஹஸ்பதியை அண்ணனாக உடையவராம் சம்வர்த்தர்,
அழைத்ததை ஒட்டியே அண்டினேன் இவ்விடத்தை,
மிகமகிழ்வை அடைந்தேன் மறந்தேன் பகையை.

பகையை மறந்தேனெனப் பகர்ந்த இந்திரனிடம்,
தேவரை ஆளும் தேவேந்திரா உமக்கு,
எம்மிடத்திலே இணக்கம் ஏற்பட்டது உண்மையெனில்,
வேள்வியே நடத்த வழிமுறைகள் கூறுவீர்.

கூறுவீர் வேள்வியைக் கடைப்பிடிக்கும் வழிமுறையை,
சுரேந்திரர் நீவிர் சரியான பங்குககளை,
வழங்குவீர் தேவர்களின் வலிமைக்கு ஏற்றவிதம்,
உலகோர் இவ்வேள்வி உமதென்று உணரட்டும்.

உணரட்டும் உலகோர் உங்களின் மேன்மையை,
நடத்தும் வேள்வியையென நவின்றார் சம்வர்த்தர்,

அதேவிதம் இந்திரன் அளித்தான் கட்டளைகளை,
வேள்விக்கூடம் அமைத்தனர் வானுலகின் தேவர்கள்.

தேவர்கள் அமைத்தனர் தக்கதொரு சபையை,
தடுத்தார்கள் பல்லாயிரம் தனித்தனி அறைகளையும்,
ஓவியத்தில் வரைந்ததுபோல் உன்னதமான அழகுடன்,
அவ்விடத்தில் சபையுடன் அறைகள் அமைந்தன.

அமைந்தன வேள்விக்குரிய அனைத்தும் தயாராக,
மாடிகளென கூடங்களென மிகப்பல அமைப்புகளை,
துரிதமான வேகத்தில் தயாரித்தனர் தேவர்கள்,
கந்தர்வரென அப்ஸரஸ்களென குழுமியோர் மேலேற.

மேலேற வேண்டும் மிகையழகு அப்ஸரஸ்களென,
அழகாக நடமிட்டால் அனைவரும் காண்பாரென,
உயர்வான அரங்குகள் அமைத்தனர் தேவர்கள்,
ஆகுதியினை இடவும் அமைத்தனர் உப்பரிகை.

உப்பரிகை அமைத்து வைத்தனர் பொருட்களை,
அமராவதியை ஒத்ததாக அமைந்தது அம்மாளிகை,
கட்டளையை ஏற்றனர் கணக்கிலா தேவர்கள்,
ஆணைகளை அளித்தான் அமரர்களின் வேந்தன்.

வேந்தன் மருத்தனிடம் விளம்பினான் இந்திரன்,
இவ்விதம் உந்தன் ஈடிலாத வேள்வியில்,
இருக்கிறேன் துணையாக ஆதலால் உந்தன்,
முன்னோரும் தேவர்களும் மிகவும் மகிழ்ந்தனர்.

மகிழ்ந்தனர் வானவர் மன்னவன் உன்செயலால்,
அக்கினிக்கோர் ஆகுதியாக அளிப்பாய் செவ்வெருதை,
வாயுவுக்கோர் ஆகுதியாய் அளிப்பாய் நீலக்காளையை,
வேள்விக்கோர் முழுமை வாய்க்கும் இச்செயலால்.

இச்செயலால் வேள்வி இனிதாக முடியுமென,
தேவர்கள் ஆகுதிகளைத் தாங்களே பெற்றனர்,
நேரில் பெற்றதால் நெஞ்சம் மகிழ்ந்தனர்,
வேள்வியிலே இந்திரனும் வந்தான் உதவியாக.

உதவியாக வேதியருடன் வாசவனும் இருந்தான்,

அக்கினியாக மிளிர்ந்தார் ஆற்றல்மிக்க சம்வர்த்தர்,
தேவராக இருந்தோரைத் தனித்தனியாக அழைத்து,
நிறைவாக ஆகுதிகளை நல்கி மகிழ்வித்தார்.

மகிழ்வித்தார் சம்வர்த்தர் மகேந்திரனை மேன்மேலும்,
வழங்கினர் சோமரசத்தை வந்திருந்த வானவருக்கு,
இந்திரர் உட்பட அனைவரும் சோமத்தை,
உண்டனர் அதன்பின்னர் சென்றனர் தம்மிடத்துக்கு.

தம்மிடத்துக்கு மீண்டனர் தேவர்கள் அனைவரும்,
வேள்விக்கு சேர்த்த வெகுவான தங்கத்தில்,
மிஞ்சியது அனைத்தையும் மன்னவன் மருத்தன்,
அங்கங்கு வைத்து அமரனென மிளிர்ந்தான்.

மிளிர்ந்தான் குபேரனென மன்னவன் மருத்தன்,
தங்கந்தான் கிடைத்தது தானமாக பிராமணருக்கு,
மகிழ்வின் உச்சியில் மறையோதியோர் சென்றனர்,
வேந்தன் தங்கத்தை வைத்தான் வெவ்வேறிடத்தில்.

வெவ்வேறிடத்தில் தங்கத்தை வைத்துவிட்டு மருத்தன்,
சம்வர்த்தரிடத்தில் கரங்குவித்து சிரஞ்சாய்த்து வணங்கி,
அனுமதிகள் பெற்று அரண்மனைக்குத் திரும்பினான்,
கடல்கள் சூழ்ந்ததான கண்டத்தை ஆண்டான்.

ஆண்டான் மருத்தன் அமரர்களின் அரசனென,
வைத்தான் தங்கத்தை வெவ்வேறு இடங்களில்,
அம்மன்னன் வைத்துசென்ற அனைத்து தங்கத்தையும்,
எடுத்துதான் வந்து இயற்றுவாய் வேள்விகளை.

வேள்விகளைச் செய்வதற்கு வேண்டிய தங்கத்தை,
பெறுவதைக் குறித்து பகர்ந்த வியாசரின்,
சொற்களைக் கேட்ட சக்ரவர்த்தி யுதிஷ்டிரன்,
அமைச்சர்களை அழைத்து அலோசனை செய்தான்.

(11)அஸ்வமேதிக பர்வம், பகுதி 11

செய்தான் ஆலோசனைகள் சக்ரவர்த்தி யுதிஷ்டிரன்,

தவத்தின் ஆற்றலுளார் த்வைபாயன வியாசர்,
உரைதான் முடித்ததும் வாசுதேவன் கண்ணன்,
உரைத்தான் வேந்தனிடம் உகந்த கருத்தினை.

கருத்தினை உரைத்தான் கவலைகொண்ட வேந்தனிடம்,
கிரகணத்தினை ஒத்துக் கவலைப்பிணி அடைந்தவனாய்,
நெருப்பினை புகைமூட்டம் நன்கு மறைத்தாக,
வருத்தத்தை அடைந்தவனிடம் விளம்பினான் வ்ருஷ்ணியன்.

வ்ருஷ்ணியன் கண்ணன் விளம்பினான் கருத்தினை,
மனதின் பேராசைகள் முடிவது அழிவிலே,
நெறியின் வழிகள் நல்குவது பிரமநிலை,
இக்கருத்தின் உட்பொருளை அறிந்தால் குழப்பமில்லை.

குழப்பமில்லை மனதில் குடிகொண்டது நெறியெனில்,
கர்மவினை விடவில்லை எதிரிகளை வெல்லவில்லை,
உங்களை சார்ந்திருக்கும் உண்மை எதிரிகளை,
அறியவில்லை நீவிர் ஆதலால் வருந்துகிறீர்.

வருந்துகிறீர் ஏனெனில் வலுமிகுந்த எதிரிகளை,
வைத்துளீர் உமக்குள்ளே வாடுகிறீர் மனத்திலே,
இதுகுறித்தோர் கருத்தை அறிந்துளேன் ஆதலால்,
இயம்புவதோர் விவரத்தை அமைதியாய்க் கேளும்.

கேளும் முற்காலத்தில் கனமிகுந்த இந்திரன்,
விருத்திரனெனும் அசுரனுடன் வெகுமோதல் செய்ததை,
விருத்திரனெனும் அசுரன் வையமாகும் பூமியின்,
கந்தமெனும் குணத்தைக் கயமையால் ஆட்கொண்டான்.

ஆட்கொண்டான் கந்தத்தை அளித்தான் துர்நாற்றம்,
வலுமிக்கான் வாசவன் வீசினான் வஜ்ரத்தை,
அடிபட்டான் விருத்திரன் அகன்றான் புவியினின்று,
பிடித்துவிட்டான் நீரெனும் பூதத்தை அடுத்ததாக.

அடுத்ததாக நீரினை அடைந்தான் விருத்திரன்,
இயற்கையாக நீர்லே இருக்கும் நற்குணத்தை,
இல்லாததாக மாற்றி அழித்தான் அசுரன்,
கோபமாக இந்திரன் கொடுத்தான் ஓரடி.

ஒரடி வஜ்ராயுதத்தால் வாங்கிய விருத்திரன்,
நீரினை விடுத்து நெருப்பிலே நுழைந்தான்,
பேரொளி காட்டும் பொருட்கள் அனைத்தும்,
ஒளிமங்கி கிடந்ததால் வாசவன் கடுத்தான்.

கடுத்தான் இந்திரன் கொடுத்தான் இன்னோரடி,
அடிதான் தாளாது அக்கினியை விடுத்து,
வாயுவின் உள்ளாக விருத்திரன் புகுந்தான்,
குணந்தான் மாறியது கனத்தோடும் வாயு.

வாயு இயற்கையாக வாய்த்தது தொடுவுணர்வு,
தொடுவது அறியாவிதம் தனக்கொரு இயல்பின்றி,
மாறியது வாயு மகேந்திரன் கடுத்தான்,
வேகத்தொடு வஜ்ரத்தை விருத்திரன்மேல் வீசினான்.

வீசினான் வஜ்ரத்தை விழுந்தது ஒரடி,
அடிதான் தாளாமல் அகன்றான் விருத்திரன்,
ஆகாயத்தின் உட்புகுந்த அழித்தான் ஓசையை,
ஆத்திரத்தின் உச்சத்தில் அடித்தான் இந்திரன்.

இந்திரன் வஜ்ரத்தால் அடித்தது தாளாமல்,
ஆகாயத்தின் உள்ளிருந்து அகன்று வெளிவந்து,
இந்திரன் உடலுக்குள் ஏகினான் விருத்திரன்,
மனதின் உள்ளாக மயக்கம் உண்டாக்கினான்.

உண்டாக்கினான் மயக்கத்தை வாசவன் மனதிலே,
வசிஷ்டரின் உதவியால் வாசவன் தன்னுடைய,
மனத்தின் பலத்தை மீண்டும் அடைந்தான்,
விடுத்தான் மறைவான வஜ்ரத்தை விருத்திரன்மேல்.

விருத்திரன்மேல் தாக்கிய வஜ்ரத்தின் பலத்தினால்,
கண்களில் புலனாகாத கனத்த தாக்குதலால்,
அசுரர்கள் வேந்தன் அழிந்தான் அக்கணத்தில்,
இக்கதையில் உள்ளது ஆத்மஞான ரகசியம்.

ரகசியம் மிகுந்த அதிசயக் காதையை,
ரிஷிகளிடம் இயம்பினான் அமரர்கோன் இந்திரன்,
ரிஷிகளும் முனிவர்களும் இயம்பினர் என்னிடம்,
உன்னிடம் உரைத்தேன் உன்னத ரகசியத்தை.

(12)அஸ்வமேதிக பர்வம், பகுதி 12

ரகசியத்தை உரைத்தனர் ரிஷிகளும் முனிவருமென,
கருத்துகளை மேலும் கூறினான் வாசுதேவன்,
இரண்டுவகை நோய்கள் இருக்கின்றன வையத்தில்,
உடலுபாதை மனநோயென உண்டு பிரிவுகள்.

பிரிவுகள் இரண்டிலும் பிணிகள் உண்டாகும்,
உடலுக்குள் மனது உண்டாக்கும் தாக்கங்கள்,
நோய்கள் வடிவிலே நலிகளைக் கொடுக்கும்,
இவைகள் ஒன்றுக்கொன்று இயைந்துதான் நோய்வரும்.

நோய்வரும் அதற்கு நவிலப்படும் காரணங்கள்,
உபாதையேதும் உடலிலே உண்டாகலாம் அல்லது,
உளத்திலும் பாதிப்புகள் உண்டாகித் தாக்கலாம்,
சலிஜூரம் வாயுநோய் செய்யும் உபாதைகளை.

உபாதைகளை உடலிலே உண்டாக்கும் நோய்கள்,
நீர்மங்களை உடலிலே நல்லவிதம் பரவவிட்டு,
சமநிலையை அடைவதைச் சொல்லுவார் நன்னலமென,
வெம்மையை குளிரால் விலக்கலாம் நோய்தீர.

நோய்தீர சைத்தியத்தை நீக்கலாம் வெம்மையால்,
சத்வரஜச தமோகுணங்கள் சாரும் ஆத்மனை,
மூன்றுவித குணங்களும் மனதிலே சமப்பட்டு,
நின்றிடும் நிலைதான் நன்னிலை மனதுக்கு.

மந்துக்கு அடுத்தடுத்து மகிழ்வும் வருத்தமும்,
வந்துவந்து செல்லும் உண்மை இதுதான்,
ஒருசிலரது சூழல் உவகையாகும் நேரத்தில்,
வருத்தத்து நினைவுகளை வைப்பார் நெஞ்சத்தில்.

நெஞ்சத்தில் மகிழ்வுகளை நினைவார் ஒருநிலர்,
சூழல்கள் கடுத்துத் சீரின்றி இருக்கையில்,
சென்றவைகள் எதனையும் சிந்தனையில் கொணராதே,
இக்கணத்தில் வருத்தமான எண்ணம் எதற்காக?

எதற்காக வருத்தம் என்மனது அறியவில்லை,
மகிழ்வான நேரத்தில் மாற்றியே சிந்திப்பது,
இயல்பாக ஒருவேளை இருக்குமோ உங்களுக்கு?
போருக்காக வருந்துதல் பொருந்தாது வேந்தே.

வேந்தே கிருஷ்ணை வாடியே ஓராடையில்,
சபையிலே பட்டதுயர் சிந்தனையில் வரவில்லையோ?
மாதவிடாயிலே இருந்த மாதரசி கிருஷ்ணை,
பாண்டவரே பார்த்திருக்க பரிதவித்தது நினைவில்லையோ?

நினைவில்லையோ அறுவரும் நாடுவிட்டு வெளியேறியது,
உடுத்தவில்லையோ மான்தோலை வனத்துக்குள் வசித்திட,
நினைவில்லையோ ஜாதசூரன் நிகழ்த்திய கொடுமைகள்?
சித்ரசேனனோ உங்களுக்கு செய்தான் பேரிடர்.

பேரிடர் சைந்தவனால் பெறவில்லையோ வனத்தில்?
விராடர் தேசத்திலே வீணன் கீசகன்,
விளைத்ததோர் துயரம் வரவில்லையோ நினைவுக்கு?
துரோணர் பீஷ்மர் தாக்கவில்லையோ விராடத்தில்?

விராடத்தில் அஞ்ஞாதவாசத்தை விக்கினம் ஆக்கிட,
பரதர்கள் படையானது போருக்கு வரவில்லையோ?
எதிரிகள் அனைவரையும் அழித்து முடித்துவிட்டீர்,
இனியுங்கள் மனதுடனே இருக்கிறது போராட்டம்.

போராட்டம் இப்போது போர்க்களத்தில் இல்லை,
மனதுடன் போராட முழுபலத்தைத் திரட்டும்,
கர்மவினையின் காரணமாக கவலைகள் உம்முளத்தில்,
புகுந்துதான் வாட்டுவதால் போரிடுவீர் மனதுடன்.

மனதுடன் போரிட்டு மீண்டு வரவேண்டும்,
மனமெனும் கடலின் மறுகரையை அடைவதற்கு,
அம்புகளும் கணைகளும் ஆதரவாளரும் துணைவரும்,
ஒருபோதும் தேவையில்லை அவரவர்தான் மோதவேண்டும்.

மோதவேண்டும் மனதை மருளவைக்கும் நோய்களுடன்,
கலக்கமிகும் மனநிலையைக் கொடுக்கும் வைரிகளை,
உமதாகும் முயற்சியால் உளத்திலேயே வெல்லுவீர்,

அவ்விதம் வென்றுவிட்டால் அனைத்தும் வெற்றியே.

வெற்றியே பெறுவீர் வேந்தனே நீவிர்,
முன்னோரே காட்டிய மாண்புமிகு வழிநடந்து,
நல்விதத்திலே ஆட்சிசெய்து நலங்களை விளைப்பீர்,
தேசத்திலே நன்னலம் தழைக்கவேண்டும் உம்மால்.

(13)அஸ்வமேதிக பர்வம், பகுதி 13

உம்மால் வளங்கள் உண்டாகட்டும் தேசத்திலென,
உரைத்தல் செய்த வாசுதேவன் கண்ணன்,
தொடருதல் செய்தான் தனது உரையை,
பரதரின் வேங்கையே புரிந்துகொள் விடுதலையை.

விடுதலையைக் குறித்து விளம்புகிறேன் உனக்கு,
பொருட்களைத் துறப்பதால் பெறமாட்டாய் விடுதலை,
சதையைப் பிடித்திழுக்கும் சக்திமிக்க ஆசைகளை,
முழுதாய் விலக்குவதே மாண்புமிக்க விடுதலை.

விடுதலை வேண்டுமென வெளியியுள்ள பொருட்களை,
முழுவதாய் விலக்கியும் மனதுக்கு உள்ளாக,
ஆசைகளைத் தேக்கிவைத்து உடலுணர்வில் எண்ணமுற்று,
கீழ்மையில் கிடப்பவனைக் கூறுவேன் எதிரியென.

எதிரியென இருப்பவர்கள் எண்ணத்தில் ஆசைவைத்து,
பொருளென இருப்பவற்றைப் பகட்டுக்கு விலக்கட்டும்,
ஈரெழுத்தென இருப்பதை இயம்புவார் ம்ருத்-யுவென,
சாஸ்-வ-தமென மூன்றெழுத்தைச் சொல்லுவார் நிலைத்ததென.

நிலைத்ததென சாஸ்வதத்தை நவிலுவது ஆத்மனென்று,
நிலைக்காததென ம்ருத்யுவை நவிலுவார் முடிவதென்று,
எனதென பொருட்களை எண்ணுவதும் அதற்குமேல்,
எனக்கென பொருளீட்டலையும் இயம்புவது ம்ருத்யு.

ம்ருத்யு என்னும் முடிவுடைய நிலையன்றி,
எனதெனும் எண்ணம் இல்லாத நிலையை,
உரைப்பது சாஸ்வதமெனும் உன்னத வார்த்தையால்,

ஒன்று பிரமம் வேறொன்று ம்ருத்யு.

ம்ருத்யு பிரமமென மொழியப்படும் இரண்டுமே,
உயிர்களுக்கு உள்ளாக உள்ளன இடம்பெற்று,
உருவமற்று இருந்தாலும் ஒவ்வொன்றும் மற்றதுடன்,
போட்டியிட்டு வெல்லுதற்குப் புரியும் முயற்சிகளை.

முயற்சிகளை மேற்கொள்ளும் மற்றதை மிஞ்சுதற்கு,
வடிவத்தைப் பெறாவிடினும் வேகத்துடன் செயல்பட்டு,
போட்டியை நடத்தும் போட்டியோ நில்லாது,
உடலை அழிப்பதால் உயிருக்கு அழிவில்லை.

அழிவில்லை உடலிலே அமைவுற்ற ஆத்மனுக்கு,
பாவத்தை அடைவதில்லை போர்க்களத்தில் கொல்லுபவர்,
அகிலத்தை வென்றபின்னும் அசைபவை அசையாதவற்றின்,
ஆட்சியைப் பெற்றபின்னும் ஆசையிலார்க்கு பாதிப்பில்லை.

பாதிப்பில்லை ஆசையால் பொருட்களை நாடாதோர்க்கு,
துறவறத்தை ஏற்றாலும் அடவியிலே வாழ்ந்தாலும்,
கனிகிழங்கை உண்டாலும் காமத்துக்கும் சுகத்துக்கும்,
ஆசைகளை உற்றவரை அழைக்கலாம் ம்ருத்யுவென.

ம்ருத்யுவென இருப்பது மனதினை அண்டாமல்,
வெளியிலென உள்ளேயென வைரிகளைக் கண்டறிந்து,
கவனமான விதத்திலே கடக்கவேண்டும் ஆசைகளை,
உனக்கான எதிரிகளை உரத்துடன் அழித்துவிடு.

அழித்துவிடு உனக்குள் ஒளிந்திருக்கும் ஆசைகளை,
ஆசைகொண்டு உலகிலே அலையும் நடவடிக்கை,
சரியென்று ஒப்புதல் சொல்லிடார் ஒருவரும்,
மனதுக்குக் கைகால்களென முளைப்பது ஆசைகளே.

ஆசைகளே தவறுகளில் அலைக்கழித்து செயல்படுத்து,
காமத்துடனே ஆசைகளே கேடுகளின் ஆணிவேர்,
ஆகவே யோகியர் அகத்தை பிரமத்தில்,
அடக்கவே செய்து அடைவார் விடுதலை.

விடுதலை பெறுதற்கு வழிமுறை யோகமெனும்,
உண்மையை உணர்ந்த உன்னத யோகியர்,

முற்பிறப்பிலே செய்த மாண்புமிக்க யோகத்தின்,
ஈர்ப்பினாலே மீண்டும் ஈடுபடுவோர் யோகத்தில்.

யோகத்தில் அமர்ந்து ஆசைகளை அடக்குவார்,
உயிரில் மனதில் உண்டாகும் ஆசைகள்,
விடுதலையில் நிறுத்தாதென விளங்கிய காரணத்தால்,
ஆசைகள் அடக்கி யோகத்தில் வாழுவார்.

வாழுவார் தானமேதும் வழங்காது தம்போக்கில்,
புரிந்திடார் வேள்விகள் பூசனைகள் எதனையும்,
ஓதிடார் வேதத்தை விலக்குவார் சடங்குகளை,
அதற்கோர் காரணம் இருக்கிறது வேந்தே.

வேந்தே வேதத்தை ஓதியே புரிந்திடும்,
சடங்குகளே உலகத்தின் சம்சார பந்தத்தில்,
சுகித்திடவே புண்ணியத்தை சேர்த்திடவே உதவிடும்,
வேள்விகளுடனே சடங்குகள் விரதங்கள் புண்ணியத்துக்கு.

புண்ணியத்துக்கு விருப்பமுற்று புரிந்திடும் தியானமும்,
மேன்மைக்கு ஆசைப்பட்டு மண்ணுலகில் செய்வதெலாம்,
புண்ணியத்து மூலமாகப் பிடித்திழுக்கும் ஆசைகளில்,
இக்கதைக்குப் பெயரை இயம்புவார் காமகீதையென.

காமகீதையென இருப்பதில் காமதேவன் கூறுகிறான்,
உயிர்வாழவென உற்றதெலாம் ஒருபோதும் எனக்கு,
அழிவினை அளித்திட இயலவே இயலாது,
சரியான ஒருவழியால் சாய்க்கலாம் என்னை.

என்னை அழிப்பதற்கு ஏதேனும் மந்திரத்தை,
வேண்டுதலை ஒருவர் வைத்திடும் நேரத்தில்,
என்னை அன்னவரின் ஆழ்மனது எனக்காட்டி,
குழப்பத்தை உண்டாக்கிக் காமத்தை வாழ்விப்பேன்.

வாழ்விப்பேன் என்னை வீழ்விலாது எப்போதும்,
வேள்விகளின் வாயிலாக வீழ்த்துதற்கு முயன்றால்,
உலகின் உயிர்களில் உயர்வானவை நானென்று,
ஏமாற்றிதான் தப்பித்து இருப்பேன் நிலையாக.

நிலையாக இருப்பதில் நிகரிலாதது நானென்று,

பொய்யாகக் காட்டிப் பிழைத்திருப்பேன் என்னை,
வேதமாக வேதாந்தமாக ஓதுவாரது மனதிலே,
சத்தியமாக இருப்பதும் சாகடிக்காது என்னை.

என்னை சாகடிக்க எண்ணம் கொண்டவர்,
சத்தியத்தைக் கடைப்பிடித்து சாதிக்க நினைத்தால்,
வடிவத்தை உள்மனமென வைத்து மறைவேன்,
என்னைக் கொல்லுதல் இயலாது தவத்தாலும்.

தவத்தாலும் என்னைத் தாக்கி அழித்திட,
முயற்சிகளும் செய்தால் முடியாது ஏனெனில்,
தவபலம் நானென்று தங்குவேன் அவர்மனதில்,
அழிக்கும் வாய்ப்பில்லை அகத்திலிருக்கும் என்னை.

என்னை அழிப்பதற்கு அறிவாற்றலைப் பயன்படுத்தி,
முயற்சியைச் செய்பவரை முறுவலித்து வெல்லுவேன்,
அழிவை அடையாமல் இருப்பவன் நானாவேன்,
உயிர்களை எல்லாம் உருக்கி வாட்டுவேன்.

வாட்டுவேன் உயிர்களையென விளம்பினான் காமதேவன்,
ஆசைகளின் ஓட்டத்தை இழுப்பாய் நல்வழியில்,
வேள்வியின் வாயிலாக வெகுநலங்கள் பெறுவாய்,
உந்தன் நலத்துக்கும் உகந்தது வேள்விதான்.

வேள்விதான் செய்து வையத்தை நலமாக்கு,
அஸ்வமேதிகத்தின் வாயிலாக அளிப்பாய் பொன்பொருளை,
உந்தன் மனதிலே வேண்டாம் வருத்தமேதும்,
நட்புறவின் இறப்புக்கென நலிவுற்று வாடாதே.

வாடாதே களத்திலே வீழ்ந்தவரின் பொருட்டாக,
களத்திலே வீழ்ந்தோர்க்கென கதறியே அழுதாலும்,
காணுதலே இயலாதே காலனிடம் சென்றவரை,
உலகிலே புகழ்பெற வேள்வியை நடத்துவாய்.

(14)அஸ்வமேதிக பர்வம், பகுதி 14

நடத்துவாய் அஸ்வமேதிகமென நவின்றனர் ரிஷிகளும்,

ராஜரிஷியாய் இருந்த ஈடிலாதான் யுதிஷ்டிரனை,
சரியாய் வழிநடத்த சேர்ந்தனர் ரிஷிகள்,
விஸ்வசரபரை அடுத்து வியாசராம் த்வைபாயனர்.

த்வைபாயனர் கிருஷ்ண தேவஸ்தனர் நாரதர்,
தம்பியர் பீமன் தனஞ்செயன் நகுலன்,
மாதரசியார் கிருஷ்ணை மாவீரன் சகாதேவன்,
சபைமாந்தர் பலருடன் சூழ்ந்து இருந்தனர்.

இருந்தனர் அவ்விடத்தில் அனேக பிராமணர்கள்,
அளித்தனர் இறந்தோர்க்கு ஆகுதிகள் பூசைகள்,
கௌரவர் வேந்தன் கவலை குறைந்தது,
மகிழ்ந்தனர் மக்கள் மன்னவன் ஆட்சியில்.

ஆட்சியில் அமர்ந்தான் அமைதிமிக்க மனத்துடன்,
மாட்சிகள் கொண்ட மாமுனிவர் வியாசரிடமும்,
வானவர்கள் மாமுனிவர் வெகுதவத்தார் நாதரிடமும்,
உரைத்தல் செய்தான் உங்களால் மீண்டேனென.

மீண்டேனென உரைத்தான் மீளொணாத் துயர்விட்டு,
அமுதமென வார்த்தைகளால் அளித்தீர்கள் அறிவுரைகள்,
வருத்தமென என்மனதில் வேறொன்றும் இல்லாமல்,
வளமான ஆட்சிசெய்ய வழங்கினீர் வழிமுறை.

வழிமுறை அளித்தீர் வெகுபெருத்த வேள்விசெய்ய,
பொன்பொருளை ஹிமவத்தினின்று பெற்றுவரும் முயற்சிக்கு,
அனுமதியை அளித்தால் அடைவேன் பெருமகிழ்வு,
உங்களை நம்பியே ஒப்பினேன் வேள்விசெய்ய.

வேள்விசெய்ய ஒப்பினேன் வலிமைமிக்க ரிஷிகளே,
தேவஸ்தனரே நாரதருடன் தந்தீர் அனுமதியை,
அதிசயமுடைய ஹிமவத்தை அடைவதற்கு அருளுவீர்,
வேள்விசெய்ய வேண்டியவிதம் வழங்குவீர் கட்டளைகள்.

கட்டளைகள் அளித்துக் காத்தீர் ரிஷிகளே,
துயர்கள் அடைந்துத் துடித்திடும் ஒருவரை,
நல்வழியில் செலுத்த நிகரிலார் உங்களின்,
உதவிகள் பெற்றிடும் வாய்ப்பில்லை வேறெவர்க்கும்.

வேறெவர்க்கும் வாய்க்காத உன்னதப் பேற்றினை,
அடைந்திருக்கும் எனது அகத்திலே மகிழுகிறேன்,
அனுமதியும் எங்களை ஹிமவத்துக்குச் செல்லவென,
பணிவுமிகும் தொனியில் பகர்ந்தான் யுதிஷ்டிரன்.

யுதிஷ்டிரன் உரைத்ததும் அனைத்து முனிவர்களும்,
வேந்தன் யுதிஷ்டிரனும் விஜயனும் கிரிஷ்ணனும்,
ஹிமவத்தின் பகுதிகளுக்கு ஏகிட அனுமதித்து,
மறைந்துதான் சென்றனர் மன்னவனை வாழ்த்தியபடி.

வாழ்த்தியபடி ரிஷிகள் வானுலகம் சென்றபின்னர்,
தருமனது மைந்தன் தனது ஆசனத்தில்,
அமர்ந்து சிறிதுநேரம் அமைதியாய்ச் சிந்தித்தான்,
பீஷ்மருக்கு ஈமக்கடன் புரிந்தனர் கௌரவர்கள்.

கௌரவர் அவ்விடத்தில் கடத்திய காலம்,
முடிவிலாததோர் நீளமென மனதுக்குத் தோன்றியது,
புரிந்தனர் ஸ்ரத்தத்தை பீஷ்மருக்கும் கர்ணனுக்கும்,
இறந்தவர் அனைவருக்கும் அளித்தனர் ஈமக்கடன்.

ஈமக்கடன் முடித்தார் அரசர் திருதராஷ்டிரரும்,
பிராமணரின் குழாத்துக்கு பொன்பொருளை தானமீந்து,
சடங்குகளின் முடிவிலே சென்றனர் நகருக்குள்,
திருதராஷ்டிரருடன் யுதிஷ்டிரனும் தொடர்ந்து சென்றான்.

சென்றான் யுதிஷ்டிரன் செய்தான் அரசாட்சி,
ஞானத்தின் கண்கொண்ட நிகரிலா பலசாலி,
திருதராஷ்டிரரின் சோகத்தைத் தக்கவிதம் மாற்றி,
நாட்டின் அரசாட்சியை நடத்தினான் யுதிஷ்டிரன்.

(15)அஸ்வமேதிக பர்வம், பகுதி 15

யுதிஷ்டிரன் குறித்து அறிந்திடும் ஆர்வத்தில்,
எழுப்பினான் வினாவை அரசன் ஜனமேஜெயன்,
நாட்டின் அரசாட்சியை நிலைநாட்டி மீட்டபின்னர்,
போர்க்கலையின் வித்தகர் பார்த்தன் செய்ததென்ன?

செய்ததென்ன தனஞ்செயனும் ஸ்ரீதரன் வாசுதேவனும்?
விளக்குமென வினாவை வெளிப்படுத்தினான் ஜனமேஜெயன்,
பூமியினை ஆளும் பார்வேந்தே கேளாயென,
விளக்கமான பதிலை வைசம்பாயனர் உரைத்தார்.

உரைத்தார் வைசம்பாயனர் உவகைமிகும் நிகழ்வுகளை,
பாண்டவர் தேசத்தைப் பாங்குடன் மீட்டபின்னர்,
இந்திரர் சசியென இருவரும் மகிழ்ந்தனர்,
இயற்கையானதோர் சூழலில் அமைதியாய்த் திரிந்தனர்.

திரிந்தனர் மலைகளில் தலங்களில் அடவிகளில்,
அஸ்வினியர் இருவரும் அமரர்களின் நந்தனத்தில்,
வாழுவதோர் நிலைபோல வாழ்ந்தனர் இருவரும்,
சென்றனர் இந்திரப்ரஸ்த சபையின் மண்டபத்துக்கு.

மண்டபத்துக்கு சென்று மனம்விட்டு பேசினர்,
போர்க்களத்து நிகழ்வுகளைப் போரின் காரணத்தை,
பாண்டவருக்கு உண்டான பெருந்துயரை நினைந்தனர்,
தேவரது ரிஷிகளது தன்மையைப் பேசினர்.

பேசினர் ரிஷிகளின் பாங்குமிக்க குலத்தினை,
வாசுதேவர் பார்த்தனிடம் விஜயனைத் தேற்றினார்,
இறந்துவிட்டார் மைந்தரென ஆழ்துயரம் உற்றவனை,
தகுந்ததோர் சொற்களால் தேற்றினான் கண்ணன்.

கண்ணன் கூறியக் கனிவான சொற்களால்,
அர்ஜுனன் மனது அமைதி அடைந்தது,
மனதின் பெரும்பாரம் மிகவும் குறைவாகிட,
வாசுதேவன் மேலும் விளம்பினான் அர்ஜுனனிடம்.

அர்ஜுனனிடம் இயம்பினான் அச்சுதன் கனிவாக,
எதிரிகளின் மனதிலே அச்சத்தை உண்டாக்கும்,
வீரமிக்கான் நீதான் வென்றுவிட்டான் வையத்தை,
தர்மபுத்திரன் யுதிஷ்டிரன் தரணியை ஆளுகிறார்.

ஆளுகிறார் யுதிஷ்டிரன் அகிலத்தை முழுவதாக,
தனக்கோர் எதிரியின்றி தரணிக்கு வேந்தராக,
இருக்கிறார் யுதிஷ்டிரன் அவருடன் பீமனும்,
இரட்டையர் இருவரும் இருக்கிறார்கள் உதவிசெய்ய.

உதவிசெய்ய நீங்களெலாம் உள்ளீர் யுதிஷ்டிரனிடம்,
வெற்றிபெற்ற காரணம் வேந்தனது தருமசிந்தை,
சுயோதனனாகிய கேடுடையான் சாய்ந்ததற்கு காரணம்,
அதர்மமாகிய வழியிலே அடாதவிதம் நடந்தது.

நடந்தது தவறென்று நன்கு அறிந்தாலும்,
தருமத்து வழிவிட்டுத் தள்ளி நடந்ததால்,
அழிவுற்று வீழ்ந்தான் அத்தனை உறவினருடன்,
துரியோதனனது தவறுகளால் தரணிக்கே பேரழிவு.

பேரழிவு உண்டானது பூமியிலே அனைவருக்கும்,
அதன்பின்பு தருமபுத்ரன் அரசாட்சி பெற்றார்,
மகிழ்வுற்று நாமும் மனம்போலத் திரிகிறோம்,
எவ்விடத்து பாண்டவர் அவ்விடத்து நானிருப்பேன்.

நானிருப்பேன் ப்ரிதாவும் நீயும் யுதிஷ்டிரனும்,
இரட்டையரும் பீமனும் இருந்திடும் இடத்திலே,
கௌரவர்தம் வீரனே காலந்தான் கடத்தினேன்,
சபையின் மண்டபத்தில் சென்றது நெடுநேரம்.

நெடுநேரம் கழிந்தது நாட்கள்பல சென்றன,
தந்தையாம் வாசுதேவரைத் தனயராம் வலதேவரை,
காணாததாகும் வருத்தத்தில் கரைகிறது நெஞ்சம்,
த்வாரவதியாம் நகர்செல்லத் தவிக்கிறது என்மனம்.

என்மனம் த்வாரவதி ஏகிட விழைகிறது,
அனுமதிதான் எனக்கு அளிக்கவேண்டும் பார்த்தா,
மன்னவனாம் யுதிஷ்டிரனின் மனவருத்தம் நீக்கிட,
தகுந்ததாம் கருத்துகளைத் தந்தேன் தொகுத்து.

தொகுத்து உரைத்ததெலாம் தெரிந்தது ஆகினும்,
அரசுற்று நமையெலாம் ஆட்சிசெய்த போதிலும்,
மதித்து என்வார்த்தையை மனதுக்குள் ஏற்றார்,
தருமனது மனதிலே தழைக்கும் நன்னலம்.

நன்னலம் புண்ணியம் நிகரிலாத உயர்வுகள்,
தருமம் நிலைப்புற்று தரணியே நலம்பெறும்,
விருப்பம் இருந்தால் விளம்பவேண்டும் வேந்தனிடம்,

த்வாரவதியாம் நகருக்குத் திரும்பிடும் விருப்பத்தை.

விருப்பத்தை உரைத்தேன் வ்ருஷ்ணிதேசம் செல்லவே,
யுதிஷ்டிரனை மீறி எச்செயலும் செய்திடேன்,
கடமைகளை முடித்துவிட்டேன் காலமும் சீர்பெற்றது,
தேவையில்லை இவ்விடத்தில் தங்கி இருப்பது.

இருப்பது தேவையில்லை இனிமேலும் இவ்விடத்தில்,
திருதராஷ்டிரரது தீயமகன் தொகையொடு அழிந்தான்,
அவனது உற்றாரும் அனைத்துப் படைகளும்,
அழிந்து வீழ்ந்தனர் அரசாட்சி மாறியது.

மாறியது ஆட்சி மன்னவன் யுதிஷ்டிரனிடம்,
கடலொடு பூமியும் காடுகளும் மலைகளும்,
நவமணியொடு தங்கமும் நீர்நிலைகளும் வளங்களும்,
வந்தது தருமபுத்திரன் வேந்தன் யுதிஷ்டிரனிடம்.

யுதிஷ்டிரனிடம் அன்புற்று இருக்கிறார் மக்களெலாம்,
சித்தர்களும் வேந்தனைச் சூழ்ந்து வாழ்த்துகிறார்,
சபையோரெலாம் வேந்தனுக்கு செய்கிறார் மரியாதை,
ஆகவேதான் யுதிஷ்டிரனிடம் என்பொருட்டு பேசுவாய்.

பேசுவாய் த்வாரவதிக்குப் போகிறான் கண்ணனென,
பெருமதிப்பைக் காட்டுகிறேன் பார்வேந்தன் யுதிஷ்டிரனுக்கு,
உடல்பொருளை அகத்திலே உள்ளபொருள் அனைத்தையும்,
முழுவதாய் யுதிஷ்டிரனிடம் மனமுவந்து அளிக்கிறேன்.

அளிக்கிறேன் அனைத்தையும் அரசன் யுதிஷ்டிரனுக்கே,
இனிநான் இவ்விடத்தில் இருந்து செய்வதற்கென,
கடமைதான் மிச்சமாகக் கிடையாது ஆதலால்,
திரும்பிதான் செல்லுவேன் த்வாரகைக்கு இப்போதே.

இப்போதே செல்லுவேன் அரசனது அனுமதியோடென,
வேண்டுதலே வைத்தான் விஜயனிடம் கண்ணன்,
வருத்தத்துடனே கண்ணன் விளம்பினான் கருத்தினை,
அவ்விதமே ஆகட்டுமென அழுத்தமுற்ற மனதுடன்.

(16)அஸ்வமேதிக பர்வம், பகுதி 16: அனுகீத பர்வம்

மனதுடன் வருத்தம் மிஞ்சியே ஓங்கினாலும்,
சம்மதம் என்று சொன்னான் தனஞ்செயனென,
முடித்ததும் வைசம்பாயனரை மன்னவன் வினவினான்,
கேசவனும் அர்ஜுனனும் கூறியதென்ன ஒருவருக்கொருவர்.

ஒருவருக்கொருவர் ஆதரவான வலிமைமிக்க வீரர்கள்,
அவையினர் நடுவிலே அமைதியாய் இருந்து,
என்செய்தனர் என்று இயம்பினார் வைசம்பாயனர்,
கிருஷ்ணார்ஜுனர் இருவரும் கவலையின்றி திரிந்தனர்.

திரிந்தனர் தமக்கென திட்டமேதும் இல்லாமல்,
சென்றனர் மாளிகையின் சொர்க்கமொத்த பகுதிக்கு,
சுற்றத்தார் உறவினர்கள் சூழ்ந்திருக்கும் அவ்விடத்தில்,
வ்ருஷ்ணியர் வேங்கையிடம் விளம்பினான் அர்ஜுனன்.

அர்ஜுனன் உரைத்தான் அச்சுதா கண்ணா,
கரத்தின் வலிமையைக் காட்டும் மாவீரனே,
உந்தன் பலத்தை உணர்ந்தேன் போர்க்களத்தில்,
வையத்தின் இறைவனென உன்னைக் கண்டேன்.

கண்டேன் விஸ்வரூபக் காட்சியை என்கண்ணால்,
பரிவின் காரணமாய்ப் பகர்ந்தாய் நன்மொழிகள்,
எந்தன் நிலைவிலே ஏதும் மிஞ்சவில்லை,
சிறுமதியின் காரணமாய் சிதறவிட்டேன் கருத்தினை.

கருத்தினை உரைத்தாய் கண்ணா நீயெனக்கு,
அக்கருத்தை மீண்டும் அறிந்துகொள்ள விழைகிறேன்,
த்வாரகை செல்வதற்கு தூயவன் விரும்புகிறாய்,
போதனையாய் எனக்கு பகருவாய் நற்கருத்தை.

நற்கருத்தை உரைப்பாயென நயந்து வேண்டியதும்,
அர்ஜுனனைத் தழுவினான் அச்சுதன் கண்ணன்,
ஆற்றலை உடையவன் அகிலத்தின் பேரிறைவன்,
கனிவினைக் காட்டிக் கூறினான் பதிலை.

பதிலை உரைக்கிறேன் பார்த்தனே கேளாய்,
ரகசியங்களை விளக்கி இயம்பினேன் நீகேட்க,
நித்தியமாய் இருக்கும் நிரந்தர உண்மைகளை,
உத்தமனாய் இருக்கும் உனக்கு உரைத்தேன்.

உரைத்தேன் ஆகினும் உரைத்தவை அனைத்தையும்,
மறந்தேன் என்று மொழிந்திடும் உன்சொல்லால்,
கொண்டேன் வெகுவருத்தம் காண்டீபா உன்செயலால்,
மூடத்தனத்தின் காரணமாய் மறந்துவிட்டாய் நற்கருத்தை.

நற்கருத்தை உனக்கு நவின்றேன் முன்னரே,
சொன்னவை அனைத்தையும் சொல்லவேண்டும் மீண்டுமெனில்,
கோர்வையாய் அவையெலாம் கிடையாது நினைவிலே,
நம்பிக்கை இல்லாதவனாய் நீமறந்தாய் நற்கருத்தை.

நற்கருத்தை நம்பிக்கையுடன் நினைவிலே நிறுத்தாமல்,
மறந்ததைக் குறித்து மொழிகிறாய் அர்ஜுனா,
உன்செய்கை சரியில்லையென உறுதியாய்ச் சொல்கிறேன்,
முன்சொன்னதை மீண்டும்சொல்ல முடியாது இப்போது.

இப்போது அக்கருத்தை இன்னொரு முறையாக,
ஆரம்பத்து நிலையினின்று இயம்புவது இயலாது,
மார்க்கமொன்று உனக்கு மொழிந்தேன் அர்ஜுனா,
பிரமத்து ஞானம்பெற போதுமானது அவ்வழி.

அவ்வழி குறித்து அனைத்து விவரங்களை,
மறுபடி உரைப்பது முடியாதே அர்ஜுனா,
அப்படி உனக்கு இயம்புதற்கு என்மனதை,
யோகவழி முறையிலே அடக்கியபின் உரைத்தேன்.

உரைத்தேன் மனதை உள்ளடக்கி யோகத்தினால்,
அததான் முழுதாக இன்னொரு முறையாக,
இயம்பதான் முடியாது ஆதலால் அர்ஜுனா,
இதுகுறித்துநான் கதையொன்றை இயம்புகிறேன் கேளாய்.

கேளாய் மேலோனே கடமை புரிவோனே,
சொல்வதைக் கேட்டு சிந்தனையில் வைத்திரு,
புகட்டுபவை அனைத்தும் புனிதமிக்க கருத்துக்கள்,
முற்காலத்தை சார்ந்த மிகச்சிறந்த நிகழ்விது.

நிகழ்வது உண்டானது நிகரிலாத பிராமணரால்,
பிரமரது மண்டலத்தினின்று பூமிக்கு வந்துசேர்ந்தார்,
ஆற்றலுக்கு உறைவிடமாய் அமைந்தவர் அம்மனிதர்,
அவருக்கு மரியாதையுடன் அளித்தோம் வரவேற்பு.

வரவேற்பு அளித்து வணங்கி நின்றோம்,
நடந்தது என்னவென நவிலுகிறேன் மேலும்,
சரிதவறு கருதாமல் சொல்லுவதை கவனிப்பாய்,
எங்களது வினாக்களுக்கு இயம்பினார் பதில்களை.

பதில்களை அளிப்பேனென பகர்ந்தார் ஒப்புதலை,
கேள்விகளை என்னிடம் கேட்கும் கண்ணனே,
மோட்சத்தைக் குறித்து மொழிந்திடும் வினாக்களோ,
உன்னைக் குறித்ததல்ல உயிரனைத்தை உய்விப்பது.

உய்விப்பது உனதுநோக்கம் உயிர்கள் அனைத்தையும்,
யோகத்து பலமுடையாய் அகத்தில் குழப்பமிலாய்,
தவபலத்து மேன்மையுடைத் தூயவனே உனக்கு,
உரைப்பது அனைத்தையும் உன்னித்து உள்வாங்கு.

உள்வாங்கு இக்கருத்தை உணர்ந்து செயலாக்கு,
குழப்பத்து மனநிலையைக் கடப்பதற்கு உதவிசெய்யும்,
பெருந்தவத்து பலத்தைப் பெற்றிருக்கும் மாதவனே,
கவனித்துக் கேட்டுக் கற்றுணர்வாய் உட்பொருளை.

உட்பொருளை உனக்கு உரைக்கிறேன் கதைவழியாய்,
பெருந்தவத்தைப் புரிந்தவர் புனிதமிக்கார் காஸ்யபர்,
பிராமணரைக் கண்டு பணிந்து வணங்கினார்,
வேறுலகத்தைச் சேர்ந்தவர் உடையவர் நிறைஞானம்.

நிறைஞானம் உடைய நிகரிலாத அம்முனிவர்,
உயிராகும் ஜீவாத்மன் அவ்வப்போது தோன்றியே,
மறைந்திடும் சுழற்சிகளை முழுதாக அறிந்தவர்,
யோகமெனும் மார்க்கத்தால் அனைத்தையும் உணர்ந்தவர்.

உணர்ந்தவர் அம்முனிவர் வருத்தத்தை மகிழ்வை,
அறிந்தவர் சரிதவற்றை அதர்மத்தை தர்மத்தை,
உடலெடுத்ததோர் உயிரெலாம் உயர்வாக தாழ்வாக,

நிலைபெறுதற்கோர் காரணத்தை நன்கு அறிந்தவர்.

அறிந்தவர் செயல்களால் அனைத்துயிரும் எவ்விதம்,
விளைவிலோர் நலந்தீது வாய்த்து நுகருமென,
வாழ்ந்தவர் உலகத்தில் ஒன்றிலும் பந்தமின்றி,
அடைந்தவர் யோகவெற்றி அடக்கியவர் புலனைந்தை.

புலனைந்தை அடக்கி புத்தியை நிலையாக்கி,
பிரமத்தை உணர்ந்து பேரறிவைப் பெற்றவர்,
எவ்விடத்தை ஏகிட எண்ணம் கொண்டாலும்,
அவ்விடத்தை அப்போதே அடைந்திடும் மகாயோகி.

மகாயோகி அனைவர்முன்னும் மறைவார் அரைக்கணத்தில்,
மறைவாகி சித்தருடன் மகிழ்ந்து திரிவார்,
வானுலகின் இசைஞர்கள் வாசிக்கும் இசைகேட்டு,
கவலையின்றி திரிவார் காற்றுபோலப் பற்றிலார்.

பற்றிலார் அம்முனியென புரிந்துகொண்ட காஸ்யபர்,
தவமிக்கார் தானெனினும் தன்னிலும் மிஞ்சியவர்,
கற்பிப்பார் ஞானத்தைக் கருத்துடன் என்பதாலே,
அடிபணிந்தார் முனிவரிடம் அமைதியுடன் காத்திருந்தார்.

காத்திருந்தார் சீடன் குருவிடம் காத்திருப்பதாய்,
பெற்றிருந்தார் முனிவர் பெரிதான ஞானத்தை,
மனமகிழ்ந்தார் காஸ்யப முனிவரின் பணிவினால்,
அருகழைத்தார் ஒருதினம் அருந்தவர் காஸ்யபரை.

காஸ்யபரை அழைத்துக் கூறினார் கருத்தினை,
பெருவெற்றியை அடைந்திட புத்தியுடன் கவனிப்பாய்,
அவர்சொன்னவை அனைத்தையும் இயம்புகிறேன் ஜனார்த்தனா,
மனதினைக் குவித்து முழுதாக உள்வாங்கு.

உள்வாங்கு கருத்தை உரைக்கிறேன் தொகுப்பாக,
பலவிதத்து செயல்களால் புண்ணியத்தை அடைந்து,
பலவிதத்து விளைவுகளில் பற்றுகளை வைத்து,
செல்கிறது உயிர்களெலாம் சொர்க்கமெனும் மேலுலகம்.

மேலுலகம் சென்றாலும் மண்ணிலே வாழ்ந்தாலும்,
எவ்வுலகம் அடைந்தாலும் இல்லையே மனநிறைவு,

மீண்டுமீண்டும் புண்ணியமிழந்து மண்ணிலே வீழ்கையில்,
மிகசோகம் தாக்கிட மாண்பிழந்து வந்துசேரும்.

வந்துசேரும் மண்ணுக்கு வாடிநிற்கும் பாவத்தால்,
அந்தவிதம் நானும் அடுத்தடுத்து பிறப்பெடுத்தேன்,
பாவமிகும் செயல்களைப் புரிந்ததன் விளைவாக,
காமக்ரோதம் லோபத்தால் கொடுநரகில் வாடினேன்.

வாடினேன் பிறப்பிறப்பு வந்துவந்து தாக்கியதால்,
உறிஞ்சினேன் தாய்ப்பாலை அன்னையர் பலரிடத்தில்,
கண்டேன் அன்னையரில் கணக்கிலா விதத்தாரை,
அடைந்தேன் தந்தைகளை அனைவரும் பலவிதமாய்.

பலவிதமாய் மகிழ்வுகளைப் பெற்றேன் அதேபோல,
வருத்தங்களாய் வெகுபலவும் வந்தெனைத் தாக்கின,
பாவங்களை அழித்த புண்ணியமிகு மனிதனே,
விரும்பியதை விட்டு விலகினேன் விதிவசத்தால்.

விதிவசத்தால் எனக்கு வாய்த்தவை அனைத்தும்,
விருப்பத்தில் இல்லாத வீணான பொருட்களே,
பொன்பொருட்கள் பலவற்றைப் பெற்றிருந்தும் அவற்றை,
இழந்ததால் துயர்பட்டு இதயத்தில் வாடினேன்.

வாடினேன் உறவினரால் வேந்தனால் வெகுவாக,
மனதின் துன்பங்கள் மிகப்பல உண்டாகின,
உடலின் துன்பங்கள் ஓராயிரம் ஏற்பட்டன,
அவமானத்தின் காரணமாய் அடிமத்தில் துடிதுடித்தேன்.

துடிதுடித்தேன் அவமானங்கள் தாக்கிய வேளைகளில்,
இருமைகளின் தாக்குதலால் இடர்கள்பல அடைந்தேன்,
இறந்தேன் கட்டுண்டேன் அனுபவித்தேன் கடுஞ்சூழலை.

கடுஞ்சூழலை அனுபவித்து கிடைந்தேன் கொடுநரகில்,
எமனுலகை அடைந்து இடர்பட்டு வாடினேன்,
அனைத்துவகை இருமைகளும் என்னைத் தாக்கின,
இவற்றை அனுபவித்தபின் ஏற்பட்டது கடுந்துயரம்.

கடுந்துயரம் தாக்கியதால் கவலையில் வாடினேன்,
இவ்வுலகம் தன்னிலே இருக்கும் சுகதுக்கங்களை,

முழுவதும் விடுத்து மனத்தை நிலையாக்கினேன்,
யோகபலம் பெற்றதால் அடைந்தேன் முழுவெற்றி.

முழுவெற்றி பெற்றிட முயன்றேன் என்னளவில்,
பற்றகற்றி மனதில் பாசபந்தம் ஏதுமின்றி,
பெருவெற்றி அடையும் பாதையை உணர்ந்தேன்,
புனிதத்தில் மிக்கவனாய்ப் பொலிகிறேன் இப்போது.

இப்போது புனிதமிக இருப்பவனாய்த் திகழ்கிறேன்,
ஆத்மனிடத்து ஆட்பட்டு அமைதியுற்று வாழ்ந்தேன்,
உன்முன்பு நிற்கிறேன் உத்தம ரிஷியாக,
பிறப்புற்று இனிமேல் பூமிக்கு வந்திடேன்.

வந்திடேன் பூமிக்கு ஒன்றுவேன் பிரமத்தில்,
எந்தன் முடிவுநிலை இனிதாக இருக்கும்,
அகிலத்தின் அனைத்தையும் அறிவேன் என்மனதில்,
யோகத்தின் வெற்றியால் ஏகுவேன் மேலுலகம்.

மேலுலகம் செல்லுவேன் மீண்டிடேன் பூமிக்கு,
பிரமத்து நிலையிலே பாங்குடன் கலப்பேன்,
இதுகுறித்து உமக்கு இருக்கவேண்டாம் சந்தேகம்,
எதிர்ப்பழித்து வெல்பவனே இவ்வுலகுக்கு மீண்டிடேன்.

மீண்டிடேன் உலகிற்கு மரணமுடைய உயிர்ப்பிறப்பாய்,
உந்தன் செயல்களால் உவகை அடைந்தேன்,
என்னதான் வேண்டுமென என்னிடம் உரைத்தால்,
அளிப்பேன் உனக்கு ஆதலால் உரைப்பாய்.

உரைப்பாய் நீயாகவே உனது தேவையை,
எதற்காய் எனையண்டி இவ்விடத்தை அடைந்தாயென,
தெளிவாய் எனக்குத் தெரியும் ஆகினும்,
விளம்புவாய் வேண்டியதை வழங்கியபின் செல்லுவேன்.

செல்லுவேன் என்று சொல்லுகிறேன் குறிப்பாக,
ஞானத்தின் உறைவிடமே நினைக்கண்டு மகிழ்கிறேன்,
உந்தன் செயல்களால் உவகை அடைகிறேன்,
வினாக்களின் மூலமாக விவரங்களைப் பெற்றுக்கொள்.

பெற்றுக்கொள் அறிந்துகொள்ளப் புந்தியில் விரும்பியதை,

உன்செயல்கள் அனைத்தும் உன்னதமென பாராட்டுகிறேன்,
ஞானத்தில் மிகைத்ததாலே நீயறிந்தாய் என்னை,
உன்னிடத்தில் பெருஞானம் உள்ளது காஸ்யபனே.

(17)அஸ்வமேதிக பர்வம், பகுதி 17: அனுகீத பர்வம்

காஸ்யபனே என்று கூறினார் முனிவரென,
தொடரவே செய்தான் தசர்ஹரின் வாசுதேவன்,
பாதத்திலே விழுந்து பகர்ந்தார் காஸ்யபர்,
வெகுகடினமே ஆகிய வினாவை முனிவரிடம்.

முனிவரிடம் காஸ்யபர் மொழிந்தார் வினாக்களை,
எந்தவிதம் இவ்வுடல் அழிந்து பிரிவாகிறது?
எவ்விதம் வேறுடல் வாய்க்கிறது ஜீவனுக்கு?
பலவிதம் பிறந்தபின் பெறுவதெப்படி விடுதலை?

விடுதலை பெற்று வேண்டாம் உடலென்று,
ப்ரகிருதியை விட்டு பிரமநிலை அடைவதெப்படி?
பாவபுண்ணியத்தை மானிட பெறுவதெப்படி சுகதுக்கமாய்?
உடலொன்றை இழந்தபின்னும் வினைத்தொகை வருவதெப்படி?

வருவதெப்படி வினைகள் உடலுகுத்த மனிதரோடென,
அடுக்கியபடிக் கேள்விகளை இயம்பினார் காஸ்யர்,
தகுந்தபடி பதில்களைத் தந்தார் பிரமஞானி,
அவர்சொன்னபடி உனக்கும் அளிக்கிறேன் விடையை.

விடையை அளிக்கிறேன் வ்ருஷ்ணியரின் சிம்மமே,
கவனத்தைக் குவித்துக் கேட்பாய் என்சொல்லை,
உடலொன்றை எடுத்து உகந்தவற்றை செயலாக்கி,
சாதனைகளைச் செய்தபின்னர் ஜீவாத்மன் உடலுகுக்கும்.

உடலுகுக்கும் நோக்கத்தில் உடல்நலத்தைக் கெடுத்திட,
செய்துவைக்கும் தீங்கான செயல்கள் பலவற்றை,
சரியானதாகும் வழிவிட்டு சிதறிவிடும் புத்தி,
உடலுக்கும் பருவத்துக்கும் ஒவ்வாததை உண்ணும்.

உண்ணும் வேகத்தை உண்டாக்கும் முறையின்றி,
நலமேதும் நல்காதவிதம் நினைத்தபடி உணவுண்டு,
உடலுக்கும் உளத்துக்கும் உண்டாக்கும் தீங்குகளை,
பொருந்தாதாம் உணவைப் புலாலைப் புசிக்கும்.

புசிக்கும் ஒன்றுக்கொன்று பொருந்தாத உணவுகளை,
குடிக்கும் உடலுக்குக் கேடுதரும் பானங்களை,
மிகவும் கடினமானதை மிதமிஞ்சி உண்டுவிடும்,
செரிக்கும் முன்னரே சுவைக்கும் அடுத்ததை.

அடுத்ததை உரைத்தால் அருந்திய உணவானது,
உபாதையைத் தருமளவு உண்ணும் அளவின்றி,
உடலை நலஞ்செய்ய உளதான பயிற்சிகளில்,
அளவுகளை மீறி அதிகமாக ஈடுபடும்.

ஈடுபடும் காமசுகத்தில் அளவேதும் அறியாமல்,
உழைக்கும் ஆர்வத்தினால் உடலின் உபாதைகளை,
அடக்கும் ஆதலால் அநேகவிதத் தீங்குவரும்,
உண்ணும் நீர்மிகுந்த உணவை அதிகமாக.

அதிகமாக உறங்கும் அதுவும் பகல்நேரம்,
செரிக்காத உணவினைச் சாப்பிடும் அளவின்றி,
புதிதாக நோய்தரும் பொருந்தாத உணவையும்,
ருசிக்காக உண்டு அடையும் உபாதைகளை.

உபாதைகளை அடைந்து உயிரை விட்டுவிடும்,
சிலவேளை முறைகெட்டச் செயல்பல செய்யும்,
தற்கொலை செய்யத் தூக்கிலும் தொங்கும்,
இவ்விதமாய் உடல்விட்டு அகன்றோடும் ஜீவாத்மன்.

ஜீவாத்மன் உடலுகுக்க சொல்லுகிறேன் காரணங்கள்,
வாயுவின் வேகம் வெகுவாக அதிகரித்து,
உடலின் சூடானது அளவின்றிப் பெருகி,
பரவிதான் உடல்முழுதும் பிணைக்கும் வெம்மையால்.

வெம்மையால் தாக்குண்டு வாயுக்கள் இயங்காமல்,
உடலில் முக்கியத்தலங்கள் உற்றிடும் பெருஞ்சூடு,
அவ்விதத்தில் ஜீவனானது அனுபவிக்கும் சூட்டினை,
தாங்குதல் இயலாதபோது தனியாகும் ஜீவாத்மன்.

ஜீவாத்மன் உடலைவிட்டு தனித்துச் சென்றுவிடும்,
உடலின் வசமிருந்து உயிரானது பிரிகையில்,
வலிதான் உண்டாகி உடலைத் தாக்கிடும்,
இறப்பின் வலியோ ஈடானது பிறப்புக்கு.

பிறப்புக்கு ஜீவன் புகுந்திடும் கருவுக்குள்,
அப்போது ஜீவனுக்கு ஏற்படும் பெருவலி,
இணைப்புக்கு இணைப்பு இயங்காமல் நகரும்,
கருவறைக்கு உள்ளாகவும் கலங்கும் நீர்மத்தால்.

நீர்மத்தால் உயிரானது நலிவுற்று வருந்தும்,
அவ்விடத்தில் இருந்து அகற்றி வெளியேற்ற,
உட்புறத்தில் காற்று உண்டாகி அழுத்தும்,
உலகத்தில் உடலுற்று வந்துசேரும் ஜீவாத்மன்.

ஜீவாத்மன் பிறந்தபின் சாக்காட்டு நேரத்தில்,
உடலின் உள்ளிருக்கு வாயுவின் இயக்கமற்று,
குளிரின் தாக்கத்தால் கெட்டழியும் இவ்வுடல்,
பஞ்சபூதம் தனித்தனியாய்ப் பிரிந்து சென்றுவிடும்.

சென்றுவிடும் ஐந்துபூதம் செத்ததான உடல்விட்டு,
வெளியேறும் பிராணாபானன் உடலைவிட்டு முதலாவதாக,
மேலேறும் வாயுவானது மரிக்கவைக்கும் உடலை,
இதுவாகும் மூச்சற்று இறந்துவிழும் நிலைமை.

நிலைமை இவ்விதம் நடக்கும் நேரத்தில்,
நினைவை இழந்துவிடும் நடப்பதேதும் தெரியாது,
அம்மனிதரை இறந்தவரென அறிவிப்பார் உலகோர்,
புலன்களை இயக்கிடார் பொருட்களை அறிந்திடார்.

அறிந்திடார் உடலால் அறியத்தகும் உணர்வுகளை,
மானிடர் உடலானது முதலில் உண்டாகும்போது,
உணவிலோர் பகுதியால் உயிரான ஜீவாத்மன்,
புலன்களை உண்டாக்கும் பொருட்களை நுகர்ந்திட.

நுகர்ந்திட புலன்கள் நிலைபெறும் இடங்களை,
முக்கிய இடங்களென மொழிவார் உடலிலே,
அவ்வித முக்கியப்பகுதி அடிபட்டு துடிதுடித்தால்,

ஜீவனாகிய உயிர்சக்தி சென்றுவிடும் இதயத்துக்கு.

இதயத்துக்கு உள்ளாக ஏகிநிற்கும் ஜீவாத்மன்,
நினைவிழந்து இதயத்திலேயே நிற்கும் தனித்து,
புலனைந்து இருந்தாலும் புலன்களால் உண்டாகும்,
உணர்விழந்து மயங்கிவிடும் ஒன்றும் புரியாது.

புரியாது ஜீவாத்மன் பாடுப்படும் இதயத்திலே,
அவ்விதத்து முக்கியப்பகுதி அனைத்தும் அடிபட்டால்,
இருள்சூழ்ந்து ஜீவாத்மன் இடர்பட்டுத் துடிதுடிக்கும்,
உடல்மீது எங்குமே வாய்க்காது இருப்பிடம்.

இருப்பிடம் உடலிலே இல்லையென முடிவெடுத்து,
நெடிதாகும் மூச்செறிந்து நகந்தோடும் உடல்விட்டு,
உடலாகும் கூட்டிலே உண்டாகும் உதறல்,
அதேகணம் ஜீவாத்மன் அகன்றுவிடும் உடல்விட்டு.

உடல்விட்டு வெளியேறும் உயிரான ஜீவாத்மனுக்கு,
அருகுற்று இருக்கும் அழிவிலாத பாவபுண்ணியம்,
நலஞ்செய்து இருந்தாலும் நீசங்கள் புரிந்தாலும்,
வினையானது ஜீவனுடன் வந்திடும் உடல்விட்டு.

உடல்விட்டு வெளியேறும் உயிரான ஜீவாத்மனை,
கண்கொண்டு எவரும் காணுதல் இயலாது,
பிரமத்து நிலைபெற்ற பேருந்தவசி யோகியர்,
காணுவது இயலும் கண்மறைந்த ஜீவனை.

ஜீவனைக் காணலாம் சீர்மிக்க யோகியர்,
உடலை உகுத்து வெளியேறி வரும்போதும்,
கருவறையை அடைந்துக் குழந்தையாய் ஆவதையும்,
யோகநிலை பெற்றவர் எளிதிலே அறிவார்.

அறிவார் இவ்வுலகை ஆற்றல்மிக்க கர்மபூமியென,
பிறப்பவர் சரிதவற்றைப் புரிந்து அதன்பின்னர்,
உகுக்கிறார் உடலை உகுத்து செல்லும்போது,
அன்னவர் செய்தவை அவரைத் தொடரும்.

தொடரும் அவரவரின் தொகையான வினைகள்,
கேடேதும் செய்திருந்தால் கிடப்பார் கொடுநரகில்,

அவ்விதம் நரகவேதனை அனுபவிக்கும் ஜீவாத்மன்,
தொங்கும் தலைகீழாய் தகிக்கும் சூட்டிலே.

சூட்டிலே வேகவைத்து சீர்கெட வாட்டுவார்,
அவ்விதத்திலே நரகவேதனை அனுபவிக்கும் ஜீவாத்மன்,
எளிதிலே விடுபடுதல் இயலாது வருந்தும்,
இவ்வுலகிலே இருந்து ஏகுவார் பல்லுலகம்.

பல்லுலகம் ஏகியே பலவிதமான சுகதுக்கம்,
அனுபவிக்கும் ஜீவாத்மன் அவற்றை உரைக்கிறேன்,
நல்லவர்தம் உறைவிடம் நட்சத்திரங்கள் சோமமண்டலம்,
சூரியமண்டலம் என்று சுழற்சியாய் மாறுபடும்.

மாறுபடும் விதத்திலே மிகப்பல உலகங்களுக்கு,
ஏகிவிடும் உயிர்களுக்கு எவ்விடமும் நிலையில்லை,
சொர்க்கமெனும் மேலுலகிலும் சரிதவற்றுடன் ஏற்றத்தாழ்வு,
இருந்திடும் ஆதலால் ஏற்படும் பொறாமை.

பொறாமை உண்டாகும் பொன்னுலகாம் சொர்க்கத்திலும்,
தனதுநிலை மிஞ்சியவர் துய்க்கும் மேன்மைகளை,
அமைதியாய்க் காணுதல் இயலாது ஜீவாத்மனுக்கு,
நிலையில்லை வானுலகமும் நிதமும் மாறுபடும்.

மாறுபடும் சூழல்களில் மிகப்பல உலகங்களில்,
உழன்றிடும் ஜீவாத்மன் வந்துசேரும் பிறப்பெடுக்க,
அவ்விதம் கருவறைக்கு உள்ளேகும் ஜீவாத்மன்,
எவ்விதம் பிறக்குமென இயம்புகிறேன் கேளாய்.

(18)அஸ்வமேதிக பர்வம், பகுதி 18:
அனுகீத பர்வம்

கேளாய் என்று கூறினார் பிராமணர்,
சரியாய்த் தவறாய்ச் செய்பவை அனைத்தும்,
ஜீவாத்மனை விட்டு செல்லாது அழிவுற்று,
உடலொன்றை எடுத்ததும் உண்டாக்கும் விளைவுகளை.

விளைவுகளை அந்தந்த வினைகளுக்கு ஏற்றபடி,

உண்டாக்குவதை செய்யும் உடனிருக்கும் வினைகள்,
பழங்களை மரமானது பருத்துக்கு ஒத்ததாக,
அளிப்பதைப் போன்றதே அந்தந்த வினைவிளைவு.

விளைவிளைவு பாவத்துக்கு வந்துசேரும் சோகமாக,
புண்ணியத்து விளைவுகளைப் பெறுவது நல்லதாக,
பாவத்துக்கு புண்ணியத்துக்கு பலனும் சமமானதாகும்,
ஜீவாத்மனானது சித்தத்தின்படி செயலாற்ற முனையும்.

முனையும் செயலாற்ற மண்ணிலே பிறக்கவேண்டும்,
ஜீவனாகும் உயிராற்றல் செல்லும் வினைகளுடன்,
ஆசையோடும் கோபத்தோடும் அடையும் கருப்பையை,
விந்துவும் உதிரமும் ஒன்றாகிடும் கருப்பையில்.

கருப்பையில் புகுந்தாலும் கட்டான வினைகள்,
தொடருதல் செய்து தரத்துவங்கும் விளைவுகளை,
அந்நிலையில் ஜீவாத்மன் இருக்கும் மிகநுண்மையயாக,
பந்தங்கள் ஏதுமிலா பிரமநிலையில் இருக்கும்.

இருக்கும் ஜீவாத்மன் அதிநுண்ணிய வடிவத்தில்,
பிரமமெனும் பெயர்பெறும் பிழையிலா அக்கரு,
பிரமமாகும் அனைத்துயிரைப் பிறப்பிக்கும் உட்கரு,
அனைத்துயிரும் வாழுவது ஆற்றல்மிகும் பிரமத்தால்.

பிரமத்தால் உயிர்கள் பெற்றிடும் வாழ்வினை,
வாழுதல் கூட விளைவது பிரமத்தாலே,
உடலுக்குள் புகுந்து ஒவ்வொரு அங்கமாக,
அதற்குள் பொருந்திடும் ஆற்றலிக்க ஜீவாத்மன்.

ஜீவாத்மன் மனதைச் செயல்படுத்த வைக்கும்,
ப்ராணனின் உதவியால் பிறப்பிக்கும் உயிராற்றலை,
உடலாகும் கூட்டுக்குள் உட்புகுந்த ஜீவாத்மன்,
மனமாகும் கருவியால் மொழியும் கட்டளைகளை.

கட்டளைகளை செயலாக்கும் கிடைத்த புத்துடல்,
கைகால்களை அசைக்கும் கருவுற்ற அவ்வுயிர்,
இரும்பினை உருக்கியபின் அச்சிலே இட்டெடுத்து,
வடிவத்தை அளிப்பதுபோல் வடிவுறும் ஜீவாத்மன்.

ஜீவாத்மன் புகுவதைச் சொல்லலாம் அக்கினியென,
அக்கினியின் வெம்மையால் உருகும் இரும்புபோல,
ஜீவாத்மனின் வெப்பத்தால் செயல்படும் கருமுட்டை,
கருமுட்டையின் உட்புகுந்து கண்டறியும் அங்கங்களை.

அங்கங்களைக் கண்டறியும் உட்புகுந்த ஜீவாத்மன்,
விளக்கொன்றை அறையிலே வைத்தால் அவ்விடத்தில்,
இருப்பவை தெரிவதுபோல் அதுபுகுந்த உடலிலே,
அங்கங்களை ஜீவாத்மன் அறிந்து இயக்கும்.

இயக்கும் உடலை அகமெனும் மனத்தால்,
முன்னாகும் உடல்களிலே முடித்தாகும் நலந்தீது,
அனைத்தும் ஜீவாத்மனுடன் அப்போது இணைந்திருக்கும்,
அவையனைத்தும் தீரும்வரை அண்டிவரும் விளைவுகள்.

விளைவுகளை அனுபவிக்கும் உடலெடுத்த ஜீவாத்மன்,
விடுதலையை அளிக்கும் உன்னதமான யோகத்தால்,
ஞானநிலை அடையும்வரை நண்ணிவரும் விளைவுகள்,
சுழற்சியாய்ப் பிறப்பிறப்பில் செல்லும் ஜீவாத்மன்.

ஜீவாத்மன் பிறந்திறந்து சுழற்சிகளை அனுபவித்து,
மகிழ்வும் தானங்களும் மிகச்சிறந்த விரதங்களும்,
பிரமசரியமும் கடைப்பிடித்து பிரமத்தை அறிந்திடும்,
தன்னடக்கம் மனவமைதி தயைகுணம் உண்டாகும்.

உண்டாகும் குணங்களை விலக்கியதாம் தன்னடக்கம்,
கொடூரகுணம் வெறித்தனம் கடந்தோடும் ஜீவாத்மனை,
மற்றவர்தம் பொருளை மனதிலும் நினையாமல்,
விலகிடும் தன்னடக்கம் விளையும் ஜீவாத்மனிடம்.

ஜீவாத்மனிடம் உண்டாகும் சீர்மையெனும் நற்குணம்,
மனதாலும் தவறுகளை முறையற்ற செயல்களை,
பிறர்மனம் பாதிக்கும் பீடிலாத பாவங்களை,
நினையாததாம் நன்னிலை நண்ணும் ஜீவாத்மனை.

ஜீவாத்மனை அடையும் சீர்மிக்க நற்குணங்கள்,
அன்னையை தந்தையை அரவணைத்து பணிசெய்து,
தெய்வங்களை குருவை தக்கவிதம் வணங்கி,
கருணை தூய்மை கொண்டிருக்கும் மனதில்.

மனதில் தன்னடக்கம் மிகைத்து நலந்தரும்,
செயல்கள் அனைத்தும் சீர்பெற்று நலமாகும்,
உயிர்கள் அனைத்தையும் அன்புடன் நோக்கும்,
மென்மைகள் கொண்டிருக்கும் மாண்புடைய ஜீவாத்மன்.

ஜீவாத்மன் அவ்விதம் செய்திடும் நற்செயல்கள்,
மேலோரிடம் எப்போதுமே மன்றி நிலைத்திருக்கும்,
எப்போதும் இருக்கும் ஈடிலாத நற்குணங்கள்,
உயிர்பெறும் ஜீவாத்மனிடம் ஒன்றி நிலைக்கும்.

நிலைக்கும் நற்செயல்கள் நற்சிந்தை நற்குணம்,
காண்பிக்கும் ஜீவாத்மன் கொண்டிருக்கும் உயர்வை,
விடுபடும் நோக்கமுடைய உயர்வான ஜீவாத்மன்,
கொண்டிருக்கும் அதனால் கேடுகள் அகலும்.

அகலும் தீமைகள் அறவழியில் நடப்பதால்,
அகிலம் அழியாவிதம் அனைத்தையும் சரியாக,
காப்பதாகும் நல்லவர் கொண்டிருக்கும் நன்னடத்தை,
யோகியாகும் ஒருவர் அடைகிறார் விடுதலை.

விடுதலை அடைந்திடும் வலிமைமிக்க யோகி,
நல்லவரை விடவும் நிரம்பவே உயர்ந்தவர்,
விடுதலை கிடைக்கும் வெகுநீண்ட முயற்சியாலே,
அறநெறிகளை தருமத்தை அகலாத நல்லாருக்கு.

நல்லாருக்கு விடுதலை நெடுமுயற்சியால் கிடைக்கும்,
முற்பிறப்பு முதலாக முடிவுறாத வினைகள்,
இப்பிறப்பு தன்னிலும் அளிக்கும் நலந்தீதை,
வினைத்தொகுப்பு அனைத்தும் வழங்கும் வடிவத்தை.

வடிவத்தை இயல்பினின்று வேறாக மாற்றுவது,
ஜீவாத்மனைச் சூழ்ந்த செயல்விளைவின் தொகுப்பாகும்,
இக்கருத்தை குறித்து அகிலத்தில் சிலபேர்,
சந்தேகத்தை எழுப்புவார் ஜீவாத்மனின் உடல்குறித்து.

உடல்குறித்து எழும்பும் வினாவானது யாதெனில்,
தனக்கென்று உடலொன்றைத் தானறிந்து ஜீவாத்மன்,
எவ்விதத்து அவ்வடிவை எடுக்கிறது என்பதே,

அகிலத்துக்கு பிதாமகர் அயனாகும் பிரமதேவர்.

பிரமதேவர் உடலொன்றைப் பெற்றார் தனக்கென்று,
உண்டாக்கினார் மூவுலகை உயிர்களை உயிரற்றதை,
ஆக்கினார் அசைவன அசையாதன அனைத்தையும்,
அமைத்தார் ப்ரதானமென அழைக்கப்படும் முதற்பொருளை.

முதற்பொருளை ப்ரதானமென மொழிவதைத் துவக்கமாக்கி,
உடல்தனை உடையன உண்டாகின வையத்தில்,
அனைத்தை உண்டாக்கிய ஆதிமுதல் காரணமாம்,
ப்ரதானத்தை அனைத்திலும் பெரிதென அறியவேண்டும்.

அறியவேண்டும் உருவுற்றதை அழிவடையும் பொருளென,
அழியாததாகும் மற்றொன்று இஒருக்கிறது இவ்வுலகில்,
காணப்படும் பொருட்களைக் கூறுவார் கூரமென்று,
பரமெனும் இன்னொருபெயர் பெற்றதாகும் கூரமே.

கூரமே அழிவாவது சற்றும் நிலையற்றது,
அகூரமே வையத்தில் அழிவேதும் இல்லாதது,
புருஷனே வையத்தில் பல்பொருளிலும் கலந்தவர்,
மூன்றுமே சேர்ந்துதான் மாயையெனும் இருமை.

இருமை உடையதான இவ்வுலகில் முதலாவதாக,
பிறப்பை முதலிலே பெற்றவர் ப்ரஜாபதி,
ஐம்பூதத்தை உருவாக்கி அமைத்தார் அசையாதவற்றை,
இவ்விதமாய் ஜீவாத்மனை இயம்புவர் மூத்தோர்.

மூத்தோர் உரைத்ததை மொழிந்தேன் உனக்கு,
பிரமதேவர் உயிர்கள் பிறந்திறது சுழலுதற்கு,
வைத்தார் காலத்தில் வரையறைக் கணக்குகள்,
மறுபிறப்புக்கோர் கணக்கையும் மாண்புடன் வரையறுத்தார்.

வரையறுத்தார் உயிர்களுக்கு வாழ்நாளை மறைவதை,
குறிப்பானதோர் விவரத்தைக் கொடுத்தேன் சரியாக,
எவரொருவத தனக்குள்ளே இருக்கும் ஆத்மனை,
கண்டவர் ஆகினும் கருத்தை ஒப்புவார்.

ஒப்புவார் ஆத்மனை உணர்ந்தவர் இக்கருத்தில்,
ஜீவனுக்கோர் முற்பிறப்பும் சரிதவற்றின் வினைதொடர்பும்,

உண்டாவதோர் காரணத்தை உணருவார் யோகியர்,
எண்ணுவார் சுகதுக்கம் அடிக்கடி மாறுமென.

மாறுமென அறிவார் மனதின் சுகதுக்கம்,
அவ்விதமான அறிவுதான் உண்மையில் சரியானது,
உடலென இருப்பது வேண்டாததொரு கூட்டென்று,
பஞ்சபூதமான கூட்டினைக் கொஞ்சமும் விரும்பிடார்.

விரும்பிடார் உடலை வினைகளை விளைவுகளை,
எண்ணுவார் அழிவுதான் ஏற்படும் செயலாலென,
கருதுவார் உலகிலே கிடையாது மகிழ்வென்று,
உணருவார் உலகிலே உள்ளதெலாம் வருத்தமென.

வருத்தமென மட்டுமே வையத்தில் உள்ளதென்று,
வாழ்வென இருக்கும் வெகுபெருத்த கடலினை,
ஆபத்தென இருப்பவை அனைத்தையும் தாண்டியே,
மறுகரைதனை அடைவார் மிகவும் சிரமத்துடன்.

சிரமத்துடன் நோய்பட்டும் செத்தும் பிழைத்தும்,
யோகத்தின் வாயிலாக அறிவார் ப்ரதானத்தை,
அனைத்துயிரின் மீதும் அவ்வுயிரின் தன்னுணர்விலும்,
சமமாகும் பார்வைகொண்ட சக்தியென்பர் ப்ரதானத்தை.

ப்ரதானத்தை உணர்ந்தபின்னர் பிறிதொன்றையும் விரும்பாது,
பிரமத்தை அடைவார் பற்றிலாத நன்மனதால்,
இக்கருத்தைக் குறித்து அளிக்கிறேன் விளக்கத்தை,
மனதைக் குவித்து மாண்புடன் கேட்டுக்கொள்.

கேட்டுக்கொள் நானுனக்குக் கூறும் கருத்தினை,
அழிவுகள் இல்லாதது அனைத்தும் மேலானது,
அவரவருக்குள் இருப்பது ஆத்மனெனும் பெயருடைத்து,
அதுகுறித்து இயம்புகிறேன் அறிந்துகொள் விவரத்தை.

(19)அஸ்வமேதிக பர்வம், பகுதி 19:
அனுகீத பர்வம்

விவரத்தை உரைத்தார் வாலறிவு மிக்கவர்,

அனைத்தை உள்ளடக்கிய ஒன்றியே நினைபவர்,
தன்னைக் குறித்தும் தன்சூழலைக் குறித்தும்,
தன்வாழ்வைக் குறித்தும் தன்னுளத்தில் எண்ணிடார்.

எண்ணிடார் எதுகுறித்தும் எண்ணுவார் பிரமத்தையே,
அன்னவர் மனதிலே அனைத்துவித பொருட்களும்,
அடுத்தடுத்தோர் நிலையிலே அகன்று விலகிவிடும்,
நட்பாவார் அனைவருக்கும் நிகரிலாதோர் ஆத்மஞானி.

ஆத்மஞானி புலன்களை அடக்கி வென்றவர்,
அமைதி கொண்டிருப்பார் அகத்திலும் புரத்திலும்,
அச்சத்தைக் கோபத்தை அகற்றிய உன்னதர்,
பிறதிடத்தில் தனைப்போலப் பரிவு காட்டுவார்.

காட்டுவார் சமச்சிந்தை காணும் அனைவரிடமும்,
இருப்பார் அடக்கத்துடன் அடைவார் தன்னடக்கம்,
புனிதமிக்கார் விடுபட்டவர் பணிவுமிக்கார் திமிரிலார்,
தானென்பதோர் அகந்தையைத் தவிர்த்த உன்னதர்.

உன்னதர் ஏதொன்றிலும் விருப்பம் அற்றவர்,
பெற்றவர் விடுதலையெனப் பகருவார் வையத்தார்,
உற்றவர் சமப்பார்வை உயிர்கள் அனைத்திடமும்,
கருதிடார் சுகதுக்கத்தைக் களிப்பை வருத்தத்தை.

வருத்தத்தை அடைந்திடார் வந்தபொருளை இழந்தாலும்,
இலாபத்தை நட்டத்தை ஏற்பார் சமமென்று,
விரும்புபவை விரும்பாதவை வந்தே சேர்ந்தாலும்,
ஒரேநிலை கொண்டிருப்பார் விடுதலையை அடைந்தவர்.

அடைந்தவர் விடுதலையை அகத்திலே இருமையிலார்,
கடந்தவர் இருமைகளைக் கிடையாது பற்றேதும்,
எதிர்ப்பிலார் உறவிலார் அறம்பொருள் கருதிடார்,
கருதிடார் குழந்தைகளைக் களிப்பை வளத்தை.

வளத்தை பெருமையை விரும்பாது விடுபட்டவர்,
காமத்தை சுகத்தைக் களிப்பை நாடிடார்,
விடுதலை பெற்றவரென உணரலாம் அன்னவரை,
காமத்தை ஆசைகளைக் களைந்தவர் விடுபட்டவர்.

விடுபட்டவர் பாவபுண்ணியத்தை விடுத்தவர் ஆவார்,
சேர்த்திடார் புண்ணியத்தை செய்திடார் பாவத்தை,
முற்பிறப்பிலவர் செய்து மறுபிறப்பில் தொடர்ந்துவரும்,
பாவபுண்ணியத்திலவர் சிக்கிடார் பொசுக்குவார் வினைகளை.

வினைகளை அகற்றிய உத்தம குணத்தினர்,
இருமைகளைக் கடந்த ஈடிலாத உத்தமர்,
செயல்களை விரும்பிடார் சற்றும் ஆசையிலார்,
காமத்தை அகற்றியவர் காணுவார் உண்மையை.

உண்மையை உணர்ந்தவர் உலகம் முழுவதுமே,
நிலைத்தன்மை இல்லாது நிதமும் மாறுமென்பார்,
அஸ்வத்தை ஒத்து அடையுமென்பார் பிறப்பிறப்பை,
கண்களைத் தன்தவற்றைக் கண்காணிக்கத் திருப்புவார்.

திருப்புவார் மனதைத் தனது ஆத்மனிடமே,
தனக்கென்றோர் சுவைமணம் தொடுதல் ஓசையென,
உடமையென்றோர் பொருளும் உருவமும் அற்றதாக,
பிரமமென்பதோர் நிலையெனப் புரிந்துகொள்வார் ஆத்மனை.

ஆத்மனை அறியொணாததை அறிந்தவராம் மேலோர்,
விடுதலை பெற்றவர் வையத்திலே பந்தமிலார்,
பஞ்சபூதத்தை ஒட்டிப் பெறப்படும் குணமேதும்,
இல்லாததாய் ஆத்மனை அறிபவர் விடுபடுவார்.

விடுபடுவார் ஆத்மனை வடிவற்றதாக உணருபவர்,
அனுபவிப்பார் உடலால் அனுபவிக்கும் பொருட்களை,
ஆசையற்றார் நோக்கமற்றார் ஆத்மனிலே இருப்பார்,
விட்டிடுவார் உடல்மனம் வழங்கும் நோக்கங்களை.

நோக்கங்களை விடுத்து நெருப்பானது விறகின்றி,
அடங்குவதைப் போலவே அகத்தை அடக்குவார்,
எதிரெதிராய் நிற்கும் இருமைகளைக் கடப்பார்,
பொருட்களைத் தனதெனப் பற்றுதலை வைத்திடார்.

வைத்திடார் தனக்கென வாய்த்தவை பொருளெனும்,
தவறானதோர் எண்ணத்தைத் தனது மனத்திலே,
யோகமென்பதோர் மார்க்கத்தால் அடக்குவார் புலன்களை,
அத்தகையோர் விடுபடுவார் அடைந்திடார் மனப்பதிவை.

மனப்பதிவை விலக்கி மிகவும் அமைதியுற்று,
அழிவினைப் பெற்றிடாத ஆத்மனாம் பிரமத்தை,
நிலைத்தன்மை உடையதை நித்தியத்தை அழிவற்றதை,
அடைந்தவரை விடுபட்டவரெஎன் அறியலாம் இவ்வுலகில்.

இவ்வுலகில் யோகமெனும் ஈடிலாத அறிவியல்,
அனைத்தில் மேலானதாக இருக்கிறது அவ்வழியை,
உரைத்தல் செய்கிறேன் உள்வாங்கிப் புரிந்துகொள்,
யோகிகள் மனமடக்கி அறிவார்கள் ஆத்மனை.

ஆத்மனை யோகத்தால் அறிந்துகொள்ள ஏதுவாக,
கதவுகளாய் இருப்பவற்றைக் கூறுகிறேன் உனக்கு,
உயிராற்றலை உடலுக்கு அடக்கித் திருப்பினால்,
முடிவற்றதை பிரமத்தை மனதிலே உணரலாம்.

உணரலாம் பிறப்பிறப்பு அற்றதான ஆத்மனை,
புலனெலாம் அவ்வவற்றின் பொருள்விட்டு விலக்கி,
ஆத்மனாம் இறைவரிடம் அகத்தைப் பொருத்தி,
உறுதியாம் நிலைபெற்றால் உண்டாகும் விடுதலை.

விடுதலை அடைவதற்கு வேண்டும் மனவுறுதி,
மனத்தை உறுதியாக்க மாதவமும் யோகமும்,
உடையவராய் எப்போதும் உளத்தைத் தன்னிடமே,
திருப்பவோரை யோகியரெனத் தெரிந்து உணரலாம்.

உணரலாம் ஆத்மனை உளத்தை அடக்கினால்,
எப்போதும் மனதை எப்பொருளிலும் செலுத்தாமல்,
உள்ளிருக்கும் ஆத்மனிடம் ஒன்றவிடும் யோகியர்,
அறிவியலாம் யோகத்தால் அறிவார் ஆத்மனை.

ஆத்மனை உடலுக்குள் அறிந்து உணருவார்,
யோகத்தை செய்வதை எப்போதும் வழக்கமாக்கி,
பரமாத்மனைத் தனக்குள்ளே புரிந்து உணருவார்,
தன்னடக்கத்தை உடையவர் தானறிவார் ஆத்மனை.

ஆத்மனை அறிந்துகொள்ள ஆத்மனே துணையாகும்,
ஆத்மனை ஆத்மனால் அறிந்துகொண்ட யோகியர்,
ஒருவரைக் கனவிலே ஒருமுறை கண்டபின்னர்,

நனவிலே காண்பதுபோல் நன்கறிவார் ஆத்மனை.

ஆத்மனை சமாதியெனும் அகமடக்கிய யோகத்தில்,
நேரிடையாய்க் காண்பவர் நினைவு திரும்பினாலும்,
அதனை அடையாளத்தால் அகத்தில் உணருவார்,
முஞ்சப்புல்லை உருவியெடுத்த மையத்துப் பித்துபோல்.

பித்துபோல் நடுப்பகுதி புல்லினின்று வருவதாக,
யோகிகள் உடலுக்குள் இருக்கிறது ஆத்மனை,
உணருதல் செய்வார் உன்னதமிகு யோகியர்,
யோகத்தில் ஆத்மனை அறிந்துவர் விடுபட்டார்.

விடுபட்டார் தனக்குமேல் வேறேதும் இல்லாவிதம்,
அரசராவார் மூவுலகுக்கும் அடைவார் பல்வடிவம்,
அடையமாட்டார் முதுமையை அந்தமாம் இறப்பினை,
மகிழ்ந்திடார் குதித்திடார் மனமடக்கிய யோகியர்.

யோகியர் மனமடக்கி அகத்தைக் குவித்தால்,
ஆக்குவார் பல்லுலகை அவரது மனபலத்தால்,
கடவுளர் அனைவருக்கும் கடவுளே யோகியர்,
உகுப்பார் இவ்வுடலை உற்றிடுவார் பிரமத்தை.

பிரமத்தை உணர்ந்தவர் பிரமத்திலே கலப்பார்,
அழிவுகளை அடைந்து அனைத்து உயிர்களும்,
சாய்வதைக் கண்டாலும் சற்றும் கலங்கிடார்,
ஆசைகளை விடுத்தவர் அமைதியில் நிலைத்தவர்.

நிலைத்தவர் பிரமத்திலே நலிவிலார் துயரிலார்,
உலகிலெவர் துடித்தாலும் அவர்மனம் தவித்திடார்,
வலியானதோர் நிலைபட்டும் உள்ளம் கலங்கிடார்,
அனைத்துயிர் பாதித்தாலும் அன்னவர் பாதிப்பிலார்.

பாதிப்பிலார் ஆசையிலார் பற்றிலார் வருத்தமிலார்,
அச்சமிலார் அவரை ஆயுதங்கள் தாக்காது,
இறப்பிலார் அவருக்கு இல்லை மரணமும்,
மகிழ்வுளார் அவர்போல மூவுலகிலும் வேறில்லை.

வேறில்லை இவர்போல வையத்தில் மகிழ்வுளார்,
தன்னை மட்டுமே தனக்கு ஆதாரமாக்கி,

மனதை நிலைநிறுத்து மகிழ்வாய் இருப்பார்,
சுகதுக்கத்தை அடைந்திடார் சுகநித்திரை கொள்ளுவார்.

கொள்ளுவார் மனிதரன்றி கணக்கிலா பிறவடிவம்,
அவ்விதமவர் யோகத்தினால் ஆத்மனை அறிந்தபின்னும்,
அன்னவர் யோகத்திலே எப்போதும் விலகாமல்,
இருப்பார் யோகத்திலே இந்திரனையும் கருதிடார்.

கருதிடார் அமரர்களின் கோனான இந்திரனையும்,
தியானிப்பார் ஆத்மனையே தனக்குள் எப்போதும்,
யோகியர் வெல்லுவது எவ்விதமென இயம்புகிறேன்,
சூரியனார் கடந்ததோர் சூழலை நினைக்கவேண்டும்.

நினைக்கவேண்டும் சூரியனுக்கும் நெடுந்தூரம் கடந்ததை,
வெளிப்புறம் இருப்பதில் வைக்கலாகாது மனத்தை,
வாழ்ந்திடும் உடலிலே உளத்தைச் செலுத்தவேண்டும்,
மாளிகையாம் உடலுக்குள் மனமானது அடங்கவேண்டும்.

அடங்கவேண்டும் மனது உடலெனும் மாளிகையில்,
அந்தவிதம் மனது அடங்கி நிற்கும்போது,
அகிலாண்டம் ஆளும் அந்தராத்மன் பிரமத்தை,
உடலெனும் கூட்டுக்குள் உணருவார் யோகி.

யோகி உடலுக்குள் இருக்கும் ஆத்மனை,
எண்ணி இருந்தால் அதுவே பிரமமாகும்,
பிறத்தில் அகத்தில் பிரிவேதும் இல்லாம,
இருத்தல் ஆத்மனென அறிவார் தியானத்தால்.

தியானத்தால் மனதைத் திறப்பவேண்டும் உடலுக்குள்,
பற்களில் அண்ணத்தில் நாவினில் தொண்டையில்,
கழுத்தில் என்றுக் கருதவேண்டும் தியானத்தால்,
இதயத்தில் இருக்கும் அறைகளையும் எண்ணவேண்டும்.

எண்ணவேண்டும் இதயத்தின் உள்ளிருக்கும் தசைநார்களை,
ஆத்மனெனும் உட்பொருளையும் அதையடையும் வழிமுறையும்,
அறிவுமிகும் சீடனுக்கு அறிவித்தேன் முழுதாக,
என்னிடம் வினாக்களை எழுப்பினான் மேலும்.

மேலும் வினாக்களை மொழிந்தான் அச்சீடன்,

விளக்கம் கொடுத்திட வெகுசிரமம் ஆகியதாம்,
விடுதலையெனும் நிலைபெறும் வழிகுறித்த வினாக்களை,
என்னிடம் எழுப்பினான் இயம்புகிறேன் கேளாய்.

கேளாய் மாதவா கொள்ளும் உணவானது,
எவ்விதமாய் வயிற்றிலே ஆகிறது செரிமானம்?
சாறாய் மாறுதற்கும் சொல்லவேண்டும் காரணம்,
இரத்தமாய் மாறியே ஓடுவது எங்ஙனம்?

எங்ஙனம் தசைக்கு ஏகுகிறது உணவுகள்?
எலும்பும் மஜ்ஜையும் ஓடும் நிணநீரும்,
உடலும் கைகால்களும் உண்டாவது எவ்விதம்?
எவ்விதம் பலமானது ஏற்படும் உடலிலே?

உடலிலே பலமானது உண்டாதல் எவ்விதம்?
பலத்தையே அளிக்காதவை பிரிந்து கழிவாகி,
உடலையே விடுத்து வெளியேறுதல் எங்ஙனம்?
மூச்சையே இழுத்தலும் மூச்சுவிடலும் எவ்விதம்?

எவ்விதம் உடலுக்குள் இருக்கிறது ஆத்மன்?
உடலெனும் கூட்டிலே ஒரிடம் தனதென்று,
எவ்விடம் தன்னிலே இருந்தபடி ஆத்மசக்தி,
உடலெனும் கூட்டில் வாழ்வுறுமென விவரிப்பீர்.

விவரிப்பீர் எவ்விதம் உடலைத் தாங்கிநின்று,
ஆத்மனானதோர் சக்தி இருக்கிறது உடலிலென,
ஆத்மனானவர் நிறமென்ன அன்னவரின் வகையென்ன?
விளக்குவீர் இவற்றை ஒவ்வொன்றும் தனித்தனியாய்.

தனித்தனியாய் வினாக்களுக்கு தரவேண்டும் விடைகளென,
கெடுபிடியாய் என்னிடம் கேட்ட சீடனுக்கு,
எவ்விதமாய் இவைகுறித்து என்மனதில் அறிந்தேனோ,
அவ்விதமாய் விடைகளை அளித்தேன் மாபலனே.

மாபலனே சீடனுக்கு மொழிந்தேன் பதிலை,
விலைமதிப்பே இல்லாததை வைத்திடும் அறையை,
முழுகவனமே செலுத்தி மனிதர்கள் கண்காணிப்பார்,
அவ்விதமே மனதினால் ஆத்மனைத் தேடவேண்டும்.

தேடவேண்டும் அவ்விதம் தேடும் அறையானது,
மானிடர்தம் உடலன்றி மற்றேதும் கிடையாது,
கொஞ்சமும் சிதறலின்று கவனம் மிகசெலுத்தி,
தேடவேண்டும் ஆத்மனை தேகமெனும் கூட்டிலே.

கூட்டிலே இவ்விதம் கவனத்துடன் தேடினால்,
எளிதிலே பிரமத்தை அறிவாரே மானிடர்,
ப்ரதானமென்றே இருப்பதும் புரிந்துவிடும் அவருக்கு,
கண்களாலே ஆத்மனைக் காணுதல் இயலாது.

இயலாது புலன்களால் ஆத்மனை அறிவது,
மனமென்று இருக்கும் மாண்புமிக்க விளக்கினால்,
ஆத்மனது சொரூபத்தை அறிவது இயலும்,
ஆத்மனது கைகால்கள் இருக்கிறது எல்லாத்திசையில்.

எல்லாத்திசையில் காதுற்று எல்லாவற்றிலும் வாழ்கிறது,
சக்கரப்புல்லில் நடுப்பதியை சரியாகப் பிரித்தெடுக்கும்,
செயல்போல் ஆகும் சக்திமிக்க ஆத்மனை,
உடலில் இருந்து உளத்தால் பிரித்தறிதல்.

பிரித்தறிதல் செய்து பிரமத்தை உணர்ந்தால்,
உருவங்கள் எடுத்ததான உடலல்ல பிரமென,
நிர்க்குணத்தில் பிரமத்தை நன்கு உணருவார்,
மனதால் காணுவார் முறுவலிக்கும் ஆத்மனை.

ஆத்மனை ஆதாரமாக்கி அடைவார் விடுதலையை,
பிரமத்தை அறிந்ததால் பெற்றார் நிறைநிலையை,
இரகசியத்தை உனக்கு இயம்பினேன் சீடனே,
இவ்விடத்தை விட்டு இப்போதே செல்லுவேன்.

செல்லுவேன் இங்கிருந்து சொல்லிட்டேன் உட்கருத்தை,
நீயுந்தன் வழியிலே நடக்கலாம் உன்போக்கிலென,
அனுமதித்தேன் அதேவிதம் அறிவுமிக்க சீடனும்,
எந்தன் அனுமதியுடன் ஏகினான் வேறிடம்.

வேறிடம் சென்றானென விளம்பினார் பிராமணரென,
பார்த்தனிடம் வாசுதேவன் பகர்ந்தான் விவரத்தை,
ப்ரீதாவின் மைந்தனே பிராமணர் என்னிடம்,
இவ்விதம் உரைத்தபின் அங்கிருந்து மறைந்தார்.

மறைந்தார் பிராமணர் மிகச்சிறந்த ஞானி,
அன்னவர் உரைத்தவை அனைத்தையும் கேட்டாயா?
குவனத்திலோர் சிதறலின்றி கருத்துக்களை உணர்ந்தாயா?
உனக்கோர் உபதேசமாக உரைத்தது இதைத்தான்.

இதைத்தான் தேரிலே இயம்பினேன் வேறுவிதம்,
அறிவின் ஆற்றலை அடையாதவரின் மனதிலே,
அறியதான் இயலாது அதீதமான இக்கருத்தை,
குழப்பத்துடன் இருப்பவர் கருதிடார் இக்கருத்தை.

இக்கருத்தை ஞானமிலார் அறிவதே இயலாது,
உணவுதனை பொருந்தாவிதம் உண்ணுவோரும் அறிந்திடார்,
அறிவுதனை கல்வியால் அடையாதவரும் அறிந்திடார்,
ஆத்மசுத்தியை அடையாதவரும் அறிந்திடார் இக்கருத்தை.

இக்கருத்தை தேவர்களும் அறிந்துகொள்ள இயலாது,
உனதுநலத்தைக் கருதி உரைத்தேன் விவரங்களை,
இதற்குமுன்னே இவ்விதமாய் இந்த உலகத்திலே,
எவருக்குமே இதுகுறித்து இயம்பியது கிடையாது.

கிடையாது உனக்கிணையாய் கேட்டு இக்கருத்தை,
உனருதற்கு தகுதியுள்ள வேறொரு மனிதர்,
உள்ளிருக்கும் ஆத்மனானது அமைதியின்றி கலங்கினால்,
அறியும் வாய்ப்பில்லை ஆத்மனின் இரகசியத்தை.

இரகசியத்தை மேலும் இயம்புகிறேன் உனக்கு,
தேவருலகை அடைந்தாலும் தேவர்களின் மனதிலும்,
செயல்களைச் செய்வதையே சொல்லுவார் மார்க்கமென,
உடலை வேண்டாததென விட்டிடார் தேவர்களும்.

தேவர்களும் உணர்ந்திடார் தூயதாகும் மார்க்கத்தை,
நித்தியமாம் பிரமத்தை நெஞ்சத்தில் அறிந்தபின்,
வெறுங்கூடாம் உடலை விடுத்தவர் அழிவற்றார்,
எப்போதும் மகிழ்வுடன் இறப்பற்று இருப்பார்.

இருப்பார் பிரமத்திலே எப்போதும் மகிழ்வாக,
பாவமுள்ளார் கூட பிரமத்தை உணரலாம்,
சூத்திரர் வைசியரும் சேரலாம் பிரமத்திடம்,

மாதர் இந்த மார்க்கத்தால் விடுபடலாம்.

விடுபடலாம் பாவியரெனில் விடுபடலாம் அனைவரும்,
கூத்திரியர் பிராமணர்குறித்து சொல்லவும் வேண்டுமோ,
அவரவர் கடமைகளை ஆற்றும் உத்தமர்,
பெறுவார் ஞானத்தை புகுவார் பிரமருலகில்.

பிரமருலகில் நுழைவார் பிரமத்தை நாடுபவர்,
இவ்விதத்தில் உணருவாய் இந்த மார்க்கத்தை,
இம்மார்க்கத்தில் அடைந்திடும் இறுதி நிலையானது,
விடுபடுதல் என்னும் வருத்தமிலா நிலையாகும்.

நிலையாகும் விடுதலைக்கு நிகரில்லை வேறெதுவும்,
இதனினும் மிஞ்சியதோர் ஆனந்தம் கிடையாது,
அறிவாற்றலும் பலலும் அசையாத நம்பிக்கையும்,
உடையாரிடம் உலகாசை வெகுவிரைவில் விலகும்.

விலகும் உலகத்தில் உள்ளவற்றில் ஆசைகள்,
ஆத்மஞானம் அடைவதற்கு இயம்பிய மார்க்கத்தினால்,
பிரமத்திடம் செல்லுவார் பொருளாசை விடுத்தவர்,
இதனினும் மேலானது ஏதொன்றும் கிடையாது.

கிடையாது வேறேதும் கருத்திலே உயர்ந்தது,
யோகத்து வழியிலே அகத்தைத் திருப்பியவர்,
ஆத்மனது சொரூபத்தை ஆறுமாதத்தில் அறிவார்,
இக்கருத்து அனைத்திலும் இரகசியமான உட்கருத்து.

(20)அஸ்வமேதிக பர்வம், பகுதி 20: அனுகீத பர்வம்

உட்கருத்து என்னவென உரைத்தான் வாசுதேவன்,
இதுகுறித்து இருக்கிறது இன்னொரு நிகழ்வு,
கணவனிடத்து மனைவி கேட்டதற்கு பதிலாக,
மனைவிக்குக் கணவன் மறுமொழி உரைத்தது.

உரைத்தது மனைவிதான் விளைந்தது சந்தேகமென,
தனியிடத்து அமர்ந்திருந்த தனது கணவனிடம்,

என்மனதுக்கு உள்ளாக எழுந்ததொரு சந்தேகம்,
உமக்கு மனைவியானதால் வானுலகில் எங்குசெல்வேன்?

எங்குசெல்வேன் ஏதடைவேன் எம்மண்டலத்தில் வாழுவேன்?
உங்களைநான் கணவராக உற்றதன் நற்பலனாய்,
என்னநான் அடைவேனென இயம்பதான் வேண்டும்,
மனைவியின் சொர்க்கவாழ்வு மணமுற்றக் கணவனால்.

கணவனால் பெறப்படும் கடுந்தவத்தின் பலன்களை,
வானுலகில் மனைவியும் வெல்லுவாள் என்பதுதான்,
உலகத்தில் அனைவரும் உரைக்கும் கூற்றாகும்,
அவ்விதத்தில் எவ்விடத்தில் ஏகுவேன் வானுலகில்?

வானுலகில் உங்களது வைராக்கிய வாழ்வினாலும்,
செயல்களில் பற்றறுத்து செயலின்றி இருப்பதாலும்,
என்னிடத்தில் ஆசையற்று எனையண்டி வராததாலும்,
அடைந்தீர்கள் பல்லுலகம் அவையென்ன இயம்புவீர்.

இயம்புவீர் என்றதும் இயம்பினார் மாமுனிவர்,
பாவமற்றதோர் மாதே பகர்ந்த வினாவினால்,
எனக்கோர் கோபமில்லை இயம்புகிறேன் பதிலை,
செயலாற்றுவோர் செயல்களை செய்கிறார் வெளியுலகில்.

வெளியுலகில் பிறர்காண விழைவார் செயல்புரிய,
மனதுக்குள் குழப்பங்கள் மன்றிய மனிதர்களே,
செயல்கள் விளைவுகளைச் சிந்தையில் நினைவார்,
இவ்வுலகில் செயலறுத்து இருத்தல் இயலாது.

இயலாது ஒருநொடியும் செயலற்று வாழுதல்,
பிறப்புக்கு அடுத்ததாக புத்தியால் மனத்தால்,
வாக்கு காயத்தால் வேலைகள் செய்கிறோம்,
பாவத்துப் புண்ணியத்துப் பற்றுடைத்து வேலை.

வேலை செய்வதற்கு விதிவிலக்கே கிடையாது,
பொருட்களை எல்லாம் பாழாக்கினர் ராட்சதர்,
அவற்றை விடுத்து அகத்தை உடலுக்குள்,
திருப்புவதைச் செய்தேன் திடசிந்தைத் துணைபெற்று.

துணைபெற்று உடலுக்குள் திண்ணமாய் சிந்தித்தேன்,

இருமையற்று ஒருமையாகும் உன்னதர் பிரமதேவர்,
அக்கினியொடு சோமனொடு இயங்குவிக்கும் வாயுவொடு,
இடம்பெற்றது கண்டு இருந்தேன் யோகத்தில்.

யோகத்தில் நிலைபெற்ற அனைத்து முனிவர்களும்,
தன்னிடத்தில் தனைக்காணும் தூயவர் பிரமரும்,
எவ்விடத்தில் அப்பொருளை அறிந்து வணங்குவரோ,
அவ்விடத்தில் அப்பொருள் அமர்ந்திருக்கக் கண்டேன்.

கண்டேன் அப்பொருளைக் குறைவேதும் அற்றதை,
அவ்விடந்தான் அடைந்திடவே அறிவாளரும் விரதவான்களும்,
ஆத்மனின் துணைபெற்று அமைதியான மனத்துடன்,
புலன்களின் செயலடக்கி பெருமுயற்சி செய்கிறார்.

செய்கிறார் முயற்சிகளை செய்தாலும் அப்பொருளை,
நுகருவோர் இல்லை நாசியில் கந்தமென,
சுவைப்போர் கிடையாது சுவையுணரும் நாவினால்,
தொடுதற்கோர் வழியில்லை தொட்டு உணரலாகாது.

உணரலாகாது கண்களால் உணரலாம் மனத்தால்,
காதுகளுக்குக் கேட்காது கந்தமற்றது சுவையற்றது,
வடிவற்றது தொடுதலற்றது வையமெனும் அகிலமே,
அதிலிருந்து உண்டாகி அப்பொருளால் நிலைக்கிறது.

நிலைக்கிறது பஞ்சவாயு நிலைபெற்ற அப்பொருளில்,
பிராணனென்று அபானனென்று சமானனென்று வியானனென்று,
உதானனென்று வாயுக்கள் உண்டாவது அப்பொருளில்,
உயிரானது உறங்குகையில் உறங்கும் வியானன்.

வியானன் சமானன் ஒடுங்கும் உறக்கத்தில்,
பிராணன் அபானன் புகுந்துசெல்லும் வழியாக,
சமானன் வியானன் சொல்லப்படும் இவ்வுடலில்,
உதானன் பிராணாபானனுக்கு ஊடாகப் புகுந்திருக்கும்.

புகுந்திருக்கும் உதானன் பல்லுறுப்பிலும் கலந்ததாக,
உறங்கிவிடும் நிலையிலும் அடங்காது பிராணாபானன்,
உயிராற்றலாகும் வாயுக்களை உதானன் ஆட்சிசெய்யும்,
பிரமத்தையோதும் அனைவரும் பகருவது என்னையே.

என்னையே இலக்காக்கி இயற்றுவார் யோகத்தை,
உடலிலே பலவிதமாய் வாயுக்கள் ஒன்றையொன்று,
விழுங்கியே சென்றுவர வைஸ்வநரமெனும் அக்கினி,
கங்குகளே ஏழாக்கிக் கொழுந்துவிட்டு எரியும்.

எரியும் வைஸ்வநரத்தின் ஏழுவிதக் கங்குகள்,
நாசியும் கண்களும் நாவும் தோலும்,
காதும் மனமும் கருத்தறியும் புத்தியென,
ஏழாகும் அவைதாம் ஏழுகங்கு வைஸ்வநரத்துக்கு.

வைஸ்வரநதத்துக்கு கந்தமும் உருவங்களும் உணவும்,
தொடுதலும் ஓசையும் எண்ணமும் புரிதலும்,
அக்கினிக்கு எரிபொருளாய் ஆகும் இவ்வுடலில்,
வைஸ்வரநத்துக்குக் காரணமும் வாசுதேவன் நானே.

நானே வைஸ்வநரன் நவிலுகிறேன் மேலும்,
நுகரவே செய்பவரும் உண்ணவே செய்பவரும்,
காணவே தொடவே கேட்கவே செய்வோரும்,
சிந்தையுடனே புரிந்துகொள்பவரும் சேர்த்து ஹோத்ரிகள்.

ஹோத்ரிகள் ஏழுபேர் இயற்றும் வேள்வியிலே,
ஆகுதிகள் ஏழாகும் அவற்றை இயம்பினேன்,
வார்க்கிறார்கள் ஆகுதிகளை வளரும் அக்கினியில்,
அவைகள் ஏழாகும் உருவாக்குதல் பஞ்சபூதங்கள்.

பஞ்சபூதங்கள் உருவாக்கும் பொருட்களை உரைக்கிறேன்,
நுகருவதும் உண்பதும் நேத்திரத்தால் காண்பதும்,
தொடுவதும் கேட்பதும் தன்னுளத்தில் நினைவதும்,
உணருவதும் ஏழுபொருள் உண்டாவது இயற்கையில்.

இயற்கையில் பூமியும் அடிக்கும் காற்றும்,
ஓசைகள் உறையும் வானமும் அவற்றுடன்,
சுவைகள் உணரவைக்கும் சீர்மைமிக்க நீரும்,
வடிவங்கள் காட்டும் ஒளியும் ஐந்தாகும்.

ஐந்தாகும் பூதங்களுடன் ஆறாவதாகும் மனதும்,
புரிந்துகொள்ளும் அறிவும் பகரப்படும் ஏழென்று,
இவையாகும் நுகர்ச்சிகளை ஏற்படுத்தும் யோனிகள்,
அவையனைத்தும் அக்கினியில் உட்புகும் முதலில்.

முதலில் அக்கினியில் மறைந்திருக்கும் பொருளெலாம்,
கருவில் அமரும் கூறப்பட்ட யோனிகளில்,
அவ்விடத்தில் கலந்தும் அவையெலாம் சிலகாலம்,
அடங்குதல் ஆகிவிடும் அவற்றுக்கு உருவமின்றி.

உருவமின்றி இருந்தபின் வந்திடும் ஏழுவிதம்,
கந்தமென்று சுவையென்று காட்சியென்று தொடுதலென்று,
ஓசையென்று சந்தேகமென்று அறிவின் புரிதலென்று,
ஏழுவிதத்து ஆக்கங்கள் ஏற்படும் உடலிலே.

உடலிலே இவ்விதம் உண்டாகும் வேள்வியை,
முதலிலே கண்டனர் மூத்தோர் அனைவரும்,
இறுதியிலே மூன்றாக அளிக்கும் ஆகுதிகளால்,
முழுமையே அடையும் முழுமையான நல்லொளி.

(21)அஸ்வமேதிக பர்வம், பகுதி 21: அனுகீத பர்வம்

நல்லொளி பெருகுமென நவின்ற பிராமணர்,
அடுத்ததாய் கதையொன்று இருப்பதாய்க் கூறினார்,
ஹோதியாய்ப் பத்துபேர் எவ்விதம் இவ்வுடலிலே,
வேள்வியைச் செய்வாரென விளக்கும் விவரத்தை.

விவரத்தை உரைத்தார் வாலறிவு மாமுனிவர்,
காதுகளைத் தோலைக் கண்களை நாவினை,
நாசியை பாதங்களை நாவிலெழும் வார்த்தைகளை,
இருகரங்களை யோனியை அகற்றும் மலக்குதத்தை.

மலக்குதத்தைச் சேர்த்து மொழியப்படும் பத்துபேர்,
வேள்விகளைச் செய்யும் வேதியராம் ஹோத்ரிகளென,
விவரத்தை உரைப்பார் உடற்கூற்றை அறிந்தவர்,
ஹோத்ரிகளை அடுத்து இயம்புகிறேன் ஆகுதிகளை.

ஆகுதிகளை உரைக்கிறேன் ஓசை தொடுதல்,
நிறமுடை வடிவங்கள் நாவிலெழும் வார்த்தைகள்,
அறுசுவை கந்தம் அனைத்துசெயல் அசைவுகள்,

விந்துவை சிறிநீற்றை வெளியேற்றுதல் மலக்கழிவு.

மலக்கழிவு உட்பட மொழிந்தவை பத்தும்,
வேள்விக்கு ஆகுதிகளென உள்ளவை ஆகும்,
அக்கினிகளென்று பத்து இருக்கின்றன வேள்வியிலே,
திசைநான்கு உபதிசைகள் திவாகரன் வான்மதி.

வான்மதி வாயு விஷ்ணு இந்திரர்,
நெருப்பு ப்ரஜாபதியொடு நிகரிலா மித்ரர்,
கணக்கு பத்தினைக் கூறுவார் அக்கினிகளென,
பத்து இந்திரியங்களை பகருவார் ஹோத்ரிகளென.

ஹோத்ரிகளென பத்து ஆகுதிகளென பத்தினை,
அக்கினியென பத்திலே அளிக்கும் வேள்விக்கு,
நெய்க்கரண்டியென மனது நல்கும் ஆகுதிகளை,
பொன்பொருளென நலந்தீமை பொருள்தானம் ஆகிடும்.

ஆகிடும் வேள்விகளை இயற்றி முடித்தபின்,
தங்கிடும் பொருளோ தூயமை மிகைத்தது,
ஞானமெனும் நல்லறிவு நிலைத்திடும் இறுதியாக,
அறிந்திடும் அனைத்தும் ஆதல் மனத்தால்.

மனத்தால் அறிவது மண்ணுலகின் பொருட்களை,
அறிவால் பொருளை உணருதல் இயலும்,
இவற்றால் பொருட்களை அறிந்திடும் நுண்மையோ,
கூட்டுக்குள் இருக்கிறது கூறும்பெயர் ஜீவாத்மன்.

ஜீவாத்மன் நுண்ணியது செல்லுகிறது உயிர்நீரில்,
உடலின் வடிவெடுத்து வருகிறது இவ்வுலகில்,
விந்துவின் வாயிலாக உண்டாகும் இவ்வுடலை,
தாங்கிடும் அக்கினி தூயதான க்ரஹபத்யம்.

க்ரஹபத்யம் என்று கூறப்படும் அக்கினியில்,
அஹவணியம் என்று அழைக்கப்படும் இன்னொன்று,
உண்டாகும் அதுதான் உளமெனும் மனமாகும்,
ஆகுதியெலாம் செல்லுதல் அஹவணிய அக்கினிக்குள்.

அக்கினிக்குள் செல்லும் ஆகுதிகள் அனைத்தும்,
வேதங்கள் வார்த்தைகள் விளைதல் அஹவணியத்தில்,

வண்ணமேதும் இல்லாததோர் வண்ணம் உண்டாவதும்,
அகத்திடம் செல்லும் அஹவணிய அக்கினியால்.

அக்கினியால் உண்டாகும் அகமென்றும் உடலென்றும்,
கருத்துக்கள் உரைத்த கனிவுமிக்க பிராமணரிடம்,
சந்தேகங்கள் எழுப்பினார் சகியான மனைவி,
வார்த்தைகள் மனதுக்குமுன் வந்ததேன் இவ்வுலகில்?

இவ்வுலகில் வார்த்தைகள் எழும்புவது மனதிலே,
மனதிலே எழுந்தபின்னே மொழிகிறோம் வார்த்தைகளை,
எவ்விதத்தில் வார்த்தைகள் இருந்தன மனதுக்குமுன்?
மனதில் மதியானது உறைதல் எவ்விதம்?

எவ்விதம் உறக்கத்தில் இருக்கும் ஒருவரிடம்,
செயலாற்றும் பிராணன் சுற்றிலும் நடப்பவற்றை,
உணராவிதம் உள்ளதென உரைப்பீர் விளக்கம்,
அவ்விதம் பிராணனை அடைப்பது எதுவாகும்?

எதுவாகும் பிராணனை அடக்குவது என்பதாக,
சந்தேகம் எழுப்பிய சகியான மனைவிக்கு,
அபானனாகும் வாயு ஆளுகிறது பிராணனை,
அவ்விதம் ஆளுவதால் ஆகிறது பிராணனாக.

பிராணனாக இருப்பது புலப்படும் இயக்கம்,
மனதாக இருப்பதை முயன்று இயங்கவைக்கும்,
பிராணனாக இருப்பதை புத்திமனம் சார்ந்திருக்கும்,
பிராணனான வாயு புத்திமனதை சாராது.

சாராது பிராணன் சிந்தையெனும் மனத்தை,
மனதானது உறங்குகையில் மறைந்து போனாலும்,
நில்லாது பிராணன் நடத்தும் இயக்கத்தை,
இதையடுத்து வார்த்தையுடன் அறிவுபற்றி வினவினாய்.

வினவினாய் மனதைவிட வார்த்தை மூத்ததாக,
இருப்பது எவ்விதம் இஅய்ம்புவீர் என்பதாக,
இதுகுறித்து வார்த்தைமனம் இரண்டும் சேர்ந்து,
பிராணனிடத்து உரையாடியதை பகருகிறேன் கேளாய்.

கேளாய் மாதே கேள்வியாய் வார்த்தைமனம்,

ஜீவானாய் இருப்பதிடம் செப்பின இவ்விதம்,
வார்த்தையாய் மனமாய் உள்ளோம் இருவரும்,
எவரைப் பெரியவரென இயம்புவீர் எங்களில்?

எங்களில் பெரியவர் எவரெனும் வினாவுக்கு,
புனிதங்கள் உடையவர் பகர்ந்தார் பதிலை,
இருவரில் மனமே ஏற்றமிக உடையதென,
அவரிடத்தில் வார்த்தை இயம்பியது பதிலை.

பதிலை உரைத்த புனிதமிக்க ஆத்மனிடம்,
வேண்டியவை அனைத்தையும் வழங்குவது வார்த்தையே,
என்னை மேலானதென இயம்பாதது ஏனென்று,
கருத்தை மறுமுறை கேட்டது ஜீவனிடம்.

ஜீவனிடம் இருந்து சொல்லப்பட்ட பதிலிது,
என்னிடம் இருப்பது இரண்டுவித மனங்கள்,
ஒன்றுதான் அசையாதது வேறொன்றோ அசைவது,
அசையாததுதான் என்னுடன் இருக்கிறது எப்போதும்.

எப்போதும் வார்த்தைகள் எழுப்பும் ஓசைகள்,
மந்திரம் முதலானவை மனதிலே அசைவுறும்,
ஒருபாகம் தன்னை வார்த்தைகளே ஆளும்,
அசைவதாகும் மனத்தை அசைப்பது வார்த்தைகள்.

வார்த்தைகள் வெளிவந்து வழங்கும் பலன்களை,
ஆதலால் வார்த்தைகளை இயம்புகிறேன் நானும்,
வாயுவால் வார்த்தைகள் வருகின்றன மேல்நோக்கி,
ப்ராணாபானனில் கலந்ததாகப் பகருவார் வார்த்தையை.

வார்த்தையைப் பொறுத்தவரை வேண்டாம் பிராணனென,
அபானனை அண்டி எழும்பினாய் மேல்நோக்கி,
பிராணனை இழந்ததால் போனாய் ப்ரஜாபதியிடம்,
உனதுநிலை உரைத்து வேண்டினாய் உருக்கமாக.

உருக்கமாக வேண்டியதால் உன்னிடம் பிராணன்,
இணக்கமாக மீண்டும் ஏற்பட்டு இயங்கியது,
பெருமூச்சாக வெளியாகும் பெருத்த வார்த்தை,
சொல்லாக ஏதுமின்றி செல்கிறது வெளிநோக்கி.

வெளிநோக்கி பெருமூச்சு வெளியேறும் வேளையில்,
ஒலியின்றி வார்த்தை ஒடுங்கி இருக்கும்,
ஓசையொன்று எழுப்பியும் ஓசையற்று மௌனத்திலும்,
இவ்விரண்டில் வலுவானது எவ்வொலியும் இல்லாதது.

இல்லாதது வார்த்தையெனினும் இருப்பது பல்பொருள்,
பசுவானது நற்பாலைப் பொழிவது போலவே,
வார்த்தையென்று இல்லாதது விளைக்கும் பொருட்கள்,
ஒன்றென்று நில்லாது வழங்கும் பல்பொருளை.

பல்பொருளை வழங்கும் பொருளுடைத்து மௌனம்,
புனிதமிக்கவை புனிதமற்றவையெனப் பகுக்கலாம்
வார்த்தைகளை,
இவ்விரண்டைச் சீர்துக்கி அறிந்துகொள் மாதேயென,
தன்கருத்தை உரைத்ததும் தையல் வினவினாள்.

வினவினாள் மனைவி வார்த்தைகளின் தேவியார்,
என்சொன்னார் வார்த்தையை இயம்ப விழைந்தாலும்,
ஓசையைக் காட்டாது உள்மறைந்த நிலைகுறித்து,
பதிலை உரைப்பீரென பாவை வேண்டினார்.

வேண்டினார் மனைவி விளம்பினார் பிராமணர்,
வாராததோர் சொல்லாக உட்செல்லும் வார்த்தை,
பிராணனிலோர் இணைப்புற்று போகும் உட்புறம்,
அபானனிலோர் ஈர்ப்புற்று உதானனைச் சாரும்.

சாரும் உதானனால் செல்லும் உடலைவிட்டு,
அவ்விதம் வெளிவந்தால் அனைத்து திக்கிலும்,
வியானனாம் வாயுவாகி விரவிக் கலந்திடும்,
இவ்விதம் வார்த்தை இயம்பியது கருத்தை.

கருத்தை இவ்விதம் கூறியது வார்த்தை,
அசையாததாய் இருப்பதால் உயர்ந்தது மனமாகும்,
அசைவுகளை உண்டாக்குவதால் உயர்ந்தது வார்த்தையாகும்,
வார்த்தை மனமிரண்டும் உயர்ந்தவை தம்நிலையில்.

(22)அஸ்வமேதிக பர்வம், பகுதி 22: அனுகீத பர்வம்

தம்நிலையில் உயர்ந்தவைதாம் தூயமனம் வார்த்தையென,
கருத்துக்கள் மேலும் கூறினார் பிராமணர்,
பழங்காலத்தில் முன்னோர் பகர்ந்ததோர் கதையுண்டு,
ஹோத்ரிகள் ஏழுபேரின் இருப்பிடங்கள் எங்கென.

எங்கென உரைத்தால் இருப்பார் ஏழிடங்களில்,
நாசியென கண்களென நாவெனத் தோலென,
காதுகளென மனமெனக் கூர்மைமிகும் அறிவென,
ஏழுவிதமான ஹோத்ரிகள் இருக்கிறார்கள் உடலில்.

உடலில் ஏழுபேர் உறைவுற்று இருந்தாலும்,
அவர்கள் ஒருவரையொருவர் அறிதல் கிடையாது,
ஏழுபேர்கள் எவரென அறிந்துகொள் என்பதாக,
உரைத்தல் செய்தவரிடம் வினவினார் மனைவி.

மனைவி வினவினார் மணாளனிடம் சந்தேகத்தை,
நுணுகி இருக்கும் நிகரிலா ஹோத்ரிகள்,
உடலில் ஒருந்தாலும் ஒருவரை மற்றவர்,
அறியாவிதத்தில் வாழுதல் இயலுமோ ஒருடலில்?

ஒருடலில் இருக்கும் உன்னதமிகும் ஹோத்ரிகள்,
நற்குணங்கள் என்னென்ன நவிலவேண்டும் எனக்கென,
வினவுதல் செய்தார் வஞ்சி கணவனிடம்,
பதிலளித்தல் செய்தார் பிராமணர் மனைவிக்கு.

மனைவிக்கு உரைத்தார் மண்ணுலகில் பொருட்களின்,
பண்பென்று இருப்பவை புரியாதிருத்தல் அறியாமை,
பண்பறிந்து கொள்ளுதல் புத்திமிகும் அறிவாற்றல்,
இவ்வேழு ஒன்றையொன்று அறியாது எப்போதும்.

எப்போதும் தொடுதலை அறியாது மற்றவை,
நாசியும் நாவும் நேத்திரமும் காதுகளும்,
அறிவும் மனமும் அறியாது தொடுவுணர்வை,
தோல்மட்டும் அறியும் தொடுதலாம் உணர்வை.

உணர்வை ஓசையென உணர்ந்து அறிவதற்கு,
இயலாதவை நாசியும் இருவிழியும் நாவும்,
தோலும் மனமும் திடமிகுந்த அறிவும்,
கேளாதிருக்கும் ஓசையைக் கேட்பது காதுமட்டும்.

காதுமட்டும் கேட்பதுபோல் கிளம்பும் சந்தேகத்தை,
நாசியும் காதும் நாவும் கண்களும்,
தோலும் அறிவும் தெரிந்துகொள்ள இயலாது,
மனதுமட்டும் சந்தேகத்தை முழுதாக அறியும்.

அறியும் திடசித்தத்தை அறிவெனும் ஒன்றுமட்டும்,
நாசியும் காதுகளும் நாவும் கண்களும்,
தோலும் மனமும் திடசித்தத்தைத் தெரிந்து அறியாது,
அறிவுமட்டும் திடசித்தத்தை அறியும் திறமுடைத்து.

திறமுடைத்து ஏழுமே தனதுசெயல் செய்வதற்கு,
ஒன்றுக்கு உண்டானதை உணராது மற்றொன்று,
இதுகுறித்து பழங்கதை இருக்கிறது மாதே,
புலன்களொடு மனது புரிந்ததோர் உரையாடல்.

உரையாடல் துவக்கத்தில் உரைத்தது மனது,
என்னளவில் உதவிகள் அளிக்காவிடில் இயக்கமில்லை,
நாசியில் கந்தமேது நாவில் சுவைகயேது,
காதில் ஓசையேது தோலில் தொடுதலேது?

தொடுதலேது ஓசையேது சுவையேது கந்தமேது,
காட்சியேது கண்களிலும் கனிந்துநான் உதவாவிடில்?
அனைத்து புலன்களிலும் அகமெனும் நானொருவன்,
தனித்து நிலைத்துத் தலைமையில் இருக்கிறேன்.

இருக்கிறேன் நானொருவன் இல்லாவிடில் இவ்வுடலில்,
புலன்களின் இயக்கம் பீடிழந்து முடங்கிவிடும்,
வீடுதான் வாழ்வோரற்று வெறுமையாய் இருப்பதாயும்,
அக்கினிதான் கங்கற்றதாயும் அடங்கும் புலனெலாம்.

புலனெலாம் அடங்கும் பொருளிலே நுகர்வில்லை,
நனைந்ததாம் விறகிலே நெருப்பு எரியாததுபோல்,
ஆதரவாகும் நானிலாமல் எப்புலனும் இயங்காதென,

புலன்கள் கேட்கவே பகர்ந்தது கருத்தை.

கருத்தைக் கேட்டதும் கூறின புலன்கள்,
உன்வார்த்தை உன்சிந்தை உண்மைதான் மனமே,
எங்களைத் துணையென ஏற்காவிடில் உனக்கு,
சுகங்களை அனுபவிக்கும் சக்தி இருக்கிறதா?

இருக்கிறதா நாங்களின்றி அனுபவிக்கும் திறமுனக்கு?
வேண்டாமா நாங்கள் வாழ்நாள்வரை உணர்வுபெற?
எங்களையே இழந்துவிட்டால் ஏற்படுமா புலனுணர்வு?
பொருட்களாய் இருப்பவற்றைப் புலனின்றி நுகருவாயா?

நுகருவாயா வண்ணத்தை நாசியின் உதவியால்?
தொடுவாயா நாவினால் கேட்பாயா தோலினால்?
கந்தமாக இருப்பதைக் காதினால் உணருவாயா?
சக்திமிகக் கொண்டவர்க்கு சட்டதிட்டம் பொருந்தாது.

பொருந்தாது விதிமுறைகள் பெரும்பலம் உடையார்க்கு,
விதிகளென்று இருப்பதலாம் வலிமையற்ற ஒருவருக்கே,
உனக்கென்று பெரும்பலம் உள்ளதென்று உரைத்தாயே,
மாற்றிவத்து நுகருதற்கு முயன்றுபார் புரியும்.

புரியும் உனக்கு புலன்களின் அவசியம்,
மாற்றியும் யோசித்து மகிழுவாய் புதுவிதமாய்,
காதுமூலம் பார்த்து கண்மூலம் கேட்டு,
பலவிதம் மாற்றிப் புலனெலாம் இயக்கு.

இயக்கு உனக்கு இயன்றால் மாற்றமாக,
குருவிடத்து ஸ்ருதிகளைக் கற்றபின்பு சீடன்,
தனதானது ஸ்ருதியெனும் தருக்கிலே திரிவதுபோல்,
எங்களிடத்து கற்றவற்றால் அடைந்தாய் கர்வம்.

கர்வம் இல்லாமல் காட்டுகிறோம் புலனுணர்வை,
உறக்கம் விழிப்பிலே உணரும் பொருட்களை,
உன்னிடம் காட்டுகிறோம் உண்மையை உரைக்கிறோம்,
சித்தம் கலங்கினாலும் செய்வோம் பணிகளை.

பணிகளை செய்யும் புலன்களால் மகிழுதற்கு,
ஆசைகளை அடைந்து ஆயிரம் கனவுகளுடன்,

எங்களைக் கொண்டு ஆனந்தம் அடைகிறாய்,
எங்களை அண்டாமல் இல்லை மகிழ்வேதும்.

மகிழ்வேதும் ஒருவர் மனதிலே கற்பனையாய்,
நினைந்துமட்டும் துய்த்தால் நேரிடும் பேரழிவு,
விறகேதும் இல்லாத வெந்தணல் அழிவதுபோல்,
பொருளேதும் நுகராவிடில் பெருஞ்சுகம் நிலைக்காது.

நிலைக்காது நாங்களின்றி நுகரும் சுகமேதும்,
எங்களது பொருட்களுடன் இருக்கிறது தொடர்புகள்,
எங்களுக்கு ஒருவரையொருவர் அறிந்திட இயலாது,
உனக்கு நாங்களின்றி ஒருசுகமும் இல்லை.

இல்லை சுகங்கள் எங்களின் துணையின்றி,
மனதை தனியாக்கி மகிழ்வை அடைவது,
சாத்தியமில்லை ஆதலால் சொல்லுகிறோம் மீண்டும்,
சுகத்தை அடைவது சாத்தியமாதல் எம்மால்தான்.

(23)அஸ்வமேதிக பர்வம், பகுதி 23: அனுகீத பர்வம்

எம்மால்தான் இயலும் எல்லாவற்றையும் உணரவென,
புலனெலாம் சேர்ந்து பகர்ந்தன மனதிடம்,
ஐந்துதான் வேள்விசெய்யும் ஹோத்ரிகளின் கணக்கென,
நிருவதான் கதையொன்றை நவிலுகிறேன் கேளாய்.

கேளாய் என்று கூறினார் பிராமணர்,
பிராணனை அபானனை உதானனை சமானனை,
வியானனைக் குறித்து உரைக்கப்படும் காதையிது,
வாயுக்களை ஹோத்ரிகளென விளம்புவார் கணக்கு.

கணக்கு ஐந்தெனக் கூறிய பிராமணரிடம்,
எனக்கு தெரிந்தவரை ஏழுபேர் ஹோத்ரிகளென,
நினைவு இருந்தாலும் நீவிர் உரைத்திடும்,
ஐந்து ஹோத்ரிகளை இயம்புவீர் விரிவாக.

விரிவாக உரைத்தார் வாயுக்களின் இயக்கத்தை,
ப்ராணனாக இருப்பதில் பிறக்கிறது அபானன்,
அபானனான வாயுவில் ஏற்படுவது வியானன்,
வியானனான வாயு விளைப்பது உதானன்.

உதானன் காற்றினால் உருமாற்றம் அடைந்து,
சமானன் என்று சொல்லப்படும் வாயுவாக,
இவ்வைந்தின் இடையிலே ஏற்பட்டது போட்டி,
பிரமரின் சபையிலே பகர்ந்தன கருத்தை.

கருத்தை உரைக்கிறோம் கேளீர் பிதாமகரே,
கணக்கை ஐந்தாகக் கொண்டவர் எங்களிலே,
தலைமை எவருக்கெனத் தெரிவிப்பீர் அதன்பின்,
எங்களை அவ்வாயு அரசண்டு நிர்வகிக்கும்.

நிர்வகிக்கும் வாயுபற்றி நவின்றார் பிதாமகர்,
ஐவராகும் உங்களிலே எவரொருவர் நின்றுவிட்டால்,
மீதமாகும் நான்கும் முடங்கி ஒடுங்குமோ,
அவராகும் உங்களை அரசாளத் தகுந்தவர்.

தகுந்தவர் குறித்துத் தந்தேன் குறிப்பினை,
செல்லுவீர் இப்போதென சொன்னார் பிதாமகர்,
ஐவர் குழுவிலே இயம்பியது பிராணன்,
எனக்குநீர் கட்டுப்படுவீர் இப்போது நிற்கிறேன்.

நிற்கிறேன் இயக்கம் நடத்தாது நானொருவன்,
உங்களின் இயக்கங்கள் ஒடுங்கும் காண்பீரென,
பிராணன் இயங்காமல் போனது செயலற்று,
சமானன் பிராணனிடம் சொன்னது பதிலை.

பதிலை உரைக்கிறேன் பிராணனெனும் வாயுவே,
உன்னைச் சார்ந்தது அபானன் ஒன்றுதான்,
நீயில்லை எங்களை நிர்வகிக்கும் வாயுவென,
மறுப்பைத் தெரிவித்ததும் மொழிந்தது அபானன்.

அபானன் உரைத்தது அடங்குவேன் இப்போதென,
எந்தன் இயக்கம் இல்லாது நின்றால்,
வாயுக்களின் இயக்கம் உடனே நிற்கும்,
அசைந்தேன் என்றால் இயங்கும் வாயுக்கள்.

வாயுக்கள் அனைத்துக்கும் வேந்தன் நானென்று,
நிறுவுதல் செய்வேன் நிற்பேன் இப்போதென,
உரைத்தல் செய்து ஒடுங்கியது அபானன்,
வாயுக்கள் உதானன் வியானன் பதிளித்தன.

பதிலளித்தன இருவாயுக்கள் பாராய் அபானாவென,
வேந்தனென ஆவதற்கு வலிமையில்லை உன்னிடம்,
பிராணனான ஒன்றைமட்டும் பெற்றாய் ஆளுமையில்,
தலைவனென ஆவதற்குத் தகுதியில்லை உனக்கு.

உனக்கு அடுத்ததாக ஒடுங்குவேன் நானென்று,
கருத்து உரைத்தது கனிவுமிக்க வியானன்,
எனது இயக்கம் இல்லாது நின்றால்,
உமது இயக்கங்கள் ஒடுங்கி அடங்கும்.

அடங்கும் வாயுக்கள் அனைத்தும் என்னிடத்தில்,
அரசாளும் தகுதியயை அடைந்தவன் நானேயென,
நிரூபிக்கும் விதமாய் நிற்கிறேன் இப்போது,
அனைவரும் காண்பீரென அறிவித்து நின்றது.

நின்றது வியானன் நிற்கவில்லை அனைத்தும்,
பிராணனொடு அபானன் உதானனொடு சமானன்,
மறுதலித்து வியானனிடம் மொழிந்தன கருத்தை,
உனது ஆளுமையில் உள்ளது சமானனே.

சமானனே உன்னைச் சார்ந்துளது ஆதலால்,
ஆளவே உனக்கு அருகதை இல்லையென,
கருத்தையே உரைத்துக் கதைத்த நேரத்தில்,
வியானனே இயங்கியது வேகத்துடன் முன்போல.

முன்போல இயங்காமல் முடங்குவேன் இப்போது,
என்போல ஆளுதற்கு எவரும் இல்லை,
அரசாள உகந்த அருகதைகள் எனதேயென,
அசைவிலா நிலையை அடைந்தது சமானன்.

சமானன் நின்றாலும் செயலனைத்தும் நிற்கவில்லை,
ஆதலின் சமானன் இயங்கத் துவங்கியது,
உதானன் தன்கருத்தை உரைத்தது அப்போது,

எந்தன் ஒடுக்கத்தால் எல்லோரும் ஒடுங்குவீர்.

ஒடுங்குவீர் அனைவரும் உதானன் என்னோடு,
அறிவீர் நானே ஆளுதற்குப் பிறந்தவனென,
அனைவர் முன்னிலையில் அடங்கியது உதானன்,
மறுத்தனர் அக்கருத்தை மற்ற வாயுக்கள்.

வாயுக்கள் பிராணன் அபானன் சமானன்,
உடலில் விரவும் வியானன் ஆகியன,
உதானனிடத்தில் உரைத்தன உன்சொல் தவறென,
வியானனிடத்தில் மட்டுமே உனக்குண்டு ஆளுமை.

ஆளுமை உனக்கில்லை அனைத்து வாயுக்களிலும்,
இயக்கத்தைத் துவக்கென இயம்பின மற்றவை,
வேலையைத் துவக்கியது வாயுவான உதானன்,
அவற்றை நோக்கி இயம்பினார் பிதாமகர்.

பிதாமகர் பிரமர் பாருலகைப் படைத்தவர்,
இயம்பினார் வாயுக்கள் அனைத்துக்கும் அப்போது,
இருக்கிறீர் ஐவர் இயங்கும் வாயுக்கள்,
ஒருவர் மற்றவரினும் உயர்ந்தவர் இல்லை.

இல்லை உங்களில் ஏற்றம் தாழ்வேதும்,
உம்மைப் பொறுத்தவரை உங்களின் பண்புகள்,
உயர்வை உடையன அவரவரின் பணிகளில்,
ஐவரைப் பொறுத்தவரை ஐவருமே சிறந்தவர்.

சிறந்தவர் ஐவரும் செய்கிறீர் பணிகளை,
அசைகிறீர் அசையாது இருக்கிறீர் அவரவரும்,
அறிவீர் அகிலத்தில் அனைத்திலும் இருக்கும்,
ஒருவர் நானேதான் வருகிறேன் பல்பெயரில்.

பல்பெயரில் இருப்பதெலாம் பிரமமாகும் நானேதான்,
ஆதலால் உங்களுக்கு எதற்காகப் போட்டிகள்?
செல்லுங்கள் நட்புடன் செய்யுங்கள் கடமைகளை,
தாங்குங்கள் ஒருவரையொருவர் தலைமைக்குப் போட்டியின்றி.

(24)அஸ்வமேதிக பர்வம், பகுதி 24: அனுகீத பர்வம்

போட்டியின்றி இயங்குவீர் பஞ்சவாயுக் குழுமமென,
வாழ்த்துசொல்லி பிரமர் வாயுக்களை அனுப்பினார்,
நாரதர் தேவமதருடன் நடத்திய உரையாடலை,
இன்னோர் உதாரணமாக இயம்புகிறேன் கேளாய்.

கேளாய் தேவமதர் கூறிய வினாவை,
வாயுவாய் ஐந்து உடலை இயக்குகின்றன,
உயிரை அளிக்கும் ஐந்து வாயுக்களில்,
முதன்முதலாய் வருவதை மொழிவீர் நாரதரே.

நாரதரே பிராணனா நடத்தும் முதலியக்கம்?
அபானனா சமானனா வியானனா உதானனா,
உடலிலே முதலில் உட்புகுந்து இயக்குவது?
பதிலே அளிப்பீரென பணிவுடன் வினவினார்.

வினவினார் தேவமதர் விடையளித்தார் நாரதர்,
உயிரானதோர் ஜீவன் வாழுதற்கு துணைசெய்ய,
தனியாதோர் பொருளாகத் தாம்வரும் வாயுக்கள்,
வாயுவானோர் ஐவரும் வாழுவது இரண்டிரண்டாய்.

இரண்டிரண்டாய் வாயுக்கள் இயங்கும் உடலிலே,
கீழ்மேலாய் இடம்வலமாய் குறுக்காய் நெடுக்காய்,
உடல்களை வியாபிக்கும் வாயுக்கள் இயங்குமென,
தன்கருத்தை உரைத்தார் தூயவர் நாரதர்.

நாரதர் கருத்தை நவின்ற கணத்திலே,
தேவமதர் வினாவைத் தொடுத்தார் மீண்டும்,
விளம்புவீர் எவ்வாயுவால் உண்டாகின்றது ஜீவன்?
உரைப்பீர் எவ்விதம் வாயுக்கள் இயங்குமென?

இயங்குமென இயம்பினீர் எதிரெதிர் திசைகளிலே,
கீழ்மேலென இடவலமென குறுக்கென நெடுக்கென,
விதவிதமான திசைகளில் வாயுக்கள் எவ்வெவை,
செல்லுமென எனக்குச் சொல்லுதல் வேண்டும்.

வேண்டும் விளக்கமென வேண்டிய தேவமதருக்கு,
மீண்டும் நாரதர் மொழிந்தார் பதிலை,
சங்கல்பம் என்பதைச் சொல்லுவோர் விருப்பமென,
ஆசையாகும் விருப்பத்தால் ஏற்படும் மகிழ்வு.

மகிழ்வு அளிக்கும் மனதின் விருப்பம்,
வருகிறது ஓசையால் உணவின் சுவையால்,
வண்ணத்து ஈர்ப்பினால் உயிர்நீரின் உந்தத்தால்,
உயிர்நீரிடத்து மாற்றம் உண்டாகிறது பிராணனால்.

பிராணனால் உயிர்நீர் பெறுகிறது குருதிவடிவம்,
அவ்விதத்தில் பிராணன் ஏற்படுத்தும் மாற்றத்தால்,
இயக்கத்தில் வருவது அபானனெனும் வாயுவாகும்,
உயிர்நீரில் ஆனந்தம் உண்டாகிறது ஜீவனுக்கு.

ஜீவனுக்கு கலவியால் சேரும் ஆனந்தம்,
உயிர்நீரானது ஆசையால் உண்டாக்குவது உதானனை,
மாதவிடாயது காரணமும் மனதிலெழும் ஆசைகளே,
விந்துவொடு இரத்தம் உண்டாக்கும் சமானனை.

சமானனை உண்டாக்கும் சிவப்புநிற உதிரம்,
வியானனே சமானனுடன் விளைந்திடும் வாயுவாகும்,
மேல்கீழாய் குறுக்காய் நகருபவை பிராணாபானன்,
வலமிடமாய் நகருவன வியானனுடன் சமானன்.

சமானன் முற்றாகச் சொன்னவை ஐந்தும்,
சேர்ந்துதான் உடலைச் செயலாக்கும் ஜீவனுக்கென,
அக்கினிதான் தேவர்கள் அனைவரின் வடிவமாகும்,
இதுதான் வேதங்கள் இயம்பும் உட்கருத்து.

உட்கருத்து இதனை உணரும் தகைமை,
ஞானத்து வாயிலாக நேரிடும் பிராமணருக்கு,
புகைபோன்று அக்கினியைப் போர்வையாக மூடுவது,
இருளென்று உணரவேண்டும் இதன்பெயர்தான் ஆசை.

ஆசை இருப்பது அக்கினியில் சாம்பலென,
நெய்யை விடுகின்ற நெருப்பின் கங்குகளே,
நலத்தை அளிக்கும் நிகரிலா மேன்மைகள்,
வேள்விகளைச் அறிந்தவர் விளம்புவார் வாயுக்களை.

வாயுக்களை மேன்மையென விளம்புதல் இரண்டாகும்,
சமானனை வியானனை சொல்லுவார்கள் மேன்மையென,
ப்ராணனை அபானனைப் பகருவார் ஆகுதிகளென,
உதானனை அக்கினியென உரைப்பார் வேள்வியில்.

வேள்வியில் இயம்பிய வாய்க்கள் ஐந்திலே,
வாயுக்கள் குறித்து விளம்பினேன் இதுவரையில்,
இருமைகள் குறித்தும் இருமைக்கு நடுவிருக்கும்,
ஒருமையைக் குறித்தும் உரைக்கிறேன் உணர்ந்துகொள்.

உணர்ந்துகொள் பகலிரவு உண்டாகும் இருமையாக,
அவற்றிடையில் ஒருமையாக அக்கினி உள்ளது,
அவ்விடத்தில் உதானன் இருக்கிறது என்பதை,
பிரமத்தில் நிலைத்தவர்கள் புரிந்து உரைப்பார்.

உரைப்பார் சமானன் உயர்வு மிக்கதென,
அடுத்ததோர் நிலையை உடையது வியானன்,
வியானனுக்கோர் உதவிசெய்ய வந்திடும் சமானன்,
சமானனுக்கோர் இயக்கத்தை சமானனே உண்டாக்கும்.

உண்டாக்கும் வியானனே உளத்தில் அமைதியை,
பிரமமெனும் இறைவராகப் பகருவது அமைதியையே,
உதானனாகும் வாயுவின் உயர்வான அமர்விடத்தை,
இவ்விதமாய் உரைப்பார் அறிவுடைய ஞானியர்.

(25) அஸ்வமேதிக பர்வம், பகுதி 25: அனுகீத பர்வம்

ஞானியர் உரைத்த நிகரிலாக் கருத்துக்களை,
உணர்த்தவோர் காதையும் உள்ளது உரைக்கிறேன்,
உரைத்தனர் சதுர்ஹோத்ரமெனும் வேள்வி இருப்பதாக,
முழுமையானதோர் விவரம் மொழிகிறேன் அதுகுறித்து.

அதுகுறித்து விளம்புகிறேன் அணங்கே கேட்டுக்கொள்,
இணக்கமிகு மாதே இந்த இரகசியத்தை,
வேள்விக்கு நால்வர் ஹோத்ரியென்று இருக்கிறார்,

கர்த்தாவென்று கருவியென்று காரியமென்று விடுதலையென்று.

விடுதலையென்று உரைத்தவரை விளம்பினேன் நான்கினை,
அழகுமிகு மங்கையே அகிலமென்று இருப்பதை,
ஹோத்ரியென்று நால்வர் உறைபோன்று மூடினர்,
காரணமென்று இருப்பதைக் கூறுகிறேன் முழுதாக.

முழுதாகக் காரணத்தை மொழிகிறேன் மாதே,
நாசியென்று நாவென்று நேத்திரமென்று தோலென்று,
காதுகளென்று இருக்கும் கருவிகள் ஐந்தொடு,
மனமென்று மதியூகமென்று மொழிவார் கருவிகளை.

கருவிகளை அடுத்து கந்தமென சுவையென,
காட்சியை ஓசையைக் களிக்கும் தொடுதலை,
ஓசையைச் சேர்த்து உரைத்த ஐந்துடன்,
சிந்தனை புரிதலைச் சொல்லுவார் ஏழென்று.

ஏழென்று இருப்பவை ஏற்படுதல் இயக்கத்தால்,
நுகருவது உண்பது நேரிலே காண்பது,
பேசுவது கேட்பது பெருந்தொழில் ஐந்துடன்,
சிந்திப்பது உணருவதை செய்வது கர்த்தா.

கர்த்தா ஏழுவிதக் காரியங்கள் வாயிலாக,
உலகாய் இருப்பதில் அனுபவிப்பார் சுகதுக்கம்,
ஜீவத்மனாய் இருப்பதைச் சொல்லுவார் நிர்குணமென,
தொகுப்பாய் ஏழுமே தரவல்லவை விடுதலையை.

விடுதலையை அளிக்க வல்லமை உடையதாக,
ஏழுவகை இடங்களும் உறைவிடங்கள் தேவருக்கு,
அவ்வவை உண்பவற்றை அந்தந்தப் இடங்களிலே,
வழிமுறை மீறாது உண்ணுவார் ஞானியர்.

ஞானியர் போலன்றி நெஞ்சம் கலங்கியவர்,
உண்ணுவார் பலவற்றை உளத்திலே தானென்று,
எண்ணுவார் ஆதலால் ஏற்படும் பேரழிவு,
தடையானதோர் உணவைத் தவிர்த்தல் வேண்டும்.

வேண்டும் உணவென்று விலக்குடைய உணவையும்,
பருகும் தகுதியிலாப் பாழ்பட்ட பானத்தையும்,

உண்ணும் ஒருவர் உணவை அழிப்பதுடன்,
தன்னையும் தானே தாக்கி அழிக்கிறார்.

அழிக்கிறார் தன்னையே அறிவாற்றல் அற்றவர்,
அறிவுளார் ஞானியரோ அவ்விதம் செய்திடார்,
அழிப்பார் உணவை ஆகினும் அவ்வுணவால்,
வளர்ப்பார் நலத்தை ஒருதுளியும் தவறிலார்.

தவறிலார் மனதால் தக்கவிதம் புலனடக்கி,
இடுவார் ஆகுதியாய் ஓசையை காட்சிகளை,
தொடுவார் நுகருவார் தகுந்ததை உண்ணுவார்,
அன்னவர் இவற்றை அளிக்கிறார் ஆகுதிகளாய்.

ஆகுதிகளாய் புலன்வழியே அளிக்கிறார் பொருட்களை,
அக்கினியாய் ஜீவாத்மன் இருக்கிறது உடலிலே,
ஆகுதிகளை மனமெனும் அகப்பையின் வாயிலாக,
அறிவாற்றலாய் ஹோத்ரி அளிப்பார் ஜீவனுக்கு.

ஜீவனுக்கு ஆகுதிகள் சொரிவார் ஞானியர்,
யோகமென்று வேள்வியொன்று இயற்றுகிறேன் எனக்குள்,
நில்லாது யோகவேள்வி நடக்கிறது எனக்குள்ளே,
இவ்வேள்விக்கு நோக்கம் ஈடிலாத ஞானமாகும்.

ஞானமாகும் விடுதலையை நண்ணுவதாம் வேள்வியை,
நிகழ்த்தும் வேளையில் நவிலும் துதிகளாக,
செயல்படும் மேல்நோக்கி செல்லும் ப்ராணவாயு,
சாத்திரம் அபானனெனச் சொல்லுவார் அறிவுடையார்.

அறிவுடையார் விளம்புவார் அவ்வேள்வியில் தட்சிணை,
துறவானதோர் மனநிலையால் தள்ளுதல் பொருளையென,
தன்னுணர்வாய் மனமாய் தூயதான புரிதலாய்,
இருப்பவை ஹோத்ரி அத்வார்யு உத்கத்ரி.

உத்கத்ரி ஆகவே வேள்வியை இயற்றுவோருடன்,
ப்ரசாஸ்த்ரி ஆவது பீடுமிக்க சத்தியம்,
தனியென்ற உணர்வைத் தவிர்ப்பது தட்சிணை,
இக்கருத்தை இயம்பிட இருக்கின்றன ரிக்குகள்.

ரிக்குகள் சிலவற்றை இயம்புவார் ரிஷிகள்,

ஞானத்தால் நாராயணரை நெஞ்சத்தில் உணர்ந்தவர்,
இயம்புவார்கள் இக்கருத்தை இயம்பும் ரிக்குகளை,
முற்காலத்தில் விலங்குகளை மாதவனுக்கு அளித்தனர்.

அளித்தனர் விலங்குகளை ஆகுதிகளாய் நாரணருக்கு,
அன்னவர் செயல்குறித்து இருக்கிறது கருத்தொன்று,
உயிர்கள் அனைத்துக்கும் உள்ளிருக்கும் அந்தராத்மனாய்,
உலகில் இருப்பவர் உன்னதர் நாரணனே.

(26)அஸ்வமேதிக பர்வம், பகுதி 26:
அனுகீத பர்வம்

நாரணனே ஒரரசர் நானிலங்கள் அனைத்துக்கும்,
அவருமேல் எவருமில்லை அவரே உயர்ந்தவர்,
இதயத்திலே இருப்பவரும் இறைவர் நாராயணரே,
அவர்குறித்தே பேசுவேன் அவரேயெனை இயக்குகிறார்.

இயக்குகிறார் என்னை இழுக்கிறார் தன்போக்கில்,
உயரத்திலோர் நீரருவி ஓடுதற்குத் துவங்கினால்,
சரிவானதோர் பாதைவழிச் செல்லுதல் போலவே,
எனக்கவர் வழிகாட்டி இயக்குகிறார் என்னை.

என்னைப் பொறுத்தவரை இந்த வையத்திலே,
குருவாய் இருப்பவர் கரியமால் ஒருவரே,
அவரை அன்றி எவரும் குருவல்ல,
இதயத்தை இடமாக்கி இருக்கிறார் அனைத்துயிரில்.

அனைத்துயிரில் கலந்தவர் அனந்தர் நாராயணரை,
போற்றுதல் செய்துப் பகருகிறேன் விவரங்களை,
அவரிடத்தில் குருவென ஏற்கவேண்டும் போதனையை,
எதிர்ப்புகள் காட்டுபவர் அரவம்போல் கொடியவர்.

கொடியவர் நாராயணனைக் கெடுமதியால் எதிர்ப்பார்,
உயிரானோர் அனைவருக்கும் ஒருவர்தான் உறவினர்,
வேறொருவர் உறவென வந்திட வாய்ப்பில்லை,
இருக்கிறார் இதயத்திலே இயம்புகிறேன் அவர்குறித்து.

அவர்குறித்து இயம்புகிறேன் அவரால்தான் மானிடர்கள்,
உறவுற்று இவ்வுலகில் வாழ்வை அடைகிறார்,
சப்தரிஷிகளுக்கு வானிலே சிறப்பான ஒளிமண்டலம்,
உண்டானது நாராயனர் உன்னதமிகு இறைவரால்.

இறைவரால் மட்டுமே இடரெலாம் விலகியோடும்,
வேறெவர்கள் வாயிலாயும் விலகாது தீங்குகள்,
இதயத்தில் வாழுகிறார் ஈடிலார் நாராயணர்,
இயம்புதல் செய்வேன் ஹரியானவர் பெருமையை.

பெருமையை உடையவன் புரந்தரன் சக்கரன்,
நாராயணரை அண்டி நயந்து பணிந்து,
வழிகட்டுதலைக் கடைப்பிடித்து வாழ்ந்த காரணத்தால்,
வையங்களை ஆளும் வேந்தானான் தேவருக்கு.

தேவருக்கு அரசாட்சியை தேவேந்திரன் அடைந்தது,
நாரணரது கருணையால் நாரணரன்றி வேறில்லை,
எதிரியென்று சொன்னாலும் எதிரி ஒருவரேதான்,
நாராயணரென்று இதயத்திலே நிலைத்த ஒருவர்தான்.

ஒருவர்தான் எதிரியும் வேறில்லை அவரன்றி,
அவர்தான் இதயத்தை ஆளும் நாராயணர்,
அவர்தம் அருளால் அவர்குறித்து உரைக்கிறேன்,
நாரணரின் போதனையால் நஞ்சுற்றன அரவங்கள்.

அரவங்கள் எதிர்ப்புடன் ஆத்திர குணத்துடன்,
இவ்வுலகில் வாழுதல் இறைவர் நாராயணர்,
குருநிலையில் அவற்றுக்குக் கொடுத்த போதனையால்,
பழங்காலத்தில் நிகழ்ந்ததை பகருகிறேன் கேளாய்.

கேளாய் முற்காலத்தில் குழுமினர் ரிஷிகள்,
தேவராய் நாகராய்த் திரண்டனர் அனைவரும்,
அசுரராய் இருந்தோரும் அருகிலே அமர்ந்தனர்,
நலமாய் ஒன்றினை நவிலவேண்டும் எங்களுக்கு.

எங்களுக்கு நலமளிக்க இயம்புவீர் மந்திரமென,
வேண்டியது கேட்டு விளம்பினார் நாரணர்,
சொல்லொன்று ஓமெனச் சொன்னார் அதுகேட்டு,
அக்குழு பிரிந்தோடி இயம்பியது மந்திரத்தை.

மந்திரத்தைக் கேட்டு மனதை அடக்கிய,
அக்குழுவை சேர்ந்தோர் அவரவர்கள் போக்கிலே,
விளைவுகளை அடைந்தனர் விளம்புகிறேன் கேளாய்,
கடிப்பவதை விரும்பின கடுவிடப் பாம்புகள்.

பாம்புகள் கடிப்பதற்குப் பெற்றன விருப்பத்தை,
அசுரர்கள் தலைகனத்தை அடைந்தனர் அச்சொல்லால்,
தேவர்கள் ஓங்காரத்தால் தானத்தை வழங்கினர்,
ரிஷிகள் ஓங்காரத்தால் ஐம்புலனை அடக்கினர்.

அடக்கினர் ரிஷிகள் ஐம்புலனை அகத்தை,
அடைந்தனர் பிரமத்தை அகற்றினர் ஆசைகளை,
குருநாதர் ஒருவர்தான் கூறியதும் ஒருசொல்தான்,
அவரவர் மனதுக்கேற்ப அவரவர் புரிந்துகொண்டார்.

புரிந்துகொண்டார் ஒருசொல்லை பலப்பல விதங்களில்,
தேவர் ரிஷிகள் தானவர் நாகர்கள்,
அவரவர் இயல்பிலே அவர்சொல்லை ஏற்றனர்,
குருநாதர் ஒருவர்தான் கிடையாது இன்னொருவர்.

இன்னொருவர் இல்லை இவ்வுலகில் குருவென்று,
சொல்லுபவர் சொல்லை சொன்னது ஒருமுறை,
அனைவர் முன்னிலையில் இயம்பினார் அச்சொல்லை,
சொன்னவர் கேட்டவர் சித்தத்தில் மகிழ்ந்தனர்.

மகிழ்ந்தனர் அச்சொல்லை மனதிலே சுமந்தவர்,
எதிரியானோர் கூட அகமகிழ்ந்தார் அச்சொல்லால்,
எவரொருவர் பாவத்தை எண்ணினாலும் செய்தாலும்,
அன்னவர் பாவியராய் ஆகிறார் இவ்வுலகில்.

இவ்வுலகில் நல்லதையே எண்ணியும் செய்தும்,
வாழுவோர்கள் புண்ணியராய் வாழ்வு அடைகிறார்,
புலனுணர்வில் திளைப்பவர் பேராசை உற்றவராய்,
விதிமுறைகள் மீறி வெகுபாவம் செய்வார்.

செய்வார் பாவங்களைச் சீரிலா மனமுடையோர்,
ஒருசிலர் புலனடக்கி வாழுவார் பிரமசாரியாய்,
அன்னவர் பிரமத்திடம் அடைக்கலம் அடைந்து,

விடுவார் செயல்களை விரதங்களை முழுதாக.

முழுதாக விடுபட்டு மனம்போகத் திரிவார்,
பிரமமாக இருப்பதுடன் பிரியாது இணைந்திருப்பார்,
நெருப்பாக விறகாக நீராக இருப்பது,
பிரமமான ஒன்றுதான் பிரிதில்லை பிரமமன்றி.

பிரமமன்றி ஏதுமில்லை போதிக்கும் குருவாதல்,
ஆரம்பமென்று இருப்பதும் அறிவுமிக்க பிரமமே,
பிரமமென்று இருப்பதிலே புகுந்திருப்பார் பிரமசாரி,
கூடுத்ரக்குரது போதனையால் சேருவார் பிரமத்தில்.

(27)அஸ்வமேதிக பர்வம், பகுதி 27: அனுகீத பர்வம்

பிரமத்தில் நிலைப்பார் பாருலகைக் கடந்தபின்னர்,
ஈக்கள் கொசுக்கள் இன்பங்கள் துன்பங்கள்,
குளிர்கள் வெம்மைகளெனக் கொண்டது இருமைகளை,
கவனங்குறைதல் இருளாகும் காமநோய் அரவங்களாகும்.

அரவங்களாகும் காமமும் ஆசையும் நோய்களும்,
ஆபத்தாகும் பொன்பொருள் ஏகும் வழிப்பாதையில்,
மோகமும் கோபமும் மாண்பிலாத் திருடர்கள்,
அவையெலாம் கடந்து அடைந்தேன் பிரமத்தை.

பிரமத்தை முனிவர் பகர்ந்தார் அடவியென,
வினாவை எழுப்பினாள் வாஞ்சைமிகு மனைவி,
மிகமேன்மை உடையதாக மொழிந்த அடவியின்,
இருப்பிடத்தை உரைப்பீர் எங்குளது அவ்வடவி?

அவ்வடவி தன்னிலே எவ்விதத்தில் மரங்களுண்டு?
என்னநதி ஓடுகிறது அந்த அடவியிலே?
எம்மலை உள்ளது அடவிக்கு அருகாக?
தூரத்தைக் உரைக்கவேண்டும் தூயதான அடவிக்கு.

அடவிக்கு தூரத்தை அநேகவித விவரத்தை,
மனைவிக்கு உரைத்தார் மாமுனிவர் அமைதியுடன்,

அதைக்கடந்து வேறில்லை அடவிக்கு அன்னியமாக,
அவ்விடத்துக்கு மேலான ஆனந்தம் எங்குமில்லை.

எங்குமில்லை அவ்விடம்போல் இடர்தரும் வேறிடமும்,
அவ்விடத்தை விடவும் எவ்விடமும் சிறியதில்லை,
மிகப்பெரிதாய் அதைவிடவும் மற்றோர் இடமில்லை,
நுண்ணியதாய் இருப்பவையும் நுணுகவில்லை அடவிபோல.

அடவிபோல இருக்கும் அந்த இடத்திலே,
உள்ளதுபோல மகிழ்வு வேறெங்கும் கிடையாது,
இருபிறப்புள மாந்தர்கள் அந்த அடவிக்குள்,
சுகதுக்கமிலா நிலையில் சீர்பெற்று வாழுவார்.

வாழுவார் அச்சமின்றி விலங்குகளின் தாக்கமின்றி,
அன்னவர் குறித்தும் எவ்வுயிரும் அஞ்சாது,
ஏழானதோர் கணக்கிலே இருக்கும் மரங்களில்,
கனிகளோர் ஏழுண்டு குடில்கள் ஏழுண்டு.

ஏழுண்டு விருந்தினர் ஏழுண்டு யோகவழிகள்,
அவ்விடத்து இருக்கும் அதிபெருத்த மரங்கள்,
மலரென்று கனிகளென்று மிகப்பல வழங்கும்,
ஐந்துவிதத்து வண்ணங்கள் இருக்கும் மலர்களுக்கு.

மலர்களுக்கு கனிகளுக்கு மாண்புமிக்க ஐந்துநிறம்,
இருவிதத்துப் பிரிந்திருக்கும் அங்கிருக்கும் மலர்கனிகள்,
மணமிகுந்து இருக்கும் மலர்கனிகள் கொடுப்பதற்கு,
மரங்களென்று இரண்டுண்டு மிகவும் பெரிதாக.

பெரிதாக வளர்ந்த பெருமரங்கள் இரண்டும்,
முழுதாக வனத்தை மூடியே வளர்ந்திருக்கும்,
கனியாக மலராகக் கிடைப்பவை அனைத்தும்,
ஒன்றாக நிறமுடைத்து வெளிப்படா நிறமுடைத்து.

நிறமுடைத்து மலர்கனிகள் நிகரிலாத விதத்திலே,
அங்கிருப்பது அக்கினி அதன்பெயர் பிரமனார்,
ஐம்புலனுக்கு எரிபொருளென இடுவார் பெயரினை,
தீட்சையென்று ஏழுனால் தோன்றுவது மோட்சங்கள்.

மோட்சங்கள் ஏழுவகை முன்வருவது தீட்சையால்,

குணங்கள் ஏழுண்டு கனிகளின்பார் அவற்றை,
விருந்தினர்கள் வந்தால் உண்ணுவார் கனிகளை,
ரிஷிகளென்று ஏழுபேர் ஏற்கிறார்கள் விருந்தோம்பலை.

விருந்தோம்பலை ஏற்கிறார்கள் வேதரிஷிகள் ஏழுபேர்,
இவர்களை வணங்கினால் இவ்வனம் அழிந்துவிடும்,
அதனை அடுத்ததாக இருக்கிறது இன்னொருவனம்,
ஒளியைக் கொண்டதான வனத்தில் மரங்களுண்டு.

மரங்களுண்டு அவற்றை மொழிவது ஞானமென்று,
விடுதலையென்று கனிகள் விளைந்திடும் அவ்வனத்தில்,
அமைதியென்று அவ்வனத்தில் இருக்கிறது மரநிழல்,
ஞானமென்று இருப்பது நிற்பதற்கு இடமாகும்.

இடமாகும் ஞானம் நீராகும் மனநிறைவு,
கூஷேத்ரக்ஞனாகும் சூரியன் சீர்மிக்க வனத்திலே,
அளவேதும் அறியொணா அடர்வனம் அவ்விடத்தில்,
உயரம் ஆழம் அகலம் தெரியாது.

தெரியாது நீளுழும் தூயதான வனத்துக்கு,
அவ்விடத்து ஏழுமாதர் எப்போதும் உறைகிறார்,
தொங்குவது தலைகீழாய் தருவது சந்ததிகளை,
அனைத்து உயிர்களை சுவைத்து உண்கிறார்.

உண்கிறார் சத்தியத்தை உண்ணும் பொய்போல,
வாழுகிறார் அவ்வனத்தில் வேதரிஷிகள் ஏழுபேர்,
அன்னவர் ஞானத்தை அடைந்து விடுபட்டவர்,
வசிஷ்டர் அவர்களில் வெகுமேன்மை உடையவர்.

உடையவர் அவர்கள் உடனாக ஏழுபண்பு,
கொண்டவர் ஏழுகுணம் கதிர்களென அவரரகில்,
பெற்றவர் ஒளியை பெருமையை மேன்மையை,
உற்றவர் ஞானத்தை வெற்றியை முழுமையை.

முழுமையைப் போலவே மிகப்பெரும் ஆற்றலும்,
மொத்தமாய் ஏழுபண்பு முனிவர்களிடம் தங்கிடும்,
குன்றுகளை மலைகளைக் காணலாம் அவ்விடத்தில்,
நீரோட்டத்தைக் கொடுக்கும் நதிகளும் அங்குண்டு.

அங்குண்டு நதிகள் அவைதோன்றும் பிரமரிடம்,
நதியென்று இருப்பவற்றின் நீரெலாம் ஒன்றுசேர்ந்து,
வேள்விக்கு நீரை வழங்கும் அவ்வனத்தில்,
அவரவது மனநிறைவால் அடைவார் பிரமரை.

பிரமரை அடைவார் பேராசைகளை விடுத்தவர்,
ஆசைகளை விரதங்களில் அடக்கி ஒடுக்கியவர்,
பாவங்களை முழுதாகப் பொழுக்கி அழித்தவர்,
ஆத்மனை வழியாக்கி அடைவார் பிரமத்தை.

பிரமத்தை அடைந்தவர் பெரிதென்று உரைப்பது,
மனவமைதி என்னும் மிகநல்ல குணத்தையே,
பிறப்பை எடுத்தாலும் பெற்றிருப்பார் வீரத்தை,
அவ்வனத்தை அறிந்தவரை அழைப்பார் பிராமணரென.

பிராமணரென இருப்பவர் பெருவனத்தில் வாழுகிறார்,
க்ஷேத்ரக்ஞனை அறிந்து சாந்தத்துடன் வாழுகிறார்,
அவ்வனத்தைச் சேர்ந்தபின் அண்டாது இருமைகள்,
விடுதலையை அடைந்தவர்கள் வாழுமிடம் அவ்வனம்.

(28)அஸ்வமேதிக பர்வம், பகுதி 28:
அனுகீத பர்வம்

அவ்வனம் தன்னிலே இருப்பார் விடுபட்டவர்,
கந்தமேதும் நுகர்ந்திடேன் வண்ணமேதும் கண்டிடேன்,
தொட்டாலும் உணர்ந்திடேன் ஓசையேதும் கேட்டிடேன்,
சுவையேதும் அறிந்திடேன் சுகதுக்கம் எனக்கில்லை.

எனக்கில்லை சுகதுக்கம் இயற்கையே ஆசையுறும்,
வேண்டுவதை அடைந்து வெகுமகிழ்வு கொள்வதும்,
வேண்டாததைப் பெற்று வெம்பியே வெறுப்பதும்,
இயற்கை மட்டுமே எனக்கில்லை வேண்டுதல்.

வேண்டுதல் வெறுப்பு உடையதாகும் இயற்கை,
வாயுக்கள் மேல்கீழாய் உடலுக்குள் நகருதல்போல்,
அவ்விரண்டில் சேராமல் இருக்கின்றன பலவும்,
விருப்பங்கள் உண்டாவது உடலுற்ற வாயுக்களால்.

வாயுக்களால் இயக்கம் வாய்க்கும் இவ்வுடலில்,
உட்புறத்தில் இருக்கும் உயிரெனும் ஜீவாத்மன்,
யோகியர்கள் ஆத்மனை அறிவார்கள் உடலுக்குள்,
பற்றுகள் அறுத்தேன் பாசங்கள் எனக்கில்லை.

எனக்கில்லை ஆசைகள் ஆத்திரம் முதுமை,
இறப்பில்லை ஏனெனில் எப்பொருளும் விரும்பிடேன்,
வேண்டாதவை என்று வெறுத்திடேன் பாவத்தையும்,
பழுதில்லை என்மீது பாவபுண்ணியம் எனக்கில்லை.

எனக்கில்லை பற்றுதல் எனக்கில்லை பழுதேதும்,
தாமரையிலை மீதாகத் தண்ணீர்த்திவலை நிற்பதுபோல்,
என்மீதாய் இருப்பவை என்னிடம் ஒன்றாது,
செயல்களைச் செய்தாலும் செயல்விளைவு அண்டாது.

அண்டாது விளைவுகள் ஆசையிலாக் காரணத்தால்,
வானத்தொடு சூரியன் வலம்வந்த போதிலும்,
ஓட்டாது கதிரவன் வலம்வரும் தனியாகவே,
அதுபோன்று நானும் இருக்கிறேன் பற்றற்று.

பற்றற்று இருக்கிறேன் பற்றற்ற நிலைகுறித்து,
அத்வார்யுவொடு யதியானவர் இயற்றிய உரையாடல்,
இருக்கிறது அதனை இயம்புகிறேன் கேளாய்,
பெருமைமிகு மாதே பகருவது நற்கருத்து.

நற்கருத்து ஒன்றை நவிலுகிறேன் உனக்கு,
விலங்குமீது நீர்தெளித்து வேள்வியிலே வெட்டுதற்கு,
விழையும்போது அத்வார்யுவிடம் விளம்பினார் யதி,
உயிரழிப்பது இச்செயல் வேண்டாம் உயிர்க்கொலை.

உயிர்க்கொலை செய்வதாய் உரைத்தவர் யதிக்கு,
விடைதனை அளித்தார் வேள்விசெய்த அத்வார்யு,
பலியினைக் கொடுத்தால் பாழாகாது ஆடானது,
வேதத்தில் உரைத்தபடி வெகுநலத்தை அடையும்.

அடையும் ஆடானது இயற்கையின் பகுதிகளை,
உடலாகும் பகுதிகள் உகுந்து தனியாகி,
மண்ணும் நீரும் மண்ணுடனும் நீருடனும்,

கலக்கும் அதோபோல் கண்செல்லும் கதிரவனிடம்.

கதிரவனிடம் கண்ணானது கரைந்து மறைந்துவிடும்,
திசைகளிளிடம் காது தன்னளவில் கலந்துவிடும்,
பிராணனாகும் வாயு போய்விடும் ஆகாயத்திடம்,
என்னிடம் பாவமேதும் அண்டாது பலிகொடுத்தால்.

பலிகொடுத்தால் பாவமேதும் பற்றாதென உரைத்த,
அத்வார்யுவிடத்தில் யதி இயம்பினார் கருத்தை,
உயிர்கொடுத்தால் ஆட்டுக்கு உண்டாகும் மேன்மையெனில்,
புண்ணியங்கள் ஆட்டுக்கே புரிந்திடும் உமக்கில்லை.

உமக்கில்லை புண்ணியங்கள் உம்முரை உண்மையெனில்,
ஆட்டைக் கொல்வதற்கு அனுமதியை வேண்டி,
அன்னையை தந்தையை ஆட்டின் நண்பர்களை,
அழைப்பதைச் செய்து ஒப்புதலைப் பெற்றீரா?

பெற்றீரா ஒப்புதலைப் பெரியவரான அத்வார்யுவே?
செல்வீரா இப்போது சொல்வீரா நடப்பதை?
பெற்றோராய் இருப்போரின் பாதுகாப்பில் இருந்திடும்,
குழந்தயாய் இருக்கும் குறும்பாட்டைக் கொல்வதா?

கொல்வதா சரியாகும் குழந்தைபோன்ற ஆட்டை?
ஒப்புதலா கொடுத்தன உற்றாரும் உறவினரும்?
அவரிடத்திலே கேட்டு அறிந்தபின்னர் அல்லவோ,
வேள்வியிலே பலிகொடுக்க விழைதல் முறையாகும்.

முறையாகும் விதத்திலே மற்றவரின் ஒப்புதலை,
குடும்பமும் நண்பரும் கொடுப்பாரா என்பதற்கு,
முயன்றுபாரும் அவர்கள் மறுக்காது ஒப்பியபின்,
பலிகொடுக்கும் செயலைப் பழுதற்றதென எண்ணலாம்.

எண்ணலாம் ஆட்டுக்கு ஆயுள் முடிந்ததென,
வாயுவெலாம் அவ்வவற்றின் உறைவிடம் திரும்பின,
உயிரேதும் இல்லாத உடலாக கிடக்கிறது,
சக்கையாகும் உடலால் சேருமா நலமேதும்?

நலமேதும் சேராது நலிவுற்ற இவ்வுடலால்,
எரிபொருளின் பாங்கிலே இருக்கிறது ஆடு,

சுள்ளியின் நிலையிலே செல்கிறது எரிவதற்கு,
அஹிம்சைதான் மாந்தருக்கு அதிமுக்கிய கடமை.

கடமை அஹிம்சையெனக் கூறுகிறார் பெரியோர்,
உயிரைக் கொல்வதற்கு ஒப்பவில்லை எவருமே,
வேறெதனைச் சொன்னாலும் வந்துசேரும் பாவங்கள்,
பாவங்களைப் பலவிதத்தில் புரிவீர் நீவிர்.

நீவிர் அறியீரோ நல்லோர் மொழியானது,
எவ்வுயிர் ஆகினும் அவ்வுயிர் வருந்தும்படி,
செய்யாதீர் கொடுமையெனச் சொல்கிறார் மேலோர்,
சிறப்பானதோர் பெருமை சேருவதும் அஹிம்சையால்.

அஹிம்சையால் நலமென்று அறியலாம் நாமாகவும்,
நேர்முகத்தில் காண்பதுதான் நலந்தரும் உண்மை,
காணாவிதத்தில் நலங்கள் கிடைக்குமென உரைத்தால்,
நம்புதல் இயலாதே நேர்முகத்தில் ஆதாரமில்லை.

ஆதாரமில்லை என்பதை ஏற்பதே இயலாது,
கண்காதவை குறித்துக் கூறும் கருத்துகளை,
எவ்விதமாய் ஏற்பது இணக்கம் இல்லையே,
நேர்முகமாய்க் காண்பதுதான் நம்பத்தகும் உண்மை.

உண்மை குறித்து உரைத்த யதியிடம்,
மறுப்பை பதிலாக மொழிந்தார் அத்வார்யு,
கந்தத்தை மண்தான் கொடுக்கிறது நுகருதற்கு,
சுவையை உணரச் செய்வது நீர்தான்.

நீர்தான் சுவைகளை நாவிலே உணர்த்துவது,
ஒளிதான் வண்ணங்களை உருவங்களைக் காட்டுவது,
வளிதான் தொடுதலை உடலிலே உணர்த்துவது,
ஆகாயந்தான் ஓசையை அளிக்கிறது காதுக்கு.

காதுக்கு ஓசைகள் கிடைப்பது ஆகாயத்தால்,
சிந்திப்பதற்கு மனதுதான் செய்கிறது உறுதுணை,
இருக்கிறது உயிராற்றல் அனைத்துப் புலன்களுக்கும்,
உயிரெடுப்பதற்கு நீவிர் ஒருபோதும் தயங்கவில்லை.

தயங்கவில்லை நீவிரும் தாக்குதற்கும் அழிப்பதற்கும்,

நடப்பதைச் செய்தாலே நசிந்தழியும் பல்லுயிர்கள்,
என்சொல்லைக் குறித்து என்னதான் நினைக்கிறீர்?
பதிலை அளிப்பீரென பகர்ந்தார் அத்வார்யு.

அத்வார்யு வினாவிற்கு யதியானவர் பதிலளித்தார்,
அழிவது அழியாததென ஆத்மனுக்கு இருவடிவம்,
இருக்கிறது என்பதே ஏற்புடைய உண்மையாகும்,
இவ்விரண்டு நடுவிலே இருப்புடையது அழியாதது.

அழியாதது நிலையான ஆத்மனது வடிவமாகும்,
அழிவது எப்போதுமே இருப்பற்றது நிலையற்றது,
உயிர்மூச்சு நாவு உள்ளம் நற்குணம்,
ஆசையொடு இவ்வைந்தும் இருப்பு உடையன.

உடையன இவையெலாம் உருவமும் இருப்பும்,
இவற்றினைக் கடந்து இருக்கிறது ஆத்மன்,
இருமையென ஏதும் இல்லை ஆத்மனிடம்,
எதிர்பார்ப்பென ஏதொன்றும் ஆத்மனுக்குக் கிடையாது.

கிடையாது ஆத்மனுக்குக் கருத்திலே ஏற்றத்தாழ்வு,
சமமானது அனைத்துயிர்க்கும் சக்திமிக்க ஆத்மன்,
தானென்று தனியுணர்வைத் தவிர்த்தது ஆத்மன்,
தன்னடக்கத்துக்கு உட்பட்டவர் தானறிவார் தன்னை.

தன்னைத் தானுணர்ந்தவர் தன்சூழலைக் கடந்தவர்,
சூழலைக் கடந்த சுத்தவெளியே ஆத்மன்,
ஆத்மனைப் பொறுத்தவரை அச்சம் ஏதுமில்லை,
என்பதிலை ஏற்பீரென யதியானவர் உரைத்தார்.

உரைத்தார் அத்வார்யு உகந்ததொரு பதிலை,
நல்லார் அருகாமையை நாடவேண்டும் அனைவரும்,
உரைத்தீர் கருத்துக்கள் உணர்ந்தேன் உண்மையை,
நீவிர் சொன்னவை நல்லொளி அளிக்கின்றன.

அளிக்கின்றன உம்சொற்கள் அகத்திலே தெளிவினை,
இறைவரென உம்மிடம் ஆரம்பம் ஆகினேன்,
மந்திரமான துதிகளால் முயலுகிறேன் பலிகொடுக்க,
பாவமென ஏதும் பற்றாது என்னை.

என்னை பாவங்கள் அண்டாது என்பதாய்,
பதிலை உரைத்தார் பாங்குமிகு அத்வார்யு,
மௌனியாய் பேச்சற்று மறுப்பற்று யதியானவர்,
அனுமதியை அளித்தார் ஆட்டினை பலிகொடுக்க.

பலிகொடுக்க வேள்வியைப் புரிந்தார் அத்வார்யு,
நலமிக்க வேள்வியை நல்விதமாய் முடித்தனர்,
நுண்மைமிக்க வாதத்தால் ஞானமிக்க பிராமணர்,
க்ஷேத்ரக்ஞனாக இருந்ததைச் சிந்தித்து உணர்ந்தார்.

(29)அஸ்வமேதிக பர்வம், பகுதி 29: அனுகீத பர்வம்

உணர்ந்தார் அத்வார்யு உரைத்ததை யதியென்று,
உரைத்தார் பிராமணர் உன்னத நிகழ்விவினை,
தொடர்ந்தார் உரையைத் தெளிவுதரும் விதத்திலே,
அறிவித்தார் இதுகுறித்து இருக்கிறது கதையென்று.

கதையென்று இன்னொன்றைக் கூறுகிறேன் மாதேயென,
மனைவியிடத்து உரைத்தார் மாண்புமிகு பிராமணர்,
பெருங்கடலொடு கார்த்தவீர்யன் புரிந்ததான உரையாடல்,
இவ்விடத்து பொருந்துமென இயம்பினார் நடந்ததை.

நடந்ததை உரைக்கிறேன் நாரியே கேளாய்,
பூமியை ஆண்டான் பேரரசன் ஒருவன்,
அவனை கார்த்தவீர்ய அர்ஜுனனென அழைப்பார்,
வில்லினை எடுத்தான் வென்றான் பூமியை.

பூமியை வென்றவன் பேரரசன் ஒருதினம்,
பெருங்கடலை ஓட்டிப் பொடிநடையாய் சென்றான்,
தற்பெருமை கொண்டவன் தலைகனம் காரணமாக,
நூற்றுக்கணக்காய் அம்புகளை நீராழியில் விடுத்தான்.

விடுத்தான் அம்புகளை வந்தார் கடலரசன்,
பணிவுடன் கரங்குவித்து பகர்ந்தார் வேந்தனிடம்,
வீரமகன் உன்னம்பால் வேதனை அடைந்தேன்,
எந்தன் அடைக்கலமாய் இருக்கின்றன பல்லுயிர்கள்.

பல்லுயிர்கள் அம்புகளால் பாதிப்பை அடைந்தன,
எனக்குள் இருப்பவற்றை அழிக்காதே வேந்தனே,
வேங்கைபோல் இருப்பவனே வழங்குவாய் அபயத்தை,
அமைதிகொள் என்று அன்புடன் வேண்டினார்.

வேண்டினார் கடலரசன் வேண்டும் அபயமென்று,
தனக்கோர் ஈடில்லையெனத் தருக்குற்ற அர்ஜுனன்,
உரைப்பீர் இந்த உலகத்தில் எவனேனும்,
எனக்கோர் இணையென எய்வான் அம்பெனில்.

அம்பெனில் அதையெய்யும் ஆற்றல்லில் மிக்கவன்,
என்னிடத்தில் மோதும் அதிபலம் கொண்டவன்,
இருந்தால் அவன்பெயரை இயம்பும் எனக்கென,
உரைத்தல் செய்தான் உரமிக்கான் அர்ஜுனன்.

அர்ஜுனன் வினாவிற்கு ஆழிவேந்தன் பதிலளித்தார்,
ஜமதக்னியின் மைந்தன் சக்திமிக்கான் பெருமுனிவன்,
இருக்கிறான் இவ்வுலகில் அன்னவன் ஆற்றலால்,
உனக்குதான் ஈடென்று உன்னை வரவேற்பான்.

வரவேற்பான் கரபலத்தால் வெல்லும் மாவீரன்,
அவ்வீரன் இருப்பிடத்தை அடைவாய் என்றதும்,
புறப்பட்டான் கார்த்தவீர்யன் பெருங்கோபம் கொப்பளிக்க,
ஆசிரமத்தில் ராமனெனும் அதிதீரனைக் கண்டான்.

கண்டான் ராமனைக் கொடுத்தான் பலதொல்லை,
ராமனின் உறவினரிடம் ரௌத்திரம் காட்டினான்,
சீண்டினான் ராமனை சேட்டைகள் பலசெய்து,
கொடுத்தான் தொல்லைகள் கார்த்தவீர்ய அர்ஜுனன்.

அர்ஜுனன் செய்த அடாத செயல்களால்,
ராமனின் மனதிலே ரௌத்திரம் எழுந்தது,
எதிரியின் படைகளை எரித்தான் ராமன்,
கோடரியின் உரவியால் கரங்களை வெட்டினான்.

வெட்டினான் அர்ஜுனனின் வலுக்கரங்கள் ஆயிரத்தை,
மடிந்தான் கார்த்தவீர்ய மன்னனெனக் கண்டதும்,
உறவினரின் குழுக்களும் உற்றவரின் படைகளும்,

ஒன்றுதான் திரண்டு ஓங்கினர் ஆயுதங்களை.

ஆயுதங்களைக் கொண்டு அடித்தனர் ராமனை,
அம்புகளை விடுத்தனர் ஆதலால் ராமனோ,
தேரினை அடைந்துத் தொடுத்தான் கணைகளை,
எதிரிகளை அழித்தான் எவரும் மிஞ்சாவிதம்.

மிஞ்சாவிதம் அழித்தாலும் மிஞ்சினர் ஒருசிலர்,
ராமனிடம் சிக்காமல் இருக்கலாம் மறைந்தென,
குகைகளிலும் மலைகளிலும் கிடந்தனர் அச்சத்தில்,
சிம்மத்திடம் மான்களென சிதறினர் பதறினர்.

பதறினர் மறைந்தனர் பாராட்சி இழந்தனர்,
பிராமணர் துணையியழந்து பீடற்று இழிந்தனர்,
வ்ருஷளர் என்பதாக வாய்த்தது பெயரவர்க்கு,
அன்னவர் திராவிடர் அபிரர் புண்ட்ரர்.

புண்ட்ரர் சவரர் பீடிழந்த காரணத்தால்,
வ்ருஷளர் என்பதாக விழுப்பத்தில் குன்றினர்,
கூத்ரியர் கடமைகளை செய்ய இயலாததால்,
பெற்றனர் வ்ருஷலரெனும் பீடிழந்த நிலையை.

நிலையை உணர்ந்த நாடாளும் வம்சத்தார்,
மாதரைக் கொண்டு மகன்களைப் பெறுதற்கு,
பிராமணரை உதவிசெய்யக் கோரி அழைத்தனர்,
பிள்ளைகளைப் பெற்று பார்வேந்தாய் அமர்த்தினர்.

அமர்த்தினர் வாரிசுகளை அரசாட்சி செய்வதற்கு,
அன்னவர் மகிழ்வு அதிகம் நீடிக்கவில்லை,
எமனோர் வடிவெடுத்து எழுந்தான் மண்ணிலென,
அரசர் குலத்தை அழித்தான் ராமன்.

ராமன் மீண்டுமீண்டும் அழித்தான் கூத்ரியரை,
அன்னரின் முன்னோர் அவனெதிரில் தோன்றினர்,
மன்னர்களின் குலத்தை மீண்டுமீண்டும் அழிக்காதே,
இவர்களின் கொலைகளால் என்னபலன் உனக்கு?

உனக்கு வேண்டாம் வெறிகொண்ட கொலைத்தொழிலென,
பேரனுக்கு ரிசிகர் பகர்ந்தார் பதிலை,

நிறுத்தென்று சொன்னதும் நவின்றான் ராமன்,
தடுப்பது கூடாது தீயவரை அழிக்கிறேன்.

அழிக்கிரேன் தீயவரை ஆதலால் எனக்கு,
தடைதான் சொல்லுதல் தகாது மகரிஷியே,
கெடுகுணத்தின் உறைவிடம் கீழ்மதி கொண்டவரை,
அழிப்பதுதான் சரியாகும் அதைத்தடுத்தல் சரியில்லை.

(30)அஸ்வமேதிக பர்வம், பகுதி 30: அனுகீத பர்வம்

சரியில்லை நிறுத்தெனச் சொல்வதென ராமன்,
சொன்னதைக் கேட்டு சமாதானம் செய்வதற்கு,
ஒருகதை இருக்கிறது உரைக்கிறோம் கேளாய்,
அதனைக் கேட்டபின் அதன்படி நடக்கவேண்டும்.

நடக்கவேண்டும் கதையில் நவிலப்படும் நெறிப்படி,
முற்காலம் தன்னிலே மாமன்னர் ராஜரிஷி,
அலர்கரெனும் பெயருடையார் ஆற்றினார் பெருந்தவம்,
கடமையெலாம் அறிந்தவர் கூறுவார் உண்மையை.

உண்மையை மட்டுமே உரைத்திடும் ராஜரிஷி,
உயர்குணத்தை உடையவர் விரதத்திலே உறுதிமிக்கார்,
உலகத்தைத் தமது வில்லம்பால் வென்றவர்,
கடல்களை எல்லையாக்கிக் காட்டினார் பெருந்தீரம்.

பெருந்தீரம் உடையவர் பூமியை வென்றவர்,
இதுபோதும் பூமியிலே அடைந்த வெற்றியென,
ஆத்மனை அறிவதற்கு அகத்திலே விரும்பினார்,
வெற்றியை அடைவதற்கு வழிமுறையைச் சிந்தித்தார்.

சிந்தித்தார் மனதின் சக்தியைக் குறித்து,
எண்ணினார் தன்மனதில் ஏற்பட்டது உறுதியென,
வெல்லுதற்கோர் அரிதான உள்ளத்தை வென்றபின்னர்,
நித்தியமானதோர் வெற்றி நாடுமென எண்ணினார்.

எண்ணினார் என்னை எல்லா திசைகளிலும்,

சூழ்ந்தனர் எதிரிகள் சுற்றிநின்று தாக்கவென,
அத்தகையோர் வரிசையில் அகமானதோர் மனந்தான்,
முதலானதோர் எதிரியென மனதிலே நினைத்தார்.

நினைத்தார் அம்புகளை நெஞ்சமெனும் மனத்தின்மேல்,
விடுத்தார் என்றால் விளையும் வெற்றியென,
அதற்கோர் மறுப்பினை அளித்தது அவர்மனம்,
எனக்கோர் பாதிப்பும் ஏற்படாது உம்மம்பால்.

உம்மம்பால் மடிந்திடேன் உளமெனும் மனம்நான்,
உம்முடலில் தைத்து உம்முடைய அங்கங்களில்,
பாதிப்புகள் உண்டாகிப் போகும் உம்முயிர்தான்,
ஆதலால் வேறேதும் அம்புகளால் தாக்கும்.

தாக்கும் நோக்கத்தில் தடையொன்று வந்ததால்,
மேலும் சிந்தித்த மாமுனிவர் மனதிலே,
நாசியெனும் கருவிதான் நுகருகிறது அனைத்தையும்,
வேண்டும் கந்தமென விரும்பித் திரிகிறது.

திரிகிறது நாசி தாக்கவேண்டும் அம்பாலென,
தன்மனது நினைத்ததும் தூயவர் அலர்கருக்கு,
பதிலளித்துப் பேசியது பாங்குமிகு நாசி,
உங்களது அம்புகள் உட்புகாது என்மீது.

என்மீது எம்பெய்தால் எனக்கேதும் பாதிப்பில்லை,
உங்களது முக்கிய உறுப்புகளே பாதிக்கும்,
உங்களுக்கு இறப்பு உண்டாகும் ஆதலால்,
வேறுவிதத்து சிந்தித்து விடுவீர் அம்பினை.

அம்பினை விடுதற்கு அலர்கரும் சிந்தித்தார்,
சுவைகளை வேண்டியே சுற்றுகிறது நாவுதான்,
நற்சுவை வேண்டும் நாவினை அழித்திட,
அம்பினை விடுப்பேன் அதுத்தான் முடிவு.

முடிவு எனக்கல்ல மாமுனியே என்பதாக,
நாவு பதிலை நவின்றது முனிவருக்கு,
உமது அம்புகள் உட்புகாது என்மீது,
உங்களது முக்கிய உறுப்புகள் தாக்குறும்.

தாக்குறும் உறுப்புகளால் தள்ளாடி நீவிர்தான்,
உயிர்விடும் நிலைமை உண்டாகும் முனிவரே,
வேறேதும் அம்புகளை விடுத்திடச் சிந்தியுமென,
விளம்பியதும் முனிவர் உளத்திலே சிந்தித்தார்.

சிந்தித்தார் முனிவர் செய்தார் ஒருமுடிவை,
தொடுதற்கோர் ஆசையுடன் தோல்தான் திரிகிறது,
அதற்கோர் முடிவை அளித்திடும் விதமாக,
கிழித்தற்கோர் அம்பினைக் கடுத்து செலுத்துவேன்.

செலுத்துவேன் இறகுகள் செருகிய அம்பையென,
கடுத்துதான் முனிவர் கருதிய கணத்திலே,
பதிலைதான் அளித்தது பாங்குமிக்க தோலானது,
உங்களின் அம்புகள் உட்டுகாது என்மீது.

என்மீது தைக்காமல் இறங்கும் உம்முடலில்,
உங்களது முக்கிய உறுப்புகளை அழித்துவிடும்,
உயிரானது பிரிந்து வீழுவீர் மாமுனியே,
ஏதாவது வேறுவழி இருந்தால் சிந்தியும்.

சிந்தியும் என்று சொன்னது தோலானது,
அலர்கரும் அதன்படி அகத்திலே சிந்தித்தார்,
காதெனும் கருவிதான் கேட்க விழைகிறது,
அழிக்கவேண்டும் காதையென எடுத்தார் அம்புகளை.

அம்புகளை எடுத்த அலர்கரை நோக்கியே,
என்னுடலைத் துளைக்காது இந்த அம்புகளை,
உம்முடலைத் தாக்கி உட்டுகும் முக்கியத்தலத்தில்,
உம்முயிரை விடுவீர் வேண்டுமோ பாதிப்பு.

பாதிப்பு உமக்குதான் பார்த்து நடந்துகொள்ளும்,
இதற்கு மாற்றாக ஏதேனும் அம்பிருந்தால்,
அதையெடுத்து உபயோகியும் அடிக்காதீர் என்னையென,
சமாதானத்தொடு சொன்னதும் சிந்தித்தார் முனிவர்.

முனிவர் அலர்கர் முடிவெடுத்தார் அடுத்ததாக,
வடிவானதோர் அழகையும் வண்ணங்களின் கலப்பையும்,
காணவோர் ஆசைகொண்டு கண்கள் அலைகின்றன,
அதற்கோர் முடிவுகட்ட அடிப்பேன் அம்பினால்.

அம்பினால் தாக்குவேன் என்னிரு கண்களையென,
எண்ணுதல் செய்த ஏற்றமிகு முனிவரிடம்,
கண்கள் இரண்டும் கூறின கருத்தினை,
உங்கள் அம்புகள் உட்புகாது எங்கள்மேல்.

எங்கள்மேல் பாயாது எடுத்த உம்மம்பு,
உம்முடலில் முக்கிய உறுப்புகளில் உட்புகும்,
ஆதலால் நீவிர்தான் இழப்பீர் உம்முயிரை,
சிந்தியுங்கள் வேறேதும் செயலாக்க மார்க்கத்தை.

மார்க்கத்தை மாற்றுமென மொழிந்தன கண்கள்,
அச்சொல்லைக் கேட்டு அலர்கரான ராஜரிஷி,
சிந்தனை செய்தார் சிந்தித்து முடிவெடுத்து,
புத்தியைக் கொல்லுவேன் புத்திதான் சிந்திக்கிறது.

சிந்திக்கிறது அதன்பின்னர் செய்கிறது முடிவுகளை,
புத்திக்கொரு முடிவுகட்டப் பாய்ச்சுவேன் அம்பையென,
எண்ணியது கண்டதும் இயம்பியது புத்தி,
என்மீது உம்மம்பு ஏறாது முனிவரே.

முனிவரே உம்மம்பால் மடிவது நீவிர்தான்,
உடலிலே முக்கிய உறுப்புகளில் புகுவதால்,
உயிஅரியே இழந்து வீழுவீர் ஆதலால்,
வேறுவழியிலே சிந்தித்து விடுவீர் உம்மம்பை.

உம்மம்பை விடுப்பது உகந்ததல்ல எங்கள்மீது,
வேறுவகை அம்புகளால் வீழ்த்த முயலுமென,
அறிவுரை தந்தது அறிவெனும் புத்தி,
அச்சொல்லைக் கேட்டு அலர்கர் சிந்தித்தார்.

சிந்தித்தார் அதன்பின்னர் செய்தார் கடுந்தவம்,
அன்னவர் தவத்தால் அம்புகள் வேறெதையும்,
அடைந்திலர் அந்த எழுவர்மேல் பாய்ச்சிட,
ஆதலால் நெடுநேரம் அமர்ந்தார் சிந்தனையில்.

சிந்தனையில் அமர்ந்து சரியான வழிமுறையை,
கண்டறிதல் பொருட்டு கடுந்தவம் இயற்றி,
கடைசியில் அவர்மனம் கண்டது ஒருமுடிவை,

அவ்விதத்தில் அறிந்தது யோகமெனும் நல்வழி.

நல்வழி என்றறிந்தார் நிகரிலாத யோகத்தை,
தனது மனத்தைத் தானே அடக்கினார்,
எதிரி அனைவரையும் எளிதிலே அழித்தார்,
ஆத்மனை அடைந்து அமைதிநிலை பெற்றார்.

பெற்றார் பெருவெற்றி பிரமத்தை அறிந்தார்,
பாடினார் இந்தப் பாடலை மகிழ்வுடன்,
அன்னவர் நெடுங்காலம் இயற்றிய தவத்தினால்,
அறிந்ததோர் கருத்தை அளித்தார் மாந்தருக்கு.

மாந்தருக்கு உலகிலே மிகவும் முக்கியமென,
தோன்றுவது வெளியுலகின் தொல்லைதரும் செயல்களே,
மகிழுவது வேண்டுமென மடமையிலே அலைந்தேன்,
அரசாளுவது மகிழ்வை அளிக்குமென்று நினைத்தேன்.

நினைத்தேன் செயல்களால் நிலைக்கும் மகிழ்வென,
பிறகுதான் உணர்ந்தேன் பிசகிலாத மகிழ்வினை,
அடையதான் யோகமே அருமையான வழியென்று,
யோகத்தின் மகிழ்வுக்கு ஈடில்லை வேறேதும்.

வேறேதும் சமமில்லை விழுப்பமிகு யோகத்துக்கென,
ஆழ்மனம் கண்டறிந்ததை அலர்கர் பாடினார்,
இதையறியும் நீயும் அழிக்காதே க்ஷத்ரியரை,
யோகமெனும் தவவழியில் அகத்தைத் திருப்புவாய்.

திருப்புவாய் மனதைத் தூயதான யோகவழியில்,
நலத்தை அடைவாய் நீயென பித்ரிக்கள்,
உரைத்தவை கேட்டு உணர்ந்தார் ஜமதக்னேயர்,
கடுத்தவத்தை இயற்றி கடைப்பிடித்தார் யோகத்தை.

யோகத்தை இயற்றி அடைந்தார் வெற்றியை,
எளிதிலே கிடைக்காத ஆத்மஞான நிலையை,
தவத்தைச் செய்துத் தானடைந்தார் ராமன்,
மேன்மை அனைத்திலும் மிகமேன்மை யோகமே.

(31)அஸ்வமேதிக பர்வம், பகுதி 31: அனுகீத பர்வம்

யோகமே மேன்மையென இயம்பினார் பிராமணர்,
தொடரவே செய்தார் தூயதான உரையை,
உலகிலே மாந்தருக்கு உள்ள விரோதிகள்,
கணக்கே ஒன்பதெனக் குறிப்பிட்டு அறியவேண்டும்.

அறியவேண்டும் எதிரிகள் எவரெவர் என்பதை,
நலந்தரும் குணங்களென நவிலுவது மூன்றாகும்,
ஆர்வமும் மனநிறைவும் ஆனந்தமும் நற்குணங்கள்,
ஆசைகுணம் மூன்றினைக் இயம்புகிறேன் வரிசையாக.

வரிசையாக உரைத்தால் வெறித்தனம் காமம்,
வெறுப்பான மனநிலையென உள்ளன குணங்கள்,
கலக்கமாக தமோகுணத்தின் தோற்றங்கள் மூன்று,
சோம்பலாக தாமதமாக சிந்தை குழப்பமாக.

குழப்பமாகச் சேர்த்துக் கூறப்படும் முக்குணங்கள்,
தமசமான இருள்குணத்தின் தாக்கத்தால் உண்டாகும்,
ஞானமாக இருக்கும் நிகரிலாத அம்பினால்,
ஒன்பதான எதிரிகளை ஒன்றுவிடாமல் அழிப்பார்.

அழிப்பார் எதிரிகளை அடக்குவார் ஐம்புலனை,
இருப்பார் அமைதியுடன் இதுகுறித்து முற்காலத்தில்,
அம்வரீஷர் இசைத்தவை இருக்கின்றன வழிகாட்டிட,
நல்லவர் நசியுந்ததான நிலைகண்டார் அம்வரீஷர்.

அம்வரீஷர் முதலிலே அடக்கினார் தன்மனதை,
வணங்கினார் நல்லோரை வென்றார் தன்மனதை,
இயம்பினார் பின்வரும் இசைமிகும் பாடலை,
தவறானதோர் இயல்பின்றித் தடுத்தேன் மனதை.

மனதைத் தவற்றதாக மாற்றி அமைத்தேன்,
எதிரிகளைக் கொன்றேன் இருந்தாலும் அவற்றிலே,
பெரியதாய் ஒன்று பிழைத்து வாழ்கிறது,
ஞானமாகும் நன்னிலையை நாடாவிதம் தடுக்கிறது.

தடுக்கிறது ஒருதவறு தவிக்கிறது என்மனது,
விடுபட்டு மேல்நிலை வாய்க்காத விதத்திலே,
கொடுக்கிறது ஆசைகளைக் கீழ்நோக்கி இழுப்பதற்கு,
பள்ளத்துக்கு உள்ளாகப் பரிதவித்து விழுகிறேன்.

விழுகிறேன் பள்ளத்தில் விழுவதையும் அறியாமல்,
தடுக்கதான் வழியில்லை தீமைபல புரிகிறேன்,
செய்யதான் கூடதவற்றைச் செய்கிறேன் ஆசைக்கென,
காமத்தின் ஈர்ப்பினைக் கத்தியால் வெட்டுவாய்.

வெட்டுவாய் மனமே வீணான ஆசையை,
ஆசையை ஒட்டியே எழுகிறது பதட்டம்,
ஈனமாய் பலகுணங்கள் எழுவதும் ஆசையால்தான்,
பிறப்பினை மீண்டுமீண்டும் பெறுகிறது ஜீவாத்மன்.

ஜீவாத்மன் உடலெடுத்துச் சுற்றுகிறது பிறப்பிறப்பில்,
செயல்களின் தாக்கத்தால் சேர்கின்றன வினைத்தளைகள்,
பிறப்பின் காரணமாய்ப் பெற்றதான பூதவுடல்,
சிதறிதான் பிரிந்துவிடும் ஜீவன் வெளியேறினால்.

வெளியேறினால் உயிரின்றி உடலானது பிரிந்துவிடும்,
ஆதலால் ஒருமனிதர் அறிவின் திறங்கொண்டு,
ஞானத்தால் ஆசைகளை நன்கு அடக்கவேண்டும்,
ஆத்மனில் நிலைக்கவேண்டும் அதுதான் முழுவெற்றி.

முழுவெற்றி பெற்று மன்னனாக ஆளுதற்கு,
தகுதி மிக்கது தனது ஆத்மனே,
ஆத்மனை அறிவதே அரசாட்சியில் முதலாவது,
இவற்றை அம்வரீஷர் இசைத்தார் ஆட்சிபற்றி.

ஆட்சிபற்றி அம்வரீஷர் அளித்த கருத்துக்கள்,
முழுவெற்றி கிடைத்தது மாமன்னர் அம்வரீஷருக்கு,
ஆசைக்கு முடிவினை ஏற்படுத்திய ராஜரிஷி,
ஆன்மவெற்றி பெற்று அறிந்தார் ஆத்மனை.

(32)அஸ்வமேதிக பர்வம், பகுதி 32: அனுகீத பர்வம்

ஆத்மனை உணர்ந்திட ஆசைகளைத் துறந்த,
அம்வரீஷனைக் குறித்து இயம்பிய பிராமணர்,
பழங்கதை ஒன்றைப் பகருகிறேன் மாதே,
உரையாடலை செய்தார் வேதியர் ஜனகருடன்.

ஜனகருடன் பிராமணர் செய்ததான உரையாடலிது,
வேதியரின் தவற்றினால் வெகுண்ட ஜனகர்,
எந்தன் ஆட்சி எல்லைக்குள் வாழாதீரென,
தண்டனைதான் கொடுத்தார் தகைமையிலாப் பிழைக்கு.

பிழைக்கு தண்டனை பெற்ற வேதியர்,
உங்களுக்கு இருக்கும் உலகாட்சி வரம்புகள்,
எவையென்று எனக்கு இயம்புவீர் வேந்தரே,
வேறொரு அரசனது வரம்பிற்குள் வாழுவேன்.

வாழுவேன் நீவிர் விளம்பிய சொற்படியென,
வேதியரின் சொற்கள் வெளிவந்தன அதைக்கேட்டு,
வேந்தரின் சிந்தனை ஓடியது வேகமாக,
பெருமூச்சுதான் விடுத்தார் பேசவில்லை வார்த்தையேதும்.

வார்த்தையேதும் இல்லாமல் உளமுழுதும் குழம்பினார்,
ராகுவிடம் பிடிபட்ட ரவியானவர் தவிப்பதுபோல்,
சந்தேகம் எழுந்ததால் சிந்தையெலாம் சிதறலாகி,
நெடுநேரம் அமர்ந்தபின்னர் நேரிட்டது மனத்தெளிவு.

மனத்தெளிவு பெற்ற மன்னவர் ஜனகர்,
வேதியரது வினாவுக்கு வழங்கினார் பதிலை,
இருக்கிறது பெருநாடு எந்தன் அரசாட்சியில்,
இருந்தாலும் என்னாட்சி எங்கென அறிந்திடேன்.

அறிந்திடேன் எல்லைகளை அகிலமெலாம் தேடியும்,
தேடினேன் மிதிலைக்குள் தெரியவில்லை எல்லைகள்,
எந்தன் குழந்தைகளிடம் எல்லையைத் தேடினேன்,
எங்கும் கிடைக்கவில்லை எனக்கு மனத்தெளிவு.

மனத்தெளிவு இல்லாமல் மிகநெடும் நேரத்துக்கு,
அமர்ந்திருந்து தவித்தேன் அதன்பின்னர் என்மனதில்,
உண்டானது அகத்தெளிவு உணர்ந்தேன் உண்மையை,
எனக்கென்று இவ்வுலகில் இல்லை எல்லைகள்.

எல்லைகள் ஏதுமில்லை இவ்வுலகில் எனதென்று,
மறுவிதத்தில் சிந்தித்தால் மண்ணுலகே எனதுதான்,
இவ்வுடல் கூட எனதெனல் இயலாது,
பூமியில் அனைத்துமே பெற்றேனென்றும் இயம்பலாம்.

இயம்பலாம் இவ்வுலகம் எனதென்றும் உமதென்றும்,
எவருக்கும் சொந்தந்தான் இந்தப் பூவுலகம்,
எனதாகும் தேசத்தில் எவ்வளவு காலத்தளவு,
வாழவேண்டும் என்று விரும்புமளவு வாழுவீர்.

வாழுவீர் விருப்பம்போல் வேண்டாம் வெளியேறலென,
மன்னவர் ஜனகர் மொழிந்தார் பதிலை,
பிராமணர் அதையடுத்து பகர்ந்தார் சந்தேகத்தை,
வேந்தனார் நீவிர் விலக்கினீர் தன்னுணர்வை.

தன்னுணர்வைத் தானெனத் தோன்றும் எண்ணத்தை,
எவ்விதமாய் விலக்கினீர் இயம்பவேண்டும் வேந்தரே,
பெருநாட்டை ஆளும் பூபதியே நீவிர்,
தனியுணர்வாய் இருக்கும் தானென்பதைக் கடந்துளீர்.

கடந்துளீர் தன்னுணர்வைக் கூறவேண்டும் எவ்விதமென,
எவ்விதம்நீர் இயம்பினீர் எல்லாமே உமதென்று?
கூறினீர் தேசமேதும் கிடையாது உமக்கென்றும்,
மறுத்தீர் அதனை மண்ணுலகே உமதென்றீர்.

உமதென்றீர் அனைத்துலகும் உமதல்ல ஏதுமென்றீர்,
விளக்குவீர் எவ்விதம் விளம்பினீர் இவ்விதமென,
எழுப்பினார் வேதியர் அழுத்தமான சந்தேகத்தை,
ஜனகர் வேதியருக்கு சொன்னார் பதிலை.

பதிலை உரைக்கிறேன் பகர்ந்த கருத்துக்கு,
இவ்வுலகைப் பொறுத்தவரை எல்லாமே முடிவடையும்,
இருப்பவை அனைத்தையும் இழக்கலாம் நானும்,
என்னுடைமை ஏதுமில்லை என்றேன் இதனால்தான்.

இதனால்தான் வேதத்தில் இயம்பும் கருத்துப்படி,
எனதெனும் சிந்தனையை அறுத்து விலக்கினேன்,
அடுத்துதான் அனைத்துமே எனதுதான் என்றதற்கு,
உரைக்கிறேன் காரணத்தை உட்கருத்தை உணருவீர்.

உணருவீர் நாசியில் உணரும் கந்தங்கூட,
எனதென்றோர் எண்ணம் இல்லை என்னிடம்,
பூமியென்றோர் பூதத்தைப் பணியவைத்தேன் ஆதலால்,
எனக்கோர் ஆட்சி ஏற்பட்டது புவிமீது.

புவிமீது ஆட்சியைப் பெற்றது போலவே,
சுவென்று இருப்பதை சொல்லிடேன் எனதென்று,
நீரென்று இருப்பதை நானே அடக்கினேன்,
என்னிடத்து அடங்கியே இருக்கிறது தண்ணீர்.

தண்ணீர் போலவே தெளிவுதரும் ஒளியும்,
காட்சியிலோர் பற்றிலாத காரணத்தால் என்னிடம்,
அடங்கியதோர் நிலையிலே இருக்கிறது ஆதலால்,
ஒளிக்கோர் கட்டளையை வழங்கவல்லேன் நானே.

நானே தொடுவுணர்வில் நெகிழ்ந்திடும் பற்றறுத்தேன்,
ஆதலாலே காற்று அடிமையானது என்னிடம்,
கட்டளையே கொடுத்தால் கட்டுப்படும் வாயுவும்,
ஓசைகளே கேட்க விடும்பிடேன் காதினால்.

காதினால் ஓசைகள் கேட்க விரும்பாததால்,
ஆகாயத்தில் எனக்கு ஆட்சி ஏற்பட்டது,
ஆதலால் என்னிடம் ஆகாயமும் அடங்கிவிடும்,
கட்டளைகள் கொடுத்தால் கேட்டு நடக்கும்.

நடக்கும் மனதும் நினைக்கும் விதத்திலே,
வேண்டும் மனதென்று விரும்பாத காரணத்தால்,
என்னிடம் மனது அடங்கி நிற்கிறது,
கொடுக்கும் கட்டளையைக் கேட்டு நடக்கிறது.

நடக்கிறது அனைத்தும் நானென்னும் விதத்திலே,
எனக்கென்று செயலேதும் இயற்றுதல் கிடையாது,
தேவருக்கு பித்ரிக்களுக்கு பூதருக்கு விருந்தினருக்கு,

வழங்குவது பொருட்டுதான் விளைக்கிறேன் செயல்களை.

செயல்களைக் குறித்தும் சொன்னார் ஜனகர்,
பதில்களைக் கேட்டு பிராமணர் உரைத்தார்,
உன்னை சோதிக்க வந்தேன் பிராமணனாக,
என்னை தருமனென இயம்புவார் அனைவரும்.

அனைவரும் அஞ்சும் அறக்கடவுள் நானாவேன்,
சோதிக்கும் நோக்கத்தில் சேர்ந்தேன் இவ்விடம்,
தருமமெனும் சக்கரத்தை தரணியிலே சுழலவைக்கும்,
நல்லுளம் உடையவன் நீதான் வேந்தனே.

வேந்தனே தருமசக்கர விளிம்பு நற்செயல்கள்,
பிராமணரே அச்சக்கரத்தின் பிடிமான அச்சாவார்,
அறிவாற்றலே தருமசக்கர ஆரங்களாய் அமைந்தது,
ஒரேதிக்கிலே சுழலும் உன்னதமிகு சக்கரம்.

(33)அஸ்வமேதிக பர்வம், பகுதி 33: அனுகீத பர்வம்

சக்கரம் பின்னோக்கிச் சுழலாது ஒருபோதுமென,
அடுத்ததாகும் கருத்தினை எடுத்துரைத்தார் பிராமணர்,
இவ்வுலகம் தன்னிலே என்னுடைய நடவடிக்கை,
நீயுரைக்கும் விதத்திலே நீசமில்லை புரிந்துகொள்.

புரிந்துகொள் கூச்சகுணம் பெற்றதான அணங்கே,
வேதங்கள் அறிந்த விழுப்பமிக்க பிராமணனாக,
விடுதலைகள் பெற்று வாழுகிறேன் வனப்ரஸ்தனாக,
குடும்பத்தில் இருப்பவரின் கடமைகள் புரிகிறேன்.

புரிகிறேன் யோகத்தைப் பெரிதான விரதங்களை,
நலந்தீதின் வயப்பட்டு நடப்பவன் என்பதாக,
உந்தன் பார்வையிலே உணரப்படும் ஒருவனல்ல,
அகிலத்தின் அனைத்திலும் இருக்கிறேன் கலந்து.

கலந்து இருக்கிறேன் காண்பதில் காணாததில்,
நகருவது நகராததை நசித்தழிப்பது நானேதான்,

அக்கினிக்கு ஒப்பானவன் அனைத்துக்கும் அரசன்,
சொர்க்கத்து மண்டலத்துக்கும் சக்ரவர்த்தி நானேதான்.

நானேதான் ஞானத்தால் நிரம்பிய ஒருமனிதன்,
ஞானந்தான் இவ்வுலகில் நானடைந்த செல்வமாகும்,
இவ்விதந்தான் உலகிலே எல்லா பிராமணடும்,
வாழதான் செய்கிறார் வனத்திலோ குருகுலத்திலோ.

குருகுலத்திலோ குடும்பத்திலோ கடமைவிட்டு சந்யாசத்திலோ,
ஞானத்திலோர் நிலைபெற்றோர் நானிலத்தில் வாழ்கிறார்,
மனதிலோர் குழப்பிலா முத்திரைகள் உடையவர்,
பெற்றார் பிராமணர் பிரமத்தின் பேரமைதி.

பேரமைதி என்னும் பெருங்கடலில் கலப்பார்,
கடலண்டி நதிகள் கலந்துவிடும் அதுபோல,
உடலென்று இருப்பதால் உற்றிட இயலாததான,
ஞானமென்று இருப்பதால் நண்ணுவார் விடுதலைக்கு.

விடுதலைக்கு சென்றவர் விடுபட்டார் தளைவிடுத்து,
ஆரம்பமென்று முடிவென்று ஏதுமில்லை ஞானியருக்கு,
அடுத்ததொரு உலகம் இருக்குதென்று உரைத்தால்,
அதுகுறித்து நீயேதும் அறியவேண்டியது கிடையாது.

கிடையாது மறுவுலகில் கிடைக்குமெனும் எதிர்பார்ப்பு,
உண்மையென்று இருப்பது உன்னதமான என்னாத்மன்,
அதற்கு உள்ளாகதான் ஏகுவாய் நீயும்,
சந்தேகமென்று ஏதொன்றும் சிந்தையில் வைக்காதே.

(34)அஸ்வமேதிக பர்வம், பகுதி 34: அனுகீத பர்வம்

வைக்காதே சந்தேகமென விளம்பினார் பிராமணர்,
கணவரிடத்திலே சந்தேகத்தைக் கூறினார் மனைவி.
அறிவாற்றலே குறைந்தவரும் ஆத்மசுத்தியே இல்லாரும்,
இக்கருத்தையே உணர்ந்திட இயலாது ஒருபோதும்.

ஒருபோதும் இக்கதுத்தை உணர்ந்திடார் ஞானமிலார்,
என்னிடம் அறிவாற்றல் அரைகுறையாய் இருக்கிறது,
மனதும் குழப்பத்தில் மயங்கிக் கிடக்கிறது,
நீர்சொல்லும் ஞானத்தை நானடைதல் எங்ஙனம்?

எங்ஙனம் அடைவேன் ஈடிலாத ஞானத்தை?
எவ்விடம் துவங்குகிறது உங்களின் ஞானம்?
ஞானம்பெறும் வழியென்ன நவிலுவீர் எனக்கென,
மிகவும் குழப்பத்துடன் மணாளனை வினவினார்.

வினவினார் மனைவி விடையளித்தார் கணவர்,
கரத்திலோர் ஆரணிக் கட்டையைப் பிடித்தால்,
பிரமனார் கீழ்க்கட்டை குருநாதர் மேல்கட்டை,
வேதமானதோர் கடைசலாகி விளைக்கும் ஞானத்தீயை.

ஞானத்தீயை விளைக்கும் நலமிக்க வழிமுறையை,
உதாரணமாய் உரைத்ததும் வினவினார் மனைவி,
பிரமத்தைப் அடையாளமாய் பகர்ந்தீர் க்ஷேத்ரக்ஞுனென,
எவ்விதமாய் பிரமத்தை அடைவது இயலும்?

இயலும் என்று இயம்பினார் பிராமணர்,
அடையாளம் கிடையாது எக்குணமும் இல்லை,
உண்டாக்கும் காரணமென ஒன்றுமில்லை அதற்கு,
பிரமம் என்பது பெரிதான ரகசியம்.

ரகசியம் ஆகினும் உன்னிடம் இயம்புகிறேன்,
பிரமெனும் பெரும்பொருளைப் பெற்றிடும் வழிமுறை,
பிரமமாகும் அப்பொருளைப் பகருகையில் கேட்பதாகும்,
கேட்கும் வேளையில் கிடைக்கும் பிரமஞானம்.

பிரமஞானம் பெறுவது புந்திக்குள் நிகழும்,
மலரிடம் வண்டு மிகவேகம் ஏகுவதாய்,
பிரமத்திடம் மனது பொருந்தும் இயல்பாக,
தூயமனம் பெறவேண்டும் தகுந்த செயல்களால்.

செயல்களால் அறிவு சீர்பெற்று திருந்தாவிடில்,
ஞானமுதல் பலவித நற்குணங்கள் பொருந்தியதாய்,
அப்பொருள் தனியென அகத்திலே குழம்புவர்,
விடுதலையெனும் ஞானத்துக்கு வழிமுறைகள் பலவாகும்.

பலவாகும் வழிமுறைகளில் பெறப்படும் பிரமஞானம்,
இதுவாகும் உகந்ததென்றும் ஈதல்ல வழியென்றும்,
தனியாகும் வழியில்லை தன்னுணர்வாம் ஞானத்தை,
பார்த்தும் கேட்டும் புரிந்துகொண்டும் உணரலாம்.

உணரலாம் அனைத்தையும் உளத்துக்கு உள்ளாக,
எவ்விதம் இவ்வுலகில் இருக்கும் பொருட்களை,
நேர்முகம் தன்னிலே நன்கு அறிவரோ,
அவ்விதம் உள்முகமாய் அறியலாம் பிரமத்தை.

பிரமத்தைப் பல்பொருளெனப் புரிந்து உணரலாம்,
நேர்முகமாய் அறிவதென நன்கு அறியலாம்,
அவ்விதமாய் உணர்ந்தவர் அடைவார் விடுதலை,
இவ்விதமாய் தியானித்தால் அடையலாம் பிரமஞானம்.

பிரமஞானம் குறித்து பகர்ந்ததைக் கேட்டதும்,
பிராமணர்தம் மனைவியிடம் பிறந்தது ஞானம்,
க்ஷேத்ரக்ஞெனும் தனித்துவம் சிதைந்து மறைந்தது,
க்ஷேத்ரக்ஞுக்கும் அடுத்ததான க்ஷேத்திரம் தெரிந்தது.

தெரிந்தது பிரமத்தின் தூயதான ஞானநிலை,
விடுபட்டு பிரமத்தை வஞ்சியார் உணர்ந்தாரென,
அர்ஜுனனுக்கு வாசுதேவன் இயம்பினான் நிகழ்ந்ததை,
அதுகுறித்து அர்ஜுனன் எழுப்பினான் வினாவை.

வினாவை எழுப்புகிறேன் வாசுதேவா உன்னிடம்,
எவ்விடத்தைச் சார்ந்தவர் அந்த மாதரசி?
எவ்விடத்திலே இருக்கிறார் அந்த பிராமணர்?
பெருவெற்றியை அடைந்த பதிசதி எங்குளார்?

எங்குளார் அவ்விருவர் எனக்கு இயம்புமென,
பாண்டவர் சிம்மம் பகர்ந்த வினாவிற்கு,
வாசுதேவர் கண்ணன் வழங்கினார் பதிலை,
பிராமணர் என்மனது பெண்பால் என்னறிவு.

என்னறிவு மனைவியானது என்மன்மெனும் கணவருக்கு,
க்ஷேத்ரக்ஞென்று இதுகாறும் சொன்னது எனைத்தான்,
இதுகுறித்து சந்தேகம் ஏதேனும் இருப்பினும்,

என்னிடத்து வினவினால் அளிக்கிறேன் பதிலை.

(35)அஸ்வமேதிக பர்வம், பகுதி 35: அனுகீத பர்வம்

பதிலை உரைப்பேனெனப் பகர்ந்த கண்ணனிடம்,
வினாவை எழுப்பினான் விஜயன் விநயத்துடன்,
பிரமத்தைக் குறித்துப் பகருவீர் மேலும்,
ஞானத்தை நிறைவாக்கும் நற்பொருளை விளம்புவீர்.

விளம்புவீர் பிரமத்தின் விழுப்பத்தை மேன்மையை,
நுண்மையானதோர் பிரமத்தின் நிகரிலாததோர் மேன்மை,
எனதானதோர் மனதிலே அளிக்கிறது உயர்வை,
விளக்குவீர் பிரமத்தை வாசுதேவனே கண்ணா.

கண்ணா என்றதும் கூறினான் வாசுதேவன்,
இன்னோர் கதையும் இருக்கிறது இதுகுறித்து,
குருவாய் இருந்தவருடன் கருத்துமிக்க சீடன்,
கேள்வியாய் எழுப்பிடக் கூறினார் பதிலை.

பதிலை சீடனுக்கு பகர்ந்தார் குருநாதர்,
பிரமத்தை குறித்து பெருத்த சந்தேகத்தை,
வினாவாய் எழுப்பினான் விழுப்பமிகு குருவிடம்,
வெகுநலத்தை அளிப்பதை விளம்புவீர் எனக்கு.

எனக்கு மனதிலே எழுந்தது ஆர்வம்,
உயர்ந்தது எதுவென்று உணர்த்துவீர் எனக்கு,
உமது பாதத்தில் விழுந்து வணங்குகிறேன்,
சிரமது தாழ்த்தி செய்கிறேன் வணக்கம்.

வணக்கம் உரைத்த விநயமிகு மாணவனிடம்,
சந்தேகம் அனைத்துக்கும் சொல்லுகிறேன் பதிலென,
இணக்கம் மிகக்காட்டி இயம்பினார் குருதேவர்,
குருவிடம் பக்தியுடன் கும்பிட்டான் சீடன்.

சீடன் கரங்குவித்து சொன்னான் கருத்தினை,
எவ்விடம் இருக்கிறேன்? எங்குளீர் நீவிர்?

எதுதான் உண்மைகளில் ஏற்றம் மிகைத்தது?
அசைவதன் அசையாததன் ஆரம்பம் எங்குளது?

எங்குளது உயிர்கள் அனைத்தின் வாழ்வாதாரம்?
வாழ்வுக்கு எல்லையென வரையறுத்தது ஏதாகும்?
உண்மையென்பது என்ன வெகுதவமென்பது என்ன?
குணமென்பது என்னவெனக் கூறுவார் ஞானியர்?

ஞானியர் காட்டும் நிகரிலாதப் பாதையெது?
புனிதமானதோர் வழியென்று பகருவது எதனை?
பாவமென்பதோர் சொல்லின் பொருளாவது எதுவாகும்?
சரியானதோர் பதிலை சொல்லவேண்டும் துல்லியமாக.

துல்லியமாக உண்மையாகத் தக்கதாக நற்பதிலை,
விளக்கமாக எனக்கு விளம்பவேண்டும் குருவே,
கடமையாக இருப்பதெலாம் கடைப்பிடிக்கும் குருவே,
விடுதலையாக இருப்பது வாய்த்தவரே பதிலளிப்பீர்.

பதிலளிப்பீர் எனக்கு புனிதத்துவத்தை உடையவரே,
எவரொருவர் உனைப்போல் எடுத்துரைப்பார் விளக்கம்?
வழங்குவீர் பதிலை விருப்பமுற்றேன் விடுபட,
உரைப்பீர் வழியென உருக்கத்துடன் வினவினான்.

வினவினான் சீடன் விடுதலைக்கு மார்க்கத்தை,
விநயத்துடன் பணிவுடன் வினவினான் சீடன்,
குருவுடன் நிழலெனக் கழல்பற்றி செல்லுபவன்,
பணிவுடன் பணியேற்பவனுக்கு பதிலளித்தார் குருநாதர்.

குருநாதர் தன்னடக்கம் கொண்டவர் மகாயோகி,
வாழ்ந்தார் யதியாக வழுவிடா பிரமசாரியாக,
வழங்கினார் சீடனுக்கு விடுதலைதரும் வழிமுறையை,
பிரமனார் உரைத்ததான புனிதமிக்க வழியிது.

வழியிது பிரமர் வழங்கியது காரணமாய்,
மென்மையிது என்றே மகரிஷிகள் பலரும்,
கடைப்பிடித்து வேதவழியில் கண்டனர் பிரமத்தை,
உண்ஜயெது என்பதை உணர்ந்தனர் உளத்திலே.

உளத்திலே உண்மையை உணர்ந்த உன்னதர்கள்,

ஞானத்தையே அடையத்தகும் நற்பொருள் என்றனர்,
துறவறத்தையே மிகப்பெரும் தவமெனக் கூறினர்,
சூழலாலே மாறாததை சிந்தித்து உணரவேண்டும்.

உணரவேண்டும் அனைத்து உயிருக்கும் உயிரானதை,
மாற்றமேதும் இல்லாத மாண்புமிக்க ஆத்மனை,
அனைத்திலும் இருப்பதென அறிந்த நல்லாருக்கு,
கிடைத்திடும் நிலையையே கூறுவார் விடுதலையென.

விடுதலையென இருப்பதை வழங்கிடும் ஞானத்தை,
உடையவரான மனிதருக்கு ஒன்றுதான் பல்பொருளும்,
பற்றென இருப்பதைப் போக்கிய அம்மனிதர்,
பலவானப் பொருட்களையும் பார்ப்பார் பேதமின்றி.

பேதமின்றி அனைத்தையும் பார்க்கும் சமப்பார்வையர்,
மாயையின்றி விடுபடுவார் மனத்தூய்மை அடைவார்,
வேண்டுமென்று பொருட்களில் விருப்பமுற்று அலையாதவர்,
தனதென்று ஏதுமிலார் தானடைந்தார் பிரமத்தை.

பிரமத்தை அடைந்துவிட்டார் பொருள்பற்றை விட்டவர்,
உலகத்தை உறைவிடமாக்கி வீட்டிலே வாழ்ந்தபோதும்,
பொருளாசை விட்டவர்கள் பிரமத்தை அடைந்தவர்கள்,
ப்ரதானத்தை அறிந்தவருக்குப் புரியும் ஆக்கம்.

ஆக்கம் இந்த அகிலத்துக்கு எவ்விதம்,
ஏற்படும் என்பதை அறிந்த ஞானியர்,
தனதெனும் எண்ணமும் தற்பெருமையும் விட்டவர்,
விடுதலையெனும் நிலையிலே விழுப்பத்தொடு நிற்பார்.

நிற்பார் விடுதலையில் ஞானத்தை அடைந்தவர்,
வெளிப்படாததோர் விதையிலே விளைந்த மரத்துக்கு,
தெரியாததோர் விதத்திலே துளிர்வருமென அறிந்தவர்,
அறிவானதோர் நடுமரம் இருப்பதை உணர்ந்தவர்.

உணர்ந்தவர் ஐம்புலனை வெளிநீளும் கிளைகளென,
பூதமானதோர் ஐந்தினை பகருவர் மலர்மொட்டென,
தானென்பதோர் உணர்வே தழைத்துவரும் கிளைகள்,
பொருளோர் ஐந்தினை பகருவர் உபகிளையாய்.

உபகிளையாய் இருப்பதில் உண்டாகும் இலைகளுடன்,
மலர்களை வெளிப்படுத்தும் மரத்தைச் சார்ந்துதான்,
அகிலத்தைச் சார்ந்த அனைத்துயிரும் வாழ்கிறது,
பிரமத்தை விதையெனப் பகருவார் மரத்துக்கு.

மரத்துக்குப் பெயர்தான் முடிவிலாத சம்சாரம்,
அதற்கு முடிவில்லை அனந்தம் நித்தியம்,
ஞானத்து வாளெடுத்து நறுக்கவேண்டும் மரத்தை,
அறுத்து எறிந்தபின்னர் அடையலாம் சாவின்மை.

சாவின்மை நித்தியத்துவம் சீர்மிக்க நிறைநிலை,
பிறப்பிறப்பைக் கடந்த பெரிதான மேனிலை,
சென்றவை வருபவை செயாக இருப்பவை,
காமார்த்தத்தை மோட்சத்துடன் குஊறுகிறேன் கேளாய்.

கேளாய் முத்திரட்டைக் கண்டவர் சித்தர்கள்,
நித்தியமாய் நடக்கும் நிரந்தரமாம் பிறப்பிறப்பை,
தொகுப்பாய் உரைக்கிறேன் தெரிந்துகொள் ஞானியே,
நல்லவை என்று நவிலுதல் இவற்றையே.

இவற்றையே இவ்வுலகின் இயற்கை என்றறிந்து,
வெற்றியே பெற்றனர் வ்ருஹஸ்பத்யும் பரத்வாஜரும்,
கௌதமருடனே பார்கவரும் காஸ்யபரும் வசிஷ்டரும்,
விஸ்வாமித்ரருடனே அத்ரியும் உரையாடினர் இதுகுறித்து.

இதுகுறித்து ஒருவருக்கொருவர் அலசி ஆராய்ந்தனர்,
சுற்றிவந்து அகிலத்தைச் சீர்தூக்கி அறிந்தபின்னர்,
வெகுகளைத்து அவ்விடத்துக்கு வந்தனர் ஓய்வெடுக்க,
ஆங்கிரசது மைந்தரை அமர்த்தினர் தலைமையாக.

தலைமையாக ஆங்கிரசின் திருமைந்தர் முன்செல்ல,
திரளாகச் சென்றனர் தூயவர் பிரமரிடம்,
பாவமாக ஏதுமிலாப் பாங்குமிக்க பிரமரை,
நேராகக் கண்டு நல்கினர் வணக்கம்.

வணக்கம் சிரந்தாழ்த்தி வழங்கினர் பிரமருக்கு,
அமைதிமிகும் மனதுடன் அமர்ந்திருந்த பிரமரிடம்,
வினவும் கேள்விகட்கு விடைதாரும் என்றபடி,
எழுப்பவும் செய்தனர் ஐயத்தை விநயத்துடன்.

விநயத்துடன் வினவினர் வேதமுதல் நாதரிடம்
என்னவிதம் நல்லவர்கள் இயற்றவேண்டும் செயல்களை?
பாவமெலாம் நீங்கிடப் பாங்குமிகும் வழியென்ன?
புனிதமிகும் வழிகளைப் பகரவேண்டும் எங்களுக்கு.

எங்களுக்கு உரைக்கவேண்டும் என்னதான் உண்மையென,
பாவமென்று எதனைப் பகருகிறார் ஞானியர்?
வடக்கென்று தெற்கென்று வழிகள் வாய்ப்பதெப்படி?
அழிவென்று எதனை இயம்புகிறார் வையத்தார்?

வையத்தார் விடுதலையென விளம்புவது எதனை?
எதையழைப்பார் பிறப்பென்று இறப்பென்று இவ்வுலகில்?
விளக்குமென்று ரிஷிகள் வினவினர் பிரமரிடம்,
நெறிகளுக்கு உட்பட்டு நவின்றார் பிரமர்.

பிரமர் உரைத்தார் பிறக்கும் உயிரெலாம்,
அசைவதோர் வகையெனினும் அசையாததோர்
தொகையெனினும்,
பிறப்பதற்கோர் காரணம் பீடுமிக்க சத்தியமே,
உண்மையென்பதோர் சத்தியமே உண்டாக்கும் உயிர்களை.

உயிர்களைத் தவமாக வாழ்விப்பன செயல்களே,
இதனை உணருவீர் ஈடிலா விரதத்தாரே,
அவரவரை வாழ்விப்பது அவரவர்தம் செயல்களே,
ஆரம்பத்தைக் கடந்து அனைத்துயிரும் வாழும்.

வாழும் உயிர்களை உண்டாக்கும் உண்மை,
குணமெனும் மாற்றத்தால் காணப்படும் ஐந்தாக,
பிரமனும் உண்மையன்றி பிறிதேதும் இல்லையே,
தவமும் சத்தியமே தரணியும் சத்தியமே.

சத்தியமே அடைக்கலமென சொல்லுவார் பிராமணரும்,
யோகத்திலே ஈடுபட்டு ஆத்திரத்துடன் சோகத்தை,
கடந்தே வாழ்வோர் காணும் அடைக்கலம்,
வேறொன்றுமே இல்லை உண்மையெனும் சத்தியந்தான்.

சத்தியந்தான் அடைக்கலமெனச் சேருவார் பிராமணர்,
அத்தகையராம் பிராமணர் எவரெவரென உரைக்கிறேன்,

பிரமஞானம் பெற்றவர் பல்வருணம் சார்ந்தவர்,
ஆசிரமம் நான்கிலும் இருந்தனர் ஞானியர்.

ஞானியர் இயம்புவர் மானிடர் கடமையென,
இருப்பதோர் கடமையே இல்லை வேறொன்றும்,
நலமானதோர் வழிபற்றியும் நவிலுவேன் உங்களுக்கு,
அதையறிவதோர் சிரமம் அதையறிதல் எளிதல்ல.

எளிதல்ல என்றாலும் இயம்புகிறேன் வழிமுறையை,
தெளிவுள்ள விதத்திலே தெரிந்துகொள்ளும் அவ்வழியை,
முதலுள்ள படியென மொழிவர் பிரமசரியத்தை,
அடுத்துள்ள படியானது அகமெனும் குடும்பவாழ்வு.

குடும்பவாழ்வு முடித்தபின்னர் கானகத்தில் வாழவேண்டும்,
இறுதியாகும் வாழ்வுநிலை ஈடிலாத மேன்மையாகும்,
அத்யாத்மனெனும் நிலையை அடைவதாகும் அவ்வாழ்வு,
ஒளியும் வானமும் வளியும் சூரியனும்.

சூரியனும் இந்திரனும் சக்திமிகு ப்ரஜாபதியும்,
தெரியும் ஒருவருக்கு தெரியாதது அத்யாத்மன்,
அத்யாத்மனெனும் நிலையை அடைந்தபின் அவருக்கு,
ஒன்றாகும் தெரிவது உன்னதமிகும் அத்யாத்மனே.

அத்யாத்மனே இறுதியென அறிவதௐ வழுமுறையை,
வனவாசமே என்று விளம்புவர் வையத்தில்,
மூவருணமே சார்ந்தவர் முயலவேண்டும் விடுதலைக்கு,
குடும்பத்திலே வாழ்வது கடமை அனைவருக்கும்.

அனைவருக்கும் பொதுவாக இயம்பப்படும் மார்க்கம்,
அமைந்திடும் அடித்தளம் ஆழமான நம்பிக்கை,
தேவருலகம் அடைந்திடும் தூயதான வழிமுறையை,
உம்மிடம் உரைக்கிறேன் உன்னித்து கவனிப்பீர்.

கவனிப்பீர் நலத்தைக் கொடுக்கும் வழிமுறையை,
ஞானமிக்கார் எப்போதும் நடப்பது அப்பாதைதான்,
தவமிக்கதோர் அமைத்திக்குத் தக்கதாகும் அப்பாதை,
இவ்விதமானதோர் வழிசெல்பவர் அறிவார் துவக்கத்தை.

துவக்கத்தை முடிவைத் தரணியில் உயிர்கள்,

பெறுவதை அறிவார் பெருநோன்பு உடையார்,
பொருளென்பதை உண்டாக்கும் பூதங்கள் அனைத்தையும்,
விளக்கமாய் உரைக்கிறேன் உள்வாங்கு கவனமாக.

கவனமாகக் கேளாய் கூறும் தொகுப்புகளை,
ஆத்மனாக உருவற்றதாக அகங்காரமாக மூன்றுடன்,
பதினொன்றாகக் கருவிகளும் பஞ்சபூதம் ஐந்தும்,
குணங்களாக ஐம்பூதங்களுடன் கூடும் ஐந்தும்.

ஐந்தும் குணங்கள் ஐந்தாகும் பூதங்களுடன்,
பத்தாம் கன்மேந்திரிங்கள் பற்றுகொள்ளும் மனதுடன்,
ஜீவாத்மனும் அவ்யக்தமும் அகங்காரமும் சேர்த்தால்,
கணக்காகும் இருபத்துநான்கைக் குறிப்பிடுவர் பகுதிகளென.

பகுதிகளென இருபத்துநான்குடன் பகரப்படும் ஒன்றையும்,
வெகுதெளிவான விதத்திலே உணரவல்ல ஒருவர்,
பண்பென தேவரெனப் பகரப்படும் அனைத்தையும்,
துல்லியமான அறிவால் தெரிந்துகொண்டால் நலமுண்டு.

நலமுண்டு பாவமில்லை ஞானத்தை அடைந்தார்க்கு,
பந்தமென்று ஏதுமின்றிப் பெற்றார் விடுதலையை,
மண்டலமென்று இருப்பவற்றில் மனம்போன்று புகுவார்,
வானமென்ற மண்டலத்தில் விரும்பியபடி செல்லலாம்.

(36)அஸ்வமேதிக பர்வம், பகுதி 36: அனுகீத பர்வம்

செல்லலாம் எங்குமெனச் சொன்னார் பிராமணர்,
உடலாம் நகர்குறித்து உரைத்தார் மேலும்,
அருவமாம் உருவற்றது இருமையாம் பிரிவற்றது,
அனைத்திலும் இருப்பது அழிவிலாதது மாறாதது.

மாறாதது அழியாதது மிகப்பெரும் நகரமாகும்,
உடையது நவவாயில் உடலெனும் கூடானது,
நகரென்று மாளிகையென்று நவிலுதல் உடலைதான்,
முக்குணத்து உறைவிடம் ஐம்புலன் உடையது.

படையது பதினொன்றை அப்பெரும் நகரம்,
கர்மேந்திரியத்தொடு ஞானேந்திரியம் கருதும் மனதென,
புத்தியொடு சேர்த்துப் பெறுகிறது கருவிகளை,
வழியென்று மூன்று வழங்கும் உயிர்வாழ்வை.

உயிர்வாழ்வை வழங்கும் வழிகளாகும் நாடிகள்,
மூன்றுவகை உடலிலே மிகநீண்டு ஓடும்,
தமசத்தை ரஜசத்தை தூயகுணம் சத்துவத்தை,
உண்டாக்குவதாய் நாடிகள் உள்ளன உடலிலே.

உடலிலே ஓடும் உயிர்நாடிகள் மூன்றும்,
ஒன்றிலே ஒன்று உள்ளன பிணைந்து,
பஞ்சபூதங்களே முக்குணத்துடன் பொருந்தி குணம்பெறும்,
தமசத்துக்கே சத்துவம் தகுந்த சமகுணம்.

சமகுணம் சத்துவமே சீரியெழும் ரஜசத்துக்கு,
சத்துவம் ரஜசத்துக்கு சமமான குணமாகும்,
தமசகுணம் சமப்படுதல் தூயதான சத்துவத்தால்,
இருள்குணம் தடைபட்டால் எழும்பும் ரஜசகுணம்.

ரஜசகுணம் தடைபட்டால் எழும்பும் சத்வகுணம்,
தமசகுணம் இருளைத் தனதாக உடையது,
மூன்றாகும் தமசகுண மாயைகளின் கணக்கு,
பாவமாகும் செயல்களிலே பொதிந்திருக்கும் தமசகுணம்.

தமசகுணம் தனித்துத் தென்படும் சிலநேரம்,
பிறகுணம் சார்புற்றும் பிறக்கும் தமசகுணம்,
ரஜசமெனும் ஆசைகுணம் ஏற்படுத்தும் செயல்களை,
அடுத்தடுத்ததாம் செயல்கள் ஏற்படுதல் ரஜசத்தால்.

ரஜசத்தால் ஆசைகள் எழும்புதல் போலவே,
சத்துவத்தால் அழகுவரும் சந்தானம் வாய்க்கும்,
நம்பிக்கைகள் பெருகும் நிகரிலா ஒளிபெருகும்,
இலகுவாதல் என்பதாக ஏற்படும் அடையாளங்கள்.

அடையாளங்கள் என்னென்னவென அறிவிக்கிறேன் இப்போது,
முக்குணங்கள் தொகுப்பாகவும் முறையே தனியாகவும்,
எவ்விதத்தில் செயல்படுமென அறிவிக்கிறேன் உனக்கு,
புரிந்துகொள்ளுதல் வேண்டும் பகுப்பாக மூன்றையும்.

மூன்றையும் உரைத்தால் முதலாவதாக தமசகுணம்,
குழப்பம் அறிவீனம் கொடுக்கும் மனமின்மை,
முடிவெடுக்கும் திறமின்மை மிகத்துயில் தற்பெருமை,
அச்சம் காமவேட்கை ஏச்சுகள் வருத்தம்.

வருத்தம் நற்செயலை விமர்சிக்கும் கெடுகுணம்,
எதையும் நம்பாமை அகக்குழப்பம் மறதி,
பகுத்தறியும் குணமின்மை புத்திகெட்டக் குருட்டுத்தனம்,
கீழ்மையாகும் நடவடிக்கை கருத்தாழமின்றி முடிவெடுத்தல்.

முடிவெடுத்தல் தவறாகவும் முழுமனதாய் நம்பாமலும்,
சட்டதிட்டங்கள் அனைத்தையும் சிறிதும் மதியாமல்,
மனம்போல் விதிமீறும் மிகக்கீழ்மை குணமும்,
செய்யாமல் தற்பெருமையாய் செய்ததுபோல் பேசுதல்.

பேசுதல் வெறும்பெருமை புரியாத அறிவீனம்,
அறிவுபோல் அறிவீனத்தை ஏற்றமாய் நினைதல்,
இணக்கங்கள் இல்லாமல் எதிர்ப்புகுணம் காட்டுதல்,
கெட்டதில் நாட்டம் கெடுமதி நம்பாமை.

நம்பாமை குறுக்குபுத்தி நட்புறப் பழகாமை,
பாவங்களை செய்தல் புத்திகேடு திமிர்குணம்,
பிடிவாதத்தை விடாமை புத்திமனம் கட்டாமை,
சோம்பலைக் காட்டுதல் சீர்கெடுதல் தமசமாகும்.

தமசமாகும் குணத்தின் தன்மைகள் உரைத்தேன்,
கேடாகும் மனப்பாங்குகள் கூறியதும் கூறாததும்,
அனைத்தும் தமசத்தின் அம்சங்களே ஆகும்,
பிறதூஷணம் கடவுளரைப் பிழைபடப் பேசுதல்.

பேசுதல் கடவுளரைப் பீடிலாச் சொற்களால்,
பிராமணர்மேல் வெறுப்பு பொருள்தர மனம்வராமை,
திமிரில் திரிதல் தவறுகளை மன்னியாமை,
உயிர்கள் அனைத்திடமும் வெறுப்பு தமசமாகும்.

தமசமாகும் எல்லாவிதத் தகாத செயல்களும்,
தகாததாகும் தானங்களும் தமசகுண வெளிப்பாடுதான்,
அடாததால் உணவுகளும் ஆகும் தமசமாக,

குறைபேசுதலும் மன்னியாமையும் குணமாம் தமசத்தால்.

தமசத்தால் மன்னிக்கும் தன்மை அகன்றோடும்,
ஆணவத்தால் தலைகனம் எதிப்புகுணம் திமிர்த்தனம்,
நம்பிக்கைகள் இல்லாமையை நவிலுவார் தமசமென,
இவ்விதத்தில் பிறவிதத்தில் அடாததெலாம் தமசமே.

தமசமே விதிமீறும் தீமைக்குக் காரணம்,
இருள்குணமே ஆனதை ஏற்றிடும் மானிடர்,
பிறப்பிடமே எவ்வயிற்றில் பெற்றிடுவார் என்பதையும்,
எவ்விதமே நரகத்தில் ஏகுவாரென்றும் உரைப்பேன்.

உரைப்பேன் பாவியர்க்கு வாய்க்கும் மறுபிறப்பை,
கொடியோரின் அசையாததன் கேடரின் விலங்குகளின்,
சுமப்பவற்றின் மாமிசத்தைச் சுவைப்பவற்றின் பாம்புகளின்,
புழுபூச்சிகளின் முட்டையிட்டு பொறிப்பவற்றின் பறவைகளின்.

பறவைகளின் கால்நடைகளின் பைத்தியங்களின் பேச்சிலரின்,
காதுகேளாரின் உடலிலே குறைபட்டோரின் அழுக்கரின்,
பிறப்பின் வயப்பட்டு பீடிழப்பார் இருள்குணத்தார்,
தமசகுணத்தின் தன்மைகள் தென்படும் எப்போதும்.

எப்போதும் தவறுகளை இயற்றும் குணத்தாரை,
இருள்குணம் உடையோரென அறிவது வேண்டும்,
மேன்மேலும் இருளிலே மூழ்குவார் இருள்குணத்தார்,
கீழ்மையிலும் வெகுகீழ்மையில் கிடப்பார் ஆழமாக.

ஆழமாகக் கீழ்நோக்கி அமிழ்ந்தே செல்லுவார்,
எவ்விதமாக அவர்கள் எழும்பலாம் மேலென்று,
நல்லவர்தம் நிலையை நண்ணலாம் கேடரென்று,
விலங்கினம் ஆகினாலும் விழுப்பமுளாரைக் காணலாம்.

காணலாம் பிராமணராய் கனிவுமிகக் கொண்டாரை,
உயிரெலாம் நலம்பெற்று வாழுதற்கு விரும்பிடும்,
பிராமணர்தம் சடங்குகளைப் பார்த்திடும் காரணத்தால்,
மேலெழலாம் பாவங்களைக் களைந்து நலம்பெற்று.

நலம்பெற்று பிராமணர்கள் நண்ணும் உலகத்தை,
அடைக்கண்டு நலம்பெறும் அஃறிணையும் பெறலாம்,

வேதத்து உட்பொருளை விளம்பினேன் இதுகாறும்,
அஃறிணையிலிருந்து மனிதராக அடைவார் முன்னேற்றம்.

முன்னேற்றம் அடையும்போது மிகக்கீழாம் சண்டாளராக,
காதுகேளாதும் வாய்பேசாதும் குழறும் வாயுடனும்,
படிப்படியாகும் விதத்திலே பெற்றிடுவார் மேன்மையை,
சூத்திரராகும் நிலைபெற்று செல்லுவார் மேல்நோக்கி.

மேல்நோக்கி செல்லும் மாந்தர்தம் மனதிலே,
பொருளுக்கு ஆசைதான் பெருத்த குழப்பந்தரும்,
சுகத்திற்கு ஆசைப்பட்டு சிக்குவார் ரிஷிமுனியும்,
தேவருக்குக் கூடத் தள்ளாட்டம் சுகந்தேடி.

சுகந்தேடி குழப்பத்தில் சீரின்மை அடைபவர்,
இருளோடு குழப்பத்தோடு இடர்பட்ட மனத்தோடு,
கோபத்தோடு வெறுப்போடு காலனெனும் இறப்போடு,
மூடத்தனத்தொடு வீழுவார் மிகக்கீழாம் நிலையில்.

நிலையில் கீழானதாம் நீசத்திலும் நீசமாம்,
குணங்களில் கேடானதாம் கீழ்மைமிக்க தமகுணத்தை,
கருத்தில் துல்லியத்துடன் கூறினேன் உங்களுக்கு,
அறிந்தவர்கள் எவருமில்லை இருள்குணத்தை முழுதாக.

முழுதாக இருள்குணத்தை மொழிந்தேன் உங்களுக்கு,
பெரிதாகச் சிறிதாகப் பாவமிகும் இருள்குணத்தை,
தெளிவாக உங்களுக்கு தெரிவித்தேன் நிஷிகளே,
கவனமாக இதையறிந்தோர் களைவார் இருள்குணத்தை.

(37)அஸ்வமேதிக பர்வம், பகுதி 37: அனுகீத பர்வம்

இருள்குணத்தைக் குறித்து இயம்பிய பிரமனார்,
ரிஷிகுழாத்தை நோக்கி தன்கருத்தை இயம்ப்பினார்,
வெகுதவத்தை உடையோரே விழுப்பத்தை அடைந்தோரே,
ரஜசகுணத்தைக் குறித்து அளிக்கிறேன் விவரத்தை.

விவரத்தை முழுதாக உள்வாங்கி உணருவீர்,

ஆசைகளை உண்டாக்கும் அடாததான ரஜசத்தால்,
பிறரைக் காயமாக்குதல் பேரழகு செயலாக்கம்,
சுகதுக்கத்தை அனுபவித்தல் செம்பியத்துவம் குளிவெம்மை.

குளிர்வெம்மை விவாதம் கடும்போர் போர்நிறுத்தம்,
மனவேட்கை நிறைவின்மை மிகபலம் தாங்குதிறம்,
வீரமுடைமை போர்த்திறம் வெறிகொண்ட பெருங்கோபம்,
தற்பெருமை சண்டைகுணம் தனக்கெனும் பேராசை.

பேராசை வெறுப்பு போர்குணம் காக்குந்திறம்,
பொருளை தனக்கெனல் பொருளைத் தனதாக்குதல்,
பாதுகாவலை அளித்தல் படுகொலையைப் புரிதல்,
பற்றுகளை அடைதல் பெருந்துயரை அனுபவித்தல்.

அனுபவித்தல் துயரங்களை அறுத்தெடுத்தல் பொருள்வணிகம்,
சரிவாதல் வெட்டுதல் சாய்த்தல் வெல்லுதல்,
கவசத்தில் துளையிட்டுக் கொலைபுரியும் கொடூரம்,
வெறியேறுதல் கொடூரகுணம் குறைகூறுதல் பழிபேசுதல்.

பழிபேசுதல் மற்றவரைப் பிசகாக இழித்துரைத்தல்,
மற்றவர்கள் குறைகளை மிகப்பெரிதாய் விமர்சித்தல்,
உலகப்பொருள் குறித்து ஓயாமல் சிந்தித்தல்,
அய்யுறுதல் எதிர்ப்புறுதல் அடுத்தவரை குறைகூறுதல்.

குறைகூறுதல் பொய்யுஅரித்தல் கர்வத்துடன் தானமீதல்,
தயங்குதல் சந்தேகம் தற்பெருமை பேசுதல்,
மற்றவர்கள் சரிதவற்றை மிகைசெய்துப் பேசுதல்,
புகழ்பாடுதல் போர்த்திறம் பிறரை மதியாமை.

மதியாமை நலிந்தோரை மிககவனமாய்க் காத்தல்,
பெரியோரை மதித்துப் பணிவுடன் பணிசெய்தல்,
அதிகாரிகளை மதித்து அவர்சொல்லை ஏற்றல்,
வேட்கை பொருளாசை உளத்திலே பெருந்தாகம்.

பெருந்தாகம் பொருளாசை புத்திகூர்மை சாதுர்யம்,
கவனமேதும் இல்லாமை கெடுசொல் பொருளுடைமை,
செயலாக்கும் திட்டமிடல் சீறப்பான பாராட்டுகள்,
பட்டம் பதக்கம் பெண்ணுறவு விலங்குகள்.

விலங்குகள் பொருட்கள் வீடுமனை சேர்த்தல்,
வருத்தங்கள் நம்பாமை விரதங்கள் விதிமுறைகள்,
செயல்கள் எதிர்பார்ப்புடன் செய்திடும் கீழ்குணம்,
தானதருமங்கள் வேள்விகள் தந்திடும் ஆகுதிகள்.

ஆகுதிகள் ஸ்வாஹாவுடன் அக்கினிக்கு அளித்தல்,
வஷட்டுடன் பலவித வேள்விகள் புரிதல்,
மற்றவர்கள் வேள்வியில் மறையோதும் ஹோத்ரியாதல்,
வேதமோதல் தானமீதல் விழுப்பச்செயல் தானமேற்றல்.

தானமேற்றல் தீட்டுக்கழித்தல் தனக்கெனும் பொருள்வேட்கை,
பொருள்மேல் ஆசையுற்று பற்றுகள் அடைதல்,
ஏமாற்றுதல் துரோகம் எவரையும் மதியாமை,
மதித்தல் திருட்டு மற்றவரைக் கொல்லுதல்.

கொல்லுதல் மறைத்தல் களைத்தல் விழித்திருத்தல்,
ஆணவத்தில் பொருள்வளத்தை அடுத்தவருக்குக் காட்டுதல்,
தானெனல் திமிர்தனம் திடபக்தி பற்றுறுதல்,
போதுமெனல் மனநிறைவு பேரார்வம் சூதாடுதல்.

சூதாடுதல் ஏமாற்றுவேலை சுகித்திருத்தல் மாதருடன்,
நடனமாடுதல் இசைகேட்டல் நவின்றேன் தொகுப்பாக,
இக்குணங்கள் ரஜசத்தால் ஏற்படும் ஒருவரிடம்,
இவ்வுலகில் முக்காலத்தை எண்ணுபவர் ரஜசமுளார்.

ரஜசமுளார் நினைப்பார் நடந்தவற்றை எதிர்காலத்தை,
நினைவார் இப்போது நடப்பதையும் தியானமாக,
கருதுவார் முத்திரட்டாம் காமார்த்த மோட்சத்தை,
குதிப்பார் விரும்பியது கிடைத்த மகிழ்விலே.

மகிழ்விலே குதித்தலும் மனதுற்ற ஆசைகளும்,
கீழ்மையிலே மானிடரைக் கொண்டு சேர்த்துவிடும்,
பிறப்பிலே இறப்பிலே பிடிபட்டு சுழலுவார்,
இவ்வுலகிலே அவ்வுலகிலே இருப்பவற்றை விரும்புவார்.

விரும்புவார் பலன்கள் வாய்க்கவேண்டும் தமக்கென,
வழங்குவார் தாந்தத்தை வாங்குவார் தானமீந்தால்,
ஸ்ரத்தமளிப்பார் பித்ரிக்களுக்கு செய்துமுடிப்பார் வேள்விகளை,
ரஜசகுணத்தார் தன்மைகளை இயம்பிவிட்டேன் முழுதாக.

முழுதாக ரஜசகுணம் மனிதரை எவ்விதத்தில்,
பிடித்திழுக்கக் கூடுமெனப் பகர்ந்தேன் தெளிவாக,
தவறாக ரஜசகுணம் தந்திடும் அறிகுறிகளை,
தெளிவாக அறிந்தவர் தவிர்ப்பார் ரஜசத்தை.

(38)அஸ்வமேதிக பர்வம், பகுதி 138: அனுகீத பர்வம்

ரஜசத்தை அடுத்து இயம்புவேன் சத்துவத்தை,
மிகமேன்மை கொண்ட மாண்புமிக்க குணத்தை,
குணக்கணைக்கை அறிந்தவர் கூறும் மூன்றாவதை,
நலத்தை அனைத்துயிர்க்கும் நல்குவதை உரைக்கிறேன்.

உரைக்கிறேன் சத்துவத்தையென உத்தமர் பிரமனார்,
ரிஷிகளின் முன்னிலையில் கருத்துதான் இயம்பினார்,
அனைத்துயிரின் நலத்துக்கென அமைந்த நற்குணம்,
சத்துவத்தின் குறியீடுகள் சாந்தம் மனநிறைவு.

மனநிறைவு மனமகிழ்வு மேன்மைகுணம் ஞானம்,
தாராளகுணம் களிப்பு தன்னம்பிக்கை நிறைந்தமனம்,
நம்பிக்கையும் வீரமும் மன்னிக்கும் நற்குணம்,
அஹிம்சையும் பகிர்தலும் உண்மையும் நேர்மையும்.

நேர்மையும் கோபமின்மையும் நல்லறிவும் தூய்மையும்,
செயல்திறமும் போர்த்திறமும் சீர்மிக்க யோகபலமும்;
அறிவெனும் பொருளறிதல் ஒருபலனும் அற்றதென,
அடங்கும் மனப்பாங்கில் அகற்றல் புண்ணியத்தை.

புண்ணியத்தை விரும்பாமல் போகட்டும் அகன்றென,
யோகத்தைக் கடைப்பிடித்து அகற்றுவார் மற்றவற்றை,
அறிவை கடமைகளை ஆற்றும் தொண்டுகளை,
நன்னடத்தையை வாழ்வுமுறையை நேதிசெய்து ஒதுக்குவார்.

ஒதுக்குவார் புண்ணியத்தை வழங்கும் செயல்களையும்,
அடைவார் அவ்வுலகில் அதிமேன்மை நிலைமையை,
எனதென்றோர் எண்ணம் எப்போதும் கொண்டிடார்,

தானென்றோர் ஆணவம் தன்மனதில் வைத்திலார்.

வைத்திலார் தமக்கென விருப்பங்கள் வெறுப்புகளை,
கொள்ளுவார் சமப்பார்வை காண்பதெலாம் ஒன்றென்று,
வேண்டிடார் எதனையும் உளத்திலோர் ஆசையிலார்,
அன்னவர் நடவடிக்கை அதிமென்மை மார்க்கமாகும்.

மார்க்கமாகும் இவ்வழியை மாண்புடன் கடைப்பிடித்து,
நம்பிக்கையும் தன்னடக்கமும் மன்னிக்கும் நற்குணமும்,
துறவும் கொடூரமின்மையும் தூய்மையும் சோம்பலின்மையும்,
உயிர்களிடம் கருணையும் உளக்குழப்பம் இல்லாமையும்.

இல்லாமையும் கொண்டிருப்பார் எள்ளும் இழிகுணம்,
போதுமெனும் மனநிறைவும் பெருவெற்றி மனநிலையும்,
அதிமகிழ்வும் அடக்கமும் இழிவிலா நன்னடத்தையும்,
தூயதாகும் நற்செயலால் தன்னுளத்தில் அமைதியும்.

அமைதியும் நேர்மையும் அறவழி நுண்ணறிவும்,
விடுதலையும் நலந்தீதில் விருப்பம் இல்லாமையும்,
பிரமசரியமும் முழுத்துறவும் பொருட்கள் எனதெனாமையும்,
எதிர்பார்க்கும் குணமின்மை அறவழியை மீறாமை.

மீறாமை அறவழியை மனத்தூய்மை இவற்றுடன்,
கோராமை புண்ணியத்தைக் கொடுக்கும் தானத்தால்,
வேள்விகளை இயற்றாமை வேதத்தை ஓதாமை,
விரதத்தை நோற்காமை தானத்தைப் பெறாமை.

பெறாமை தானத்தைப் பிறரெவர் ஈந்தாலும்,
கடமை செய்வதுகூடக் கருத்தில் நினையாமை,
தவத்தைக் கூடத் தன்னுளம் விரும்பாமை,
இவற்றைக் கடைப்பிடிப்போர் இவ்வுலகில் மேலோர்.

மேலோர் நல்லவராய் மாண்பு மிகைத்தவராய்,
நெறியிலோர் நொடியும் நழுவி வழுவாதவராய்,
வேதத்திலோர் பிடிப்பு விலகாத நல்லவராய்,
ஞானத்திலோர் நிலைப்புற்று நற்பார்வை உடையவராய்.

உடையவராய் இருப்பார் உண்மைமிக்க நற்குணம்,
பாவங்களை வருத்தத்தைப் போக்கடித்த நல்லவராய்,

சொர்க்கத்தை அடைந்து சுகம்பெற்று வாழுவார்,
விருப்பத்தை ஒத்ததாக வடிவடுக்கும் திறமுடையார்.

திறமுடையார் அனைத்துத் தரணிகளை ஆளுதற்கு,
அடக்கமுடையார் நுணுக்கமுடையார் அவர்தம் மனதினால்,
இயக்கவல்லார் அகிலத்தை ஈசத்துவம் பெற்றமையால்,
கடவுளர் போலவே குணமேன்மை உடையவர்.

உடையவர் அத்தகையோர் உலகையே மாற்றுந்திறம்,
ஏகுவார் சொர்க்கத்துக்கு ஏற்படுத்துவார் மாற்றங்களை,
அடைவார் மனதிலே எண்ணும் பொருட்களை,
சத்வகுணத்தார் பண்புகளைச் சொன்னேன் உங்களுக்கு.

உங்களுக்கு நானுரைத்த உன்னதக் கருத்துக்களை,
புரிந்துகொண்டு நடந்தால் பெறலாம் விரும்பியதை,
சத்துவத்து குணங்குறித்து சொன்னேன் உங்களுக்கு,
முக்குணத்து அடையாளங்களை மொழிந்தேன் முழுமையாக.

முழுமையாக எவ்விதம் முக்குணங்கள் செயல்படுமென,
தெளிவாக அறிந்தவர் தூயதான மனப்பாங்கால்,
குணமாக இருப்பவற்றைக் கடந்து முன்னேறுவார்,
இறுதியாக அடைவார் ஈடிலா விடுதலையை.

(39) அஸ்வமேதிக பர்வம், பகுதி 39: அனுகீத பர்வம்

விடுதலையைக் குறித்து விளம்பிய பிரமதேவர்,
குணங்களைக் குறித்துக் கூறினார் மேலும்,
முக்குணத்தைத் தனித்தனியாய் மதிப்பிடுதல் கடினம்,
சத்வரஜசத்தை தமசத்தைச் சொல்லலாம் கலவையாக.

கலவையாக மூன்றுமே கலந்திருக்கும் ஒன்றோடொன்று,
ஒன்றாக இருப்பதற்கு வேறொன்று ஆதரவாகும்,
சத்வமாக இருப்பதுடன் சார்பாகும் ரஜசகுணம்,
தனியாக இல்லாமல் தொகுப்பாக இயங்கும்.

இயங்கும் காரணத்துடன் அல்லது காரணமின்றி,

மூன்றும் எவ்விதத்தில் மிகைக்கும் குறையுமென,
ஏற்றம் இறக்கத்தை இயம்புவேன் தெளிவாக,
தமசகுணம் மிகைக்கையில் துணையாகும் ரஜசம்.

ரஜசம் தமசத்துடன் இருக்கும் சிறிதளவு,
ரஜசத்தினும் சிறிதாக அமைவுறும் சத்துவம்,
அதிகம் ஆகலாம் ஆசைதரும் ரஜசகுணம்,
தமசமும் சத்துவமும் துணையாகும் சிறிதாக.

சிறிதாக தமசமும் சின்னஞ்சிறுத்து சத்துவமும்,
துணையாக நிற்கும் துளிர்க்கும் ரஜசத்துடன்,
இவ்விதமாக குணவமைப்பு இடைநிலை உயிர்களுக்கு,
சத்வமாக இருப்பது செரிவுறும் மேலோரிடம்.

மேலோரிடம் சத்துவம் மிகைத்து நிற்கையில்,
தமசகுணம் சிறிதாகவும் ரஜசகுணம் வெகுசிறுத்தும்,
நிலைபெறும் ஆதலால் நலங்கள் மிகைத்திடும்,
புலன்களும் புத்தியும் பலம்பெறுதல் சத்துவத்தால்.

சத்துவத்தால் புலன்கள் செய்திடும் பணிகளை,
கடமைகளில் சத்துவமே கனமிகுந்த முதற்கடமை,
சத்துவத்தில் நிலைத்தவர் செல்லுவார் மேன்மைக்கு,
ரஜசத்தில் நாட்டமுளார் இருப்பது நடுநிலையில்.

நடுநிலையில் இருப்பார் நெஞ்சத்தில் ரஜசமுளார்,
தமசத்தில் மனங்கொண்டோர் தீங்குகளில் சிக்குவார்,
கீழ்மைகளில் மூழ்கிக் கேடுற்று இழிவுறுவார்,
சூத்திரர்கள் தமசகுணம் செரிவுற்ற மனமுடையார்.

மனமுடையார் ரஜசத்தில் மண்ணாளும் கூத்ரியர்,
பிராமணர் மனதிலே பெரிதாகும் சத்துவம்,
குணத்திலோர் பாகுபாடு கூறினாலும் முக்குணமும்,
கலந்ததோர் கலவையே காணும் உயிரெலாம்.

உயிரெலாம் முக்குணத்தால் உலகிலே இயங்கும்,
விடியலாம் நேரத்தில் வெளிவரும் சூரியனை,
கண்டதும் மனதிலே கலங்குவார் தமசத்தார்,
வெம்மையதரும் கதிரவனால் வாடுவார் பயணியர்.

பயணியர் வாடவைக்கும் பரிதியோ சத்வகுணம்,
தீயவர் அனைவரும் தமசகுண வடிவுற்றார்,
அன்னவர் வாடவே அனலாகும் வெம்மைதான்,
குணத்திலோர் ரஜசமாகும் கலவையே முக்குணமும்.

முக்குணமும் கலந்து மிகைக்கும் ஏதேனுமொன்று,
சத்வகுணம் சூரியனாகும் ரஜசகுணம் வெம்மையாகும்,
தமசகுணம் ஒளியைத் தடுக்கும் கருமேகம்,
இவ்விதம் முக்குணமும் அளிக்கும் ஒளியை.

ஒளியை உடையதெலாம் உடையதே முக்குணத்தை,
வகைவகை பொருட்களில் வகைவகை விதங்களில்,
செயல்களைத் தம்போக்கில் செய்திடும் முக்குணங்கள்,
உயிர்த்தொகை அனைத்தும் உடையன முக்குணத்தை.

முக்குணத்தை சார்ந்தவற்றில் மிகைக்கும் தமசத்துடன்,
அசையாதவை அனைத்தும் இயங்காமலே இருக்கும்,
ரஜசத்தை ஒட்டி ஏற்படும் மாற்றங்கள்,
மென்மைகளை அளிப்பது மாண்புமிக்க சத்துவம்.

சத்துவம் ரஜசம் தமசம் என்பதாக,
முக்குணம் பகலை மூன்றாகப் பகுக்கும்,
அதேவிதம் இரவையும் இயம்பலாம் மூன்றாக,
இருவாரம் மாதமும் ஆண்டும் மூன்றாகும்.

மூன்றாகும் பருவங்களும் முக்குணத்தின் கலவைகளும்,
ஈந்திடும் தானத்தையும் இயம்பலாம் மூன்றுவிதம்,
வேள்வியும் மூவிதமென வகுத்துப் பிரிக்கலாம்,
உலகமும் மூன்றுவிதம் வானவரும் மூன்றுவிதம்.

மூன்றுவிதம் அறிவாற்றலை மொழியலாம் இவ்வுலகில்,
பாதைகளும் முடிவுகளும் பகுக்கலாம் மூன்றுவிதம்,
இறந்தகாலம் நிகழ்காலம் எதிர்காலம் மூன்றாகும்,
மார்க்கமும் பொருளும் மகிழ்வும் மூன்றுவிதம்.

மூன்றுவிதம் வாயுக்கள் மொழியலாம் உயிராற்றலென,
ப்ராணனும் அபானனும் உதானனும் மூன்றாகும்,
அனைத்தும் முக்குணத்தால் அடைந்திடும் பகுப்புகளை,
வடிவேதும் இல்லாமலே வேலைசெய்யும் முக்குணங்கள்.

முக்குணங்கள் நித்தியமாய் முதலிலிருந்து உள்ளன,
ஆத்மஞானம் அடைவதற்கு அகத்திலே தியானிப்போர்,
அறியவேண்டும் குணசார்பால் ஏற்படும் நிலைகளை,
வரிசையாகும் விதத்திலே விளம்பினால் வடிவற்றது.

வடிவற்றது இருளானது உயர்வுற்றது புனிதமானது,
காட்சியற்றது நிலைத்தது கருப்பை இயற்கை,
பிறப்பற்றது மாறுவது ப்ரதானமானது அழிவது,
உற்பத்தியாவது ஒடுங்குவது வளராதது பெருத்தது.

பெருத்தது அதிராதது பொருந்தியது அசையாதது,
இருப்பது இல்லாதது என்னும் இப்பெயர்களை,
அறிவது வேண்டும் ஆத்மனை தியானிப்போர்,
வடிவற்றது ஏதென்று உணர்ந்தவருக்கு நலமுண்டு.

நலமுண்டு முக்குணத்தின் நடப்புகளை அறிந்தால்,
முக்குணத்து இயக்கத்தை முழ்தாக அறிந்து,
பாகுபாடு என்னவென புத்தியில் உணர்ந்து,
உடலது தளையறுத்தார் உற்றிடுவார் விடுதலை.

விடுதலை பெறுவார் வாய்த்த முக்குணத்தினின்று,
பெருமகிழ்வை அடைவார் பேருண்மையை அறிந்தவர்,
எவ்விதமாய் முக்குணங்கள் இயங்கும் என்பதை,
முழுவதாய் அறிந்தவர் முக்குணத்திடம் விடுபட்டவர்.

(40)அஸ்வமேதிக பர்வம், பகுதி 40: அனுகீத பர்வம்

விடுபட்டவர் குறித்து விளம்பிய பிரமதேவர்,
ரிஹிமுனிவர் குழாத்திடம் இயம்பினார் மேலும்,
உருவற்றதோர் பொருளிலே உண்டானது மஹத்தாகும்,
அறிவுக்கோர் உறைவிடமாய் அமைந்ததும் மஹத்தாகும்.

மஹத்தாகும் ஒன்றில்தான் உருவாகும் குணங்கள்,
முதலாகும் படைப்பென மொழிவதும் மஹத்தையே,
ஆத்மனாகும் பரம்பொருளை அறிவிக்கும் வார்த்தைகளை,

அடுக்காகும் விதத்திலே அறிவிக்கிறேன் வரிசையாக.

வரிசையாக மஹாத்மன் வாலறிவு விஷ்ணு,
அடுத்ததாக ஜிஷ்ணு அகிலாண்டர் சம்பு,
அறிவுற்றதாக ஞானம் அறிவாற்றலின் பிறப்பிடம்,
புலனுணர்வாக இருப்பவை புறப்படும் தோற்றுவாய்.

தோற்றுவாய் பெரும்புகழ் திடமனம் நினைவாற்றல்,
இதனை அறிந்தால் அத்தகைய பிராமணர்,
எதனைக் கண்டும் அடைந்திடார் குழப்பத்தை,
கைகால்களை எங்குமே கொண்டது பரமாத்மன்.

பரமாத்மன் அனைத்திலும் பரவலாகக் கலந்தது,
பேராற்றலின் உறைவிடம் பரமாத்மன் ஒன்றுதான்,
அனைத்துயிரின் இதயத்தில் அமைந்தது பரமாத்மனே,
நுண்மையுடன் வளமையுடன் இலகுத்தன்மை உடையது.

உடையது ஈசத்துவம் உலகிற்கே இறைவரானது,
ஒளியென்று இருப்பது ஒருபோதும் குன்றாதது,
நல்லறிவு நற்குணம் நன்னடத்தை அனைத்தையும்,
கொண்டது பரமாத்மனெனக் காண்பது யோகியர்.

யோகியர் இயற்றும் யோகத்தால் அறியப்படும்,
உண்மையொருவர் வழுவாவிடில் உள்ளவர் ஞானமெனில்,
வென்றவர் கோபத்தையெனில் விலக்கியவர் ஆசையெனில்,
அடக்கியவர் புலனையெனில் ஆத்மனை அடைவார்.

அடைவார் ஆத்மனை ஆத்திரத்தை வென்றவர்,
இருப்பார் மனமகிழ்வில் அடைவார் ஞானத்தை,
உடையார் ஞானத்தை விடுபட்டார் வினைத்தளையில்,
இல்லார் எனதெனும் எண்ணம் எள்ளளவும்.

எள்ளளவும் தானெனும் எண்ணமேதும் இல்லாதார்,
பற்றேதும் அற்றவர் பரமாத்மனை அடைவார்,
புனிதமிகும் மென்மையை பரமாத்மனை அறிந்தவர்,
குழப்பமேதும் இல்லாமல் களிப்புறுவோர் யோகத்தால்.

யோகத்தால் களிப்பு ஏற்படும் ஞானியருக்கு,
அகிலங்கள் ஆளும் ஆண்டவர் விஷ்ணுவை,

இதயத்தில் உள்ளாக அமைந்திருக்கும் குகைக்குள்,
அறிபவர்கள் ஆதிப்பொருளை அறிந்த ஞானியர்.

ஞானியர் அறிவார் நிகரிலாத ஆத்மனை,
பொன்னிகர் ஆத்மனைப் பெறுவதே நோக்கமென்,
அன்னவர் யோகத்தால் அடைவார் விடுதலையை,
யோகியர் மனதிலே இருக்கிறார் பரமாத்மன்.

(41)அஸ்வமேதிக பர்வம், பகுதி 41: அனுகீத பர்வம்

பரமாத்மன் குறித்து பகர்ந்த பிரமதேவர்,
தொடரதான் செய்தார் தூயதான விவரங்களை,
மஹத்துதான் உண்டானது முதன்முதல் படைப்பாக,
அதுதான் எழும்பும் அகமென்று நானென்று.

நானென்று எழுவதை நவிலுவார் இரண்டாவதென,
தானென்ற தன்னுணர்வே தரணியைப் படைக்கிறது,
பலவித மாற்றங்களைப் பெற்றிடும் மஹத்துதான்,
உயிரென்று பலவாகி உருவங்கள் அடைகிறது.

அடைகிறது மஹத்து ஆனேக மாற்றமெனினும்,
ஒளிமிகுந்து நிற்கும் உன்னதமே மஹத்து,
தானென்று எழுவதைத் தாங்குவதும் மஹத்துதான்,
ப்ரஜாபதியென்று தேவரென்று பல்லுருவம் பெறுகிறது.

பெறுகிறது வடிவங்களை படைக்கிறது தேவர்களை,
ஆக்குகிறது மூவுலகை அறிகிறது அனைத்தையும்,
முனிவரென்று இருப்போரின் மனதிலே ஞானமாகிறது,
ஆத்மனது தியானத்தால் அடையப்படும் ஆத்மஞானம்.

ஆத்மஞானம் தியானத்தால் அடையப்படும் நிலையாகும்,
வேதகானம் இசைப்பதாலும் வேள்விகள் புரிவதாலும்,
அடையத்தகும் நிலையாகும் ஆத்மனின் ஞானம்,
குணங்களும் ஆத்மஞானிக்குக் கொடுக்கும் மகிழ்வை.

மகிழ்வை அளிக்கும் மஹத்தெனும் ஆதிப்பொருள்,

உயிர்த்தொகை அனைத்தையும் உண்டாக்கும் மஹத்தானது,
உண்டானவை அனைத்துயிரும் உற்றிடும் பலவகை,
மாற்றங்களை உண்டாக்கும் மிகப்பெரும் சக்தியாகும்.

சக்தியாகும் மஹத்தே செய்கிறது நகர்வுகளை,
இயக்கம் அனைத்தும் ஏற்படுதல் மஹத்தினால்,
தனதாகும் தன்னொளியால் தரணிக்கு ஒளிகொடுக்கும்,
அனைத்திலும் மேலானதென அறியவேண்டும் மஹத்தை.

(42)அஸ்வமேதிக பர்வம், பகுதி 42: அனுகீத பர்வம்

மஹத்தைக் குறித்து மொழிந்தார் பிரமதேவர்,
தன்னுணர்வை அடுத்துத் தானெழும் பஞ்சபூதம்,
அவற்றை நிலம்நீர் ஆகாயம் வளியொளியென,
ஐந்தை உயிர்கள் அனுபவித்து மயங்கும்.

மயங்கும் கந்தத்தில் மிகநல்ல சுவையில்,
ஓசையும் தொடுதலும் வடிவங்களின் தோற்றமும்,
பஞ்சபூதம் சார்ந்த பொருள்வழி உணர்வுகள்,
அவற்றிடம் உயிர்கள் அகப்பட்டுக் குழம்பும்.

குழப்பம் உயிர்களிடம் கிளைத்து உண்டாவது,
ப்ஞ்சபூதம் கொடுக்கும் பஞ்சவிதப் பொருட்களால்,
அனைத்தும் அழிந்திடும் அந்தமாம் காலத்தில்,
உயிரெலாம் ஒருவித அச்சத்தை அடையும்.

அடையும் பொருளெலாம் அழிவாகும் நிலையை,
அவ்விதம் அழிகையில் எவ்விதம் தோன்றியதோ,
எதிர்விதம் அனைத்தும் அடையும் ஒடுக்கத்தை,
ஒன்றிடம் ஒன்றென உண்டாகின அனைத்தும்.

அனைத்தும் ஒன்றிலொன்று அடுத்தடுத்து உண்டாகின,
அசைவதும் அசையாததும் அழிந்து முடிந்தாலும்,
திடசித்தம் உடையவர்கள் தமதுநிலை இழந்திடார்,
ஏற்படும் அழிவுகளில் அழிந்திடார் திடசித்தர்.

திடசித்தர் யுகாந்தம் தாண்டியும் வாழுவார்,
பஞ்சபூதத்துக்கோர் குணமாக பகருவார் ஐந்தினை,
ஓசையென்பார் தொடுதலென்பார் வண்ணமென்பார்
சுவையென்பார்,
கந்தமென்பார் இவ்வைந்தைக் கூறுதல் விளைவென.

விளைவென இருப்பவை வேறுபட்டு மாறுபடும்,
குழப்பமென மாயையெனக் குறிப்பிடுவார் குணங்களை,
ஆசையென இருப்பதால் ஏற்படுவன அப்பொருட்கள்,
வேற்றுமையெனத் தெரிந்தாலும் வேறல்ல ஒன்றுதான்.

ஒன்றுதான் வேறல்ல ஒவ்வொருப் பொருளுணர்வும்,
உண்மைதான் ஏதுமற்று உடல்சதை குருதியுடன்,
இணைந்துதான் அவையெலாம் இருக்கும் இவ்வுலகில்,
ஆத்மனுடன் பொருந்தாதது ஐந்துவிதப் பொருளுணர்வு.

பொருளுணர்வு தன்னளவில் பலமேதும் அற்றதாகும்,
பஞ்சவாய் என்று பகரப்படும் ஐந்து,
ப்ராணனொடு அபானன் உதானனொடு சமானன்,
வியானனொடு சேர்ந்து ஒன்றும் ஆத்மனிடம்.

ஆத்மனிடம் தொடர்புடைய ஐந்துவித வாயிக்களும்,
பேச்சுடன் மனமும் புத்தியும் எட்டாகும்,
அகிலமென்லாம் அமைந்ததற்கு ஆதாரம் எட்டுதான்,
புனிதமிகும் பிரமத்திடம் போகலாம் புலனடக்கினால்.

புலனடக்கினால் ஐந்துவிதப் பொறிகளும் அடங்கும்,
கண்களால் தோலினால் காதினால் நாவினால்,
பேச்சினால் எச்செயலும் புரியாமல் அடக்குவோர்,
எட்டுவிதத்தில் பொருட்களிடம் பற்றுவிட்டவர் பிரமஞானி.

பிரமஞானி எட்டுவிதப் பெருந்தீயில் வெந்திடார்,
தனக்கிணை இல்லாத தற்பரமாம் பிரமத்தை,
அடைந்திடும் நிலையில் ஏற்படும் விடுதலை,
பதினொன்றாகும் புலன்கள் பிறந்தது தன்னுணர்வில்.

தன்னுணர்வில் பிறந்தவற்றை தெரிவிக்கிறேன் இப்போது,
காதுகள் மேல்தோல் கண்கள் நாசி,
சுவைகள் அறிந்து சுகிக்கும் நாவுடன்,

கணக்கில் ஐந்துடன் கால்கள் மலக்குதம்.

மலக்குதம் பிறப்புறுப்பு இருகரம் பேச்சுடன்,
பத்தாகும் இந்திரியங்களுடன் பதினொன்று மனமாகும்,
பதினொன்றும் அடங்கினால் பிரமத்தை அறியலாம்,
ஐந்துடன் கர்மேந்திரியங்கள் அதேயளவு ஞானேந்திரியங்கள்.

ஞானேந்திரியங்கள் கதிலிருந்து நவிலுவார் ஐந்தாக,
மிகுந்தவைகள் ஐந்தும் மிகவும் வேறுபட்டதல்ல,
இந்திரியங்கள் இருவகைக்கும் அகமெனும் மனமே,
பொதுவானதாய் இருந்து புரியவைக்கும் அனைத்தையும்.

அனைத்தையும் மனது அறிவிக்கும் விதத்திலே,
அறிந்திடும் புத்தியே ஆகும் பனிரண்டாவதாக,
பதினொன்றாகும் இந்திரியங்களைப் பகர்ந்தேன் வரிசையாக,
இவையாவும் அறிந்தவரை இயம்புவார் வென்றவரென.

வென்றவரென இருப்போரை விளம்பினேன் அதன்பின்னர்,
இந்திரியமென இருப்பவற்றை இயம்புகிறேன் முறையாக,
ஆகாயமென இருப்பதுதான் அனைத்திலும் முதலாவது,
ஆத்மனோடு இணைந்தால் ஏற்படுவன காதுகள்.

காதுகள் உணரும் கருவிகளாம் ஓசைக்கு,
பொருட்கள் உலகிலே பிறக்கும் ஓசை,
திசைகள் நான்கும் தேவதைகள் ஓசைக்கு,
பூதங்களில் அடுத்ததாகப் பகருவது வாயுவை.

வாயுவை கருவியாக உணருவது தோலாகும்,
தொடுதலைப் பொருளெனத் தெரிவிப்பார் வாயுவுக்கு,
தேவதை தொடுவுணர்வே தூயதான வாயுவுக்கு,
மூன்றாவதை ஒளியென மொழிவார் பூதங்களில்.

பூதங்களில் ஒளிக்குப் புலனானவை கண்கள்,
வண்ணங்கள் ஒளியை உணர்த்தும் பொருட்களாகும்,
வானத்தில் பரிதியே ஒளியின் இறைவராவார்,
பூதங்களில் நான்காவதைப் பகருவார் நீரென்று.

நீரென்று இருப்பதற்கு நாவுதான் கருவியாகும்,
பொருளென்று சுவைகளே பொருந்து நீருடன்,

சோமனென்று கடவுளைச் சொல்லுவார் நீருக்கு,
ஐந்தாவது பூதமாக அமைந்தது பூமியாகும்.

பூமியாகும் பூதத்துக்கு புலனாவது நாசி,
பொருளாகும் விதத்திலே பகருவார் கந்தமென,
காற்றாகும் மணத்துக்குக் கடவுளாக அமைந்தது,
ஐந்தாகும் பூதங்களை அறியவேண்டும் மும்மூன்றாக.

மும்மூன்றாக பூதங்களை மொழிந்தேன் வரிசையாக,
பூதங்கள் ஜீவாத்மனுடன் பொருந்துவது புலன்களால்,
பொருட்கள் வாயிலாகப் புலனுணர்வு செயலாகும்,
தேவதைகள் புலன்களைத் தாங்கிக் காப்பவர்.

காப்பவர் அதிதேவரெனக் கூறினேன் புலன்களை,
அதேபோல் கர்மேந்திரியங்கள் ஐந்தினை இயம்புகிறேன்,
இருகால்கள் ஜீவாத்மனுக்கு இருக்கும் இந்திரியங்கள்,
இடம்பெயர்தல் செயலாகும் இறைவராதல் விஷ்ணு.

விஷ்ணு இறைவராவார் விரைவுதரும் கால்களுக்கு,
அபானென்று வாயு இருக்கிறது கீழ்நோக்கி,
ஜீவனொடு சேர்ந்தால் சொல்லுவார் குதமென்று,
மலமென்று இருப்பதுதான் பொருளென்று உரைப்பார்.

உரைப்பார் மித்ரரே இறைவர் அபானனுக்கென,
பிறப்புக்கோர் உறுப்பைப் பெற்றது ஜீவாத்மன்,
பொருளுக்கோர் தொடர்புற்றால் பகருவார் உயிர்நீரென,
ப்ரஜாபதியார் இறைவராவார் பிறப்புறுப்பாம் கருவிக்கு.

கருவிக்கு வரிசையிட்டால் கரமிரண்டும் நான்காவது,
செயலென்று பொருள்வழியில் சொல்லுவார் இப்புலனை,
இறைவரென்று கரங்களுக்கு இந்திரரை உரைப்பார்,
வாயென்று புலனுண்டு வரிசையில் அடுத்ததாக.

அடுத்ததாக உரைப்பது ஓசைதரும் வாயினை,
வார்த்தையாக இருப்பவை வெளிப்படும் பொருட்கள்,
இறைவராக அக்கினி இருக்கிறார் வாய்க்கு,
மனமாக இருப்பதை மொழிவார் ஆறாவதாக.

ஆறாவதாக இயம்புவது அகமான மனத்தை,

பூதமாக ஐந்துடன் பொருந்தி இயங்குவது,
பொருளாக உரைத்தால் பகரலாம் மூளையென,
இறைவராக சந்த்ரமஸ் இருக்கிறார் மனதுக்கு.

மனதுக்கு அடுத்ததாக மொழிவது தன்னுணர்வை,
உலகத்து வாழ்வை உண்டாக்குவது தன்னுணர்வே,
பொருளென்று சொன்னால் பகரலாம் உயிரிருப்பென,
இறைவரென்று உருத்திரரை இயம்புவார் தன்னுணர்வுக்கு.

தன்னுணர்வுக்கு அடுத்தது தெளிவுதரும் புத்தியாகும்,
புத்திக்கு உட்பட்டுதான் புலனாறும் இயங்கும்,
புரிதலென்று உணருந்திறம் பொருளாகும் புத்திக்கு,
பிரமரென்று இறைவர் புத்தியை ஆளுகிறார்.

ஆளுகிறார் பிரமதேவர் அறிவான புத்தியை.
உயிரென்பதோர் பொருளானது உண்டானால் அதற்கு,
இருப்பாவதோர் இடத்தை இயம்புவர் மூன்றாக,
நிலம்நீர் ஆகாயமென நவிலுவர் மூன்றினை.

மூன்றினைத் தவிர்த்து மற்றேதும் வாழிடம்,
உயிர்களைத் தாங்கிட உலகத்தில் கிடையாது,
பிறப்பைப் பொறுத்தவரைப் பகருவது நால்வகை,
முட்டை துளிர்விடுதல் மலப்பிறப்பு கருப்பிறப்பு.

கருப்பிறப்பு ஈற்றாகக் கூறியவை நான்கிலே,
அகிலத்து உயிரெலாம் உடலுற்றுப் பிறந்திடும்,
வானத்து வழிகளிலே வாழ்ந்திடும் சிற்றுயிர்கள்,
பிறப்பது முட்டையிலே பறந்திடும் வானிலே.

வானிலே பறப்பதுபோல் வழுக்கும் உடலுடன்,
மார்பிலே நழுவும் மிகப்பல விலங்குகள்,
மலத்திலே பிறக்கும் மிகப்பலக் கிருமிகள்,
பிறப்பிலே இரண்டாம்விதம் பீற்ற மலப்பிறப்பு.

மலப்பிறப்பு மிகவும் மாண்பற்றப் பிறப்பாகும்,
பிளந்துகொண்டு பூமியிலே பிறக்கும் துளிர்கள்,
விதையினின்று பிறப்பவை வளரும் பூமியில்,
நான்கவாது பிறப்பு நேரிடும் கருப்பையில்.

கருப்பையில் பிறப்பன காலிரண்டில் நடப்பன,
நாற்கால்கள் உடையவனவும் நிறையகால் பெற்றனவும்,
குறுக்கில் ஊர்வனவும் கருப்பையில் பிறப்பனவே,
ஊனங்கள் சிலவகை உயிர்களில் உண்டாகும்.

உண்டாகும் பிறப்பினை உண்டாக்கும் பிரமர்,
இருவிதம் இருக்கிறார் வெகுதவம் புண்ணியமென,
ஞானியர்தம் மொழிகளை நவின்றேன் உங்களுக்கு,
வேள்விகளும் தானங்களும் விளம்புவார் செயல்களென.

செயல்களென மேலும் சொல்லுவார் ஓதுதலை,
மனைதரென்று பிறந்தோர்க்கு மிகமேன்மை ஓதுதலே,
புரிந்துகொண்டு நடப்பவரைப் பகருவார் யோகியென,
யோகத்து மார்க்கத்தால் அழிந்துவிடும் வினைகள்.

வினைகள் அனைத்தும் விலகும் யோகத்தால்,
இதுவரையில் அத்யாத்மனென இருப்பதை உரைத்தேன்,
ஞானியர்கள் இதனை நன்கு அறிவார்,
இவைகள் அனைத்தையும் எண்ணவேண்டும் தொகுப்பாக.

தொகுப்பாகப் புலன்களை தெரிந்துகொள்ளும் பொருட்களை,
இறைவராக இருப்போரை ஐந்துவித பூதங்களை,
மனமான குகையில் மிகநுணுகி எண்ணவேண்டும்,
அவ்விதமாக சிந்தித்தால் அனைத்தும் அடங்கும்.

அடங்கும் புலனெலாம் அகமெனும் மனத்திலே,
உலகம் தருகின்ற உவகையாம் மகிழ்வுகளை,
வேண்டாததாம் மனநிலையில் உண்மை ஞானத்தில்,
இருக்கும் ஒருவருக்கு ஏற்படும் ஆனந்தம்.

ஆனந்தம் உண்மையில் அகத்தில் சிதறலற்று,
யோகமெனும் நிலையிலே எப்போதும் இருப்பதென,
ஞானமிகும் நல்லார்கள் நவின்றனர் கருத்தினை,
துறவெனும் நிலைபற்றித் தெரிவிக்கிறேன் இனிமேல்.

இனிமேல் துறவினை இயம்புவேன் கேளீர்,
பொருட்கள் அனைத்தையும் போதுமென அகற்றும்,
செயலில் கடினவழி சன்மான மென்மைவழி,
வழிகள் இரண்டையும் விளக்கி உரைக்கிறேன்.

உரைக்கிறேன் துறவினால் உண்டாகும் நலத்தை,
ஆத்மனின் ஞானத்தை அடைந்திடும் வழிமுறையை,
குணங்களின் கட்டுகளைக் கடந்ததான நன்னிலையை,
தனித்துதான் வாழும் துறவறத்தை விவரிக்கிறேன்.

விவரிக்கிறேன் எவ்வித வேறுபாடும் காணாமல்,
பிரமத்திடம் மனமொடுங்கும் பீடுடைத்து துறவு,
ஆனந்தம் பிறக்கும் ஊற்றுக்கண் பிரமமே,
அதற்காகும் முதற்படி ஆசைகளைத் திருப்பவேண்டும்.

திருப்பவேண்டும் ஆசைகளைத் தனக்கு உள்ளாக,
எந்தவிதம் ஆமையானது அடங்குமோ ஓட்டுக்குள்,
அந்தவிதம் தனக்குள்ளே அகத்தைத் திருப்பவேண்டும்,
ஆசையேதும் இல்லாமல் அடையவேண்டும் விடுதலை.

விடுதலை பெற்றவர்க்கு வாய்க்கும் ஆனந்தம்,
ஆசைகளை எல்லாம் ஆத்மனுக்குள் அடக்கி,
பொருட்களைக் குறித்துப் புந்தியில் தாகமின்றி,
மனதை ஒருமுகமாக்கி மித்ரராவார் அனைத்துயிர்க்கும்.

அனைத்துயிர்க்கும் நட்பாகி அடங்குவார் பிரமத்தில்,
பொருட்களைத் தேடியோடும் புலன்களை அடக்குவார்,
வாழிடத்தை அவ்வப்போது வேறிடத்துக்கு மாற்றுவார்,
யோகத்தைச் செய்வதால் எழும்பும் அத்யாத்மன்.

அத்யாத்மன் என்னும் அக்கினிப் பிழம்பானது,
அக்கினியின் கங்குகளை ஒத்ததாக மிளிரும்,
அகிலாண்டம் அனைத்தையும் அகத்திலே காண்பார்,
சுயம்பிரகாசம் மிகைத்து சேருவார் பிரமத்திடம்.

பிரமத்திடம் சேருவார் பீடுமிகும் நல்லவர்,
அனைவரும் ஒப்பியது உரைக்கிறேன் உடல்குறித்து,
உடல்வண்ணம் அக்கினி உதிரமாதல் நீராகும்,
தொட்டிடும் உணர்வைத் தருவது வாயு.

வாயு தொடுதலாகும் உளமானது பூமியாகும்,
ஓசையென்று உண்டாவது வெற்றிடமாம் ஆகாயம்,
உடலோடு நோய்களும் உருக்கும் வேதனைகளும்,

சேர்ந்து இருக்கும் சேர்ப்பவை பஞ்சபூதங்கள்.

பஞ்சபூதங்கள் என்னும் பெரிதான ஓட்டத்தில்,
ஐந்துபொருள் சேர்ந்த அகமானது இருக்கும்,
வாயில்கள் ஒன்பதுடன் உம்பர்கள் இருவருடன்,
ஆசைகள் நிரம்பியதாய் அமைந்திடும் உடலானது.

உடலானது காண்பதற்கு உகந்தது அல்லவே,
இவ்விதத்து குணங்களால் ஏற்பட்ட உடலுக்குள்,
மூன்றுவிதத்து ஓட்டங்கள் மிகைக்கும் எப்போதும்,
அசைப்பது கடினம் அழிவுறும் இவ்வுடலை.

இவ்வுடலைக் காலத்தின் இயக்கமென உணரலாம்,
மாயையை உண்டாக்கி மயக்கி அச்சமூட்டும்,
அத்யாத்மத்தை உடையதான அவ்வுடலே மாற்றமுற்று,
அகிலத்தை தேவர்களை அமைக்கும் தற்பரம்.

தற்பரம் ஆகும் துறவுற்ற மனநிலை,
ஐம்புலனும் அடக்கினா ஆசையும் கோபமும்,
அச்சமும் காமமும் எதிர்ப்பும் பொய்மையும்,
நீங்கிவிடும் ஆதலால் நலந்தரும் புலனடக்கம்.

புலனடக்கம் வாயிலாகப் போய்விடும் தீமைகள்,
அவற்றையெலாம் விலக்குதல் எளிதல்ல இவ்வுலகில்,
முக்குணமும் ஐம்பூதமும் முழுதாக அடங்கினால்,
வானுலகம் தன்னிலே வாய்க்கும் பெருநலம்.

பெருநலம் உண்டாகும் புலனைந்தும் அடங்கினால்,
அனந்தமாகும் நிலையை அடைவார் அத்தகையோர்,
பெருநதியாம் மாயைக்குப் புலனைந்தும் கரைகளாகும்,
மனவேகமாம் நீரோட்டம் மதிமயக்கமாம் ஏரிகள்.

ஏரிகள் போலவே இருக்கும் மதிமயக்கம்,
அடக்குந்தல் வேண்டும் ஆசைகளைக் கோபத்தை,
பழுதுகள் அனைத்தையும் போக்கிடும் நல்லார்,
மனதுக்குள் மனதை மாண்புடன் குவிப்பார்.

குவிப்பார் மனத்தைக் காணுவார் அனைத்துயிரை,
பகுப்பார் உயிர்களைப் பகுக்காமல் ஒன்றென்பார்,

மாற்றுவார் வடிவத்தை மனம்போல அவ்வப்போது,
உணருவார் பல்லுடலை ஒருடலில் உணருவதாய்.

உணருவதாய் பல்லுடலில் ஒருவரே உணருவார்,
விஷ்ணுவாய் மித்ரராய் வருணராய் அக்கினியாய்,
ப்ரஜாபதியாய் பிரமமமாய்ப் பாருலகை அமைப்பார்,
முகங்களை உடையார் மிகப்பலவாய் பலதிக்கில்.

பலதிக்கில் முகங்கொண்ட புனிதர் அவரேதான்,
உயிர்கள் அனைத்திலும் உள்ளார் இதயமாக,
மஹாத்மனில் இருக்கும் மாண்புகள் அவருடைத்து,
அவர்துதிகள் பாடுவார் அமரரும் ரிஷிகளும்.

ரிஷிகளும் பிராமணரும் அசுரரும் யக்ஷரும்,
பைசாசரும் பித்ரிக்களும் பறவைகளும் ராட்சதரும்,
கூட்டமாகும் பேய்களும் கும்பிடுவார் அவரையே,
பலவிதம் அவர்புகழைப் பகர்ந்து வணங்குவார்.

(43)அஸ்வமேதிக பர்வம், பகுதி 43: அனுகீத பர்வம்

வணங்குவார் அனைவரும் விடுபட்ட முக்தரையென,
தொடர்ந்தார் பிரமதேவர் தூயதான உரையை,
மானிடர் நடுவிலே மத்திம குணத்தினர்,
அரசாளுவோர் க்ஷத்ரியர் அவருடைத்து நடுநிலை.

நடுநிலை வாகனங்களில் நிகரிலாத வேழத்துக்கே,
வனத்தைப் பொருத்தவரை வேந்தாகும் சிம்மமே,
வேள்விவிலங்கைப் பொறுத்தவரை விழுப்பம் ஆட்டுக்கு,
குழிவிலங்கைப் பொறுத்தவரை கோனாகும் அரவம்.

அரவம் கோனாகும் ஊர்வனவாம் விலங்கினத்தில்,
காளையாகும் வேந்தன் கால்நடை இனத்துக்கு,
பெண்குதிரையாம் மகளிரில் பெருமை மிக்கது,
சந்தேகம் ஏதுமில்லை சொன்ன விவரத்தில்.

விவரத்தில் மேலும் விளம்புகிறேன் கருத்தை,

மரங்களில் நயக்ரோதமும் ஜம்வுவும் பிப்பலமும்,
சல்மாலிகள் மேஷஸ்ரிங்கமும் சின்சபமும் கீசகமும்,
மேன்மைகள் உடையன மலைகளை மொழிகிறேன்.

மொழிகிறேன் மலைகளில் மேன்மையான வரிசையை,
ஹிமாலயம் பதிபத்ரம் விந்தியம் சாஹ்யம்,
திரிகூடம் ஸ்வேதம் நீலம் பாசம்,
கோஷ்டவதம் மஹேந்திரம் குருஸ்கந்தம் மலயவத்.

மலயவத் உட்பட மலைகளில் மேற்சொன்னவை,
உயர்வுமிகக் கொண்டவை உன்னதம் மிகுந்தவை,
கணங்களைப் பொறுத்தவரைக் கேடிலாத மருதரே,
வேந்தரைப் போலென விளம்பலாம் திறத்தில்.

திறத்தில் மிக்கார் தேவர்களில் மருதரே,
கோள்களில் சூரியனே கோவாக அமைந்தது,
விண்மீன்களில் அம்புலியே வேந்தாக ஆளும்,
பித்ரிக்கள் வேந்தனெனப் பகருதல் எமனை.

எமனை பித்ரிக்களின் அரசனென உரைப்பார்,
கடலை நதிகளின் கோவெனக் கூறுவார்,
வருணனை நீர்நிலைகளின் வேந்தனென இயம்புவார்,
மருந்தரை ஆளுவது மகேந்திரனாம் சக்ரன்.

சக்ரன் மருதருக்கு சக்ரவர்த்தி ஆகிறான்,
அர்கன் வெம்மையுற்ற அனைத்தின் வேந்தன்,
இந்திரன் ஒளிதரு அனைத்துக்கும் அரசன்,
அக்கினிதான் பஞ்சபூதம் ஐந்துக்கும் ஆட்சியாளர்.

ஆட்சியாளர் வ்ருஹஸ்பதியே அந்தணர் அனைவருக்கும்,
சோமனானவர் மூலிகைகளின் சக்ரவர்த்தி ஆகிறார்,
பலமிக்கார் அனைவரிலும் பெரியவர் விஷ்ணுவே,
உருத்திரர் அனைவரின் வேந்தர் தஷ்ட்ரி.

தஷ்ட்ரி உருத்திரரின் தலைமை உடையவர்,
படைத்தவை அனைத்துக்கும் பார்வேந்தர் சிவனாவார்,
கிரியை அனைத்திற்கும் கோவானது வேள்வி,
தேவரை ஆளுவது தேவேந்திரன் மகவத்.

மகவத் தேவருக்கு மன்னனாக ஆளுகிறார்,
திசைகளுக்கு வேந்தாவது தூயதான வடதிசையே,
பிராமணருக்கு வேந்தர் பால்நிலவாம் சோமனே,
நவரத்தினக் குவியலுக்கு நாதன் குபேரன்.

குபேரன் ரத்தினத்தின் கடவுள் ஆகிறார்,
புரந்தரன் தேவர்களின் பேரரசன் ஆகிறார்,
பொருட்களின் அரசரெனப் பகர்ந்தேன் இதுகாறும்,
ப்ரஜாபதிதான் அனைத்துப் படைப்புகளின் வேந்தர்.

வேந்தர் என்றே வையத்தின் அனைத்துக்கும்,
இருப்பவர் பிரமரெனும் ஈடிலார் நானேதான்,
மிஞ்சுவார் இல்லை மகாவிஷ்ணுவை என்னை,
அரசர் மகாவிஷ்ணுவே அகிலம் அனைத்துக்கும்.

அனைத்துக்கும் அரசர் ஹரியான விஷ்ணுவே,
முழுவதும் பிரமமான மாண்புடையார் விஷ்ணு,
அரசர்கெலாம் அரசர் ஆட்சியாளர் உலகிற்கு,
அனைத்தும் உண்டாக்கியவர் அவருக்கு பிறப்பில்லை.

பிறப்பில்லை ஹரிக்கு பிறப்புகளின் துவக்கமவர்,
கின்னரரை யக்ஷர்களை கந்தர்வரை நாகர்களை,
தேவர்களை ராட்சதரை தானவரை ஆளுபவர்,
ஆசைகளை உடையாருக்கு அரசியாவார் மகேஸ்வரி.

மகேஸ்வரி பார்வதியென மறுபெயர் பெற்றவர்,
உமாதேவி என்று உரைக்கப்படும் மகாதேவி,
மாதரில் எல்லாம் முதன்மை உடையவர்,
அழகிகளில் முதல்நிலை அப்ஸரஸ்கள் பெறுகிறார்.

பெறுகிறார் வேந்தர்கள் பெருந்தவமுறும் விருப்பத்தை,
பிராமணர் தவத்துக்குப் பாதையாக இருக்கிறார்,
பார்வேந்தர் இதனால் பிராமணரைக் காக்கவேண்டும்,
நல்லவர் வாடிநின்றால் நீசமுறுவார் வேந்தர்.

வேந்தர் ஆட்சியின் வரைமுறைப் பகுதியில்,
நல்லவர் வருந்தி நெஞ்சத்தில் துடித்தால்,
அரசர் நலமேதும் அற்றதோர் நீசரென,
க்ஷத்ரியர் தருமம்விட்டு சரிந்து வழுவியவர்.

வழுவியவர் நல்லவரை வாடவிட்ட வேந்தர்கள்,
எவரொருவர் ஆட்சியில் ஏதொன்றும் வாட்டமின்றி,
நல்லவர் வாழ்ந்தாலும் நிகரிலார் அவ்வேந்தர்,
வெல்லுவார் வானுலகில் வெகுமகிழ்வும் மேன்மையும்.

மேன்மையும் மகிழ்வும் மன்னரில் நல்லாருக்கே,
கடமையாகும் அனைத்தையும் கூறுகிறேன் வரிசையாக,
பிறர்மனம் பாதிக்கும் பிழைசெய்தல் பெரும்பாவம்,
தேவர்தம் அடையாளம் தூயதான நல்லொளி.

நல்லொளி தேவருக்கு நவிலப்படும் அடையாளம்,
செயல்களை மனிதருக்கு சொல்லுவார் அடையாளமென,
ஆகாயத்தை வெளிப்படுத்தும் அடையாளம் ஓசையாகும்,
வாயுவை தொடுதல் வெளிப்படுத்தும் அடையாளமாகும்.

அடையாளமாகும் ஒளிருவற்றுக்கு அவற்றின் வண்ணம்,
சுவையாகும் நீருக்கு சொல்லப்படும் அடையாளம்,
அனைத்தையும் தாங்கும் அன்னை பூமிக்கு,
அடையாளம் நுகர்வுணர்வை அளிக்கும் நாற்றம்.

நாற்றம் பூமிக்கு நவிலப்படும் அடையாளம்,
வார்த்தையாகும் பேச்சுக்கு விளம்பும் அடையாளம்,
உயிரெழுத்தும் மெய்யெழுத்தும் உண்டாக்கும் வார்த்தைகளை,
சிந்தையாகும் அறிவாற்றலுக்கு சொல்லப்படும் அடையாளம்.

அடையாளம் உரைத்தவற்றில் ஏதொன்றும் சந்தேகமில்லை,
அறிவாகும் ஆற்றலே அனைத்தையும் உணருகிறது,
தியானமாகும் மனதுக்குத் தரப்படும் அடையாளம்,
நல்லவர்தம் குணமோ நவிலாமை தன்பெருமை.

தன்பெருமை குறித்துத் தெரியாவிதம் மறைந்து,
மற்றவரைப் போலவே மண்ணுலகில் வாழுதல்,
மிகமேன்மை உடைய மாண்பினரின் அடையாளம்,
நன்னடத்தையை பக்திக்கு நவிலுவார் அடையாளமென.

அடையாளமென துறவுக்கு அறியவேண்டும் ஞானத்தை,
ஞானமான குறிக்கோளை நாடியே நல்லவர்,
துறவறமென இருப்பதைத் தக்கவிதம் கடைப்பிடித்து,

வெகுநலமான ஞானத்தை உடையராவார் நல்லார்.

நல்லார் துறவுபூண்டு ஞானம் பெற்றுவிட்டால்,
கடக்கிறார் இருமையெனக் கூறப்படும் அனைத்தையும்,
வெல்கிறார் இருளை வீழ்வாகும் இறப்பினை,
அடைந்திடார் வயோதிகத்தை எந்நோயும் தாக்காது.

தாக்காது நொடிவுகள் தூயவராம் ஞானியரை,
அனைத்துக்கு மேலானதை ஈடிலாத இலக்கினை,
அடைந்து முடித்தவர் அத்தகைய ஞானியர்,
கடமைக்கு அடையாளங்களைக் கூறினேன் இதுகாறும்.

இதுகாறும் உரைத்தவை அனைவரின் கடமைகள்,
எவ்விதம் பொருட்களை அனுபவிக்கும் ஆத்மனென,
விளக்கம் அளிக்கிறேன் உள்வாங்குவீர் ரிஷிகளே,
கந்தமெனும் பொருளைக் கொணரும் நாசிகள்.

நாசிகள் நாற்றத்தை நுகர்ந்து உள்ளிழுக்க,
உதவிகள் செய்யும் உயிரான ஜீவனுக்கு,
கந்தங்கள் எடுத்துவரக் காற்று உதவிசெய்யும்,
சுவைகள் அறிவதற்கு சோமன் இறைவர்.

இறைவர் சோமன் இருக்கிறார் நாவிலே,
சுவைக்கிறார் அனைத்துவிதச் சுவைகளையும் நீரினால்,
ஒளிக்கோர் குணமாகி வெளிப்படுத்துவன நிறங்களே,
காணுதற்கோர் கருவியாகும் கண்களே நிறங்களுக்கு.

நிறங்களுக்கு நேத்திரமே நவிலப்படும் கருவியாகும்,
தொடுதற்குக் கருவியாகும் தோலினை வருடியே,
தொடுவுணர்வு காற்றினால் தோலிலே உண்டாகும்,
வெற்றிடத்துக்கு அடையாளம் வெளிப்படும் ஓசையாகும்.

ஓசையாகும் வெளிப்பாட்டை உணருவன காதுகள்,
திசையாகும் எட்டும் தங்கும் காதுகளில்,
மனமெனும் கருவிக்கு மொழியப்படும் பண்பு,
சிந்தையெனும் எண்ணமே சிந்தையறிதல் அறிவாற்றல்.

அறிவாற்றல் சிந்தனையை அறிவிக்கும் ஜீவனுக்கு,
மனத்தில் உண்டாவதை மாண்புடன் அறிவதற்கு,

இதயத்தில் உறைகிறது அகமெனும் தன்னுணர்வு,
தீர்மானத்தில் அறியலாம் திடமான அறிவாற்றலை.

அறிவாற்றலைத் தீர்மானத்தின் ஆதாரமாக அறியலாம்,
மஹத்தை ஞானத்தின் மறுவடிவென அறியலாம்,
ப்ரகிருதியை அனைத்துப் பொருட்களின் வாயிலாக,
அடைவதை உறுதியாக அறியலாம் மனதில்.

மனதில் சந்தேகம் மன்றவேண்டாம் இதுகுறித்து,
குறியீடுகள் க்ஷேத்ரக்ஞனைக் குறிப்பிடுதல் இயலாது,
ஞானத்தில் நிலைப்பது நித்தியமானது க்ஷேத்ரக்ஞன்,
குறியீடாதல் க்ஷேத்திரமெனக் கூறுவார் க்ஷேத்ரக்ஞருக்கு.

க்ஷேத்ரக்ஞருக்கு உட்பட்டுதான் செயலாகும் குணங்கள்,
அவரிடத்து குணமெலாம் அடங்கிவிடும் இறுதியில்,
க்ஷேத்ரக்ஞருக்கு உள்ளிருந்து செயல்கள் அனைத்தையும்,
கண்டுகேட்டு அறிகிபவன் குற்றமிலான் நானே.

நானே க்ஷேத்ரக்ஞனுக்குள் நிற்கும் சக்தியாவேன்,
குணங்களே செயலாவதையும் குணச்செயல் நிற்பதையும்,
காணவே செய்கிறார் க்ஷேத்ரக்ஞனாம் இறைவர்,
குணங்களே ஒன்றையொன்று கண்டறிதல் இயலாது.

இயலாது குணங்களுக்கு ஒன்றையொன்று உணருதல்,
அடுத்தடுத்து குணங்கள் ஏற்பட்டு அழிவுறும்,
துவக்கநடு முடிவுகள் தொடர்ந்துவரும் குணங்களுடன்,
குணங்கடந்து செல்லும் குற்றமற்ற க்ஷேத்ரக்ஞன்.

க்ஷேத்ரக்ஞன் குணங்கடந்து செல்லும் விடுதலைக்கு,
தேவரின் பண்புகளைத் தெரிந்துகொள்ளும் ஒருவர்,
துறக்கதான் செய்வார் தமது அறிவாற்றலையும்,
அழிக்கதான் செய்வார் அனைத்து பாவங்களை.

பாவங்களை அழித்தவரைப் பிணைக்காது இருவினைகள்,
இருமைகளைக் கடந்தவர் எவருக்கும் தலைவணங்கார்,
ஸ்வாஹாவை விடுத்து செயலற்று இருப்பார்,
வாழ்விடத்தைக் கருதிடார் விழுப்பமிக்க க்ஷேத்ரக்ஞர்.

க்ஷேத்ரக்ஞர் ஆகியே சீர்மைமிகப் பெற்றவர்,

பேரிறைவர் என்னும் பெருநிலை பெற்றவர்,
கடந்தவர் வினைகளைக் கேடுகளைப் பாவங்களை,
ஆண்டவர் அவரே அகிலாண்டம் அனைத்துக்கும்.

(44)அஸ்வமேதிக பர்வம், பகுதி 44: அனுகீத பர்வம்

அனைத்துக்கும் காரணமென ஆகிடும் க்ஷேத்ரக்ஞனை,
ரிஷிகளும் முனிவர்களும் அறிந்திட இயம்பியபின்,
பிரமராம் தேவர் பகர்ந்தார் மேலும்,
ஆரம்பம் நடுமுடிவு உடையவற்றை உரைக்கிறேன்.

உரைக்கிறேன் நாமரூபம் உடையன அனைத்தையும்,
பண்புகளின் வாயிலாகப் புரியப்படும் பொடுகளை,
எப்படிதான் அறிவதென இயம்புகிறேன் கேளீர்,
பகல்தான் முதலாவதாகும் பின்வந்தது இரவு.

இரவு பகலிலே இரண்டாவது இரவாகும்,
பட்சத்துக் காலத்தில் பௌர்ணமிக்கு முன்னதாகும்,
சுக்கிலத்து பட்சத்தைச் சொல்லுவேன் முதலாவதென,
நட்சத்திரத்துக் குழாத்தில் நிகரிலாதது ஸ்ரவணம்.

ஸ்ரவணம் நட்சத்திரங்களில் சொல்லப்படும் முதலாக,
பனிக்காலம் முதலாவதாகும் பருவாகாலம் அனைத்துக்கும்,
கந்தம் அனைத்துக்கும் காரணமாதல் பூமியே,
சுவைக்கெலாம் நீர்தான் சொல்லப்படும் ஆதாரமாக.

ஆதாரமாக நிறங்களுக்கு அமைந்தது ஒளியாகும்,
ஒளியாக இருப்பதை உண்டாக்குவது ஆகாயமாகும்,
பண்பாக இருப்பவற்றின் பிறப்பிடங்கள் இவைதாம்,
முதலாக அனைத்திலும் முந்தையதை உரைக்கிறேன்.

உரைக்கிறேன் தொகுப்புகளில் உயர்ந்தவை எவையென,
சூரியன் ஒளியைச் சொரிபவற்றில் முதலாவதாகும்,
பஞ்சபூதங்களின் தொகுப்பிலே பொலிவுமிகும் அக்கினியே,
முதலாம் நிலைபெறும் மாண்பினை உடையது.

உடையது சாவித்ரியே அறிபவற்றில் முதல்நிலையை,
தேவருக்கு முதல்வர் தூயவர் ப்ரஜாபதியே,
ஓமென்பது முதலாகும் வேதங்கள் அனைத்துக்கும்,
பஞ்சவாயுத் தொகுப்பில் ப்ராணனுக்கு முதலிடம்.

முதலிடம் அனைத்திலும் மூத்ததான சாவித்ரிக்கே,
சந்தம் அனைத்திலும் சீர்மிக்கது காயத்ரியாகும்,
விலங்கினம் அனைத்திலும் வெகுமேன்மை ஆடுதான்,
கால்நடையாம் இனத்திலே கோவுக்கு முதலிடம்.

முதலிடம் இருபிறப்பாளருக்கு மானிடர் அனைவரிலும்,
பறவையினம் அனைத்திலும் பருந்துக்கு முதலிடம்,
நெய்விடும் சடங்குதான் நிகரிலாதது வேள்வியிலே,
ஊர்ந்திடும் அனைத்திலும் உயர்வானது அரவம்.

அரவம் முதலிடத்தை அடையும் ஊர்வதிலே,
க்ருதமாகும் முதலிடம் கொண்டது யுகங்களில்,
சந்தேகம் வேண்டாம் சொன்னவை குறித்து,
விலைமிகும் பொருட்களில் ஒன்றாமிடம் தங்கத்துக்கு.

தங்கத்துக்கு முதலிடம் தூயதான நற்பொருளில்,
பார்லிக்கு முதலிடம் பயிர்செய்யும் செடிகளில்,
உண்ணும் அனைத்திலும் உணவுக்கு முதலிடம்,
குடிக்கும் அனைத்திலும் குடிநீருக்கு முதலிடம்.

முதலிடம் நகராதவற்றில் மாண்புமிகும் ப்ளக்ஷத்துக்கு,
ப்ளமாகும் பிரமத்தின் புனிதமிகும் உறைவிடம்,
ப்ரஜாபதியாகும் அனைவரிலும் பெரியவன் நானாவேன்,
சந்தேகம் வேண்டாம் சொன்னேன் முதன்மைகளை.

முதன்மைகளை உடையவற்றில் மாதவர் விஷ்ணுவே,
கற்பனையைக் கடந்த கடவுள் ஆகிறார்,
என்னை மிஞ்சியவர் ஈடிலார் மகாவிஷ்ணு,
மலைகளைப் பொருத்தவரை மேருமலை முதலாவது.

முதலாவது கிழக்குதான் மண்ணுலகின் திசைகளில்,
மூன்றுவிதத்து பாதைகொண்ட மாண்புமிகுந்த கங்கை,
நதிகளுக்கு முதலாவதென நன்கு அறியவேண்டும்,
நீர்நிலைக்கு முதலாவது நிகரிலாத சமுத்திரம்.

சமுத்திரம் நீர்நிலைகளில் சொல்லப்படும் முதன்மையாக,
ஈஸ்வரராம் முதல்வர் அனைத்து உயிர்களுக்கும்,
தேவருக்கும் நாகருக்கும் தானவருக்கும் பேய்களுக்கும்,
பைசாசருக்கும் ராட்சதருக்கும் புவிவாழும் மானிடருக்கும்.

மானிடருக்கும் கின்னருக்கும் யக்ஷருக்கும் இறைவர்,
ஈஸ்வரெனும் சம்புவே இதுதான் உறுதியாகும்,
பிரமத்துவம் மிகைத்தவர் பரந்தாமர் விஷ்ணுவிலும்,
உயர்ந்தவர் எவருமில்லை உலகங்கள் அனைத்திலும்.

அனைத்திலும் உயர்ந்த ஆசிரமம் கிரஹஸ்தமே,
சந்தேகம் வேண்டாம் சொன்ன கருத்துகளில்,
வடிவேதும் இலாததில் வந்தன வையமெலாம்,
அனைத்தும் ஒடுங்குவதும் அருவமாகும் வடிவற்றதில்.

வடிவற்றதில் பிறந்து வடிவற்றதில் முடிந்துவிடும்,
வையங்கள் அனைத்துக்கும் வடிவற்றதே முதலாகும்,
பகல்கள் முடிவது பரிதியின் மறைவினால்,
இரவுகள் முடிவது ஆதவனின் தோற்றத்தால்.

தோற்றத்தால் மறைவால் தரணிகள் மாறும்,
மகிழ்வுகள் சோகத்தும் முடிவுகளை அடையும்,
சோகங்கள் மகிழ்விலே சென்று முடிவுறும்,
சேர்த்தவைகள் அனைத்தும் செலவுகளில் முடியும்.

முடியும் உயர்வுகள் மாண்பிலாத வீழ்விலே,
வீழ்வாகும் அனைத்தும் வந்துசேரும் உயர்வுக்கு,
சேர்வாகும் அனைத்தும் சிதறலில் முடிவடையும்,
பிறப்பாகும் அனைத்தும் போய்சேருதல் இறப்பில்.

இறப்பில் முடிவடையும் இருக்கும் உயிரெலாம்,
உலகில் ஒன்றுகூட உறுதியாய் நிலைக்காது,
அசைபவைகள் அசையாதவைகள் அனைத்தும் மாறிவிடும்,
வேள்விகள் தானங்களும் வந்துவிடும் அழிவுக்கு.

அழிவுக்கு உட்படும் அருந்தவமும் கல்வியும்,
அஃதூற்று முடிந்துவிடும் அதிலேதும் மாற்றமில்லை,
விரதத்துக்கு நோற்றலுக்கு வெகுதவத்துக்கு முடிவுண்டு,

ஞானத்துக்கு மட்டுந்தான் நானிலத்தில் முடிவில்லை.

முடிவில்லை ஞானத்துக்கு மிகவும் உயர்வானது,
புலன்களை அடக்கியவர் புத்திமனம் கட்டியவர்,
தன்னுணர்வை அகற்றியவர் தானெனும் கர்வமிலார்,
விடுதலை அடைவார் விழுப்பமிகு ஞானத்தால்.

(45)அஸ்வமேதிக பர்வம், பகுதி 45: அனுகீத பர்வம்

ஞானத்தால் விடுதலை நிலைக்குமென அறிவித்து,
ரிஷிமுனிகள் கேட்கவே இயம்பினார் பிரமதேவர்,
வாழ்க்கையில் அனைத்தும் வேகமாக உருண்டோடும்,
புத்தியால் வாழ்வு பலத்தை அடைந்திடும்.

அடைந்திடும் வாழ்வு அகமெனும் தூணினை,
மனமெனும் தூணிலே மாண்புடன் அமர்ந்து,
புலனெனும் ஐந்தையும் பந்தங்களாய் அமைத்து,
பூதமெனும் ஐந்தைப் பொறுத்தும் மையமாக.

மையமாகப் பஞ்சபூதம் முடுக்கிய சக்கரத்தை,
வெளிவட்டமாக குடும்பம் வேகத்துடன் இயக்கும்,
வருத்தமாக நோய்நொடியாக வயோதிகமாக பேரிடராக,
வரிசையாகக் குழந்தைகள் வாய்த்தது வாழ்க்கை.

வாழ்க்கை காலதேசத்தால் வேகத்துடன் இயங்கும்,
உழைப்பை பயிற்சியை உடையது ஓசையாக,
பகலிரவை சுழற்சியாகப் பெற்றது வாழ்க்கை,
குளிர்வெம்மை சூழ்ந்தது கனவேகச் சக்கரம்.

சக்கரம் இணைப்புகளாய் சுகதுக்கத்தை உடையது,
ஆணியாகும் இறுக்கத்தை அளிக்கும் பசிதாகம்,
சூரியக்கதிரும் நிழலும் சொல்லப்படும் அதிர்வுகளாய்,
கண்மூடும் அரைக்கணத்திலும் கனமாகும் பேரதிர்வு.

பேரதிர்வு உண்டாகிடப் போதுமானது அரைக்கணமும்,
மாயையெனும் நீரினால் மூடப்பட்டது வாழ்க்கை,

ஞானமெனும் அறிவின்றி நடக்கும் சுழற்சிகள்,
இருவாரன்றும் மாதமென்றும் இதற்குண்டு கணக்கு.

கணக்கு இருக்கிறது காலத்தின் அளவிலே,
ஒரேபோக்கு கொண்டதல்ல உலகத்தின் வாழ்க்கை,
செல்கிறது பல்லுலகில் செலுத்துவது ஆசைவேகம்,
தவங்களொடு விரதங்கள் தாங்கும் மண்ணாகும்.

மண்ணாகும் தவவிரதம் மாண்புடன் தாங்கிடும்,
தானெனும் அகங்காரம் தந்திடும் ஒளியை,
ஆதாரம் குணங்களென அலைக்கழிக்கும் மூன்றாகும்,
ஏமாற்றம் அதைச்சுற்றி இறுக்கும் கயிறாகும்.

கயிறாகும் ஏமாற்றத்தால் கட்டுறும் சக்கரம்,
சுற்றிவரும் அந்தச் சுற்றுதலில் அதையொட்டி,
வருத்தமும் அழிவுகளும் வந்துசேரும் அடுத்தடுத்து,
செயல்களும் கருவிகளும் சேர்ந்தது சக்கரம்.

சக்கரம் சுற்றுகையில் சஞ்சலம் உண்டாக்கி,
நிலைகெடும் சூழலை நல்கும் காமவேட்கை,
ஆசையும் காமமும் ஆட்டுவிக்கும் காரணத்தால்,
சுழலும் நிலைகெட்டுச் சீர்கெடும் இயக்கம்.

இயக்கம் சீரிலாது இயங்கும் சக்கரத்தை,
உண்டாக்கும் அறியாமையாம் உளமுற்ற மூடத்தனம்,
அச்சமும் கலக்கமும் அண்டிவரும் இச்சக்கரத்தை,
சக்கரம் அச்சமூட்டி செய்யும் கலக்கத்தை.

கலக்கத்தை உண்டாக்கும் கனவேகச் சக்கரம்,
சுகத்தை மகிழ்வைச் செல்லுமிடம் ஆக்கிடும்,
ஆசைகளைக் கோபத்தை உடமைகளாய்க் கொண்டது,
மஹத்தைத் துவக்கமாக்கி முடிவுறும் பஞ்சபூதத்தில்.

பஞ்சபூதத்தில் முடிவுறும் பிறப்பிறப்பின் சக்கரம்,
ஆக்கத்தில் அழிவில் அடுத்தடுத்து செல்லும்,
மனவேகத்தில் சுழலும் மாபெரும் சக்கரம்,
எல்லையில் மனதே இருக்கிறது சக்கரத்தில்.

சக்கரத்தில் இருமைகள் சேர்ந்து இருக்கும்,

தன்னுணர்வுகள் இல்லாது தான்செல்லும் சக்கரம்,
தேவர்கள் உட்படத் துறக்கவேண்டும் அனைத்தையும்,
அவ்விதத்தில் துறந்தவர் அடைந்திடார் கலக்கத்தை.

கலக்கத்தை அடைந்திடார் கருத்துக்களை விலக்குவார்,
இருமைகளை எல்லாம் இல்லாது நீக்குவார்,
பாவங்களை அகற்றி பெருமேன்மை அடைவார்,
ஆசிரமங்களை நான்காக்கினும் அகத்தாரே தாங்குகிறார்.

தாங்குகிறார் குடும்பத்தார் தரணியில் மற்றோரை,
குடும்பத்தார் பிரமசாரியர் கானகத்தில் வசிப்பவர்,
துறவறத்தார் ஆகியோரைத் தாங்குபது உட்பட,
அனைவர் வாழ்வுக்கும் ஆதாரம் குடும்பத்தார்.

குடும்பத்தார் பிறருக்கு கொடுக்கிறார் ஆதரவு,
வாழ்வதற்கோர் நெறியென வழங்கியன ஏதெனினும்,
கடைப்பிடிப்போர் தமக்குக் கிடைக்கும் நற்பலன்,
மேலானதோர் ஆசிரமமென மொழிவது குடும்பத்தை.

குடும்பத்தை மேன்மையெனக் கூறுவார் அனைவரும்,
பிரமசாரியாய் குருகுலத்தில் பயிலவேண்டும் வேதங்களை,
கல்வியை முடித்தபின்னர் காரிகை ஒருத்தியை,
திருமணத்தைச் செய்துத் தூயவராய் வாழவேண்டும்.

வாழவேண்டும் மனைவி ஒருத்தியே போதுமென்று,
நல்லார்தம் நடவடிக்கை நடக்கும் விதத்திலே,
புலனடக்கம் செய்தூ பக்தியுடன் வாழவேண்டும்,
வேள்வியாகும் ஐந்தினை விடாமல் நடத்தவேண்டும்.

நடத்தவேண்டும் வேள்விகளை நிற்கவேண்டும் வேதவழியில்,
உண்ணவேண்டும் தன்னகத்தார் உண்டு முடித்தபின்னர்,
கொடுக்கவேண்டும் தானங்களைக் கொடிருக்கும் வசதிக்கேற்ப,
கைகால்களும் கண்களும் கண்டபடி அலையலாகாது.

அலையலாகாது கண்கள் அதிகம் பேசலாகாது,
தவஞ்செய்வது ஒன்றுதான் தனக்குற்ற மார்க்கமென,
வாழுவோருக்குப் பெயரை விளம்புவர் சிஷ்டரென,
சிஷ்டருக்கு மறுபெயரைச் சொல்லுவார் நல்லாரென.

நல்லாரென இருப்பவர்கள் நோற்கவேண்டும் நோன்புகளை,
புனிதநூலினை அணிந்து பாங்குமிகும் வெள்ளாடையுடன்,
நல்லாரென இருப்போரை நாடவேண்டும் துணையாக,
தானமென அளிக்கவேண்டும் தனையடக்கி வாழவேண்டும்.

வாழவேண்டும் காமத்தை விலக்கிய நல்லவராய்,
அடக்கவேண்டும் வயிற்றை அதிகமாக உண்ணாமல்,
அனைவருக்கும் இரங்கும் அன்புமனம் வேண்டும்,
நல்லவர்தம் வழியிலே நடத்தல் அவசியம்.

அவசியம் ஏந்தவேண்டும் கமண்டலம் மூங்கில்தண்டம்,
குருகுலம் முடிந்தபின்னர் கற்பிக்கத் துவங்கவேண்டும்,
செய்யவேண்டும் வேள்விகளைச் செய்பவர் தானாகவே,
இருக்கவேண்டும் மற்றவரின் ஹோத்ரியாக வேள்விகளில்.

வேள்விகளில் கலந்துகொண்டும் வேள்விகள் செய்வித்தும்,
வேள்விகள் செய்து வழங்கவேண்டும் தானங்களை,
தானங்கள் பெற்றதையும் தரவேண்டும் தானமாக,
ஆறுவிதத்தில் நடத்தைகள் அமைந்தால் நலமுண்டு.

நலமுண்டு பிராமணர் நல்வழியில் வாழ்ந்தால்,
வாழுதற்கு மூன்றுவிதம் வாழ்வுமுறைகள் உள்ளன,
கற்பிப்பது வேள்வியிலே ஹோத்ரியாக அமருவது,
தானமேற்பது ஆகியன தகுந்த வழிகளாகும்.

வழிகளாகும் மூன்றிலே வாழ்வினை நடத்துவோர்,
ஆறாகும் கடமைகளில் அடுத்துவரும் மூன்றினை,
செயலாக்கம் செய்யவேண்டும் செயத்தக்கச் செயல்கள்,
வேள்விகளும் கல்வியும் வழங்கும் தானங்களும்.

தானங்களும் கல்வியும் தூயதான வேள்விகளும்,
தந்திடும் ஒருவருக்குத் தக்கதான மேல்நிலையை,
தவத்தையும் தன்னடக்கத்தையும் தனக்குற்ற வழிகளாக்கி,
கருணையும் மன்னிப்புகுணமும் கொண்டவர் மேலோர்.

மேலோர் சமப்பார்வை மனதிலே உடையவர்,
தகுந்தோர் ஒருபோதும் தவிர்க்கலாகாது கடமைகளை,
வாழுதற்கோர் கடமையென விளம்பியன மூன்றையும்,
அன்னவர் கவனத்துடன் எப்போதும் இயற்றவேண்டும்.

இயற்றவேண்டும் கடமைகளை அகத்தில்வேண்டும் தூய்மை,
இருக்கவேண்டும் குடும்பத்தில் ஏற்கவேண்டும் விரதங்களை,
செய்யவேண்டும் கடமைகளைச் சக்திக்கு முடிந்தவரை,
அவ்விதம் செய்பவர் அடைவார் சொர்க்கத்தை.

(46)அஸ்வமேதிக பர்வம், பகுதி 46: அனுகீத பர்வம்

சொர்க்கத்தை அடைந்திடச் சரியான வழியுரைத்து,
உரையைத் தொடர்ந்தார் உலகைப் படைத்தவர்,
ஓதுவதைச் செய்து வாழவேண்டும் பிரமசாரியாக,
குலத்தை ஒட்டிய கடமைகளைச் செய்யவேண்டும்.

செய்யவேண்டும் தவத்தைச் சேர்க்கவேண்டும் கல்வியை,
அடக்கவேண்டும் புலன்களை அமைதியுடன் வாழவேண்டும்,
காக்கவேண்டும் குருநலத்தைக் கூறவேண்டும் உண்மையை,
எப்போதும் தூயவராய் இருக்கவேண்டும் குருகுலத்தில்.

குருகுலத்தில் உணவுபற்றி குறைபேசாது உண்ணவேண்டும்,
உஞ்சத்தைப் பெற்று உண்ணவேண்டும் ஹவிசை,
நிற்பதை நடப்பதை நிகழ்த்தவேண்டும் முறைப்படி,
பயிற்சியை செய்து பாதுகாக்கவேண்டும் உடலை.

உடலை சுத்தமாக்கி உளத்தைக் குவித்து,
இருவேளை அக்கினியில் இடவேண்டும் ஆகுதிகள்,
தண்டத்தை ஏந்தவேண்டும் திடமிகக் கொண்டதாக,
வில்வத்தை பலாசத்தை வைக்கலாம் தண்டமாக.

தண்டமாக வலுமிகுந்த வில்வமே பலாசமோ,
ஆடையாக பருத்தித்துணி அல்லது கம்பளித்துணி,
அணிவதாக ஏற்கவேண்டும் அதுவும் கருஞ்சிவப்பில்,
மான்தோலாக இருப்பதையும் மாண்புடன் அணியலாம்.

அணியலாம் காவியாடை எடுக்கலாம் கமண்டலத்தை,
முஞ்சமாம் புல்லிலே முடைந்த கமண்டலத்துடன்,
சிகையெலாம் கோர்த்து சடையாக முடியலாம்,

அனுதினம் அழுக்ககற்றி அமரரை வணங்கவேண்டும்.

வணங்கவேண்டும் பித்ரிக்களை வரிக்கவேண்டும் புனிதநூலை,
கற்கவேண்டும் வேதங்களை களையவேண்டும் காமத்தை,
நோர்க்கவேண்டும் விரதங்களை நேர்த்தியாக உறுதியாக,
தொழவேண்டும் தேவர்களைத் தூயதான நீரினால்.

நீரினால் தேவர்களை நெஞ்சடக்கித் தொழவேண்டும்,
இவ்விதத்தில் நடப்பவர் ஈடிலாத மேலோர்,
உள்ளிழுத்தல் வேண்டும் உயிர்நீரை மேற்புறமாய்,
மனத்தில் சிதறலின்றி மன்றவேண்டும் ஒருசிந்தை.

ஒருசிந்தை மனதிலே உண்டாக்கி வணங்குபவர்,
சொர்க்கத்தை எளிதிலே சொந்தமாக்கி வெல்லுவார்,
மிகமேன்மை உடையதான மேல்நிலைக்கு சென்றபின்,
மறுபிறப்பை எடுக்கும் மிடிமை கிடையாது.

கிடையாது பாவங்கள் காரணம் அவையெலாம்,
நற்சடங்கு வாயிலாக நீங்கி அகன்றன,
பிரமசரியத்து விரதத்துடன் பிரிவார் தன்னகத்தை,
கிராமத்திலிருந்து விலகிக் கானகத்தில் வாழுவார்.

வாழுவார் கானகத்தில் விடுவார் பந்தங்களை,
அணிவார் விலங்குத்தோல் அல்லது மரவுரியை,
புரிவார் காலைமாலை பூசனைகள் முறைஆக,
இருப்பார் வனத்திலே ஏகிடார் வசிப்பிடத்தை.

வசிப்பிடத்தை அண்டாமல் வனத்திலே வாழ்ந்தாலும்,
தன்னிடத்தை நாடிவந்தால் தக்கவிதம் மதித்து,
இடத்தை கனிகிழங்கை அளிப்பார் இளைப்பார,
கீரைகளை சியாமகத்தைக் கொடுப்பார் உணவாக.

உணவாகக் கனிகிழங்கை உண்டு வாழுவார்,
நீராகக் கிடைப்பதை நனியுவந்து பருகுவார்,
காற்றாகக் கிடைப்பதைக் களிப்புடன் சுவாசிப்பார்,
வனமாக இருப்பது வழங்குவன ஏற்பார்.

ஏற்பார் உணவை அதன்பின் நீரை,
சுவாசிப்பார் காற்றை சாப்பாட்டை இவ்விதத்தில்,

மாற்றுவார் அடுத்தடுத்து முறையான வரிசைப்படி,
வந்தவர் மகிழவே வழங்குவார் கனிகிழங்கை.

கனிகிழங்கை உணவாகக் கொடுப்பார் உண்பதற்கு,
எவ்வெனை இருந்தாலும் அவற்றை வழங்குவார்,
பேச்சினை அடக்கிப் பழகுவார் மௌனதவம்,
உணவினை தேவருக்கு விருந்தினருக்கு வழங்குவார்.

வழங்குவார் உணவை வானவர்க்கும் விருந்தினர்க்கும்,
உண்ணுவார் அதன்பின் விகுதியாய் இருப்பதை,
கொண்டிடார் பொறாமை கட்டுவார் புலன்களை,
உண்ணுவார் சிறிதளவே உற்றிடுவார் கருணை.

கருணை மனத்துடன் காணுவார் அனைத்துயிரை,
பிழையை எளிதிலே பரிந்து மன்னிப்பார்,
சடையை தாடியைச் சுமப்பார் மழிக்காமல்,
வேள்விகளைச் செய்வார் வேதங்களை ஓதுவார்.

ஓதுவார் வேதங்களை உரைப்பார் உண்மையை,
இருப்பார் உடலில் ஏதும் அழுக்கின்றி,
களைவார் மனதின் களங்கம் அனைத்தையும்,
கொண்டிருப்பார் அறிவுத்திறம் வாழ்ந்திருப்பார் கானகத்தில்.

கானகத்தில் வாழுவார் கட்டுவார் மனத்தை,
தன்போக்கில் புலன்கள் தருக்குற்று ஓடாமல்,
கட்டுதல் செய்வார் குவிப்பார் மனத்தை,
வனத்தில் வாழ்ந்திருந்து வெல்லுவார் சொர்க்கத்தை.

சொர்க்கத்தை அடைவார் சிந்தையில் சீர்மிக்கார்,
குடும்பத்தை நடத்துபவர் கானகத்தில் வாழுபவர்,
பிரமசரியத்தைக் கடைப்பிடிப்போர் பெறவேண்டும்
விடுதலையென,
மேற்சொன்னதை மார்க்கமாக்கி மாண்புடன் வாழுவார்.

வாழுவார் அஹிம்சையுடன் வையத்து உயிர்களிடம்,
செய்திடார் உயிர்களுக்கு சிறுதீங்கும் இடரும்,
விடுப்பார் செயல்களை வேண்டாம் எச்செயலுமென,
அளிப்பார் உயிர்க்கெலாம் அன்பும் ஆனந்தமும்.

ஆனந்தமும் அன்பும் அனைத்துயிர்க்கும் உண்டாகிட,
அனைத்துயிர்க்கும் நட்புற்று அன்புற்று வாழுவார்,
புலனைந்தும் கட்டுவார் பெருந்தவம் நோற்பார்,
உணவேதும் வேண்டாமல் வருவதை உண்ணுவார்.

உண்ணுவார் தமக்கு உணவென்று கிடைத்ததை,
தனக்கோர் உணவெனத் தற்செயலாய்க் கிடைப்பதை,
பெறுபவர் அக்கினிக்கு புரிவார் ஆகுதிகள்,
செல்லுவார் உஞ்சமேற்க சமையல்புகை அடங்கியபின்.

அடங்கியபின் செல்லுவார் அகங்களில் புகைமூட்டம்,
வீட்டின் மாந்தரெலாம் உணவுகளை உண்டபின்,
சமையலின் பாத்திரங்களைச் சாய்த்துக் கழுவியபின்,
சுற்றிதான் உஞ்சமேற்க செல்லுவார் அகங்களுக்கு.

அகங்களுக்கு சென்றால் அகப்படும் உணவானது,
சிறப்பென்று மகிழாமல் சரியில்லையென்று வருந்தாமல்,
உடலுக்குள் உயிரை ஓட்டவைக்கும் அளவுக்கு,
உணவுண்டு அதன்பின் உளத்தை அடக்குவார்.

அடக்குவார் உளத்தை அலைவார் உணவுக்கென,
செல்லுவார் உஞ்சமேற்க சரியான தருணத்தில்,
உண்டிடார் மற்றவருடன் வரிசையில் தானமர்ந்து,
ஏற்றிடார் மரியாதையுடன் இடப்படும் விருந்தை.

விருந்தை ஏற்றிடார் விருதுகளைப் பெற்றிடார்,
மறைவாய் வாழுவார் மற்றவர் அறியாவிதம்,
தன்னைக் கண்டறிந்து தானங்கள் நல்காவிதம்,
எளிமையாய் எங்கேனும் இருப்பார் மறைவாக.

மறைவாக இருப்பார் மனமடக்கும் யோகியர்,
மீதமாக உணவினை மற்றவர் வைத்ததை,
உணவாக ஏற்றிடார் உஞ்சமென அளித்தாலும்,
கசப்பாக எரிச்சலாகக் காரமாக உண்டிடார்.

உண்டிடார் இனிப்பான உணவையும் துறவியர்,
உண்ணுவார் உடலிலே உயிர்தங்கும் அளவிற்கு,
பெறுவார் உணவினைப் பிறிதெவரையும் தடுக்காமல்,
தடுத்திடார் எவரும் தன்னுணவைப் பெறவந்தால்.

பெறவந்தால் உணவைப் பிறருக்கு விட்டுவிடுவார்,
உஞ்சங்கள் ஏற்பதற்கு வேறெவரும் சென்றாரெனில்,
சென்றிடார் அவ்வழியில் செல்லுவார் வேறுதிக்கில்,
காட்டிடார் யோகபலத்தைக் கண்காட்சியாய் பிறருக்கு.

பிறருக்கு யோகபலம் பகட்டுக்குக் காட்டிடார்,
மனிதரிடத்து சேராமல் மறைவிலே வாழுவார்,
காலிமனைக்கு மரத்தடிக்கு கானகத்துக்கு ஆற்றுக்கு,
குகைக்குச் சென்றுக் கண்காணாது வாழுவார்.

வாழுவார் வேனிலில் ஓரிடத்தில் ஒருதினம்,
இருப்பார் மாரியில் ஏதேனும் ஓரிடத்தில்,
செல்லுவார் புழுபோல சூரியனை வழிகாட்டியாக்கி,
அன்னவர் நடக்கையில் எவ்வுயிர்க்கும் தீங்குசெய்யார்.

தீங்குசெய்யார் தரையிலே தவழும் உயிர்களுக்கும்,
கண்டுசெல்வார் தரையிலே கிடக்கும் உயிர்களை,
வேண்டுமென்றோர் பொருளை வைத்திடார் சேமிப்பில்,
தங்கிவிடார் நண்பர்களுடன் தம்போக்கில் செல்லுவார்.

செல்லுவார் தம்போக்கில் செய்வார் பூசனைகள்,
அன்னவர் பூசனைக்கு ஏற்பார் நன்னீரை,
பெறுவார் நீரைப் பொருத்தமான நீர்நிலையில்,
பிரிந்திடார் தீங்கேதும் பிரமசரியர் உண்மையுளார்.

உண்மையுளார் பகட்டிலார் வெறுப்பிலார் கோபமிலார்,
குறைகூறிடார் தனையடக்குவார் கேடுசெய்யார் முதுகுக்குப்பின்,
கொண்டிருப்பார் எட்டுவகையாய்க் கூறிய விரதங்களை,
கடைப்பிடிப்பார் புலனடக்கம் கயமையிலார் பாவமிலார்.

பாவமிலார் ஏமாற்றிடார் புத்திகோணல் கொண்டிடார்,
பற்றிலார் விருந்தினருக்கு பரிவுடன் உணவளிப்பார்,
வந்தவர் மகிழ்ந்திட வழங்குவார் கவளமேனும்,
உண்ணுவார் உடலிலே உயிர்தங்கப் போதுமளவு.

போதுமளவு உண்ணுவார் பரிசுத்தமான உணவினை,
சரியென்று ஏற்புடைய சுத்தமான உணவுண்டு,
நெறியென்று இருப்பதை நன்கு கடைப்பிடிப்பார்,

ஆசையென்று இருப்பதால் அலைவுற்று உழன்றிடார்.

உழன்றிடார் ஆசைகளை விருப்பங்களைச் செயலாக்க,
ஏற்பார் உஞ்சமாக உணவுகளை ஆடைகளை,
ஏற்றிடார் வேறேதும் எவரொருவர் அளித்தாலும்,
உணவுக்கோர் அளவும் உடையார் உண்ணுமளவு.

உண்ணுமளவு மட்டும் உஞ்சமென்று பெறுவார்,
தானமென்று ஏதும் தருபவர் கொடுத்தாலும்,
வேண்டாமென்று மறுத்து வாங்காமல் விடுவார்,
பிறருக்கு தானமீனும் பழக்கமும் வைத்திடார்.

வைத்திடார் தானத்தை வாங்குதலும் வழங்குதலும்,
பகிருவார் தன்பொருளைப் பலப்பல உயிர்களுடன்,
மற்றவர் பொருட்களை மனதாலும் பற்றிடார்,
அளிக்காததோர் பொருளை அவராக எடுத்திடார்.

எடுத்திடார் எதனையும் ஏற்பார் வருவதை,
அனுபவிப்பார் தானாக அமைந்திடும் மகிழ்வினை,
விரும்பிடார் அம்மகிழ்வு வேண்டும் மீண்டுமென,
எடுப்பார் மண்கல்லை எவருக்கும் சொந்தமாகாததை.

சொந்தமாகததை எடுப்பார் சிதறியே கிடப்பதிலும்,
மண்ணைக் கூழாங்கல்லை மலரை கனிகளை,
உரிமை இருப்பவர் ஒருவரும் இல்லாவிடில்,
எடுப்பதைச் செய்வார் எடுத்திடார் பிறர்பொருளை.

பிறர்பொருளை எடுத்திடார் புரிந்திடார் வணிகம்,
பொருட்களைச் செய்து பிறருக்கு விற்றிடார்,
தங்கத்தை விரும்பிடார் தன்மனதைக் கட்டுவார்,
வெறுப்பைக் கொண்டிடார் வித்தை கற்பித்திடார்.

கற்பித்திடார் பொருளேதும் கொண்டிடார் தனதாக,
உண்டிடார் முறைப்படி வழங்காத எப்பொருளையும்,
புகுந்திடார் கலகம் புரிந்திடும் தகறாறுகளில்,
நடப்பார் அமுதமென நவின்ற நல்வழியில்.

நல்வழியில் நடப்பார் நெஞ்சத்தில் பற்றிலார்,
பொருட்களில் மனதால் பற்றுகள் வைத்திடார்,

நெடுக்கத்தில் உறவுறார் நரரிலாத விலங்குகளுடன்,
விளைவுகள் விரும்பி விளைத்திடார் செயலேதும்.

செயலேதும் தானும் செய்திடார் விளைவுக்கென,
பிறர்மூலம் தானேதும் பலனடையும் நோக்கிலும்,
காரியம் எதனையும் கருதிடார் செய்திடார்,
உயிரழிக்கும் நோக்கத்தை வைத்திடார் மனதில்.

மனதில் பொன்பொருளுக்கு மகிழ்வுக்கு விரும்பிடார்,
பொருட்கள் அனைத்தையும் போகட்டுமென விடுவார்,
சிறுபொருள் போதுமென சிந்தை நிறைவுறுவார்,
உலகில் அலைவார் உளத்தில் சமப்பார்வையுடன்.

சமப்பார்வையுடன் காணுவார் செல்வதை செல்லாததை,
அசைவதுடன் அசையாததை அவருளத்தில் சமமென்று,
பிறரை வருத்தாது பார்ப்பார் அன்புடன்,
அவரை அனைத்துயிரும் அன்புடன் நம்பும்.

நம்பும் அனைத்துயிரும் நல்லார் இவரென்று,
அவ்விதம் அனைத்துயிரும் அன்புடன் நம்புவதே,
விடுதலையாம் மேனிலை வாய்த்தவர் என்பதற்கு,
ஆதாரம் ஆகிடும் அச்சமிலா நம்பிக்கை.

நம்பிக்கை வைத்திடும் நானிலத்து உயிரெலாம்,
கடந்தகாலத்தை நினைந்து கவலை அடைந்திடார்,
வருங்காலத்தை எண்ணி உளத்தில் கலங்கிடார்,
நிகழ்காலத்தைப் பெரிதென நினைத்து ஓடிடார்.

ஓடிடார் காலத்தை உன்னதமென நினைத்து,
குவிப்பார் மனத்தைக் கட்டுவார் புலன்களை,
பழிசெய்திடார் எப்பொருளுக்கும் புத்தியால் செயலால்,
மனதிலோர் நினைவாலும் முறைகெட்டு பிழைசெய்யார்.

பிழைசெய்யார் கண்களின் பார்வையின் வாயிலாயும்,
மற்றவர் காணும்படியோ மறைவாகவோ பிழைசெய்யார்,
அடக்குவார் ஐம்புலனை ஆமையின் பாங்கிலே,
நிறுத்துவார் புலன்களை நெஞ்சத்தை நல்வழியில்.

நல்வழியில் அமைதியில் நிலைப்படுத்துவார் மனதை,

தத்துவங்கள் அனைத்தையும் தாமறிந்து ஆளுவார்,
இருமைகள் கடப்பார் இயற்றிடார் வேள்விகளை,
ஸ்வாஹாவில் ஸ்வதாவில் செலுத்திடார் மனதை.

மனதை உறுதியாக்கி மற்றவரை வணங்காமல்,
தனதாய் பொருட்களைத் தரிக்காது விலக்குவார்,
ஆணவமாய்த் தனக்குள் எழுகின்ற தன்னுணர்வை,
அடக்குவதைச் செய்து ஆத்மசுத்தி அடைவார்.

அடைவார் வருவதை அடைந்ததைக் காத்திடார்,
வைத்திடார் எதிர்பார்ப்பை உற்றிடார் குணங்களை,
இருப்பார் அமைதியாக எல்லாவற்றிலும் விடுபட்டு,
இருந்திடார் எதொன்றிலும் இருக்கும் சார்பிலே.

சார்பிலே இருந்திடார் சுதந்தரம் உடையவர்,
தன்னிலே தானாகும் தற்பரமாம் தனதாத்மனை,
அண்டியே இருப்பார் அனைத்தையும் அறிவார்,
விடுதலையே அடைந்தவர் வேறேதும் சந்தேகமில்லை.

சந்தேகமில்லை அன்னவர் சார்ந்திருக்கும் ஞானத்தில்,
உண்மையை உணருவார் உன்னதமாம் ஆத்மனாக,
கைகால்களை சிரத்தைக் கொண்டதல்ல ஆத்மன்,
வயிற்றினை பின்புறத்தை உடையதல்ல ஆத்மன்.

ஆத்மன் குணமற்றது அழுக்கற்றது குறைவற்றது,
பூரணம் ஆகியது புரளாது நிலைத்தது,
கந்தம் அற்றது கிடையாது சுவையேதும்,
தொடுதலுடன் வண்ணம் தோன்றாது ஆத்மனில்.

ஆத்மனில் ஓசையில்லை அறியவல்லது மனதினால்,
பந்தங்கள் அற்றது பயமற்றது கலக்கமற்றது,
சதைகள் மறைவுகள் சிதைவுகள் அற்றது,
புனிதத்தில் மிகைத்தது பல்பொருளில் வசிப்பது.

வசிப்பது ஒருகூட்டில் வசிக்கிறது அனைத்திலும்,
இறப்பில் சிக்காதது எங்கும் நிறைந்தது,
ஆத்மனிடத்தில் அறிவாற்றல் ஒருபோதும் செல்லாது,
புத்தியால் அறியொணாப் பொருளாகும் ஆத்மன்.

ஆத்மன் புலன்களால் அறிந்திட இயலாதது,
தேவரின் அறிவுக்கும் தென்படாது ஆத்மன்,
வேதங்களின் ஞானமும் உணர்த்தாது ஆத்மனை,
வேள்விகளின் புண்ணியமும் ஒன்றாது ஆத்மனிடம்.

ஆத்மனிடம் செல்லாது அமரர்களின் மண்டலங்களும்,
ஞானியர்தம் மனதிலே நிலைத்திருக்கும் அப்பொருள்,
குறியீடெலாம் கடந்த குற்றமிலா முழுமையாகும்,
அவ்விதம் ஆத்மனை அறிந்திடத் தவம்வேண்டும்.

தவம்வேண்டும் உண்மையுடன் தன்னைத் தானுணர,
சந்தேகமேதும் இல்லாமல் சுயம்புவான ஆத்மனை,
அறிந்திடும் குடும்பத்தார் அறிந்ததைக் காட்டாமல்,
குழப்பமேதும் இல்லாவிடினும் கடைப்பிடிப்பார் தவத்தை.

தவத்தை இயற்றுவார் தடுமாறும் அறிவினரென,
பிறரைக் குறைகூறும் பழக்கத்தை விடுத்து,
மற்றவரைப் போலவே மாண்புடன் வாழுவார்,
நன்னடத்தை மேற்கொண்டு நிற்பார் உதாரணரென.

உதாரணரென இருப்பார் உற்றார்க்கும் மற்றார்க்கும்,
சாதாரணரென தனையடக்கி செய்திடும் பணிகளால்,
துச்சமென அருகிருப்போர் தூற்றியே பேசினாலும்,
அஞ்ஞானியென மறைந்திருப்பார் அவரே நிறைஞானி.

நிறைஞானி மனதிலே நன்கறிவார் பஞ்சபூதத்தை,
புலன்களில் பொருட்களில் பஞ்சவித பூதங்களில்,
மனத்தில் புத்தியில் மமகாரமெனும் ஆணவத்தில்,
அருவத்தில் புருஷனில் இருப்பதை அறிவார்.

அறிவார் மேற்சொன்ன அனைத்தையும் தன்னுணர்வால்,
ஏகுவார் சொர்க்கத்துக்கு ஏதொன்றும் பந்தமிலார்,
உணருவார் உண்மையை உயிர்விடும் நேரத்திலும்,
தியானிப்பார் ஆத்மனெனும் தூயதான ஒன்றையே.

ஒன்றையே தியானித்து வேறொன்றைச் சாராமல்,
விடுதலையே பெறுவார் வெட்டவெளியில் காற்றுபோல,
பாவபுண்ணியமே அற்றவராய் பரிதவிப்புகள் விட்டவராய்,
விடுதலையே அடைந்து விழுப்பமிகப் பெறுவார்.

(47)அஸ்வமேதிக பர்வம், பகுதி 47: அனுகீத பர்வம்

பெறுவார் மேன்மையென பிரமர் தொடர்ந்தார்,
முன்னோர் உண்மையை முழுதாக உணர்ந்தவர்,
உரைத்தனர் அறுதியான உண்மையை உறுதியுடன்,
அன்னவர் கருத்திலே அருந்தவம் துறவுதான்.

துறவுதான் தவமெனத் தெரிவித்தனர் முன்னோர்,
பிரமத்தின் நிலையைப் பெற்றுவிட்ட பிராமணர்,
அறிந்தனர் ஞானமே உயர்வான பிரமமென,
வெகுதொலைவிலே இருப்பதை வேதத்தாலே அடையலாம்.

அடையலாம் பிரமத்தை அருமறை வழியாக,
இருமையாம் சுகதுக்கம் இல்லாதது அந்நிலை,
குணமெலாம் கடந்த களிப்பான மேநிலை,
நித்தியம் நினைவிலே நில்லாத உன்னதம்.

உன்னதம் மிகுந்ததை உணரும் மேலோர்,
தவத்தாலும் ஞானத்தாலும் தானறிவார் பிரமத்தை,
பழுதேதும் இல்லாத புத்தியுளார் பாவமிலார்,
ஆசைகளும் இருள்குணமும் அகற்றியவர் ஞானியர்.

ஞானியர் மனதிலே நாடுவார் துறவினை,
அறிவார் வேதங்களை அதன்மூலம் பிரமத்தை,
பேரிறைவர் என்னும் பிரமத்தை உணர்ந்திட,
புரிவார் தவத்தை பெறுவார் குனத்தை.

ஞானத்தை தவத்தை நன்கு அறிபவர்,
தவத்தை இலகுவாகத் தக்கவிதம் புரிவார்,
அடக்கத்தைக் கடைப்பிடித்து ஆகிடுவார் சாதுவாக,
ஞானத்தை அறியவேண்டும் நிகரிலா மேன்மையென.

மேன்மையென துறவையே மொழிவார் தவசீலர்,
தத்துவமென இருப்பதெலாம் தானுணரும் ஒருவர்,
சலனமென ஏதுமிலா சாந்தமிகு மனத்துடன்,

ஞானமென மேனிலையில் நிலைத்திருப்பார் எப்போதும்.

எப்போதும் ஞானத்தின் ஏற்றத்தில் நிலைத்தவர்,
எல்லாவற்றிலும் இருக்கும் அப்பொருளை உணருவார்,
எங்குவேண்டினும் செல்லுவார் அவர்தான் நிறைஞானி,
உறவையும் பிரிவையும் உணருவார் திண்ணமாக.

திண்ணமாக மனமுடையார் தனத்தில் கருமியாகிடார்,
பிரிவான அனைத்திலும் புரிந்துகொள்வார் ஒருமையை,
விருப்பமான பொருளென வேண்டிடார் ஏதொன்றும்,
வெறுப்பான பொருளென்றும் விட்டிடார் எதனையும்.

எதனையும் வெறுக்காமல் ஏதொன்றும் வேண்டாமல்,
வாழ்ந்திடும் உன்னதர் வையத்தில் வாழ்ந்தாலும்,
இவ்வுலகம் தன்னிலே இருந்தாலும் அன்னவர்,
பிரமமாம் புனிதத்தில் புகுதற்குத் தகுந்தவர்.

தகுந்தவர் ப்ரதானத்தைத் தன்மனதில் உணர்ந்தவர்,
அறிந்திடுவர் ப்ரதானம் அனைத்திலும் இருப்பதென,
எனதென்றிடார் ஆணவமிலார் அடைவார் விடுதலை,
இருமையிலார் தலைவணங்கிடார் கடமையிலார் ஸ்வதாவுக்கு.

ஸ்வதாவுக்கு அக்கினியைச் சார்ந்த வேள்விகட்கு,
சாந்தமென்று மனமுடையார் சாருவார் இருமையற்றதை,
நித்தியமென்று இருப்பதை நிர்குணமான உண்மையை,
நிலையென்று பெற்று நிலைத்திருப்பார் ஞானத்தில்.

ஞானத்தில் நிலைத்தவர் நலந்தீதை விடுத்தவர்,
செயல்களில் விருப்பமற்று சகுணங்களை விடுத்து,
உண்மைகள் பொய்மைகள் விடுத்தோர் உயிராகி,
சந்தேகங்கள் ஏதுமின்றி சேருவார் விடுதலையில்.

விடுதலையில் நிலைப்பார் விருப்பற்று வெறுப்பற்று,
உன்னதங்கள் மிகுந்ததென உரைக்கப்படும் பிரமமரம்,
உறுவற்றதில் விதையுடைத்து அறிவாற்றல் நடுத்தண்டு,
ஆணவத்தில் கிளையுடைத்து ஐம்புலனும் கணுக்கள்.

கணுக்கள் வழியாய்க் கிளைகளாகும் பஞ்சபூதம்,
உபகிளைகள் புலன்களே இலைதழைகள் பெற்றது,

கனிகள் இனிப்பெனக் கசப்பென இருவிதத்தில்,
நித்தியத்தில் இருப்பது நிகரிலாத பிரமமரம்.

பிரமமரம் அனைத்துயிரைப் பற்றியே தாங்கிநிற்கும்,
அம்மரம் தன்னை அறிவெனும் ஞானவாளால்,
வெட்டிடும் ஞானியர் விடுதலை அடைவார்,
பந்தங்களும் முதுமையும் பிறப்பிறப்பும் கடப்பார்.

கடப்பார் தானென்று கூறும் ஆணவத்தை,
கொண்டிடார் தனதெனும் கருத்தை ஒருபோதும்,
விடுபடுவார் பற்றுகளாய் வருத்தும் தளைவிட்டு,
இதுகுறித்தோர் உதாரணம் இருக்கிறது பறவைகளில்.

பறவைகளில் இரண்டு பாங்குற்ற நட்புடைத்து,
அழிவுகள் அற்றவை அவ்விரண்டு பறவைகளும்,
மாற்றமென்று ஏதுமின்றி மித்ரராக வாழ்ந்திருக்கும்,
அறிவற்றது அவ்விரண்டும் அவைதாம் அஞ்ஞானம்.

ஆஞ்ஞானம் என்னும் இருமை நிலையற்று,
இருக்கும் ஒருபறவை இருமைகள் கடந்ததாக,
ஞானமெனும் பெயருடைய நிகரிலாதது அப்பறவை,
அந்தராத்மனாம் அப்பறவை அண்டாது இயற்கையை.

இயற்கையைக் கடந்த ஈடிலா நிலையை,
மனத்தினைக் கொண்டு மாண்புடன் அறிந்து,
க்ஷேத்திரத்தை அறியும் சீர்மிக்க ஞானத்தால்,
குணங்களைக் கடந்தவருக்குக் கிடைக்கும் விடுதலை.

விடுதலை பெற்றவர் விலகியவர் குணம்விட்டு,
குணங்களைக் கடந்தவர் காணுவார் உண்மையை,
அனைத்தை அறிந்தவர் ஆத்மனாம் மேன்மையில்,
பாவபுண்ணியத்தை விடுத்து பிரமத்தில் நிலைப்பார்.

(48) அஸ்வமேதிக பர்வம், பகுதி 48:
அனுகீத பர்வம்

நிலைப்பார் ஞானத்திலென நவின்றார் பிரமதேவர்,

உரைத்தார் மேலும் உன்னத பிரமத்தை,
ஒருசிலர் பிரமத்தை விளம்புவர் மரமென,
வேறுசிலர் பிரமத்தை வனமென்றும் கூறுவர்.

கூறுவர் பிரமத்தைக் கண்காணா மறைபொருளென,
விளம்புவர் கவலைகள் வதைக்காத நிலையென,
அருவமானதோர் பொருளினின்று உருவாகி ஒடுங்குவதென,
வேறுசிலர் பிரமத்துக்கு உவமானம் பகருவர்.

பகருவர் பிரமத்தைப் பலப்பல விதத்திலே,
எவரொருவர் கணமேனும் ஆத்மனாகும் பிரமத்தில்,
வழுவாததோர் நிலையிலே ஒருக்கண நேரமேனும்,
இருப்பவர் உயிர்விடுமுன் அன்னவர் நித்தியர்.

நித்தியர் ஆத்மனை நிறுத்துவார் ஆத்மனில்,
அன்னவர் அந்நிலையில் அரைக்கண நேரமேனும்,
உன்னதர் பிரமத்தை உணர்ந்தவர் ஆகினால்,
முடிவிலாததோர் மேன்மைக்கு மாண்புடன் செல்லுவார்.

செல்லுவார் ஞானமெனும் சீர்மிக்க நிலைக்கு,
முடிவிலாததோர் நன்னிலைக்கு முலதனம் ஞானமே,
பத்தானதோர் வழியிலோ பனிரண்டான முறையிலோ,
கட்டுவார் வாயுக்களைக் கடப்பார் இருபத்துநான்கை.

இருபத்துநான்கைக் கடக்க இயற்றுவார் ப்ராணாயாமம்,
ஆத்மனை அடைந்து அமைதியில் நிலைத்தபின்,
வேண்டியவை அனைத்தையும் விரைவிலே அடைவார்,
சாந்தகுணத்தை அடைந்து சேருவார் நித்தியத்தில்.

நித்தியத்தில் இறப்பின்றி நிலைப்பார் உறுதியாக,
சத்துவத்தில் நிலைத்தவர் சீர்மையென்பார் இந்நிலையை,
இதற்குமேல் மேன்மைகள் இல்லையென பாராட்டுவார்,
சத்துவத்தில் புருஷன் சார்புகள் கொண்டது.

கொண்டது புருஷன் குணங்கடந்த மேன்மையை,
மேற்சொன்னது அல்லாமல் மற்றெந்த விதத்திலும்,
அடைவது இயலாது ஆத்மனாம் புருஷனை,
மன்னிப்பது வீரம் மாண்புமிக்க அடையாளங்கள்.

அடையாளங்கள் சத்துவத்துக்கு அஹிம்சையும் தானமும்,
துறவுறுதல் உண்மை தூயதான ஞானம்,
சிரத்தையில் மிகைத்தல் சீர்மிக்க அடையாளங்கள்,
இவைகள் அடையாளத்தால் அறியலாம் புருஷனை.

புருஷனை நலத்தைப் புரிந்துகொள்ள உதவியாக,
இருப்பவை இவைதாம் இதிலேதும் சந்தேகமில்லை,
ஞானத்தை அடைந்தவர் நவிலுவார் அதுகுறித்து,
க்ஷேத்ரக்ஞனை ப்ரகிருதியை சொல்லுவார் ஒன்றென.

ஒன்றென இரண்டையும் உரைப்பது சரியல்ல,
ப்ரகிருதியான இயற்கை புருஷனல்ல வேறானதாகும்,
அதற்கான தனித்துவம் அடைந்தது இயற்கை,
புருஷனென ப்ரகிருதியென பகருவன தொடர்புடைத்து.

தொடர்புடைத்து ஆகினும் தனித்தனித்து இருப்பவை,
ஒன்றென்பது இரண்டென்பது உணருதல் உளத்திலே,
ஞானமுற்று இருப்பவர்கள் நவிலுவர் இதுகுறித்து,
நீருக்கு மீனுடன் நேரிடும் தொடர்புபோல.

தொடர்புபோல இருந்தாலும் தனித்தனியே நீர்மீன்,
பிரிதலிலாத் தொடர்பெனினும் பிரிவானதே இரண்டும்,
தண்ணீரிலே தாமரையிலை தொடர்புடன் இருந்தாலும்,
ஒட்டாமலே இருப்பதுதான் ஆத்மனும் இயற்கையும்.

இயற்கையும் ஆத்மனும் இரண்டான பகுப்பென்று,
பிரமராகும் குருநாதர் பகர்ந்த சொல்கேட்டு,
சந்தேகம் எழுந்தது சாந்தமிக்க ரிஷிகளுக்கு,
பிரமரிடம் ஐயத்தைப் பகர்ந்தனர் ரிஷிகள்.

(49)அஸ்வமேதிக பர்வம், பகுதி 49: அனுகீத பர்வம்

ரிஷிகள் வினவினர் கடமைகள் அனைத்திலும்,
முடலில் செயத்தகும் முதற்கடமை ஏதாகும்?
பலவிதம் கடமைகளைப் பகருகிறார் வையத்தில்,
ஒன்றுடன் ஒன்று ஒன்றாது முரண்பட்டன.

முரண்பட்டன பலவிதம் மொழியப்படும் கடமைகள்,
உடைபடுவதான கூடாகும் உடலானது வீழ்ந்தபின்னும்,
தொடர்ந்திடுவன கடமைகளெனத் தெரிவிப்பார் ஒருசிலர்,
கடமையென ஏதொன்றும் கிடையாதென்பார் வேறுசிலர்.

வேறுசிலர் உரைப்பார் உள்ளது சந்தேகமென,
இன்னுஞ்சிலர் சொல்லுவார் அழிவிலாத நித்தியத்தை,
விளம்புவர் நித்தியங்கூட வீழ்வான அநித்தியமென,
உரைப்பர் உள்ளதென மறுப்பர் இல்லாததென.

இல்லாததென இருப்பதென ஏதேதோ குழப்புவர்,
இருப்பதென உரைப்போரும் இரண்டென ஒன்றென,
கலப்பென அதற்குக் குழப்பமான வடிவளிப்பார்,
பிரமஞான அறிவுடையோர் பகருவார் ஒன்றென.

ஒன்றென உரைக்காமல் உரைப்பர் இரண்டென,
பலவென இதனைப் பகருவோரும் உண்டு,
காலதேசமென இரண்டையும் கூறுவார் உள்ளதென,
இல்லாததென காலதேசத்தை இயம்புவார் வேறுசிலர்.

வேறுசிகர் சடைவைத்து உடுத்துவார் மானுரியை,
ஒருசிலர் தலைமழித்து அம்மணமாய்த் திரிவார்,
குளித்திடார் ஒருசிலர் குளிப்பார் வேறுசிலர்,
முரண்ப்படுவார் கருத்துக்களில் மாண்புமிகு தேவரும்.

தேவரும் பிராமணரும் தெரிவிக்கும் கருத்துக்கள்,
பலவிதம் முரண்பட்டு பேதங்கள் தோன்றிடும்,
பிரமஞானம் அடைந்தோரும் பலவிதம் விளம்புவார்,
உணவுண்பதும் உண்ணாநோன்பும் உடைப்பார் உகந்ததென.

உகந்ததென செயல்வழியை உரைப்பார் ஒருசிலர்,
அமைதியான செயலின்மை ஆனந்தமென்பார் வேறுசிலர்,
விடுதலையான நிலையே விழுப்பமென்பார் சிலபேர்,
அனுபவிப்பதான வழியை ஆதரிப்பார் ஒருசிலர்.

ஒருசிலர் வளங்களை அடையவே மனங்கொள்வார்,
வேறுசிலர் அதைமறுத்து வறுமையே சிறப்பென்பார்,
ஒருசிலர் மார்க்கங்களை உகந்ததென்று உரைப்பார்,

வேறுசிலர் மார்க்கங்கள் வேண்டாமென மறுப்பார்.

மறுப்பார் ஒருசிலர் மாண்பில்லை அஹிம்சையென,
வேறுசிலர் அஹிம்சையே விழுப்பமென்பார் வாழ்வுக்கு,
ஒருசிலர் பெருமையுடன் விரும்புவார் புண்ணியத்தை,
வேறுசிலர் இவ்விரண்டும் வேண்டாமென ஒதுக்குவார்.

ஒதுக்குவார் ஒருசிலர் உகந்தது நல்வழியென,
சந்தேகிப்பார் ஒருசிலர் செல்லும் வழிகுறித்து,
ஒருசிலர் மகிழ்வை விரும்பி நாடுவார்,
வேறுசிலர் வலிகளே வேண்டுமென ஏற்பார்.

ஏற்பார் ஒருசிலர் ஈடிலாதது தியானமென,
விளம்புவார் வேறுசிலர் வேள்விகளே மேன்மையென,
ஒருசிலர் தானமே விழுப்பமென உரைப்பார்,
வேறுசிலர் தவவழியை விரும்பி கடைப்பிடிப்பார்.

கடைப்பிடிப்பார் ஒருசிலர் கேடிலாத வேதவழியை,
நல்லதென்பார் ஒருசிலர் ஞானமும் துறவறமும்,
பஞ்சபூதமென்பார் ஒருசிலர் பார்வாழ்வின் ஆதாரம்,
மேலாதென்பார் ஒருசிலர் மண்ணுலகில் அனைத்தையும்.

அனைத்தையும் மேன்மையென அறுதியிட்டு மொழிவோரும்,
எல்லாம் வீணென எதிர்ப்புற்று மறுப்போரும்,
தேவர்க்கெலாம் தேவரே தெளிவில்லை இவர்கருத்தில்,
கடமையெனும் ஒன்றுகுறித்து குழப்பமே மிஞ்சியது.

மிஞ்சியது குழப்பமே மொழியப்படும் கடமைகளில்,
எங்களது மனங்களில் எந்தவொரு முடிவையும்,
எடுப்பதற்கு இயலாமல் இருக்கிறோம் தெளிவற்று,
சரியென்று அவரவர் சொல்லுவார் பலவழிகள்.

பலவழிகள் குறித்து பகருவார் அவர்வரும்,
அவரவர்கள் வழிகளே அனைத்திலும் மேன்மையென,
விளம்புதல் செய்வார் வெகுகுழப்பம் உண்டாக்குவார்,
எங்கள் மனங்களிலும் ஏற்பட்டது தெளிவின்மை.

தெளிவின்மை உண்டானதால் தங்களிடம் வேண்டுகிறோம்,
நன்னலத்தைத் தரவல்ல நல்வழியை உரைக்கவேண்டும்,

மறைபொருளாய் இருக்கும் மிகரகசிய விவரத்தை,
வெளிப்படையாய் எங்களுக்கு விளம்புவீர் பிரமரே.

பிரமரே எங்களுக்கு பகரவேண்டும் எவ்விதத்தில்,
க்ஷேத்ரக்ஞனே இயற்கையுடன் சேர்ந்து இருக்கிறதென,
இவ்விதமே ரிஷிகள் இயம்பிய வினாவுக்கு,
அகிலத்தையே படைத்தவர் அளித்தார் பதிலை.

(50)அஸ்வமேதிக பர்வம், பகுதி 50: அனுகீத பர்வம்

பதிலை உரைத்தார் பிரமதேவர் ரிஷிகளுக்கு,
கேட்டதைக் குறித்துக் கூறுகிறேன் விடையை,
இவ்வினாவை குருவிடம் எழுப்பிய சீடனுக்கு,
என்னவிடை குருதேவர் அளித்தாரோ அதேவிதம்.

அதேவிதம் பதிலை அளிக்கிரேன் உங்களுக்கு,
அனைவரும் அவரவர்தம் இடங்களிலே அமருவீர்,
வெகுகவனம் காட்டி விளம்புவதைக் கேட்பீர்,
அஹிம்சையெனும் கடமையே அனைத்திலும் முதற்கடமை.

முதற்கடமை உயிரெடுத்த மற்றெந்த ஜீவனையும்,
வதைக்காமை எனப்படும் விழுப்பமிகு அஹிம்சையே,
மிகமேன்மை உடையது மாண்புமிக்க அக்கடமை,
புனிதத்துவத்தைக் கொண்டது பேருண்மை இதுதான்.

இதுதான் மகிழ்வென இயம்பினர் ஞானத்தை,
முன்னோரின் கருத்திலே மாண்புமிகு ஞானமே,
ஆனந்தம் என்று அறிவித்தனர் வையத்துக்கு,
அதனால்தான் ஞானத்தால் அழியும் பாவமெலாம்.

பாவமெலாம் புரிவோர் பேரழிவைக் கொணருவோர்,
தீங்கெலாம் செய்வோர் தவிப்பார் கொடுநரகில்,
காரணம் அவர்மனதில் கொண்டிருக்கும் காமவேகம்,
தெளிவேதும் இல்லாதத் தீயவரின் நிலையது.

நிலையது வெகுகடுமை நரகத்தில் வாழ்வோருக்கு,

வேறுசிலரது வாழ்வில் வேகத்துடன் ஆர்வத்துடன்,
தாமதியாது கடமைகளைத் தக்கதொரு பலனுக்கென,
ஆசையோடு செய்பவர் ஆனந்தமாய் வாழுவார்.

வாழிவார் இறப்பார் வருவார் பிறப்பெடுத்து,
சுழலுவார் இவ்வுலகில் சென்றுவந்து மீண்டுமீண்டும்,
ஒருசிலர் பணிசெய்வார் உளத்திலே நம்பிக்கையுடன்,
ஆர்வமுளார் நம்பிக்கையுளார் எதிர்பார்ப்பிலார் ஞானியர்.

ஞானியர் மனதிலே நேரிடாது குழப்பமேதும்,
அறிவார் தமைச்சுற்றி அனைத்து நிகழ்வையும்,
அன்னவர் மனதிலே அடைவார் தெளிவினை,
அடுத்ததோர் கருத்தை அளிக்கிறேன் கேளீர்.

கேளீர் இயற்கையும் க்ஷேத்ரக்ஞனும் எவ்விதம்,
இணைவர் பிரிவாரெனும் இருவித நிகழ்வையும்,
காணுபவர் காண்பொருள் கருத்தை உணர்ந்தால்,
இவ்விருவர் உறவுமுறை எளிதாக விளங்கும்.

விளங்கும் விதத்தில் விளம்புகிறேன் இதுகுறித்து,
நடக்கும் அனைத்தையும் நானெனும் தன்னிலையாய்,
காணும் இறைவரைக் கூறுவார் புருஷனென,
இயற்கையாகும் காட்சியால் அறியப்படும் அப்பொருள்.

அப்பொருள் இயற்கை அதனுடன் புருஷனுக்கு,
உறவுகள் இருப்பதந் உறவுமுறை யாதெனில்,
கூட்டுக்குள் புழுவானது கொண்டிருக்கும் உறவாகும்,
இவைகள் வேறாகினும் இருக்கும் இணைந்து.

இணைந்து இருந்தாலும் இயற்கை அறிவற்றது,
க்ஷேத்ரக்ஞனென்று இருப்பது கண்டறியும் அனைத்தையும்,
அறிவாற்றலொடு இருப்பது ஆத்மனாம் க்ஷேத்ரக்ஞனே,
இருமையென்று இருப்பவைதான் இயற்கையின் அடையாளம்.

அடையாளம் இருமைகளென அறிவித்தனர் ஞானியர்,
இயஜயாகும் ப்ரகிருதிக்கு இருமைகள் குணமாகினும்,
இருமையேதும் இல்லாதது ஈடற்றது க்ஷேத்ரக்ஞன்,
பகுதியேதும் அற்றது பற்றற்றது நித்தியம்.

நித்தியம் அழிவற்றது நலிவற்றது குணமற்றது,
அனைத்திலும் இருப்பது அனைத்துக்கும் சமமானது,
அவ்விதம் க்ஷேத்ரக்ஞனை அறிவது ஞானமாகும்,
இயற்கையாகும் பொருட்களை அனுபவிப்பது க்ஷேத்ரக்ஞன்.

க்ஷேத்ரக்ஞன் இயற்கையில் சிக்காது விலகிநிற்கும்,
தாமரையின் இலைமீதுத் தண்ணீர் நிற்பதுபோல்,
உலகின் பொருட்களால் ஒருசிறிதும் குன்றாமல்,
நிலைப்பதுதான் க்ஷேத்ரக்ஞன் நெருங்காது இயற்கையை.

இயற்கையை அருகிருந்து அனுபவிக்கும் க்ஷேத்ரக்ஞன்,
பற்றுகளை அடையாமல் பிரிந்திருக்கும் தனியாக,
புருஷனை ப்ரகிருதியைப் புரிந்துகொள்ள முயன்றால்,
செய்தவனை செய்பொருளைச் சிந்தித்து உணரலாம்.

உணரலாம் ஞானத்தால் உண்மையின் உட்கருத்தை,
இருளாகும் வழியிலே ஏகும் மனிதர்கள்,
விளக்கைப் பிடித்து வழியை அறிவதுபோல்,
ஆத்மனை அறிய உற்றதுணை இயற்கை.

இயற்கை என்னும் இந்த ஒளியானது,
இருப்பை அடைந்து இருக்கும் ஒருவர்,
குணங்களைக் கடந்து குணாதீதம் அடையாதவரை,
குணங்களைக் கடந்தால் கரவிளக்கு தேவையில்லை.

தேவையில்லை விளக்கு தன்னொளியை அடைந்தார்க்கு,
வெளிப்பொருளாய் இருந்து வழிகாட்டுவது இயற்கை,
வடிவத்தை உடையது வையமாகும் இயற்கை,
வடிவத்தைக் கடந்தது வாலறிவாம் புருஷன்.

புருஷன் வடிவற்றதெனப் புரிந்துகொள்வீர் பிராமணரே,
உண்மையின் இக்கருத்தை உவமைகள் ஆயிரத்துடன்,
உரைதான் செய்தாலும் உணர்ந்திடார் ஒருசிலர்,
ஒருசிலரின் மனதிலே உண்டாகும் ஆத்மஞானம்.

ஆத்மஞானம் சிலருக்கு ஏற்படும் எளிதாக,
கால்பங்காகும் கருத்தைக் கூறும் அளவிலேயேம்
ஆத்மனாகும் புருஷனை அறிந்து தெளிவடைவார்,
நல்வழிதான் நடப்பவர் ஞானமடைவார் எளிதில்.

எளிதில் அறியலாம் அவரவர்தம் கடமையை,
வழிகள் மீறியும் விளைந்திடும் விளைவுகள்,
ஆதலால் வெல்லுதல் அயலானது வழிகளுக்கு,
ஞானத்தில் நிலைத்தவர் ஞானத்தால் விடுபடுவார்.

விடுபடுவார் ஞானத்தில் வலுவாக நிலைத்தவர்,
சரியானதோர் பொருளிலாது சாலைவழி பயணத்தை,
மேற்கொள்ளுவோர் அழியலாம் முடிவினை எட்டுமுன்,
அவரவர்கள் ஜீவனுக்குள் அறியவேண்டும் உகந்தவழி.

உகந்தவழி அறியாதவர் உன்மத்த மனத்துடன்,
கண்டபடி வேகமாகக் கண்மூடியாய் முன்னேறுவார்,
ஞானநெறி அறியாதவர் நடத்தையும் அவ்விதமே,
மலையேறி உச்சிவந்து மண்ணை நோக்கலாகாது.

நோக்கலாகாது மலையுச்சியில் நிற்பவர் தரையை,
தேர்ப்பாதையது முடிந்ததெனத் தெரிந்தும் மூடர்கள்,
நிறுத்தாது சென்று நசிந்து வீழுவார்,
ஞானவானது முன்னேற்றம் நிற்கும் பாதையில்.

பாதையில் தேரானது போக முடியாவிடில்,
அதற்குமேல் தரையிறங்கும் அறிவாளர் தப்புவார்,
அவ்விதத்தில் ஞானத்தில் யோகத்தில் மிக்கவரும்,
குணங்கள் அறிந்து குணங்கடந்து செல்லுவார்.

செல்லுவார் ஞானம் சொல்லிடும் நற்பாதையில்,
தள்ளுவார் ஆபத்துகளைத் தாமெடுப்பார் நன்முடிவை,
அன்னவர் பாதையில் அங்கங்கே தோன்றிடும்,
தடைக்கோர் நிவர்த்தியாகத் தக்கவிதம் முடிவெடுப்பார்.

முடிவெடுப்பார் ஞானத்தின் மாண்புமிக்க துணையுடன்,
படகிலார் நெடுங்கடலில் பாய்ந்து இருகரத்தால்,
நீந்தினார் என்றால் நேரிடும் பெருந்துயரம்,
அறிவாளர் படகுடன் ஆழியில் இறங்குவார்.

இறங்குவார் கடலுக்குள் எல்லாவிதப் பொருட்களுடன்,
எடுப்பார் துடுப்புகளும் இளைப்பாற உணவுகளும்,
கடப்பார் அன்னவர் கடலையும் எளிதாக,

ஆழிப்பார் தானெனும் ஆணவமிகும் சிந்தையை.

சிந்தையை சீர்செய்யாமல் சிறுமதி படைத்தவர்,
படகினை துறக்காத பற்றுமிக்க மீனவரென,
தன்னுணர்வைப் பெற்று தவிப்பார் சிறுசுழலில்,
தரையை அடைந்தபின் தேவையென்ன படகுக்கு?

படகுக்கு தேவையென்ன பூமிமீது வந்தபின்னர்?
தேருக்குத் தேவையென்ன தரைவழி முடிந்தபின்னர்?
இடத்துக்கு உகந்தவிதம் எடுக்கவேண்டும் முடிவுகளை,
அறிவாற்றலுக்கு ஏற்றவிதம் அடைவார் முடிவுகளை.

முடிவுகளை அளிப்பதற்கு மிகப்பலவாய் செயல்கள்,
உள்ளவை இந்த உலகிலே பலவாக,
ப்ரதானத்தை அறிந்திட புலன்வழி நுகர்ச்சியில்லை,
கந்தமில்லை தொடுதலில்லை கேட்டலில்லை சுவையில்லை.

சுவையில்லை என்றாலும் சிந்தனை வாயிலாக,
தியானத்தைச் செய்திடும் தூயவராம் யோகியர்,
ஞானத்தைக் கொண்டு நன்கறிவார் ப்ரதானத்தை,
வடிவமில்லை ப்ரதானத்துக்கு வெளிப்படும் மஹத்தாக.

மஹத்தாக ப்ரதானம் மறுவடிவம் பெறுகையில்,
உடனாக உண்டாவது உள்ளெழும் தன்னுணர்வு,
தன்னுணர்வு வாயிலாக தோன்றும் பஞ்சபூதங்கள்,
புலனைந்து உண்டாகும் பொருட்களை நுகர்ந்திட.

நுகர்ந்திட புலனைந்தும் நுகரும் பொருட்களும்,
விளைந்திட வைத்திடும் விதையாகும் வடிவற்றது,
பரமாத்மனென இருப்பது பகரப்படும் விதையென,
தானென அவ்வுணர்வு தொடர்ந்து பிறந்திறக்கும்.

பிறந்திறக்கும் மீண்டுமீண்டும் பாருலகில் தன்னுணர்வு,
விதையாகும் பொருளாகும் ஒன்றாகும் இயற்கையே,
சித்தமெனும் குணத்தைச் சார்ந்தவை இவையெலாம்,
ஆகாயம் கொண்டது ஏகமாகும் ஒருகுணம்.

ஒருகுணம் ஆகாயத்துக்கு இருகுணம் வாயுவுக்கு,
முக்குணம் ஒளிக்கு நாற்குணம் நீருக்கு,

ஐந்துகுணம் பூமிக்கு இருப்பதை அறியவேண்டும்,
அசைவதற்கும் அசையாததற்கும் அன்னை பூமியே.

பூமியே அன்னை பாருலகில் அனைத்துக்கும்,
விருப்புடனே வெறுப்புகள் வரவழைக்கும் பொருட்களை,
உண்டாக்கவே செய்யும் உன்னதம் பூமியே,
பூமியிடமே இருக்கும் பஞ்சகுணம் ஓசைமுதல்.

ஓசைமுதல் தொடுதல் வண்ணஞ்சுவை கந்தமென,
குணங்கள் அந்தினைக் கொண்டவர் பூமித்தாய்,
கந்தத்தில் பலவகைகள் கலந்துளன பூமியில்,
விரும்புவிதத்தில் விரும்பாவிதத்தில் விளையலாம் கந்தம்.

கந்தம் இனிதாயும் காரமாயும் துவர்ப்பாயும்,
மிகவும் நெடியாயும் மணமாகக் கலப்பதாயும்,
சிறிதாயும் எண்ணையாயும் சற்று உலர்ந்ததாயும்,
தெளிவாயும் இருக்கும் தெரிவித்தேன் வகைகளை.

வகைகளை உரைத்தேன் வரிசையாய்ப் பத்தென்று,
நீரினைச் சார்ந்ததாக நவிலப்படும் குணங்கள்,
அறுசுவை தொடுதல் ஓசையுடன் நிறமாகும்,
சுவையைப் பொறுத்தவரை சொல்லுவார் ஆறென்று.

ஆறென்று சுவைகள் இனிப்பென்று துவர்ப்பென்று,
காரமென்று கசப்பென்று புளிப்பென்று உவர்ப்பென்று,
நீரிடத்து உண்டாவதை நவிலுவது அறுசுவையென,
ஒளிக்கு குணமாக உரைத்தல் மூன்றினை.

மூன்றினை மொழிவதில் முதலாவது ஓசை,
தொடுதலை அடுத்துத் தெரிவிப்பார் வண்ணத்தை,
வண்ணத்தைப் பனிரெண்டென வகைப்படுத்தி உரைப்பார்,
அவற்றை இயம்புகிறேன் ஆரம்பம் வெண்மை.

வெண்மை கருமை செம்மை நீலம்,
மஞ்சளை அடுத்து மொழிவார் மாநிறத்தை,
சிறுமை நீண்மை நுண்மை பெருமை,
சதுரத்தை வட்டத்துடன் சொல்லுவார் பனிரண்டாக.

பனிரண்டாக ஒளியைப் பகுக்கும் வகைகளை,

பிராமணராக இருப்போர் பாங்குடன் உணருவார்,
கடமைகளாக இருப்பவற்றைக் கண்டு உணர்ந்தவர்,
உண்மையாக வாக்குடையோர் உணருவார் ஒளிகளை.

ஒளிகளை பனிரண்டாய் உரைத்து முடித்தபின்,
வளியை ஒட்டி விளைந்து வருவதாகும்,
இருவகை குணங்கள் இருக்கும் காற்றிலே,
ஓசையை அடுத்து உடையது தொடுவுணர்வை.

தொடுவுணர்வை பனிரண்டாய்த் தொகுத்து உரைப்பார்,
கடுமை சில்லிப்பு கனல்வெம்மை வாஞ்சை,
எளிமை வலிமை எண்ணை மென்மை,
வழுக்குந்தன்மை வலிதருதல் வெகுமென்மை இனிமை.

இனிமை உட்பட இரண்டுடன் பத்துவகை,
பிரிவை உடையதெனப் பகருவார் தொடுதலை,
உண்மை அறிந்த உன்னத பிராமணர்,
இவற்றை அறிவார் இதையடுத்து ஆகாயம்.

ஆகாயம் கொண்டது ஒலியெனும் ஒரேகுணம்,
ஷடஜம் ரிஷபம் காந்தாரம் மத்யமம்,
பஞ்சமம் நிஷதம் தைவதம் என்பதாக,
ஏழுவிதம் இருப்பதை இயம்புவார் ஓசையில்.

ஓசையில் விரும்புவது உளத்தால் அறுவறுப்பது,
அளவில் போதுமானதென இயம்புவார் பத்துவிதம்,
பஞ்சபூதங்கள் ஐந்திலும் பீடுமிக்கது ஆகாயமே,
ஆகாயத்துக்குமேல் இருப்பது அகமெனும் தன்னுணர்வு.

தன்னுணர்வுக்கு மேலானது தெளிவுதரும் புத்தியாகும்,
புத்திக்கு மேலானது பிறப்பெடுத்த ஜீவாத்மன்,
ஜீவாத்மனுக்கு மேலானதென சொல்லுவது வடிவற்றதை,
வடிவற்றதுக்கு மேலான உன்னதம் புருஷன்.

புருஷன் என்பதே பெரிதினும் மிகப்பெரிது,
உயிர்களின் வகைகளில் உளதான பாகுபாட்டை,
நெறிகளின் பகுப்புகளை நன்கு அறிந்தவர்,
அனைத்துயிரின் ஆத்மனாகும் அந்தராத்மனை அடைவார்.

(51)அஸ்வமேதிக பர்வம், பகுதி 51: அனுகீத பர்வம்

அடைவார் ஆத்மனையென அயனார் விளம்பினார்,
ரிஷிமுனிவர் கேட்க இயம்பினார் பிரமதேவர்,
மனதானதோர் கருவியே மன்னனாகும் பஞ்சபூதத்துக்கு,
ஐந்தானதோர் பூதத்தின் ஆத்மன் மனந்தான்.

மனந்தான் பஞ்சபூதத்தை மாண்புடன் ஆளுகிறது,
அறிவுதான் சக்தியை அளிக்கிறது க்ஷேத்ரக்ஞனாக,
தேரில்தான் குதிரைகளைத் தளைக்கும் விதத்திலே,
மனந்தான் புலனைந்தை மடக்கிக் கட்டும்.

கட்டும் புலன்களைக் காணவேண்டும் உலகையென,
புலனைந்தும் மனமும் புத்தியும் எப்போதும்,
க்ஷேத்ரக்ஞனிடம் இணைந்து செல்லும் பயணத்திற்கு
உடலாகும் பெருந்தேர் புலனைந்தும் புரவிகள்.

புரவிகள் ஓடவைக்க புத்தியே சாட்டையாகும்,
தேரில் அமர்ந்து தன்போக்கில் செலுத்தும்,
பாகன்போல் மனமே போகும் தேரிலே,
பிரமனின் அத்தேரைப் புரிந்துகொண்டால் கலக்கமில்லை.

கலக்கமில்லை நிகழ்வுகள் கொடுக்கும் தாக்குதலால்,
பிரமவனத்தைக் குறித்துப் பகருகிறேன் உங்களுக்கு,
உருவிலாததைத் துவக்கமாக்கி உலகனைத்தையும் முடிவாக்கி,
பல்பொருளை உட்கொண்ட பிரமவனம் மிகப்பெரிது.

மிகப்பெரிது பிரமவனம் மதிரவியின் ஒளிபெறும்,
அசைவது அசையாதது அனைத்தும் அங்கிருக்கும்,
கோள்களொடு பால்வெளிகள் கணக்கிலே அடங்காதவை,
மலைசூழ்ந்தது நதியுடைத்து மிகப்பெரிது பிரமவனம்.

பிரமவனம் தன்னிலே பலவிதமாய் நீரோடைகள்,
உயிரெலாம் வாழுதற்கு உகந்தவிதம் மிகைத்திருக்கும்,
அவ்விடம் சென்றிடவே அனைத்துயிரும் விரும்பும்,
உலவிடும் க்ஷேத்ரக்ஞன் உன்னதமிகும் வனத்திலே.

வனத்திலே இருக்கும் வகைவகை பொருளெலாம்,
அழிவிலே வீழும் அதுதான் முதல்நிகழ்வு,
பஞ்சபூதத்திலே உண்டாகும் பலவித குணங்களும்,
அழிவதே பிரமவனத்தின் அன்றாட நிகழ்வாகும்.

நிகழ்வாகும் இச்செயல் நடக்கும் பிரமவனத்தில்,
தேவர்களும் மனிதர்களும் கந்தர்வரும் பைசாசரும்,
அசுரரும் ராட்சதரும் இயற்கையால் உண்டாகினர்,
செயலேதும் காரணமில்லை சொல்லலாகது ஆதிக்காரணம்.

ஆதிக்காரணம் ஏதுமில்லை அனைத்துப் படைப்புக்கும்,
இவ்வையம் உண்டாக்கும் ஆற்றல்மிகும் பிராமணரும்,
மீண்டும் மீண்டும் தோன்றும் பண்புடையார்,
தோன்றுதலும் அழிதலும் தொடரும் காலத்தால்.

காலத்தால் பஞ்சபூதம் கரைந்திடும் தோன்றிடும்,
உலகத்தில் பொருட்களை உண்டாக்கும் பஞ்சபூதம்,
உலகங்கள் உண்டாக்கும் உன்னதத்தினும் வேறானவை,
பஞ்சபூதங்கள் உறவறுத்தார் பிரமத்தில் நிலைப்பார்.

நிலைப்பார் பிரமத்தில் நிகரிலா உன்னதர்,
புனிதமிக்கார் ப்ரஜாபதி பாருலகுகள் அனைத்தையும்,
படைத்தார் அவரது பாங்குமிக்க மனத்தால்,
ரிஷிமுனிவர் தேவரானார் அருந்தவத்தின் பலத்தால்.

பலத்தால் மனதைப் புலனைந்தை அடக்கி,
யோகத்தால் மனதை ஆத்மனிடம் நிறுத்தியவர்,
கனிகிழங்குகள் உண்டு காலம் கடத்துபவர்,
தவத்தால் மூவுலகைத் தாமறிவார் முழுதாக.

முழுதாக அனைத்து மூலிகைகள் மருந்துகள்,
அறிவியலாக பலநூல்கள் ஏற்படுதல் தவபலத்தால்,
நலங்கள் அனைத்தும் நண்ணுதல் தவத்தினால்,
அடைதல் கடினமானதையும் அளிக்கும் தவபலம்.

தவபலம் வழங்கும் தரணியில் கடினமானதை,
வெகுகடினம் பெறுவதெனினும் வெகுகடினம் கற்பதெனினும்,
வெகுகடினம் வெல்வதெனினும் வெகுகடினம் கடப்பதெனினும்,
அனைத்தும் சாத்தியமே அமைதிமிகும் தவத்தால்.

தவத்தால் கிடைக்காதது தரணியில் கிடையாது,
குடித்தல் பிரமஹத்தி களவாடுதல் சிசுஹத்தி,
குருபத்தினியிடத்தில் சீடன் கலவிசெய்த பாவங்கள்,
தவத்தால் அகன்றோடும் தவமே இறைசக்தி.

இறைசக்தி அளிக்கும் ஈடிலாத் தவத்தினால்,
நிறைவெற்றி பெறுவர் நரரும் பித்ரிக்களும்,
தேவசக்தி பெற்றாரும் தவத்தால் வெல்லுவர்,
விலக்கில்லை பறவைகள் விலங்குகள் உயிரினங்கள்.

உயிரினங்கள் அசைவன ஓரசைவும் இல்லாதன,
எவைகள் ஆகினும் அவைகள் வெல்லுதற்கு,
வழிகள் கொடுப்பது வலிமைமிகும் தவமே,
தேவர்கள் வானுலகில் தங்கியதும் தவத்தால்.

தவத்தால் தேவர்கள் திடத்தை அடைந்தனர்,
மாயைகள் பலவும் மிகைத்தன தேவரிடம்,
எதிர்பார்ப்பில் செயல்படுவோர் ஏகுவார் ப்ரஜாபதியிடம்,
மனதில் அகங்காரம் மிகைத்தவர் அன்னவர்.

அன்னவர் போலன்றி இன்னொரு சாரார்,
கொண்டிடார் எதிர்பார்ப்பு காணப்படும் எதற்குமே,
அடைந்திடார் தானெனும் அகங்கார எண்ணத்தை,
யோகமானதோர் வழியால் அடைவார் மேலுலகை.

மேலுலகை அடைந்து மிகநலத்தை பெறுவார்,
ஆத்மனை அறிவதற்கு யோகத்தில் நிலைப்பார்,
தியானத்தை ஆத்மனிடம் திருப்புவார் எப்போதும்,
கவலை ஏதுமில்லை கொள்ளுவார் ஆனந்தம்.

ஆனந்தம் அடைவார் ஆத்மனை உணர்ந்தவர்,
உருவிலாததாம் பிரமத்தில் உவகையுடன் நுழைவார்,
எனதெனும் எண்ணமே இல்லாத மனமுடையார்,
ஆணவம் இல்லாதவர் அடைவார் பிரமத்தை.

பிரமத்தை அடைவார் புலனைந்தை அடக்கியவர்,
ரஜசத்தை தமசத்தை அழித்து விலக்குவார்,
சத்துவத்தை கடைப்பிடித்து சகலத்தையும் படைப்பார்,

முழுமைநிலை க்ஷேத்ரக்ஞரென மொழிவது அவரையே.

அவரையே அறிவது அறிவதாகும் வேதத்தை,
மனதையே அடக்கி முழுஞான நிலையுற்று,
அமரவே வேண்டும் அகமடக்கிய யோகத்தில்,
எதனையே நினைத்தாலும் அதுவாவார் நினைபவர்.

நினைபவர் நினைவதாக நிலைமாற்றம் அடைவார்,
இதையோர் ரகசியமென அறிவீர் ரிஷிகளே,
வடிவிலாததோர் துவக்கமும் வடிவானதோர் முடிவும்,
உடையதோர் பொருளை உரைப்பார் இயற்கையென.

இயற்கையென இருப்பதில் எள்ளளவும் கலவாமல்,
குணங்களென ஏதுமிலாக் குற்றமிலா அப்பொருளை,
யோகமான மார்க்கத்தால் அறிந்தீரோ நீவிர்?
ம்ருதியுவென ஈரசை பிரமமென மூன்றசை.

மூன்றசை உடைய மகாவார்த்தை பிரமம்,
எனதென்பதை நினைபவர் அடைவார் இறப்பினை,
தனதென்பதை நினையாதவர் தூயவராம் நித்தியர்,
செயலென்பதைப் புகழுவார் சிந்தைநலம் சிதைந்தவர்.

சிதைந்தவர் மனதளவில் செயலையே விரும்புபவர்,
மூத்தவர் நடுவிலே முன்னவர் ஆகியே,
அடைந்தவர் ஞானமெனில் அன்னவர் ஒருபோதும்,
உரைத்திடார் செயலே உயர்வெனும் கருத்தை.

கருத்தை மேலும் கூறுகிறேன் தெளிவாக,
பதுனாறுவகை பொருட்களால் பெறப்படும் இவ்வுடலை,
ஆட்சியை செய்பவரை அழைப்பார் புருஷனென,
புருஷனை விழுங்குவார் புத்திமிக்க ஞானியர்.

ஞானியர் அடையும் நிகரிலா விடுதலை,
உகந்ததோர் செயலென்று உரைப்பார் மேலோர்,
வாழ்வுக்கோர் அக்கரைக்கு வந்தவரின் கருத்து,
அமுதுண்போர் உரைப்பது அகற்றவேண்டும் செயலை.

செயலை அறுத்து செயலின்மை அடைந்தவர்,
புருஷனை அறிவார் பிறப்பிறப்பைக் கடந்ததென,

நித்தியத்தை மாறாததை நிலைத்ததை அழியாததை,
அறியொணாததை அடைந்தவர் அக்கரை சேர்ந்தார்.

சேர்ந்தார் அக்கரையை சீர்மிக்கதை அறிந்தவர்,
தனக்கோர் முதலற்றதை துவக்கம் முடிவற்றதை,
நிகரற்றதோர் புருஷனை நெஞ்சினில் நிறைத்தவர்,
நிறைவானதோர் ஞானமென நன்கறிவார் புருஷனை.

புருஷனை ஞானமெனப் புரிந்துகொள்ளும் ஒருவர்,
செயலில்லை புருஷனில் செரிவுற்றதென அறிவார்,
இறப்பற்றதை அறிந்தவர் இறப்பறுத்து விடுபட்டார்,
ஆத்மனை ஆத்மனில் ஆத்மனால் அறிவார்.

அறிவார் அமுதமென அழைக்கப்படும் ஆத்மனை,
மனதிலோர் பதிவும் மிஞ்சி நில்லாதவிதம்,
கட்டுவார் மனதைக் காணுவார் ஆத்மனை,
தனக்கோர் நிகரற்றது தூஉஅதான பிரமம்.

பிரமம் என்பதைப் புரிந்துகொள்ளும் ஒருவருக்கு,
மனமும் புலன்களும் மகிழ்ந்து அடங்கும்,
கனவெனும் நிலைபோலக் காணுவார் நனவை,
விடுபடும் விருப்பமுளார் வேண்டுவது இந்நிலை.

இந்நிலை அடைந்தவர் இருக்கிறார் ஞானத்தில்,
செயலை அடுத்ததான செயல்களின் விளைவுகள்,
தொடரைப் போலத் தெரியும் ஞானியருக்கு,
உலகை பற்றாதவர் விரும்புவது இதைத்தான்.

இதைத்தான் ஞானத்தை அடைதலென இயம்புவார்,
குறைதான் கூறிடக் கூடாத வழியாக,
உரைப்பதும் இந்த உன்னத வழியையே,
உயிர்களிடம் சமப்பார்வை உடையார்தம் நிலையிது.

நிலையிது பெற்றால் நெஞ்சத்தில் ஆசையில்லை,
வேண்டுவது வேண்டாததென விண்டறியும் மனமில்லை,
எதிர்பார்ப்பது கிடையாது எந்த பலனையும்,
சமப்பார்வையொடு உயிரையெலாம் சாந்தமாய்க் காணுவார்.

காணுவார் உயிர்களில் கிடையாது பேதமென,

அன்னவர் நிலைகுறித்து அறிவித்தேன் ரிஷிகளே,
சொன்னது கேட்டுச் செயலாக்கி நலம்பெறுவீர்,
உங்களுக்கு வெற்றி உண்டாவது திண்ணம்.

திண்ணம் வெற்றியெனத் தெரிவித்தார் பிரமரென,
சீடனிடம் குருநாதர் சொற்பொழிவைத் தொடர்ந்தார்,
பிரமர்தம் வார்த்தைகளைப் புத்தியில் ஏற்று,
அதேவிதம் ரிஷிகள் அடைந்தனர் வெற்றியை.

வெற்றியை அடைந்து வானுலக மண்டலங்களில்,
வாழ்வைப் பெற்றனர் வலிமைமிக்க ரிஷிகள்,
உண்மையை உரைத்தார் உலகத்தின் பிதாமகர்,
அவர்சொல்லை ஏற்று அடைவாய் ஆத்மனானம்.

ஆத்மஞானம் அடைந்து அறிவாய் பிரமத்தை,
வெற்றியெலாம் உனக்கு வாய்க்கும் அப்போதென,
சீடனிடம் குருநாதர் சொல்லி முடித்தாரென,
அர்ஜுனனிடம் வாசுதேவன் அறிவித்தான் நிகழ்வினை.

நிகழ்வினை மேலும் நவின்றான் வாசுதேவன்,
இவ்விதமாய் சீடனுக்கு அறிவித்த குருநாதரின்,
கருத்தினைக் சீடன் கடைப்பிடித்தான் சரியாக,
விடுதலை அடைந்தான் ஒன்றினான் பிரமத்தில்.

பிரமத்தில் ஒன்றிடும் புண்ணியமிகு கருத்துகளை,
கேட்டதில் சந்தேகம் கொண்டான் அர்ஜுனன்,
இக்கதையில் பிராமணரென எவரை உரைத்தாய்?
சீடராதல் எவரென்றும் சொல்லவேண்டும் கண்ணா.

கண்ணா எனக்குக் கூறவேண்டும் உண்மையை,
என்ன உட்கருத்தென எனக்கு இயம்புதல்,
சொன்னால் தவறில்லையெனில் சொல்லுவாய் எனக்கென,
வினவினான் அர்ஜுனன் வாசுதேவன் விடையளித்தான்.

விடையளித்தான் வாசுதேவன் விஜயனின் வினாவிற்கு,
நானேதான் குருநாதர் நிகரிலாத பலசாலியே,
என்மனந்தான் சீடனாக ஏற்றது நல்லுரையை,
உன்மீதுநான் அன்புமிக உற்றதால் விளக்கினேன்.

விளக்கினேன் இந்த வலிமையான ரகசியத்தை,
உனக்குநான் சொன்னதை உந்தன் மனதிலே,
பதித்துதான் ஆத்மனை புரிந்துகொள் அகத்தில்,
சொன்னதன் வழிமுறையில் சீர்மையுடன் செயல்படு.

செயல்படு உனக்குச் சொன்னதான மார்க்கத்தில்,
இவ்விதத்து நடந்தால் அழிந்துவிடும் பாவங்கள்,
ஞானமுற்று விடுபட்டு நிகரிலாத மேன்மையுற்று,
பிரமத்து நிலையடைந்து பெறுவாய் நிறைஞானம்.

நிறைஞானம் உனக்கு நிலைத்திடும் வீரனே,
உனதாகும் மனதிலே உறுதியாய் கடைப்பிடித்து,
மேலானதாம் பிரமத்தில் மனதைச் செலுத்துவாய்,
மேலாகும் கருத்தினை மொழிந்தேன் உனக்கென.

உனக்கென போர்க்களத்திலும் உரைத்தேன் இதனையே,
எனக்கினி இங்கே ஏதொரு பணியுமில்லை,
தந்தையான வாசுதேவரை தனியே விட்டுவந்தேன்,
காணுதற்கான தவிப்பினால் கிளம்புகிறேன் த்வாரகைக்கு.

த்வாரகைக்கு செல்வதாக தெரிவித்த கண்ணனிடம்,
இங்கிருந்து இத்தினமே ஏகுவோம் ஹஸ்தினாபுரிக்கு,
யுதிஷ்டிரரிடத்து உரைத்தபின் அனுமதியைப் பெற்றபின்,
த்வாரகைக்கு செல்வாயென சொன்னான் அர்ஜுனன்.

(52) அஸ்வமேதிக பர்வம், பகுதி 52

அர்ஜுனன் உரைத்தானென இயம்பினார் வைசம்பாயனர்,
அடுத்துதான் கண்ணன் அழைத்தான் தருகனை,
பூட்டிதான் தேரை பயணத்துக்கு தயார்செய்யென,
விளம்பினான் கண்ணன் விரைந்தான் தருகன்.

தருகன் சிலநிமிடத்தில் தந்தான் பதிலை,
தேர்தான் பயணத்துக்கு தயாரென விளம்பினான்,
பாண்டுமைந்தன் அனைத்து பணியாளருக்கும் கட்டளையிட்டான்,
பயணந்தான் துவங்கவேண்டும் போவோம் ஹஸ்தினாபுரம்.

ஹஸ்தினாபுரம் செல்லுதற்கு அனைவரும் தயாரென,
அர்ஜுனனிடம் படையினர் அளித்தனர் பதிலை,
அவ்விதம் உரைத்ததும் அர்ஜுனனும் கண்ணனும்,
பயணம் துவக்கிப் புறப்பட்டனர் தேரிலே.

தேரிலே நண்பர்கள் தமக்குள்ளே உரையாடி,
மகிழ்விலே சென்றனர் மிகவும் வேகத்துடன்,
வாசுதேவனிடத்திலே அர்ஜுனன் விளம்பினான் கருத்தை,
வ்ருஷ்ணியரிலே மேலோனே வென்றோம் உன்னால்.

உன்னால் எதிரிகளை வீழ்த்தி முடித்தோம்,
முட்கள் ஏதுமிலா முழுதான அரசாட்சியை,
பெற்றிடல் செய்தார் பேரரசர் யுதிஷ்டிரர்,
பாண்டவர்கள் அனைவரையும் பாதுகாக்கும் சக்திநீ.

சக்திநீ கொடுத்ததால் சமுத்திரமாம் கௌரவரை,
படகினைக் கொண்டு பாதிப்பின்றி கடந்தோம்,
உலகினை உந்தன் உள்ளங்கையில் உடையோனே,
உன்னை வணங்கி உன்னிடம் பணிகிறேன்.

பணிகிறேன் உன்னையே பாருலகின் முதல்வனே,
அனுமதிதான் அளித்தவரை அறிகிறேன் உன்னை,
உயிரனைத்தின் ஜீவாத்மன் உனதாற்றலில் பிறக்கிறது,
விளையாட்டுதான் உனக்கு வானும் மண்ணும்.

மண்ணும் வானும் மாயவனின் விளையாட்டு,
நகருவதும் நகராததும் நிலைத்தது உன்னிடமே,
நால்விதம் உயிர்த்தொகை நானிலத்தில் படைக்கிறாய்,
குட்டியிடும் முட்டையிடும் கழிவில்வரும் காயில்வரும்.

காயில்வரும் உயிர்களுடன் கணக்கிலே நால்விதம்,
பிறக்கும் உயிர்களைப் பிறப்பிக்கும் இறைவனே,
பூமியும் வானமும் பொன்னுலகும் படைப்பவனே,
மதியொளியாம் உந்தன் முறுவலின் பொன்னழகு.

பொன்னழகு மேனியனே புலனாகின பருவங்கள்,
காற்று மூச்சானது காலன் உன்கோபம்,
உனது கருணையே வளந்தரும் இலக்குமி,
உன்னிடத்து ஸ்ரீதேவி உள்ளார் நிறைவாக.

நிறைவாக உயிர்கள் நின்னிலே மகிழ்ந்திருக்கும்,
அறிவாக மனநிறைவாக அன்புமிகும் மன்னிப்பாக,
விருப்பமாக அழகாக உயிர்களிடம் நிரம்ப்பினாய்,
நகருவதாக நகராததாக நீதான் வடிவுற்றாய்.

வடிவுற்றாய் பல்பொருளாய் வருவாய் பேரழிவாய்,
வையங்களை அழிக்கும் ஊழியான காலத்திலே,
அழிக்கிறாய் அனைத்தையும் அடக்குகிறாய் உனக்குள்,
உன்பெருமை அனைத்தையும் உரைத்தல் இயலாது.

இயலாது உன்னை எளிதில் உணருதல்,
ஆத்மனென்று பரமாத்மனென்று அகிலத்தைக் காக்கிறாய்,
உன்னிடத்து தலைசாய்த்து உவந்து வணங்கினேன்,
கண்ணிரண்டு கொண்டாய் கமலமாம் தாமரையென.

தாமரையென கண்கள் தரித்த பேரிறைவா,
உனதான ஆற்றலை ஒருவரும் தடுப்பாரில்லை,
ரிஷிகளான நாரதரும் தேவலரும் த்வைபாயனரும்,
உரைத்ததான வார்த்தைகளால் உணர்ந்தேன் இக்கருத்தை.

இக்கருத்தை பீஷ்மரும் இயம்பினார் எனக்கு,
வையத்தை தாங்கும் உன்னதன் நீதானென,
உயிரனைத்தை உண்டாக்கும் ஓரிறைவன் நீயேதான்,
உன்கருணை காரணமாய் உரைத்தாய் நீயும்.

நீயும் எனக்கு நவின்றாய் இக்கருத்தை,
எங்களிடம் நீகொண்ட அன்பின் காரணமாக,
கௌரவரிடம் மோதுகையில் கொடுத்தாய் வெற்றியை,
உன்னதம் மிக்கவனே உன்னாலே வென்றோம்.

வென்றோம் ஏனெனில் வைரிகள் அனைவரையும்,
சம்ஹாரம் நீசெய்தாய் சாய்த்தேன் அதன்பின்னர்,
உன்னிடம் பொசுங்கியவர் வீழ்ந்தனர் என்கரத்தால்,
வென்றிடும் வாய்ப்பு வந்தது உன்னால்.

உன்னால் வெற்றி உண்டானது எங்களுக்கு,
வழிகள் காட்டினாய் வாசுதேவன் நீதான்,
அவ்வழியில் துரியோதனாதிகளை அழித்தோம் போரில்,

வீழ்த்துதல் செய்தோம் வலுமிக்க துரியோதனனை.

துரியோதனனை கர்ணனை தீயவன் சிந்துவேந்தனை,
பூரிஸ்ரவசை அழித்தோம் பெரும்போரின் நிகழ்விலே,
மார்க்கத்தை எனக்கு மொழிந்தாய் வாசுதேவா,
அவ்வழியை கடைப்பிடித்து அடைவேன் மேன்மை.

மேன்மை உடையவர் மன்னவர் யுதிஷ்டிரர்,
பாதத்தைத் தொழுது பகருவேன் உன்முடிவை,
த்வாரகை செல்லுதற்கு தரவேண்டும் அனுமதியென,
வேண்டுதலை வைத்து விளம்புவேன் விருப்பத்தை.

விருப்பத்தை உரைத்து வாங்குவேன் அனுமதியை,
என்மாமனை த்வாரகையில் அன்புடன் பணிவாய்,
வெகுபலத்தைக் கொண்டவர் வலதேவரை காணுவாய்,
வ்ருஷ்ணிசபை மாந்தர்களை விரைவிலே காணுவாய்.

காணுவாய் என்று கூறினான் அர்ஜினன்,
யானையாய் பெயர்கொண்ட அழகுமிகு ஹஸ்தினாபுரம்,
அடைந்ததை ஒட்டி அன்புமிகு நண்பர்கள்,
வேகமாய் திருதராஷ்டிரர் வாழிடம் ஏகினர்.

ஏகினர் மாளைகைக்குள் இருபெரும் வீரர்கள்,
இந்திரர் மாளிகையென இருந்தது அவ்விடம்,
திருதராஷ்டிரர் விதுரர் தருமபுத்திரர் யுதிஷ்டிரன்,
இருந்தனர் பீமனுடன் இரட்டையர் மாத்ரேயருடன்.

மாத்ரேயருடன் யுயுத்சுவும் மன்னவர் திருதராஷ்டிரரும்,
மாதரின் வரிசையில் மாண்புமிகு காந்தாரியும்,
ப்ரீதாவும் அழகுமிகு பாஞ்சாலியும் சுபத்ரையும்,
காந்தாரியின் உதவியாளரும் குழுமியிருந்தார் சபையில்.

சபையில் திருதராஷ்டிரரின் சேவடிகள் பணிந்து,
பெயர்கள் உரைத்தபர் பார்த்தனும் கண்ணனும்,
காந்தாரியின் பாதத்தையும் கனிவுடன் பணிந்தனர்,
ப்ரீதாவின் பாதத்தில் பதித்தனர் சிரத்தை.

சிரத்தை தருமனிடம் சாய்த்து வணங்கினர்,
பீமனை நோக்கி புரிந்தனர் வணக்கம்,

விதுரரை அணைத்து விசாரித்தனர் நலத்தை,
திருதராஷ்டிரரை நோக்கி திரும்பினர் இருவரும்.

இருவரும் திருதராஷ்டிரரின் அவையிலே அமர்ந்தனர்,
மாலைநேரம் வந்ததால் மன்னவர் திருதராஷ்டிரன்,
அனைவரும் கலைந்துசெல்ல அனுமதி வழங்கினார்,
அர்ஜுனனும் கண்ணனும் அவைவிட்டு சென்றனர்.

சென்றனர் தனஞ்செயனின் சீர்மிக்க மாளிகைக்கு,
உறங்கினர் அன்றிரவு உவகை மிகைத்திட,
எழுந்தனர் காலையில் அணிந்தனர் நல்லாடைகள்,
சென்றனர் யுதிஷ்டிரனின் சீர்மிக்க மாளிகைக்கு.

மாளிகைக்கு உட்சென்று மன்னவன் யுதிஷ்டிரனின்,
அழகுமிக்க அறைக்குள் அரசனைக் கண்டனர்,
இந்திரனுக்கு அருகாக இரட்டையர் அஸ்வியனர்,
சென்றுநின்று வணங்குவதாய் சிறப்பானது அந்நிகழ்வு.

அந்நிகழ்வு நடக்கையில் அரசன் யுதிஷ்டிரன்,
அகமகிழ்வு கொண்டு இருவரையும் வரவேற்றான்,
வேண்டுவது என்னவென வினவினான் இருவரையும்,
யாதவரது கௌரவது இருவீரரே வாரீர்.

வாரீர் உங்களை வரவேற்று மகிழ்கிறேன்,
உம்மிருவர் முகத்திலே உண்டாகும் அறிகுறிகள்,
நினைக்கிறீர் ஏதோ நவிலவெனக் காட்டுவதால்,
உரைப்பீர் எண்ணியதை உளத்தில் தயங்காதீர்.

தயங்காதீர் என்று தருமபுத்திரன் யுதிஷ்டிரன்,
அவ்விருவர் விருப்பத்தை அறிவிக்க வேண்டியதும்,
சொல்லிலோர் சாதுர்யம் செரிந்தவன் பல்குனன்,
பணிவானதோர் விதத்தில் பார்வேந்திடம் உரைத்தான்.

உரைத்தான் அர்ஜுனன் வேந்தன் யுதிஷ்டிரனிடம்,
வாசுதேவன் கண்ணன் வீட்டைவிட்டு வந்து,
வெகுகாலம் சென்றதால் உங்களின் அனுமதியிடடன்,
செல்லலாம் அகத்துக்கென சிந்தையில் விரும்புகிறான்.

விரும்புகிறான் கண்ணன் வ்ருஷ்ணியரின் நகர்செல்ல,

அனர்த்தரின் வீரனுக்கு அனுமதிகள் அளித்தால்,
செல்லுவான் அகத்துக்கென சொன்னான் அர்ஜுனன்,
யுதிஷ்டிரன் மாதவனிடம் இயம்பினான் பதிலை.

பதிலை உரைக்கிறேன் பதுமமலர் கண்ணா,
த்வாரகை நகருக்குத் திரும்பலாம் இத்தினமே,
சூரசேனர் நகருக்குச் செல்லலாம் கேசவா,
செல்வதற்கோர் அனுமதியை சொன்னேன் உனக்கு.

உனக்கு அனுமதி வழங்கினேன் செல்லுதற்கு,
எனக்கு அன்னைவழி அம்மானை தேவகியை,
பிரிந்து நெடுங்காலம் போய்விட்டது ஆதலால்,
சென்று காணுவாய் சீர்மிக்கார் வாசுதேவரை.

வாசுதேவரை வலதேவரை வாஞ்சையாய்க் காணுவாய்,
வெகுஞானத்தை உடையவனே உந்தன் உளப்படி,
வெகுமேன்மை உடையாரை வணங்கி வழிபடுவாய்,
என்னை பீமனை அர்ஜுனனை எண்ணுவாய்.

எண்ணுவாய் நகுலனை அன்புமிகு சகாதேவனை,
தந்தையைக் வலதேவரை தக்கவிதம் வணங்கியபின்,
அனர்த்தரை வ்ருஷ்ணியரை அனைவரையும் கண்டபின்,
அஸ்வமேதிகத்தை இயற்றுகையில் இந்நகருக்கு திரும்புவாய்.

திரும்புவாய் த்வாரகைக்கு தக்கபலப் பொருட்களுடன்,
நவமணியாய் பொன்பொருளாய் நிறைய எடுத்துச்செல்,
வேறெதனை விரும்பினாலும் உனதானது அப்பொருள்,
உன்கருணை கொண்டுதான் வென்றோம் பூமியை.

பூமியை வென்றோம் பெரும்போரின் முடிவிலே,
உன்னை அன்றியோர் உறுதுணை எமக்கில்லை,
அனுமதியை வழங்கினேன் அன்புமிக்க கண்ணாவென,
வார்த்தைகளை உரைத்ததும் விளம்பினான் கண்ணன்.

கண்ணன் உரைத்தான் கௌரவர் வேந்தனிடம்,
பொன்னும் பொருளும் பூமியும் அரசாட்சியும்,
உமதாகும் அனைத்தும் உமது மட்டுமே,
என்னிடம் இருப்பவை அனைத்தும் உமதுதான்.

உமதுதான் என்று உரைத்தான் வாசுதேவன்,
அவ்விதந்தான் ஆகட்டுமென ஆமோதித்தான் யுதிஷ்டிரன்,
கடனின் அண்ணனை கனிவுடன் வணங்கினான்,
வாசுதேவன் குந்தியிடம் விடைபெறச் சென்றான்.

சென்றான் குந்தியிடம் சுற்றிவந்தான் ப்ரீதாவை,
அன்புடன் ப்ரீதா அணைத்தாள் கண்ணனை,
அத்தையிடம் விடைபெற்ற அச்சுதன் கண்ணன்,
விதுரரிடமும் பிறரிடமும் விடைபெற்று திரும்பினான்.

திரும்பினான் கண்ணன் தேரிலே நாகபுரியினின்று,
தேரின் மீதாகத் தங்கை சுபத்திரையை,
அமர்த்தினான் அதன்பின் அர்ஜுனனாம் ஜனார்த்தனனிடம்,
யுதிஷ்டிரனிடம் குந்தியிடம் அனுமதியைப் பெற்றான்.

பெற்றான் அனுமதியை புறப்பட்டான் தேரில்,
அச்சுதன் செல்கையில் அர்ஜுனன் பீமன்,
இரட்டையரின் குழாத்துடன் அன்புமிக்க விதுரருடன்,
தொடர்ந்துதான் சென்றனர் தேர்களில் அவனுடன்.

அவனுடன் தொடர்ந்த அனைவருக்க்கும் விடையளித்து,
திரும்பிடும் அனுமதி தந்தான் கண்ணன்,
தருகனிடம் சாத்யகியிடம் தந்தான் கட்டளை,
விரட்டிடும் தேரை வேகத்துடன் செல்லுவீர்.

செல்லுவீர் என்று செல்லியே முடுக்கியதும்,
இந்திரர் தேரென எடுத்தது வெகுவேகம்,
சினிகுலத்தார் வேங்கை சாத்யகியுடன் கண்ணன்,
வ்ருஷ்ணிகுலத்தார் நகருக்கு விரைந்து சென்றான்.

(53)அஸ்வமேதிக பர்வம், பகுதி 53

சென்றான் கண்ணன் சீர்மிக்க பெருந்தேரில்,
பரதரின் குழுக்கள் பாங்குடன் விடையளித்து,
தழுவிதான் கண்ணனுக்கு தந்தனர் பிரியாவிடை,
பல்குனன் கண்ணனை பலமுறை தழுவினான்.

தழுவினான் அர்ஜுனன் தசர்ஹரின் வேங்கையை,
தந்தான் பிரியாவிடை தவிப்பு மிகைத்தவனாய்,
வந்தான் ஹஸ்தினாபுரிக்கு வருவதற்கு மனமின்றி,
காண்டீபன் கண்கள் கண்ணனிடம் நிலைத்தன.

நிலைத்தன கண்கள் நீலவண்ணக் கண்ணனிடம்,
அவ்விதமான நிலையிலே இருந்தான் கண்ணனும்,
கடினமான விதத்திலே கண்களை விலக்கி,
பயணமான கண்ணனின் பயணத்தை விவரிக்கிறேன்.

விவரிக்கிறேன் அப்போது விளைந்த பெருங்காற்றை,
கண்ணனின் பாதையில் கிடந்த கற்களையும்,
மணலின் துகள்களையும் மண்வீழ்ந்த தானியங்களையும்,
முட்களையும் காற்று முழுதாக விலக்கியது.

விலக்கியது காற்று வழியிலே கிடந்தவற்றை,
வாசவனது கட்டளையால் வாசுதேவன் வழியெலாம்,
வாசமிகு மழைத்தூறல் வானிலிருந்து வந்தது,
சாரங்கத்து வீரனுக்கு சீர்செய்தது வழியை.

வழியை பாலையாக உடையதாம் பாதையில்,
நீரை பொழிந்து நீர்நிலைகளை நிரப்பியது,
உத்தங்கரைக் கண்டான் வாசுதேவன் கண்ணன்,
அம்முனிவரை வணங்கி அளித்தான் மரியாதை.

மரியாதை செய்து மறுவணக்கம் வழங்கி,
வாசுதேவனை முனிவர் விசாரித்தார் நலங்குறித்து,
பதிலை உரைத்த பரந்தாமன் முனிவரிடம்,
நலத்தைக் குறித்து நயந்து விசாரித்தான்.

விசாரித்தான் கண்ணன் விளம்பினார் உத்தங்கர்,
சௌரின் எனப்படும் சக்திமிக்க மாதவனே,
கௌரவரின் பாண்டவரின் காழ்ப்புணர்ச்சியை நீக்கி,
சமாதானத்தின் பாதையில் செலுத்து வந்தாயா?

வந்தாயா போரிடும் வம்பினைத் தவிர்த்து,
சேர்த்தாயா இரண்டு சகோதர குடும்பங்களை,
இரண்டாகிய குடும்பங்களும் இனியவரே உனக்கு,
ஒன்றாகிய குடும்பங்கள் உவந்தாரா உன்னால்?

உன்னால் அமைதி உண்டானது குறித்து,
மகிழ்வில் திளைத்தனரா மாண்புமிக்க சகோதரர்கள்?
கௌரவர்கள் வெறுப்பை குறைத்து உறவாக்கினாயா?
உன்மேல் நம்பிக்கை வைத்தேன் நிறைவேற்றினாயா?

நிறைவேற்றினாயா என்று நவின்ற உத்தங்கரிடம்,
என்னாலாகிய முயற்சிகள் அனைத்தையும் செய்தேன்,
அமைதியாகிய சூழலை ஏற்படுத்த இயலவில்லை,
விதியாகிய காலத்தால் விளைந்தது பெரும்போர்.

பெரும்போர் நிகழ்ந்து பலபேர் மாண்டனர்,
விதிக்கோர் மாற்று வழங்குதல் எளிதில்லை,
அறிவீர் நீவிர் ஆற்றல்மிக்க ஊழ்வினையை,
கௌரவர் தவறுகளால் காலனிடம் சென்றனர்.

சென்றனர் கௌரவர்கள் சிதைவுற்று அழிவுற்று,
பீஷ்மர் விதரர் பகர்ந்த நன்மொழியை,
உதறினர் ஆதலால் உண்டானது பெரும்போர்,
எமனார் தேசத்துக்கு ஏகினர் விருந்தினராய்.

விருந்தினராய் சென்றனர் விதியாகும் எமனிடம்,
ஐவராய் பாண்டவர்தான் அப்போரில் தப்பினர்,
உறவினராய் நண்பராய் ஒருவரும் மிஞ்சவில்லை,
படுகொலை பாதகம் போரிலே நடந்தது.

நடந்தது திருதராஷ்டிரரின் நூறுமைந்தர் இறப்பும்,
திருதராஷ்டிரது மைந்தர்கள் தாக்குண்டு இறந்தனரென,
சொன்னது கேட்டதும் சீறினார் உத்தங்கர்,
கண்சிவந்து கூறினார் கண்ணா தவறிவிட்டாய்.

தவறிவிட்டாய் இப்போரைத் தடுத்து நிறுத்தாமல்,
உறவினைரைக் காக்க உனக்கு முடிந்திருந்தும்,
பாராதவனாய் இவ்விதம் பேரழிவைக் கொணர்ந்தாய்,
உறவினரை அழித்ததால் உன்னை சபிப்பேன்.

சபிப்பேன் உந்தன் சீர்கெட்ட செயலுக்காக,
உறவினரின் போரை ஒருவனே தடுத்திட,
இயன்றவன் ஆகினும் ஏதுமே செய்யாமல்,

விடுத்ததன் காரணமாய் விளைந்தது பேரழிவு.

பேரழிவு நிகழ்ந்ததால் பெருங்கோபம் அடைந்த,
முனிவரிடத்து கண்ணன் மொழிந்தான் கருத்தை,
உம்மிடத்து மன்னிப்பு வேண்டினேன் வழங்குவீர்,
ஆத்மன்குறித்து உரைப்பதை அமைதியாய்க் கேளும்.

கேளும் நானுமக்குக் கூறும் கருத்தினை,
மேலும் கோபமெனில் மொழியலாம் சாபத்தை,
சிறுதவம் செய்து சேர்த்ததான தவபலத்தால்,
என்னிடம் மோதினால் அழிவுறும் தவபலம்.

தவபலம் சேர்த்தீர் தீவிர யோகத்தால்,
அவ்விதம் சேர்த்ததை அழித்து வீணாக்கி,
வீழ்ந்திடும் நிலைதான் வேண்டுமோ உத்தங்கரே?
முன்னோரிடம் நற்பெயர் மிகைத்தது உமக்கு.

உமக்கு நற்பெயர் உண்டானது முன்னோரிடம்,
பலவிதத்து விரதங்களால் புரிந்தீர் நற்றவம்,
அத்தவத்துப் பலனையெலாம் அழித்துவிட விருப்பமோ?
பிறப்புற்று வந்ததுமுதல் பிரமசரியம் கடைப்பிடித்தீர்.

கடைப்பிடித்தீர் பிரமசரியம் கட்டுப்பாடு யோகதவம்,
அவ்விதம்நீர் சேர்த்த அருந்தவப் பெரும்பலனை,
இழுந்துவிட்டீர் என்றால் எனக்கு வருத்தமே,
சிந்திப்பீர் செயல்படுவீர் சீற்றம் வேண்டாம்.

(54)அஸ்வமேதிக பர்வம், பகுதி 54

வேண்டாம் சீறாமென விளம்பினான் கண்ணன்,
வேகம் குன்றாமல் வாபினார் உத்தங்கர்,
அதியாத்மனாம் இறைவரை இயம்புவாய் விரிவாக,
உன்னுரை கேட்டபின் வழங்குவேன் இரண்டிலொன்று.

இரண்டிலொன்று உனக்கு எப்படியும் அளிப்பேன்,
மங்குளிர்ந்து வரமோ மனங்கடுத்து சாபமோ,
அளிப்பது உறுதிதான் அச்சுதா மாதவனே,

உரைப்பது வேண்டும் உன்னத அதியாத்மனை.

அதியாத்மனைக் குறித்து அருந்தவ மாமுனிவர்,
வினாவினை எழுப்பியதும் விளம்பினான் வாசுதேவன்,
குணங்களை தமசமென இரஜசமென சத்வமென,
மூவிதத்திலே படைத்தேன் முக்குணமும் எனதே.

எனதே ஆகிடும் இந்த முக்குணங்கள்,
தஞ்சமே அடைவதும் தூயவன் என்னிடந்தான்,
என்னிலே உண்டாகினர் உருத்திரரும் வசுக்களும்,
உயிர்களே வாழுதலும் விஷ்ணு என்னிடமே.

என்னிடமே அனைத்தும் இருக்கின்றன வையத்தில்,
அனைத்துயிலே நானும் இருக்கிறேன் உட்கருவாய்,
உண்மையிலே இதனை உணருவீர் முனிவரே,
இதுகுறித்தே சந்தேகம் இருக்கவேண்டாம் மனதில்.

மனதில் சந்தேகம் மிகைக்க விடாதீர்,
தைத்தியர்கள் யக்ஷர்கள் கந்தர்வர்கள் ராட்சதர்கள்,
நாகர்கள் அப்ஸரஸ்கள் நிறையபல உயிர்வகைகள்,
என்னிலே உண்டாகின எனதே அனைத்துயிரும்.

அனைத்துயிரும் அசைவதும் அசையாததும் என்னுயிரே,
கண்காணுவதும் கண்காணாததும் குறிப்பது என்னையே,
அழிவது அழியாததும் அச்சுதன் நானேதான்,
அனைத்தும் என்னையே அடைந்தன ஆத்மனாக.

ஆத்மனாக இருக்கும் அருமறைப் பொருளாவேன்,
நான்காக வருணங்களுக்கு நல்கப்படும் கடமைகளும்,
வேதமாக இருப்பதில் விளம்பப்படும் கடமைகளும்,
உட்பொருளாகக் கொண்டது உன்னதன் என்னையே.

என்னையே அடைக்கலாம அடைந்தது அகிலாண்டம்,
இருப்பதுடனே இல்லாததும் இருந்தும் இல்லாததும்,
என்னிடமே உள்ளன எனக்குமேல் ஏதுமில்லை,
கடவுளருக்கே மேலான கடவும் நானாவேன்.

நானாவேன் ஓங்காரத்துடன் நவிலப்படும் வேதங்கள்,
விருகுமுனியின் வம்சத்தில் பிறந்தவராம் உத்தங்கரே,

வேள்வியின் ஆதாரமும் விஷ்ணுவாகும் நானேதான்,
சோமத்தின் ஹோமத்தேன் சாருவின் வடிவானேன்.

நானாவே வேள்விசெய்வோர் நடத்தும் பூசைகள்,
தேவர்களே மகிழும் தொழுகைவழி நானாவேன்,
வேள்வியுடனே ஹவியும் ஆகுதியும் நானாவேன்,
அத்யார்யுவே ஆகினேன் ஆசைதீர்க்கும் கல்பகம்நான்.

கல்பகம்நான் வேள்வியில் கொடுக்கும் ஹவிசுநான்,
பெருவேள்வியின் மந்திரமாக பெருமந்திர வடிவிலே,
உதத்ரியின் வாயினின்று உகுக்கும் வார்த்தைநான்,
பாவநிவர்த்தியின் முடிவிலும் பகருவது என்னைதான்.

என்னைதான் ஆசிகள் அளிக்கும் மந்திரமாக,
இயம்பிதான் வாழ்த்துகிறார் ஆசிகள் வழங்குவோர்,
தருமனாவான் எனக்குத் தலைமகனாய்ப் பிறந்தவன்,
மானசபுத்திரன் தருமன் மனதிலே உதித்தான்.

உதித்தான் என்மனதில் உடையான் பெருங்கருணை,
தருமனின் குணமோ தூயதான கருணையே,
பிறக்கிறேன் அவன்பொருட்டு பலவிதமாம் யோனிகளில்,
தருமனின் பாதையைத் தக்கவிதம் காப்பதற்கு.

காப்பதற்குப் பிறக்கிறேன் கருணையெனும் தருமத்தை,
தருமத்துப் பாதையை தக்கவிதம் நிலைநிறுத்த,
வடிவெடுத்து வருவதையே விஷ்ணுவென்பார் பிரமனென்பார்,
இந்திரனென்று உரைப்பதும் எனையன்றி வேறில்லை.

வேறில்லை எனையன்றி வையத்தின் தோற்றமறைவு,
அனைத்துயிரை ஆக்குகிறேன் ஆக்கியதை அழிக்கிறேன்,
பொருட்களை உண்டாக்கிப் பாழ்செய்து அழிக்கிறேன்,
மாற்றங்களை அறியாதவன் மரிக்கவைப்பேன் பாவியரை.

பாவியரை அழிப்பேன் பாவமிக்க உயிரழிப்பேன்,
உயிர்களை நலத்துடன் வாழ்விக்கும் நோக்கிலே,
பிறப்புகளை எடுக்கிறேன் பலவித யுகங்களிலும்,
தருமத்தை நிலைநாட்டவே தரணிக்கு வருகிறேன்.

வருகிறேன் இந்த வையத்தின் உயிரனைத்தை,

நலத்தின் பாதையில் நடக்கவைக்கும் நோக்கிலே,
தேவரின் குழாத்திலே தேவர்போல் வாழுவேன்,
கந்தர்வரின் வம்சத்தில் கந்தர்வனாய் வாழுவேன்.

வாழுவேன் நாகர்களில் வாழ்முறைகள் நாகருக்கேற்ப,
ராட்சதரின் குடும்பத்தில் ராட்சதனாய் நடப்பேன்,
மனிதரின் வம்சத்தில் மனிதனாக நடந்துகொள்வேன்,
கெளரவரின் கூட்டத்திடம் கெஞ்சினேன் அமைதிவேண்டி.

அமைதிவேண்டி நான்செய்த அத்தனை முயற்சியையும்,
அறிவின்றி கெளரவர்கள் ஆணவத்துடன் மறுத்தனர்,
பயமுறுத்திப் பார்த்தேன் பெருங்கோபம் மிகைத்ததால்,
பலனின்றிப் போனது பாதகர்முன் என்முயற்சி.

என்முயற்சி தோற்றதால் எழுந்தது பெரும்போர்,
அதர்மத்தில் மனங்கொண்ட அடாதவர் அனைவரும்,
போர்க்களத்தில் இறந்ததால் புகுந்திருப்பார் சொர்க்கத்தில்,
பாண்டவரிடத்தில் வந்தது புவியின் அரசாட்சி.

அரசாட்சி பாண்டவரை அண்டியே வந்துவிட்டது,
நிகழ்வில் உண்டானதை நவிலுகிறேன் நடந்தவிதம்,
விளக்கி உரைப்பாயென வினவினீர் நீவிர்,
அனைத்து விவரமும் இயம்பினேன் உமக்கு.

(55)அஸ்வமேதிக பர்வம், பகுதி 55

உமக்கு உரைத்தேனென விளம்பினான் கண்ணன்,
அதற்கு பதிலை அளித்தார் உத்தங்கர்,
உலகுக்கு இறைவன் அகிலத்தைப் படைத்தவனென,
எனக்குத் தெரியும் அச்சுதா உன்பெருமை.

உன்பெருமை குறித்து உணர்ந்தவை கூட,
உன்னருளை ஒட்டி உளத்தில் அறிந்தவைதாம்,
மங்காதை உனது மாண்பும் பெருமைகளும்,
உன்னை வணங்கியதால் உண்டானது மனவமைதி.

மனவமைதி கிடைத்தது மாதவா உன்னாலே,

கோபத்தினைக் காட்டவும் கொதித்து சபிக்கவும்,
விரும்பி நிற்கவில்லை வெம்மை எனக்கில்லை,
எளியனை மன்னித்தால் எனக்கொரு வரங்கொடு.

வரங்கொடு உந்தன் விஸ்வரூபம் காணுதற்கு,
எனக்கொரு தகுதியேனும் இருப்பது உறுதியெனில்,
காட்சிகொடு விஸ்வரூபத்திலெனக் கூறினார் உத்தங்கர்,
மனமகிழ்ந்து கண்ணன் முனிவருக்கு காட்சிதந்தான்.

காட்சிதந்தான் விஷ்ணுவாக கண்ணனான மாதவன்,
போர்க்களத்தின் நடுவிலே பார்த்தனான காண்டீபன்,
எவ்விதந்தான் கண்டானோ அவ்விதந்தான் முனிவருக்கும்,
அகிலாண்டன் விஸ்வரூபன் அளித்தான் காட்சியை.

காட்சியைக் காட்டினான் கரங்கள் பல்லயிரத்துடன்,
மாட்சிமை உடையவன் மிகபலம் பெற்றவன்,
பேரொளியை உகுத்தான் பல்லாயிரம் பரிதிகளென,
அகிலத்தை நிறைத்திருந்தான் அச்சுதன் கண்ணனே.

கண்ணனே அகிலத்தின் காரணனாம் நாரணனென,
விஷ்ணுவை கண்டு வியந்தார் மாமுனிவர்,
உலகையே உந்தன் வியத்தகு படைப்பாக்கி,
ஆளவே செய்யும் அனந்தனே வணக்கம்.

வணக்கம் உனக்கு வழங்கினே சிரந்தாழ்த்தி,
அனைத்துக்கும் அப்பனே அலகிலா இறைவனே,
புவிமுழுதும் உந்தன் பாதத்தால் நிரம்பியது,
வான்முழுதும் உந்தன் வயிற்றால் நிறைந்தது.

நிறைந்தது திசையெலாம் நினது கரங்களால்,
பெருமைமிகு இறைவனே பாருலகில் அனைத்துமாக,
இருப்பது நீதானென இப்போது உணருகிறேன்,
உனது விஸ்வரூபத்தை உள்ளடக்கி மறைப்பாய்.

மறைப்பாய் விஸ்வரூபத்தை மாறுவாய் கண்ணனாக,
மனிதனாய் உன்னை மீண்டும் காட்டுவாயென,
கனிவாய் வேண்டியதும் கண்ணன் உரைத்தான்,
வரமாய் என்னவேண்டும் விளம்புவீர் வழங்குவேன்.

வழங்குவேன் என்று வாசுதேவன் சொன்னாலும்,
உங்களின் விஸ்வரூப வடிவத்தைக் கண்டதே,
எந்தன் மனதுக்கு இதமான வரமாகும்,
ஒளியின் வடிவமே உன்வடிவம் உன்னதம்.

உன்னதம் உந்தன் ஒளிமிகு விஸ்வரூபமென,
சொன்னதும் கண்ணன் சொன்னான் மறுமொழியை,
எவ்விதமும் தயக்கம் உம்மிடம் வேண்டாம்,
என்வடிவம் காண்பவர் ஏதேனும் பெறவேண்டும்.

பெறவேண்டும் நலமேதும் பெருவடிவைப் பார்த்தவர்,
ஒருபலனும் இல்லாமல் வீணாக முடிதல்,
விஸ்வரூபம் கண்டார்க்கு ஒருபோதும் இல்லையென,
மறுபடியும் சொன்னதும் மனமுவந்தார் உத்தங்கர்.

உத்தங்கர் பதில்மொழி உரைத்தார் கண்ணனுக்கு,
செய்வதற்கோர் கட்டளையைச் சொன்னாய் மாதவா,
அதற்கோர் மதிப்பளித்து ஏற்பது கடமையாகும்,
தாகத்துக்கோர் நீரைத் தரவேண்டும் நினைத்ததும்.

நினைத்ததும் எனக்கு நீரினைத் தரவேண்டும்,
பாலைவனம் இப்பகுதி பருகுற்கு நீர்பெறுதல்,
வெகுகடினம் ஆதலால் வேண்டும் நீரென்று,
எண்ணியதும் நீர்கிடைக்க எனக்கு வரந்தருவாய்.

வரந்தருவாய் என்றதும் வாசுதேவன் பதிலளித்தான்,
வேண்டுதலாய் வைத்தது வேண்டியவிதம் நிறைவேறும்,
தேவையாய் நீர்வேண்டி தாங்கள் நினைத்ததும்,
என்னை நினைவீர் அளிக்கிறேன் நீரை.

நீரை அளிப்பேனென நவின்றான் கோவிந்தன்,
இம்மொழியை இயம்பியபின் ஏகினான் த்வாரகைக்கு,
பின்னை ஒருநாள் பருகுதற்கு நீரின்றி,
தாகத்தை உற்று தவித்தார் உத்தங்கர்.

உத்தங்கர் தவித்து உலவினோர் பாலையில்,
நினைத்தார் கண்ணனை நீர்வேண்டும் தனக்கென்றார்,
கண்டார் எதிரிலே காட்டுவாசி ஒருவனை,
உடலிலோர் ஆடையில்லை உடல்முழுதும் அழுக்கு.

அழுக்கு புழுதி அப்பிய உடலுடன்,
முனிக்கு எதிர்வந்தான் மிகைத்த அழுக்குடன்,
பார்வைக்கு பயங்கரமாய் பேயனென இருந்தான்,
சிறுநீற்று வாயிலாக செல்லவிட்டான் நீரை.

நீரை கண்டாலும் நெஞ்சத்தில் ஒவ்வாமல்,
தயக்கத்தைக் காட்டியத தவமுனிவர் உத்தங்கர்,
கண்ணனை நினைத்தும் கடுமைமிக்க வேடன்,
புன்னகை பூத்து பகர்ந்தான் பதிலை.

பதிலை உரைக்கிறேன் பிருகுகுல மாமுனியே,
தண்ணீரை அளித்தேன் தட்டாமல் ஏற்பீர்,
தாகத்தை அடைந்துத் தவிக்கிறீர் நீவிரென,
கருணை மிகக்கொண்டு காணவந்தேன் உம்மை.

உம்மைக் குறித்து உண்டான கருணையால்,
நீரை அளித்தேனென நவின்றான் அம்மனிதன்,
அந்நீரைப் பருகிட அருந்தவர் ஒப்பவில்லை,
கண்ணனைப் பலவிதம் காட்டமாய்த் தூற்றினார்.

தூற்றினார் கண்ணனைத் தூயமுனி உத்தங்கர்,
அம்முனிவர் கேட்கவே அனேகமுறை அவ்வேடன்,
பருகுவீர் நீரையெனப் பரிவுடன் வேண்டினான்,
கோபித்தார் முனிவர் கண்டபடி ஏசினார்.

ஏசினார் பேசினார் அருந்தவில்லை நீரை,
முனிவர் நீர்பருக மனமின்றி இருந்ததால்,
கூட்டமானதோர் நாய்கள் கூடவே வைத்திருந்த,
காட்டமானதோர் வேடன் கணத்திலே மறைந்தான்.

மறைந்தான் வேடன் மனங்கலங்கினார் முனிவர்,
ஏமாற்றினான் கண்ணனென எண்ணி வருந்தினார்,
வந்தான் கண்ணன் விஷ்ணுவின் வடிவத்தில்,
வைத்திருந்தான் சங்குசக்கரம் வலுமிக்க கதையுடன்.

கதையுடன் வந்த கண்ணனைக் கண்டதும்,
முறையேதும் இல்லையே மாதவா உன்செயல்,
பிராமணரிடம் நீரைப் பொழியலாமோ சிறுநீராக?

முறையேதும் இல்லையே மாதவா உன்செயல்.

உன்செயல் தவறென ஒருத்தவர் உத்தங்கரிடம்,
வார்த்தைகள் தணிவாக விளம்பினான் கண்ணன்,
ஏற்றவித்தில் வடிவெடுத்து அளித்தார் தண்ணீரை,
அச்செயலில் உட்கருத்தை அறியவில்லை நீவிர்.

நீவிர் அறியவில்லை நடந்த விவரத்தை,
வானோர் இந்திரன் வஜ்ரம் ஏந்துவோனை,
தூயவர் உத்தங்கர் தாகத்தில் தவிக்கிறார்,
நல்குவீர் அமுதத்தை நீர்போலென வேண்டினேன்.

வேண்டினேன் ஆனால் உம்பர்கோன் உரைத்தார்,
மடியதான் வேண்டியவர் மனிதர்கள் ஆதலால்,
அமரர்களின் அமுதத்தை அளித்து அவர்களை,
இறவாதர்வதம் நிலைக்கு ஏற்றுதல் இயலாது.

இயலாது இச்செயல் ஆதலால் என்னிடம்,
உத்தங்கரது நலத்துக்கு உகந்ததாக ஏதேனும்,
வேறொரு வரத்தை வேண்டினால் அளிப்பேனென,
மறுத்து உரைத்தார் மகவத்தான இந்திரன்.

இந்திரன் மறுத்தாலும் என்மனம் கேட்கவில்லை,
உங்களின் நலத்துக்கு உகந்ததாகும் அமுதத்தை,
வழங்கதான் வேண்டுமென விளம்பினேன் இந்திரனிடம்,
கேட்டேன் பலமுறை கொடுப்பாய் அமுதமென.

அமுதமென இருப்பதை அருந்தவும் அருகதையை,
உடையரென உரைத்தேன் உத்தமர் உத்தங்கரை,
துணைவரென சசியைத் தானுடையான் இந்திரன்,
வேடனெனச் சென்று வழங்குகிறேன் அமுதத்தை.

அமுதத்தை அளிப்பது அவசியம் எனக்கூறி,
நிர்பந்தத்தை உண்டாக்கும் நிலையின் காரணமாய்,
வேடனைப் போல வழங்குவேன் அமுதை,
மதிக்கவில்லை உத்தங்கரெனில் மறுமுறை வழங்கிடேன்.

வழங்கிடேன் மற்றொதொரு வாய்ப்பினை என்பதாக,
விளம்பிதான் இந்திரன் வந்தார் உம்மிடம்,

அதனால்தான் வேடனாக அளித்தார் அமுதத்தை,
மதியாததுதான் மறுத்தீர் மகவத்தும் சென்றுவிட்டார்.

சென்றுவிட்டார் அவரை சண்டாளனென மதியாததால்,
செய்துவிட்டீர் பெரும்பிழையை செல்லவீட்டீர் நல்வாய்ப்பை,
விளம்புவீர் உங்களுக்கு வேண்டுவது என்னவென்று,
அவ்விதம்நீர் உரைத்தால் அளிக்கிறேன் விரும்பியதை.

விரும்பியதை அளித்திட வழங்குகிறேன் தண்ணீரென,
மேகங்களைத் திரட்டி மழைபொழிந்தான் கண்ணன்,
பாலைவனத்தை நாடிப் பொழியும் மழைமேகத்தின்,
பெயரை உத்தங்கமெனப் பகருவார் உலகோர்.

உலகோர் நலம்பெற உத்தங்க மேகத்தை,
வழங்கினார் கண்ணன் வையத்தை வாழ்விக்க,
உத்தங்கர் மனதில் உண்டானது மகிழ்வு,
பாலையிலோர் மழைமேகம் பொழிவது உத்தங்கரால்.

(56)அஸ்வமேதிக பர்வம், பகுதி 56

உத்தங்கரால் மழைமேகம் உண்டாகிறது பாலையிலென,
உரைத்ததால் ஜனமேஜெயனுக்கு உண்டானது சந்தேகம்,
தவபலங்கள் எவ்வளவு தரித்தவர் உத்தங்கரெனில்,
விஷ்ணுமேல் சாபமிட உளத்தில் நினைத்திருப்பார்?

நினைத்திருப்பார் அனைவரும் நாரணனே பேரிறையென,
உத்தங்கரானவர் நாரணனுக்கும் விடுப்பேன் சாபமென்று,
விளம்பினார் அதற்கு வழங்கவேண்டும் விவரத்தை,
எவ்விதமவர் தவபலம் இருந்தது மாமுனியே?

மாமுனியே என்றதும் மொழிந்தார் வைசம்பாயனர்,
கடுந்தவமே இயற்றியவர் கெளதமருக்கே சீடரானவர்,
ரிஷிகுலத்திலே பிறந்தோரெலாம் இதயத்திலே விரும்புவர்,
குருபக்தியிலே உத்தங்கரென குன்றாமென்மை வேண்டுமென.

வேண்டுமென விரும்புவர் உத்தங்கரின் குருபக்தி,
குருவான இறைவரைக் கும்பிட்ட உத்தங்கர்,

வேறான தெய்வங்களை வழிபட்டது கிடையாது,
தன்னடக்கமான சீடரிடம் தனியன்பு கௌதமருக்கு.

கௌதமருக்கு சீடர்கள் கணக்கிலே பல்லாயிரம்,
அடக்கத்தொடு தூயவராய் அமைதிவழி வாழ்ந்திருந்த,
உத்தங்கரது அன்பிலே உவகையுற்றார் கௌதமர்,
கற்றபின்பு பலபேர் கிருகத்துக்குத் திரும்பினர்.

திரும்பினர் பல்லாயிரம்பேர் திரும்பவில்லை உத்தங்கர்,
குருநாதர் கௌதமர் கொண்டிருந்த அன்பினால்,
உத்தங்கர் மற்றும் வீட்டுக்குத் திரும்பவில்லை,
மற்றவர் அனைவரும் மறைகற்று சென்றனர்.

சென்றனர் அனைவரும் செல்லவில்லை உத்தங்கர்,
காலத்திலோர் மாற்றமோ காட்டியது மாற்றங்களை,
அடைந்தார் மூப்பினை அறியவில்லை அதனையும்,
குருவுக்கோர் சீடராகக் கருத்துடன் பணிசெய்தார்.

பணிசெய்தார் குருவுக்கு போயிருந்தார் விறகெடுக்க,
சுமந்துவந்தார் பெரும்பாரச் சுமையை சிரத்திலே,
களைத்துவிட்டார் விறகுக் கட்டினைச் சுமந்ததால்,
பசித்திருந்தார் ஆதலால் பலமும் குறைந்தது.

குறைந்தது உடல்பலம் கட்டுவிறகு கனத்ததால்,
சுமந்துவந்து விறகினைச் சேர்த்தார் ஆசிரமத்தில்,
பொத்தென்று தரையிலே போட்ட விறகுடன்,
கொத்தென்று சிலமுடிகள் கொட்டின தரையில்.

தரையில் கொட்டிய தனது சடைமுடியில்,
நரைகள் தோன்றியதை நடுங்கியபடி கண்டார்,
பசியில் களைப்பில் பதைத்திருந்த உத்தங்கர்,
நரைமுடிகள் வந்ததென நெடிதாக வருந்தினார்.

வருந்தினார் புலம்பினார் வந்தது வயோதிகமென,
மாமுனிவர் கௌதமரின் மகளான மங்கை,
ஏந்தினார் கண்ணீரை அழகுமிகும் கரங்களில்,
கௌதமர் மகளோ கமலமெனக் கண்ணுடையார்.

கண்ணுடையார் கமலமெனக் கனிவுமிக்க பேரழகி,

தந்தையார் சொற்படித் தாங்கினார் கண்ணீரை,
சாய்த்திருந்தார் தலையை சுயகட்டுப்பாடு கருதியே,
ஏந்தினார் கண்ணீரை எரிந்தது நெருப்பென.

நெருப்பென சூடாக நின்றதான கண்ணீரை,
தாங்கியதான கரங்கள் தகித்து சூடானதால்,
பிடித்ததான கண்ணீரை பூமியிலே வீசினார்,
பூமியான அன்னையையும் பெருஞ்சூடு தாக்கியது.

தாக்கியது வருத்தம் தனது சீடனையென,
எதற்கின்று இவ்விதம் அழுது வருந்துகிறாய்?
என்னானது என்று இயம்புவாய் நிதானமாக,
உரைப்பது வேண்டும் உள்ளதான காரணத்தை.

காரணத்தை உரைத்தார் குருவிடம் உத்தங்கர்,
உங்களை பக்தியுடன் உளத்திலே நினைத்து,
உகந்தவகை பணிசெய்து உளமார்ந்த பக்தியுடன்,
எண்ணத்தை குருசேவையில் எப்போதும் வைத்தேன்.

வேத்தேன் குருசேவையில் வழுவாத நன்மனதை,
அடைந்தேன் வயோதிகத்தை அறியவில்லை கிழவனானதை,
பெற்றிலே மானிடர்கள் பெற்றிடும் மகிழ்வுகளை,
சென்றிலேன் இங்கிருந்து செல்ல அனுமதிக்கவில்லை.

அனுமதிக்கவில்லை என்னை இங்கிருந்து சென்றிட,
எனக்குப்பிந்தை மாணாக்கர் எத்தனையோ பேருக்கு,
அனுமதியை அளித்து அனுப்பினீர் இங்கிருந்து,
அறிவாற்றலை அடைந்தவர் ஆயிரமாயிரம் பிராமணர்.

பிராமணர் பல்லாயிரம்பேர் போய்விட்டனர் இங்கிருந்தென,
புலம்பினார் உத்தங்கர் பதிலளித்தார் கௌதமர்,
உனக்கோர் அன்பு உற்றேன் என்மனதில்,
காலத்துக்கோர் கருத்தற்றேன் கொடுக்கவில்லை அனுமதி.

அனுமதி அளிக்கவில்லை அறியவில்லை காலத்தை,
உன்மனதில் இங்கிருந்து விடைபெற்றிட விருப்பமெனில்,
அனுமதிகள் உனக்கு அளித்தேன் சீடனே,
தாமதங்கள் வேண்டாம் தூயவனே கிளம்பு.

கிளம்பு என்று கூறினார் குருநாதர்,
உமக்கு தட்சிணயாய் வேண்டுவது என்னவென,
விளம்புவது செய்தால் உம்மிடம் அப்பொருளை,
கொண்டுவந்து கொடுத்தபின் கொடுப்பீர் அனுமதி.

அனுமதி கொடுப்பீரென அன்புமிக்க சீடன்,
தட்சிணை குறித்துத் தன்னிடம் வினவியதும்,
மாணாக்கனை நோக்கி மொழிந்தார் கௌதமர்,
மனநிறைவை அளிப்பதே மாணாக்கனின் தட்சிணை.

தட்சிணை மாணாக்கன் தந்திடும் மனநிறைவே,
உன்னைப் பொறுத்தவரை உளமெலாம் நிறைந்தது,
பிருகுகுலத்தை சேர்ந்த பெருமுனியே உந்தன்,
குருபக்தியை எண்ணியதால் கிடைத்தது மனநிறைவு.

மனநிறைவு உண்டானது மாணாக்கனே உன்னிடம்,
பதினாறு அகவை பாலகனாக நீமாறினால்,
எனது மகளை அளிக்கிறேன் மனைவியாக,
உனது தவபலத்துக்கு உகந்தவள் என்மகளே.

என்மகளே உனக்கு ஏற்ற துணைவியென,
கௌதமரே உரைத்ததும் குருபக்தி மிகைத்தவர்,
உத்தங்கரே தன்னை உருமாற்றினார் சிறுவனாக,
வயதிலே பதினாறுற்று வயோதிகத்தை மாற்றினார்.

மாற்றினார் வயோதிகத்தை மனைவியானார் குருமகள்,
குருபத்தினியார் அகல்யாவிடம் கேட்டார் உத்தங்கர்,
எதைப்பெறுவீர் என்னிடமென அன்புமிகும் அன்னையே,
விளம்புவீர் அப்பொருள் வைரமெனினும் கொணருவேன்.

கொணருவேன் இவ்வுலகில் கிடைக்காத பொருளையும்,
சந்தேகந்தான் வேண்டாமென சொன்னார் உத்தங்கர்,
குருவின் பத்தினி கூறினார் விருப்பத்தை,
உந்தன் சேவையால் உவகை எனக்கு.

எனக்கு மனநிறைவு ஏற்பட்டது உன்சேவையால்,
இதற்கு மேலாக எப்பொருள் வேண்டும்?
உனது விருப்பப்படி உலகிலே வாழ்குவாய்,
செல்லுதற்கு அனுமதியை சொன்னேன் சென்றுவா.

சென்றுவா என்று சொன்னாலும் விடாமல்,
அன்னையார் உமக்கு அளிக்கவேண்டும் ஏதேனும்,
விருப்பமாய் இருப்பதை விளம்புவீர் என்னிடம்,
கருத்தாய் உமக்கெனக் கொணர்ந்து தருவேன்.

தருவேன் கேட்டதைத் தாயே என்பதாக,
சீடன் மீண்டுமீண்டும் சொன்னதால் அகல்யா,
மனதின் விருப்பத்தை மொழிந்தார் சீடனிடம்,
சௌடசனின் மனைவியிடம் சிறப்பான காதணியுண்டு.

காதணியுண்டு சௌடசனின் கனிவுமிக்க அரசியிடம்,
அதைப்பெற்று வந்து அளிப்பாய் என்னிடம்,
குருவுக்கு தட்சிணை கொடுத்தாய் பெரிதாயென,
மனமுவந்து ஏற்பேன் மொழிந்தேன் விருப்பத்தை.

விருப்பத்தைக் கேட்டதும் விளம்பினார் உத்தங்கர்,
சொன்னதைச் செய்வேன் அன்னையே என்றபடி,
சௌடசனைக் காண்பதற்கு சென்றார் வேகமாக,
அம்மன்னனைப் பொறுத்தவரை ஆள்தின்னும் அரக்கன்.

அரக்கன் ஆகினான் அரசன் சௌடசன்,
வசிஷ்டரின் சாபத்தால் விளைந்தது அம்மாற்றம்,
எங்குளான் சீடனென அறியாத கௌதமர்,
வினாவைதான் எழுப்பினார் வஞ்சி அகல்யாவிடம்.

அகல்யாவிடம் சீடன் எங்கென்று கேட்டதும்,
சௌடசனிடம் அனுப்பினேன் சீர்மிக்க காதணிகளை,
அரசியிடம் இருந்து இறைஞ்சிப் பெற்றுவர,
இதுதான் காரணம் இங்கில்லை உத்தங்கன்.

உத்தங்கன் இல்லையென விவரத்தை அறிந்ததும்,
சௌடசன் சாபமுற்று சுற்றுகிறான் அரக்கனாக,
மாணாக்கன் மீண்டிடானே மடிவானே அரக்கனிடம்,
அறிவீனந்தான் உன்செயல் அணங்கே தவறிழைத்தாய்.

தவறிழைத்தாய் என்று தவமுனிவர் விளம்பியதும்,
விவரங்களை அறியாமல் உத்தங்கனை அனுப்பிவிட்டேன்,
கருணை காட்டிக் காப்பாற்றுவீர் உத்தங்கனை,

ஆபத்தை விலக்கி ஆதரவை அளிப்பீர்.

அளிப்பீர் காவலென அகல்யா வேண்டியதும்,
மாமுனிவர் கௌதமர் மொழிந்தார் ஆகட்டுமென,
மன்னவர் சௌடசரை மாணாக்கன் கண்டான்,
தனியானதோர் வனத்திலே திரிந்திருந்தான் வேந்தன்.

(57)அஸ்வமேதிக பர்வம், பகுதி 57

வேந்தன் சௌடசனின் வெகுநீண்ட தாடியோ,
மனிதரின் குருதி மொழுகியபடி இருந்தது,
உத்தங்கரின் மனதில் உண்டாகவில்லை பயமேதும்,
எமனின் மறுதோன்றியென இருந்தான் சௌடசன்.

சௌடசன் எழுந்தபடி சொன்னான் முனிவரிடம்,
இத்தினத்தின் ஆறாம்பகுதியில் எவரை உண்பேனென,
தேடிதேன் திரிந்தேன் தென்பட்டீர் மாமுனிவர்,
உணவுதான் தானாக வந்தது என்னிடம்.

என்னிடம் என்று இயம்பிய சௌடசனிடம்,
உன்னிடம் வந்தேன் உற்றதொரு குருபணியால்,
குருவின் பணிசெய்பவரைக் கொல்லுதல் கூடாதென,
மேலோர்தான் சொன்னார்கள் மன்னவனே அறிவாய்.

அறிவாய் என்றதும் அரசன் பதிலளித்தான்,
ஆறாவதாய் காலத்தில் எதிர்வரும் மனிதரை,
உணவாய் உண்பாயென உரைத்தனர் அனுமதியை,
பசியாய் இருக்கிறது புசிப்பேன் உம்மை.

உம்மை புசிப்பேன் ஒருபோதும் விடமாட்டேனென,
கடுமை காட்டிக் கூறினான் வேந்தன்,
பதிலை உரைத்தான் பாங்குமிக்க சீடன்,
உம்சொல்லை ஏற்கிறேன் உடன்படிக்கை செய்வோம்.

செய்வோம் உடன்படிக்கை செல்லவிடுவீர் என்னை,
பணியாகும் நிமித்தம் போவேன் இப்போது,
முடிந்ததும் உம்மிடம் மீண்டும் வருகிறேன்,

வந்ததும் என்னை உண்ணலாம் நீவிர்.

நீவிர் உண்ணலாம் நினைத்தவிதம் என்னை,
தருவீர் எனக்கு தரத்தக்க ஒருபொருளை,
கொடுத்தீர் என்றால் குருவின் பணிமுடிப்பேன்,
அளிக்கிறீர் பொன்பொருளை அனுதினம் பலருக்கு.

பலருக்கு தானம் புரிந்திடும் வேந்தரே,
உம்மிடத்து தானத்தை உவந்து பெறலாம்,
பெறுவதற்குத் தகுந்த பாத்திரன் நானாவேன்,
குருவிடத்து காணிக்கையை கொடுத்துவிட்டு வருகிறேன்.

வருகிறேன் உம்மிடம் வழங்குவேன் என்னுடலை,
உண்டுதான் என்னுடலால் உமதுபசி ஆற்றுவீர்,
இதுதான் நமக்குள் இருக்கும் உடன்படிக்கை,
பேசிடேன் பொய்யேதும் பகடிசெய்யும் விளையாட்டிலும்.

விளையாட்டிலும் பொய்யை விளம்பிடேன் ஆதலால்,
உருக்கமிகும் கணத்திலே உரைப்பேனோ பொய்யை?
வேண்டும்விதம் எனக்கு வழங்குவீர் பொருளையென,
சௌடசனிடம் உத்தங்கர் சொன்னார் கருத்தை.

கருத்தைக் கேட்டதும் கூறினான் சௌடசன்,
பொருளை வழங்கிடப் பொருத்தமானவன் நானெனில்,
எப்பொருளை வேண்டினாலும் என்னிடம் இருந்தால்,
அப்பொருளை உனக்கு அளிக்கிறேன் மனமுவந்து.

மனமுவந்து பொருளை முனிவருக்கு அளிப்பதாக,
வேந்தந்து வார்த்தைகள் வந்ததும் உத்தங்கர்,
உயர்ந்தோரது குழுவிலே உள்ளவனே சௌடசனே,
உன்னிடத்து பொருள்பெறுதல் உகந்தது எனக்கு.

எனக்கு வேண்டுவது யாதெனில் உந்தன்,
அரசியிடத்து இருக்கும் அற்புதமிகு காதணிகளென,
வேண்டுவது செய்ததும் வேந்தன் பதிலளித்தான்,
அரசியுடைத்து அப்பொருள் அவரிடம் கேட்பீர்.

கேட்பீர் காதணிகளைக் கனிவுமிக்க அரசியிடம்,
கூறுவீர் வேறேதும் கொடுக்கவேண்டுமா என்பொருளை?

பெறுவீர் என்னிடம் பெறத்தக்க ஏதேனுமென,
வேண்டினார் சௌடசன் விடையளித்தார் உத்தங்கர்.

உத்தங்கர் உரைத்தார் வேந்தர் சௌடசனிடம்,
நடப்பீர் சொன்னபடி நவிலாதீர் பொய்யேதும்,
கொடுப்பீர் காதணிகளைக் கூறாதீர் சாக்குபோக்கென,
வேந்தர் உத்தங்கரிடம் விளம்பினார் கருத்தை.

கருத்தை உரைக்கிரேன் கேட்டு நடப்பீர்,
மரியாதை மிகக்கொண்ட மகாராணியைக் காணுவீர்,
வேண்டுவதைக் கேட்பீர் வழங்குவார் பேரரசி,
விரதங்களை உடையவர் வழுவிடார் விரதத்தில்.

விரதத்தில் மிகைத்த உன்னத அரசியை,
எவ்விடத்தில் காண்பேனென இயம்பினார் உத்தங்கர்,
பேரூற்றில் இருப்பார் பேரரசி இப்போது,
காலைவரையில் அரசியைக் காணமாட்டேன் பசிப்பதால்.

பசிப்பதால் அரசியைப் பார்த்திடேன் இப்போது,
ஆதலால் நீவிர் அரசியிடம் செல்லுவீர்,
வேண்டுதல் என்னவென விளம்புவீர் என்பதாக,
வழிகள் கூறினான் வேந்தன் சௌடசன்.

சௌடசன் சொன்னபடி சென்றார் உத்தங்கர்,
மகாராணியின் பெயரை மதயந்தியென மொழிவார்,
அரசியின் அருகாகி இயம்பினான் வேண்டுதலை,
மறுமொழிதான் அளித்தார் மகாராணி உத்தங்கரிடம்.

உத்தங்கரிடம் பேரரசி உரைத்தார் பதிலை,
அவ்விதம் வேந்தர் அளித்தார் அனுமதியெனில்,
ஏதேனும் ஆதாரம் என்னிடம் தரவேண்டும்,
காதணியாகும் இரண்டுக்கும் கூறமுடியாது விலையேதும்.

விலையேதும் ஈடில்லை வானவர்தம் காதணிக்கு,
யகூர்களும் தேவர்களும் ரிஷிகளும் எப்போதும்,
எந்தவிதம் காதணிகளை அடைவது என்பதாக,
ஆசையுடன் இருப்பதால் ஆபத்தானவை காதணிகள்.

காதணிகள் இரண்டையும் கட்டாந்தரையில் வைத்தால்,

நாகர்கள் கவர்ந்துசெல்வார் நிரம்பவும் ஆபத்தாகும்,
உணவுகள் தவறானதை உண்டால் அப்போது,
யகூர்கள் காதணிகளை எடுத்துச் செல்லுவார்.

செல்லுவார் தேவர்களும் சயனித்தவர் அணிந்திருந்தால்,
கவருவார் இவ்விரு காதணிகளைத் தேவர்களும்,
தேவர் ராட்சதர் நாகர் என்பதாக,
பலபேர் காதணிகளைப் பெற்றிட அலைகிறார்.

அலைகிறார் பலரும் அணியவேண்டும் இவற்றையென,
அற்புதமானதோர் காதணி அளிக்கும் கனகத்தை,
இரவானதோர் நேரத்தில் அளிக்கும் ஒளியை,
பசியுற்றிடார் தாகமுற்றிடார் போட்டிருக்கும் காதணியால்.

காதணியால் பசிதாகம் கடுமைகள் விலகும்,
விடத்தால் நெருப்பால் வாய்க்காது ஆபத்துகள்,
குள்ளமானவர்கள் அணிந்தால் குறுகும் அவருக்கேற்ப,
உயரமானவர்கள் அணிந்தால் வளரும் பெரிதாக.

பெரிதாகச் சிறிதாகப் பலவிதம் மாறிவிடும்,
உயர்வாக இருப்பதாக உம்பரும் மதிப்பார்கள்,
மூவுலகாக இருப்பதிலும் மிகவும் புகழ்பெற்றவை,
பெறுவதாக இருந்தால் பகரவேண்டும் ஆதாரத்தை.

(58)அஸ்வமேதிக பர்வம், பகுதி 58

ஆதாரத்தைக் கொடுத்தால் அளிக்கிறேன் காதணியென,
மறுமொழியை உரைத்த மதயந்தியின் சொல்கேட்டு,
செளடசனைத் தேடிச் சென்றார் உத்தங்கர்,
நண்பரைக் கண்டதாக நயந்தார் செளடசன்.

செளடசன் வரவேற்றதும் சொன்னார் உத்தங்கர்,
உங்களின் அடையாளமேதும் வேண்டும் ஆதாரத்துக்கென,
என்னிடம் சொன்னார் அரசியார் மதயந்தி,
இகூவாகுவின் வம்சத்தார் அளித்தார் ஆதாரத்தை.

ஆதாரத்தை உரைப்பீர் அறிவுமிக்க வேதியரே,

இக்கணத்தைப் பொருத்தவரை எனதுநிலை வெகுமோசம்,
தாங்கவில்லை என்மனது தாக்கும் வேதனையை,
தஞ்சமில்லை எனக்கெவரும் தெரிவித்தேன் நிலையை.

நிலையை உரைத்து நல்கினேன் ஆதாரத்தை,
காதணிகளைக் கொடுத்துவிடு கனிவுமிக்கா மாதேயென,
வார்த்தைகளை உகுத்தான் வேந்தன் செளடசன்,
விவரங்களை உள்வாங்கி உத்தங்கர் திரும்பினார்.

திரும்பினார் அரசியிடம் தெரிவித்தார் நடந்ததை,
வேந்தனார் உரைத்ததை விளம்பினார் விளம்பியபடி,
அரசியார் காதணிகளை அவிழ்த்து அளித்தார்,
உத்தங்கர் காதணிகளுடன் வேந்தனிடம் திரும்பினார்.

திரும்பினார் உத்தங்கர் தெர்வித்தார் நடந்ததை,
வேந்தனார் உம்மிடம் வேண்டுகிறேன் கருத்தினை,
உரைத்தீர் ஏதோ விளங்காத கருத்தினை,
கொடுத்தார் மகாராணி காதணிகளை என்னிடம்.

என்னிடம் காதணிகளை அளித்திடும் விதத்திலே,
சொன்னதாகும் வார்த்தைகளின் சொற்பொருள் பகருவீரென,
உத்தங்கர்தம் வேண்டுதலுக்கு உரைத்தார் செளடசர்,
கூத்ரியர் பிராமணருக்கு செய்வார் மரியாதை.

மரியாதை செய்வார் மாண்புமிக்க பிராமணருக்கு,
அச்செயலை செய்யாவிடில் அநேகவிதக் குற்றங்கள்,
வேந்தரைத் தாக்கும் வேதமுனி உத்தங்கரே,
பிராமணரை எப்போதுமே பணிபவன் நானாவேன்.

நானாவேன் பணிவு நிறைந்த நல்வேந்தன்,
காலத்தின் கொடுமையால் கடுஞ்சாபம் ஒன்றினை,
பிராமணரின் வாயிலாய் பெற்று வருந்துகிறேன்,
மதயந்திதான் எனக்கு மிகநல்லத் துணைவி.

துணைவி மதயந்தி தந்திடும் உரத்தினால்,
எனது துணையாக எவருமில்லை இவ்வுலகில்,
சொர்க்கத்துக்கு செல்லவும் சிறிதுகூட வழியில்லை,
இவ்வுலகத்து வாழ்வும் இல்லை எனக்கு.

எனக்கு பிராமணரின் எதிர்ப்பு உண்டானதால்,
இகபரத்து நலங்களை இழந்து தவிக்கிறேன்,
உனக்கு எதிரியாக உளத்தில் விரும்பவில்லை,
கொடுத்து அனுப்புகிறேன் காதணிகளை உம்மிடம்.

உம்மிடம் கொடுத்தேன் உன்னதமிகும் காதணிகளை,
சொன்னவிதம் மீண்டு செளடசனாம் என்னிடம்,
வரவேண்டும் நீவிரென விளம்பினான் வேந்தன்,
வேந்தனிடம் உத்தங்கர் வினவினார் சந்தேகமாக.

சந்தேகமாக இருப்பதைச் சொல்லுகிறேன் வேந்தனே,
நிச்சயமாக உன்னிடம் நானாகவே வந்துவிடுவேன்,
வினாவாக ஒன்றினை வைக்கிறேன் விடையளிப்பீரென,
விநயமாக வேண்டியதும் விளம்பினார் செளடசன்.

செளடசன் வினவினான் சொல்லுவீர் பிராமணரே,
என்னெதான் உங்களுக்கு ஏற்பட்ட சந்தேகமென,
விடைநான் அளிக்கிரேன் வேண்டாம் சந்தேகமேதும்,
தயங்கதான் தேவையில்லை தெரிவிப்பீர் ஐயத்தை.

ஐயத்தை உரைத்தார் அரசனிடம் உத்தங்கர்,
கடமைகளை உணர்ந்தவர் கூறுவது என்னவெனில்,
பிராமணரைப் பொருத்தவரை பேசுவது மிகக்குறைவு,
நண்பர்களை ஏமாற்றுபவர் நீசராவார் திருடரென.

திருடரென உரைப்பார் தெரிந்தே தவறிழைத்தால்,
நண்பரென ஆகினீர் நீவிர் இத்தினத்தில்,
ஞானியரென இருப்போர் நல்கிடும் வழிப்படி,
திரும்புவதான செயலுக்குத் தருவீரா ஒப்புதல்?

ஒப்புதல் உண்டா உங்களின் மனதிலே?
வேண்டுதல் கேட்டேன் வழங்கி முடித்துவிட்டீர்,
மனிதர்கள் மாமிசத்தை மனமுவந்து உண்பவரே,
உம்மிடத்தில் திரும்புவது வேண்டுமா வேண்டாமா?

வேண்டாமா என்றதும் வேந்தன் பதிலளித்தார்,
நண்பா என்றே நவின்றுவிட்டீர் என்னை,
நன்றாய் சிந்தித்து நல்குகிறேன் பதிலை,
பிருகுகுலத்தைச் சேர்ந்தவரே பொருந்தாது திரும்புதல்.

திரும்புதல் கூடாது திருமொஇனால் உயிரிழப்பீர்,
ஆதலால் உமக்கு அளிக்கிறேன் நற்கருத்தை,
என்னிடத்தில் இனிமேல் எப்போதும் திரும்பாதீர்,
உம்நலத்தில் அக்கறையுடன் உரக்கிறேன் இக்கருத்தை.

இக்கருத்தை உரைத்தேனென இயம்பினான் வேந்தன்,
அக்கருத்தைக் கேட்டு அங்கிருந்து உத்தங்கர்,
அகல்யாவைக் காணுதற்கு அதிவேகமாய் சென்றார்,
காதணிகளைக் கட்டினார் கருத்ததான மான்தோலில்.

மான்தோலில் கட்டுவாயென மதயந்தி உரைத்தபடி,
கட்டுதல் செய்து கனவேகம் நடந்தார்,
வழியில் உத்தங்கருக்கு வந்தது பெரும்பசி,
எதிரில் கண்டார் அதிபெருத்த வில்வத்தை.

வில்வத்தைப் பறித்து உண்பதை நோக்கமாக்கி,
கிளையொன்றைப் பற்றி கட்டினார் மான்தோலை,
பழங்களைப் பறித்துப் போட்டார் தரையிலே,
அவ்விதமாய்ப் பறிக்கையில் அவையெலாம் விழுந்தன.

விழுந்தன மான்தோலில் வில்வத்தின் பழங்கள்,
இறுக்கமான முடிச்சு அவிந்ததான நிலையிலே,
பொத்தென தரைவீழ்ந்து பிரிந்தது மான்தோல்,
அதற்கென காத்திருந்தது அவ்விடத்தில் பாம்பொன்று.

பாம்பொன்று வந்தது பிரிந்த மான்தோலிடம்,
ஐராவதத்து வம்சத்தில் உண்டானது அப்பாம்பு,
எடுத்தது காதணிகளை இறங்கியது எறும்புப்புற்றில்,
அதைக்கன்டு உத்தங்கர் அடைந்தார் பெருங்கலக்கம்.

பெருங்கலக்கம் உண்டானது பசியுற்ற உத்தங்கரிடம்,
வெகுவேகம் மரத்தைவிட்டு வந்தார் கீழிறங்கி,
கையிலிருக்கும் கோலால் குத்தினார் எறும்புப்புற்றை,
கோபத்துடன் முப்பத்தைந்துதினம் குத்தினார் புற்றிலே.

புற்றிலே துவங்கி பறித்தார் பள்ளத்தை,
ஆழத்திலே செல்லுதற்கு அமைத்தார் பாதையை,
பாதாளத்திலே நாகர்களின் பதுங்குமிடம் செல்லுதற்கு,

உதவியே செய்வதற்கு வந்தார் இந்திரன்.

இந்திரன் வந்தார் அழகுமிகுத் தேரிலே,
புரவிகளின் நிறமோ பச்சைவண்ணம் கொண்டது,
உத்தங்கரின் அருகிலே வந்தார் பிராமணர்போல,
உங்களின் பணிக்கு உகந்ததல்ல உமதுகருவி.

உமதுகருவி செல்லாது வெகுதொலைவு பாதாளத்துக்கு,
அங்கிருந்து யோஜனைகள் ஆயிரம் பல்லாயிரமாக,
இருக்கிறது பாதாளமெனும் இருளுலகின் இருப்பிடம்,
உங்களது கழியால் உட்புகுதல் இயலாது.

இயலாது உம்மாலென இந்திரன் உரைத்ததும்,
காதணிகளொடு செல்லுவேன் கடுமையாய் முயலுவேன்,
கிடைக்காது காதணியெனில் காலனிடத்து வீழுவேன்,
உயிர்விடுவது என்முடிவு வாராது காதணியெனில்.

காதணியெனில் அதற்குக் கொடுக்கலாமா உயிரையென,
பலவிதத்தில் இந்திரன் பேசியே உத்தங்கரை,
தடுப்பதில் முயன்றாலும் தடுத்தல் இயலவில்லை,
முடிவில் உத்தங்கருக்கு மகவத் உதவினார்.

உதவினார் இந்திரன் உத்தங்கர் வெல்லுதற்கு,
வழங்கினார் வஜ்ரத்தின் வலிமையைக் கைத்தடிக்கு,
அடித்தார் உத்தங்கர் அடிகளோ இடிகளாகின,
பிளந்தார் பூமியைப் புகுந்தார் பாதாளத்தில்.

பாதாளத்தில் இருந்த பாம்புகளின் வாழிடத்தை,
நோக்குதல் செய்து நின்றார் உத்தங்கர்,
யோஜனைகள் பல்லாயிரம் இடம்வலம் நேரிலென,
திக்குகள் அனைத்திலும் தெரிந்தது பெரிதாக.

பெரிதாக இருந்தது பாதாளத்து உலகம்,
கிணறுகளாக பலவும் கனகமும் நவமணிகளும்,
அங்கங்காக இருந்தன அழகுடையத் தோற்றத்தில்,
தெளிவான நீரோடைகள் தென்பட்டன அழகுடன்.

அழகுடன் மரங்களும் அவற்றிலே பறவைகளும்,
கண்டதும் மனதுக்குக் களிப்புதரும் அந்நகரில்,

வெகுபெரும் கதவுகள் உயரம் ஐந்துயோஜனை,
அகலந்தான் கூறினால் யோஜனை ஒருநூறு.

ஒருநூறு யோஜனைக்கு அகன்றதொரு கதவிருக்க,
முன்னேறுவது எவ்வாறென மனதிலே கலங்கியபடி,
கவலையொடு நிற்கையில் கண்டார் குதிரையை,
வாலானது வெண்மை உடல்முழுதும் கருமை.

கருமை உடலிலே கண்களும் முகமும்,
செம்பை ஒத்ததாய்ச் சிவந்து இருந்தன,
ஆற்றலை வெளிப்படுத்திய அதிசயமிகு குதிரை,
உத்தங்கரை நோக்கி உரைத்தது வழிமுறை.

வழிமுறை உமக்கு வழங்குகிறேன் முனிவரே,
பின்புறத்தை அடைந்து பெரிதாக மூச்சிழுத்து,
அபானப்புழை வழியாக அழுத்தி ஊதுவாய்,
காதணிகளைப் பெறுதற்குக் கூறினேன் வழியை.

வழியை உரைத்தபடி செயலை முடித்தால்,
உன்னை நாடிவரும் உனது காதணிகள்,
என்சொல்லைச் செய்வதற்கு எள்ளளவும் தயங்காதே,
இதற்குமுன்னே என்சொல்லை ஏற்றுளாய் ஆசிரமத்தில்.

ஆசிரமத்தில் கௌதமருடன் அமர்ந்து வேள்விகளில்,
உதவிகள் புரிகையில் உரைத்துளேன் உனக்கு,
சொன்னவைகள் அனைத்தும் செய்தாய் அவ்விதமென,
வார்த்தைகள் உரைத்ததும் வினவினார் உத்தங்கர்.

உத்தங்கர் வினவினார் உங்களது வார்த்தைகளை,
குருநாதர் ஆசிரமத்தில் கேட்டது எவ்விதத்தில்?
விளக்குவீர் எனக்கு விளங்கவில்லை உம்சொல்லென,
வேண்டினார் விளக்கம் விளம்பியது புரவி.

புரவி உரைத்தது பாங்குமிக்க மாமுனியே,
குருவின் குருவாவேன் கூறுவார் ஜாதவேதசென,
அக்கினி வடிவானவனை அனுதினம் பூசிக்க,
கட்டளை கொடுத்த குருசொற்படி நடந்தாய்.

நடந்தாய் குருநாதர் நல்கிய கட்டளைப்படி,

குழந்தாய் உந்தன் கள்ளமிலா நன்மனதுடன்,
விழைந்தாய் என்னை வணங்கி வழிபடவே,
அதன்காரணமாய் இன்று அளிக்கிறேன் ஆதரவு.

ஆதரவு தருகிறேன் அதனை நீயேற்று,
சொன்னது போலவே செய்வது வேண்டும்,
தாமதிப்பது வேண்டாமென தெரிவித்தார் ஜாதவேதஸ்,
அதைக்கேட்டு உத்தங்கர் அவ்விதமே ஊதினார்.

ஊதினார் உத்தங்கர் அபானப்புழை வழிகாக,
அக்கினியார் உடலினின்று அனைத்து திக்கிலும்,
கனலானதோர் அக்கினி கிளம்பியது புகையுடன்,
நாகரானோர் மனமெலாம் நடுங்கியது அச்சத்தில்.

அச்சத்தில் நடுங்கினர் அனைத்து நாகர்களும்,
புகையில் மூழ்கியது பாதாளத்தின் உலகமே,
அவ்விடம்த்தில் ஏதொன்றும் எதிரில் தெரியவில்லை,
அழுகைகள் ஓலங்கள் எழுந்தன திசையெலாம்.

திசையெலாம் அழுகைகள் தவிப்புகள் தோன்றின,
வாசுகியாம் அரசரும் வலிமைமிக்க நாகர்களும்,
இருந்ததாம் மாளிகைகள் அனைத்தும் மறைந்தன,
கண்ணெலாம் சிவந்து கரித்தது நாகருக்கு.

நாகருக்கு இவ்விதத்தில் நாசவேலை நடந்து,
அக்கினிக்குக் காரணத்தை அறிந்த நாகர்கள்,
பிருகுகுலத்து மைந்தனிடம் பணிந்து வணங்கினர்,
நடந்தது என்னவென நயந்து வினவினர்.

வினவினர் நாகர்கள் விளம்பினார் உத்தங்கர்,
வணங்கினர் முறையாக வேதமுனி உத்தங்கரை,
பெரியவர் சிறியவர் பேதமின்றி அனைவரும்,
வேண்டினர் எங்கள்மேல் வேண்டாம் கோபமென.

கோபமென எங்கள்மேல் கொள்ளுதல் வேண்டாம்,
தணிவான மனநிலைக்கு தயைகூர்ந்து வாருமென,
கனிவான விதத்தில் கொடுத்தனர் அர்க்கியம்,
பணிவான விதத்தில் பாதபூசை செய்தனர்.

செய்தனர் பாதபூசை சூழ்ந்தனர் பக்தியுடன்,
கொடுத்தனர் தெய்வீகக் காதணிகளை முனிவரிடம்,
ஜாதவவேதர் அக்கினியைச் சுற்றிவந்து வணங்கியே,
உத்தங்கர் அங்கிருந்து வந்தார் குருவிடம்.

குருவிடம் வந்து கனிவுடன் வணங்கி,
குருபத்தினியிடம் காதணிகளைக் கொடுத்தார் உத்தங்கர்,
நாகர்தம் உலகிலே நடந்தவற்றை உரைத்தார்,
பரிவுடன் குருவைப் பணிந்து வணங்கினார்.

வணங்கினார் உத்தங்கர் உன்னதர் கௌதமரை,
குருசீடர் வழியிலே குருவுக்கு உகந்தவராய்,
நற்சீடர் ஆகியவர் நிகரிலார் உத்தங்கரே,
மூவுலகோர் அவரை மதித்து வணங்குவர்.

வணங்குவர் உத்தங்கரை வானவரும் மண்ணோரும்,
தவமிக்கார் யோகசீலர் தூயதான மனமுடையார்,
உன்னதர் உத்தங்கரின் உயர்வினை உனக்கு,
முழுதானதோர் விதத்தில் மொழிந்தேன் ஜனமேஜெயா.

(59)அஸ்வமேதிக பர்வம், பகுதி 59

ஜனமேஜெயா என்றதும் சொன்னான் வேந்தன்,
அவர்வேண்டிய வரத்தை உத்தங்கருக்கு அளித்தபின்,
பலமிகுதியாய் உடைய பரந்தாமன் கோவிந்தன்,
எச்செயலைச் செய்தாரென இயம்புவீர் முனிவரே.

முனிவரே என்றதும் மொழிந்தார் வைசம்பாயனர்,
உத்தங்கரே மகிழ வரமொன்றை வழங்கியபின்,
சாத்யகியே உடன்வர சென்றான் த்வாரகைக்கு,
பெருந்தேரிலே ஏறிப் பெருவேகத்திலே புறப்பட்டான்.

புறப்பட்டான் கண்ணன் போனான் பெருவேகத்தில்,
கடந்தான் மலைகளைக் காடுகளை நதிகளை,
அடைந்தான் த்வாரகையெனும் அழகுமிக்க நகரத்தை,
ரைவதகத்தின் விழாவானது அப்போது நடந்தது.

நடந்தது ரைவதமலைக்கு நிகரிலாப் பெரும்பூசை,
மலைக்கு ஆடைகள் மணிகள் அணிவித்து,
மாலைகளொடு மணிகளை மதிப்பாய் அணிவித்து,
பக்தியோடு வணங்கினர் புனிதமிகு மலையை.

மலையை வணங்கினர் மாந்தர் அனைவரும்,
விளக்கைத் தங்கத்தால் வடித்த தூண்மீது,
அழகாய்ப் பொருத்தி அம்மல்லை முழுவதும்,
ஒளியைப் பெருக்கி உவந்தனர் அனைவரும்.

அனைவரும் விளக்குகளால் அலங்காரம் செய்ததால்,
இருவுகாலம் ஆகினும் இருந்தது பகல்போல,
ஆடலும் பாடலும் அமுதமென இன்னிசையும்,
எங்கும் எழுந்திட அனைவரும் மகிழ்ந்தனர்.

மகிழ்ந்தனர் அனைவரும் மலையின் விழாவிலே,
அசைத்தனர் கொடிகளை இசைத்தனர் கானங்களை,
அன்னவர் பாடல்கள் அம்மலையின் முகடுகளில்,
எதிரொலித்தோர் அதிர்வலையை எழுப்பியது இனிதாக.

இனிதாக இருந்த அசலமான ரைவதம்,
புனிதமாக மேருவெனப் பார்வைக்குத் தெரிந்தது,
வானமாக இருந்த வெட்டவெளியில் கூட,
கானமாக இசையொலிகள் கேட்டன ரைவதத்தில்.

ரைவதத்தில் விழாவினால் வெகுமகிழ்வில் திளைத்து,
அவரவர்கள் உறவினருடன் அளவளாவி மகிழ்ந்தனர்,
கடைகள் அனைத்திலும் கிடைத்தன பல்பொருட்கள்,
பானங்கள் தின்பொருட்கள் பலவித ஆடைகள்.

ஆடைகள் துணிகள் மாலைகள் கிடைத்தன,
கருவிகள் வீணையும் குழலும் மிருதங்கமும்,
இசைகள் ஒலித்து இனிமைகள் கூட்டின,
உணவுகள் மதுவில் ஊறவைத்ததாய்க் கிடைத்தன.

கிடைத்தன தானங்கள் கேட்டவர் அனைவருக்கும்,
வறுமையென இடருற்றோர் வாடியே நில்லாமல்,
பார்வையினை இழந்தோரும் பாதுகாவல் அற்றோரும்,

மனநிறைவை அடையும்படி மிகைத்தன தானங்கள்.

தானங்கள் கிடைத்தன தங்குமிடங்கள் இருந்தன,
ஆசிரமங்கள் பலவும் அமைத்து இருந்தனர்,
நல்லவர்கள் அவ்விடத்தில் நிரம்பி நின்றனர்,
சொர்க்கம்போல் இருந்தது சிறப்புமிகு ரைவதம்.

ரைவதம் இந்திரர்தம் பொன்னகம் போலவே,
மாண்புமிகும் அழகுடன் மிளிர்வுற்று நின்றது,
உறவினரெலாம் கண்ணனை உவந்து வணங்கினர்,
அங்கிருக்கும் மாளிகையில் அச்சுதன் நுழைந்தான்.

நுழைந்தான் கண்ணன் நலமிகுந்தத் தன்னகத்தில்,
சாத்யகியும் அதேவிதம் சென்றான் தன்னில்லம்,
அசுரர்தம் படைகளை அழித்தபின் அமராவதிக்கு,
திரும்பும் இந்திரனெனத் தெரிந்தான் கண்ணன்.

கண்ணன் வந்ததும் குவிந்தனர் பலபேர்,
வ்ருஷ்ணியரின் அந்தகரின் வீரமிக்க போஜரின்,
வீரர்களின் குழுக்கள் வந்தனர் கண்ணனிடம்,
இந்திரனின் வடிவமென இருந்தான் கண்ணன்.

கண்ணன் அனைவரிடமும் கனிவுடன் பேசினான்,
வந்தவரின் நலனை விசாரித்தான் கண்ணன்,
அன்னையின் தந்தையின் அடிமலரைப் பணிந்தான்,
இருவரும் கண்ணனை ஆரத் தழுவினர்.

தழுவினர் கண்ணனைத் தாயும் தந்தையும்,
வ்ருஷ்ணியர் அவையிலே வாசுதேவன் அமர்ந்தான்,
கழுவினர் பாதத்தை கொடுத்தனர் இளைப்பாறுதல்,
அவையினர் கேட்கவே இயம்பினான் நிகழ்வுகளை.

நிகழ்வுகளைக் கண்ணன் நவின்றான் நடந்தவிதம்,
போர்க்களத்தை அடைந்த பாண்டவரும் கௌரவரும்,
மோதியதைக் குறித்து மொழிந்தான் விவரங்களை,
தந்தை வினாக்களுக்கு தந்தான் விடைகளை.

(60)அஸ்வமேதிக பர்வம், பகுதி 60

விடைகளை அளிப்பாய் வாஞ்சைமிக்க மைந்தா,
போரினைக் குறித்து பலபேர் பகர்ந்தனர்,
கௌரவரைப் பாண்டவர் களத்தில் எதிர்கொண்டு,
வெற்றியைப் பெற்றதன் விவரங்கள் இன்னதென.

இன்னதென பலபேர் இயம்பிய போதிலும்,
நேர்முகமான விதத்திலே நீதான் கண்டுவந்தாய்,
பாவமென ஏதுமிலாப் புண்ணிய சீலனே,
நடந்ததென்ன என்பதை நவிலவேண்டும் முழுதாக.

முழுதாக உரைப்பாய் மோதலின் விவரத்தை,
பாண்டவரான ஐவருடன் பெருவீரர் பீஷ்மரும்,
கர்ணனான மாவீரனும் கிருபரும் துரோணரும்,
சல்லியனான வேந்தனும் செய்தபோர் எவ்விதமென.

எவ்விதமென எனக்கு இயம்பவேண்டும் அச்சுதா,
கணக்கிலாரென உரைக்கிறார் களத்திலே திரண்டவரை,
இருபுறமானப் படைகளிலும் என்னென்ன நேர்ந்தது?
வெவ்வேறான தேசங்களிலிருந்து வந்திருந்தனர் வீரர்கள்.

வீரர்கள் அணிந்த உடைகள் பலவிதம்,
அடையாளங்கள் சின்னங்கள் அனைத்தும் பலவிதம்,
அவர்கள் நடுவிலே ஏற்பட்ட பெரும்போரை,
விளக்குதல் வேண்டுமென விளம்பினார் வாசுதேவர்.

வாசுதேவர் மைந்தனிடம் வாஞ்சையாய் வினவியதும்,
வாசுதேவன் கண்ணன் வழங்கினான் பதிலை,
தாமரையின் வடிவத்தில் தீர்க்கமிகு கண்ணுடையான்,
போர்க்களத்தின் நிகழ்வுகளை பகர்ந்தான் பெற்றோருக்கு.

பெற்றோருக்கு அந்தப் பெரும்போரின் நிகழ்வுகளை,
தொகுத்து உரைக்கிறேன் தயைகூர்ந்து கேளீர்,
போரிட்டு நிகழ்த்தினர் புல்லரிக்கும் அற்புதங்கள்,
க்ஷத்ரியகுலத்து வீரர்கள் சண்டையில் சமர்த்தர்கள்.

சமர்த்தர்ங்கள் திரண்டனர் சதமானக் கணக்கிலே,

அவர்கள் பெயர்களெல்லாம் அடுக்கியே உரைத்தால்,
ஆண்டுகள் பலநூறு அதற்கே தேவைப்படும்,
முன்னணியார்கள் பெயர்களை மொழிகிறேன் கேளீர்.

கேளீர் குருக்ஷேத்த்ரிரத்தில் குழுமியோர் பெயர்களை,
பீஷ்மர் கௌரவரின் படைகளின் தளபதியாய்,
நின்றார் போர்க்கலத்தில் நிகரிலா வேங்கையென,
கௌரவர் படைகளின் கணக்கை உரைக்கிறேன்.

உரைக்கிறேன் பதினோரு அக்ஷஹௌணி அளவாக,
பீஷ்மரின் படைதான் பெருத்து நின்றது,
பாண்டவரின் தளபதியாய் பதவிபெற்றான் சிகண்டின்,
சிகண்டின் படையளவு சிறிதே கூறைவுதான்.

குறைவுதான் பாண்டவர் கொண்டிருந்த படையளவு,
கணக்குதான் அக்ஷஹௌணியில் குறிப்பிட்டால் ஏழாகும்,
இவ்விதந்தான் பத்துதினம் ஏற்பட்டது பெருமோதல்,
பத்தாந்தினத்தின் இறுதியில் பீஷ்மர் சாய்ந்தார்.

சாய்ந்தார் பீஷ்மர் சாய்வதற்கு முன்னதாக,
அழித்தார் படையின் அனேக வீரர்களை,
காண்போர் மனதை கதிகலங்க வைப்பதான,
கோரப்போர் நடத்தினார் கங்கைமகன் பீஷ்மர்.

பீஷ்மர் வீழ்ந்திட பார்த்தன் துணையாகினான்,
சிகண்டின் அம்புகள் செலுத்தினான் பீஷ்மர்மீது,
உடலின் மீதாக அம்புகள் தைத்திருக்க,
அம்புகளின் படுக்கையில் இருந்தார் பீஷ்மர்.

பீஷ்மர் சூரியன் பாதையை மாற்றி,
உத்தராயணமானதோர் காலத்துக்கு வந்துசேரும் வரையில்,
காத்திருந்தார் அம்புகளால் கட்டிய படுக்கையில்,
படைத்தலைவர் ஆகினார் பெருவீரர் துரோணர்.

துரோணர் போர்க்கலைத் திறத்தைக் கொண்டவர்,
தைத்தியர் படைகளின் தலைவராக காவ்யர்,
ஆகியதோர் நிலைபோல அமர்ந்தார் தலைமையில்,
கௌரவர் படையளவு குறைந்தது இருபங்கு.

இருபங்கு குறைந்தது அக்ஷௌஹிணி ஒன்பதாக,
இருந்தது கௌவரின் அதிபெருத்த படையளவு,
க்ரிபரொடு வ்ரிஷர் காத்தனர் படைகளை,
பாண்டவரது படைத்தலைவன் பாஞ்சாலன் திருஷ்டத்யும்னன்.

திருஷ்டத்யும்னன் பாண்டவரின் தளபதியாய் வந்தான்,
போர்க்கலையின் நுணுக்கங்களை புரிந்து செயலாக்குபவன்,
தலைமையின் பொறுப்பிலே தானமர்ந்த வேளையில்,
காத்தான் பீமசேனன் கருத்துடன் அருகிருந்து.

அருகிருந்து காத்தான் அதிதீரன் பீமசேனன்,
வருணனுக்கு மித்ரன் வழங்கிடும் காவலென,
திருஷ்டத்யும்னனுக்கு பீமன் துணையாக நின்றான்,
துரோணருக்கு எதிராகித் தாக்கினான் திருஷ்டத்யும்னன்.

திருஷ்டத்யும்னன் மனதிலே தோன்றியது பெருங்கோபம்,
துரோணரின் காரணமாய் திரௌபதிக்கும் துருபதனுக்கும்,
தீங்குதான் நேர்ந்ததெனத் தன்னுளம் நினைந்து,
போரிட்டான் வேகத்துடன் பேரழிவு நேரிட்டது.

நேரிட்டது பேரழிவு நாட்கள் ஐந்துவரை,
திருஷ்டத்யும்னனிடத்து மோதிய துரோணர் தாக்குண்டார்,
உயிரிழந்து வீழ்ந்தார் வீரமிகுந்த துரோணர்,
அடுத்தது கர்ணனே ஆகினான் தளபதியாக.

தளபதியாகக் கர்ணன் துவக்கினான் போரை,
அக்ஷௌஹிணியாக ஐந்துமட்டும் இருந்தது கௌரவரிடம்,
தளபதியாக அர்ஜுனன் தலைமையை ஏற்றான்,
உறுதுணையாக மூன்று அக்ஷௌஹிணிகள் படையளவு.

படையளவு சிறுத்தாலும் போரிலொரு தளர்வில்லை,
பார்த்தனொடு மோதினான் பெருவீரன் கர்ணன்,
விட்டிலது விளக்கிலே வந்து விழுவதுபோல்,
இரண்டாந்தினத்து முடிவில் இறந்தான் கர்ணன்.

கர்ணன் இறந்தபின்னர் கௌரவரின் படைகள்,
அக்ஷௌஹிணிதான் மூன்றாக அழிவுற்று நின்றது,
கௌரவரின் மனதிலே கவலை குடிகொண்டது,
படைகளின் தளபதியானான் பெருவீரன் சல்லியன்.

சல்லியன் தலைமையில் சென்றனர் கௌரவர்கள்,
பாண்டவரின் படைகளிலும் பெருந்தளர்வு தோன்றியது,
யுதிஷ்டிரன் தலைமையில் ஒரேயொரு அக்ஷஹௌணி,
இறுதிநாளின் போருக்கு இருந்தனர் தயாராக.

தயாராக இருபடையும் தாக்குதற்கு வந்தனர்,
வீரமாகப் போரிட்ட வேந்தன் யுதிஷ்டிரன்,
நடுப்பலாக இருக்கையில் நிகழ்த்தினான் அற்புதம்,
மத்ரரது வேந்தன் மடிந்தான் அரைநாளில்.

அரைநாளில் சல்லியன் அடிபட்டு மாண்டபின்,
சகாதேவனிடத்தில் அடிபட்டு சாய்ந்தான் சகுனி,
தாயாதிகளில் சண்டையைத் தூண்டியவன் வெகுகேடன்,
இறுதிநாளில் விழுந்தான் இதன்பின்னும் சண்டைதான்.

சண்டைதான் தொடர்ந்திட சக்ரவர்த்தி துரியோதனன்,
அடிபட்டான் மிகுதியாக அகன்றான் களம்விட்டு,
பீமசேனன் தேடிச்சென்று பார்த்தான் இருப்பிடத்தை,
ஏரியாகும் த்வைபாயனத்தில் இருந்தான் அடியிலே.

அடியிலே துரியோதனன் இடரிலே இருந்ததால்,
சூழ்ந்தே பாண்டவர்கள் சுற்றி வளைத்தனர்,
வார்த்தையிலே முதலில் வளர்ந்தது தகராறு,
இழிவாகவே பேசினர் அரசன் துரியோதனனை.

துரியோதனனை ஏசியதால் துணுக்குற்றான் துரியோதனன்,
கதையை எடுத்தபடி கோபத்துடன் வெளிவந்தான்,
மோதலைச் செய்வதற்கு மிகவும் விரும்பினான்,
பீமனை எதிர்கொண்டு போரிட்டான் வீரத்துடன்.

வீரத்துடன் போரிட்ட வேந்தன் துரியோதனன்,
பீமசேனன் தாக்குதலால் பூமியிலே சாய்ந்தான்,
பலதேசத்தின் வேந்தர்கள் பார்த்தனர் அக்காட்சியை,
அஸ்வத்தாமன் அன்றிரவு அழித்தான் மிகுந்தவரை.

மிகுந்தவரை எல்லாம் மரணத்துக்கு அனுப்பினான்,
பஞ்சபாண்டவரைத் தவிரப் பிறரெலாம் மாண்டனர்,
என்னை யுயுதானனை எண்ணினால் ஏழுபேர்,

கௌரவப்படை மிகுதியைக் கூறினால் மூன்றுபேர்.

மூன்றுபேர் அஸ்வத்தாமன் மாவீரர் கிருபருடன்,
போஜர் வேந்தன் பெருவீரன் கிருதவர்மனும்,
மிகுந்தனர் கௌரவரின் மிகப்பெரும் படையிலே,
இன்னொருவர் மிகுந்தாரெனில் அதுதான் யுயுத்சு.

யுயுத்சு கௌரவரை அகன்று வந்ததால்,
பாண்டவரது படையிலே பிழைத்தான் உயிருடன்,
கௌரவரது படைகள் களத்திலே அழிந்தபின்,
யுதிஷ்டிரனிடத்து வந்தனர் விதுரரும் சஞ்சயனும்.

சஞ்சயனும் விதுரரும் சேர்ந்தனர் நம்முடன்,
பதிட்டுதினம் இந்தப் பெரும்போர் நடந்தது,
புவியின் வேந்தரெலாம் பூமியில் சாய்ந்தனர்,
வானவரின் சொர்க்கத்தில் உறைவிடம் பெற்றனர்.

பெற்றனர் வீரசொர்க்கம் போரிட்டோர் பலரென,
வ்ருஷ்ணியர் வேங்கை விளம்பினான் சபையிலே,
கேட்டவர் மனதிலே கடுஞ்சோகம் சூழ்ந்தது,
வருந்தினர் போரிலே வீழ்ந்தவர் நிமித்தமாக.

(61)அஸ்வமேதிக பர்வம், பகுதி 61

நிமித்தமாக காரணமாக நின்ற கௌரவர்கள்,
தோற்றதாகக் கண்ணன் தெரிவித்தான் நிகழ்வுகளை,
பெருவீரனாக இருந்தவன் பரந்தாமன் கண்ணன்,
தந்தையான வாசுதேவரிடம் தெரிவிக்கவில்லை ஒருநிகழ்வை.

ஒருநிகழ்வைக் கேட்டு பெருநெகிழ்வை அடைவாரென,
அபிமன்யுவைக் குறித்து ஏதுமே கூறவில்லை,
மகள்வழியே பேரனாகிய மாவீரன் அபிமன்யுவின்,
இறப்பினைக் கேட்டால் இடிவார் வாசுதேவரென.

வாசுதேவரென இருந்தவருக்கு விளம்பியதான விவரத்தில்,
தன்மகனான அபிமன்யுவைத் தீயவரான பலர்சேர்ந்து,
கொன்றதான நிகழ்வினைக் கூறவில்லை கண்ணனென,

அன்னையான சுபத்திரை அண்ணனிடம் உரைத்தாள்.

உரைத்தாள் சுபத்திரை உன்னதன் கண்ணனிடம்,
களத்தில் என்மகன் காலனிடம் சென்றதை,
விளக்குதல் வேண்டுமென வேண்டினாள் அண்ணனிடம்,
தரையில் விழுந்தாள் தாளாத துயரத்தால்.

துயரத்தால் தன்மகள் தரையின்மேல் விழுந்ததால்,
பாசத்தால் வாசுதேவரும் பூமியில் விழுந்தார்,
சோகத்தால் புலனெலாம் சுட்டெரித்த நிலையிலே,
கண்ணனிடத்தில் சொன்னார் கூறவில்லையே இதுகுறித்து.

இதுகுறித்து எனக்கு இயம்பாது விட்டயே,
எதுகுறித்தும் பொய்யை எப்போதும் பேசானென,
அகிலமுழுதும் புகழ்பெற்ற அச்சுதனே கண்ணா,
அபிமன்யுவின் இறப்புபற்றி அறிவிக்காது விட்டதேன்?

விட்டதேன் அபிமன்யு வீழ்ந்ததான நிகழ்வினை,
உந்தன் கண்களை ஒத்ததான கண்ணுடையான்,
இறந்ததன் காரணமாய் இதயம் வெடிக்கவில்லை,
இறப்பதன் காலத்தில்தான் இயலும் இறப்பற்கும்.

இறப்பதற்கும் காலமல்ல இளங்காளை அபிமன்யுவுக்கு,
இறந்துவிழும் நேரத்தில் என்னசொன்னான் அவ்வீரன்?
அன்னையாகும் சுபத்திரைக்கு அளித்ததான தகவலென்ன?
எனக்கேதும் தகவலை இயம்பினானா அபிமன்யு?

அபிமன்யு கண்கள் அழகுடன் சுழன்றுவரும்,
களம்விட்டு புறங்காட்டி காளை வீழவில்லையே?
முகத்திலொரு அச்சமும் மன்றவில்லையே வீழ்கையில்?
ஆற்றலுக்கு உறைவிடமாய் இருந்தான் அபிமன்யு.

அபிமன்யு என்னிடம் அடிக்கடி பெருமிதமாக,
வீரனென்று தன்னை விளம்புவான் தானாகவே,
குழந்தையென்று நானும் கருதவில்லை அதுகுறித்து,
துரோணரிடத்து கர்ணனிடத்து தாக்குண்டு கிடக்கிறானா?

கிடக்கிறானா இன்னும் களத்தின் தரையிலென,
வெகுசோகமாய் வினவிய வாசுதேவர் கேள்விக்கு,

மிகப்பொலிவாய் இருந்தது மாவீரனின் திருமுகம்,
இறப்பதைக் குறித்து எள்ளளவும் அஞ்சவில்லை.

அஞ்சவில்லை மனதிலே அதிகோரப் போரிலும்,
வீழ்த்தியோரைக் கணக்கிட்டால் வெகுபல ஆயிரங்கள்,
அக்குழந்தையை துரோணரும் அதிதீரன் கர்ணனும்,
இருவராய்ச் சேர்ந்து அழித்தனர் களத்திலே.

களத்திலே அபிமன்யுவைக் கடைசியாய் வீழ்த்தியது,
கௌரவரிலே துஹ்சாசனனின் கனபலத்தை மைந்தன்,
ஒற்றைக்கே ஒற்றையாக ஒருவருமே நிற்கவில்லை,
கூட்டமே ஆகிதான் கொன்றனர் அபிமன்யுவை.

அபிமன்யுவை எதிர்கொண்டான் இந்திரனும் வென்றிடான்,
அர்ஜுனனை சம்வர்த்தகர்கள் அப்புறமாய் இழுத்தனர்,
குழந்தையைச் சூழ்ந்தனர் கௌரவரின் வீரர்கள்,
துரோணரைத் தலைவராக்கி தாக்கினர் அனைவரும்.

அனைவரும் ஒன்றாகி அடித்த காரணத்தால்,
உயிர்விடும் நிலைமை உண்டானது மாவீரனுக்கு,
வீழ்த்தியதும் துஹ்சாசனனின் வீரமிக்க மைந்தன்,
சொர்க்கமெனும் மேலுலகம் சென்றான் அபிமன்யு.

அபிமன்யு குறித்து அகத்திலே வருந்தாதீர்,
போரிட்டு இறந்தவருக்கு புலம்பிடார் அறிவுடையோர்,
இந்திரருக்கு ஒப்பானவர் ஈடிலாதோர் இருவீரர்,
துரோணரொடு கர்ணனையும் தாக்கினான் தடுத்தான்.

தடுத்தான் தாங்கினான் தாக்கினான் இருவீரரை,
வீரத்தின் உறைவிடமாய் வெகுபலம் காட்டியவன்,
சொர்க்கத்தின் வாசத்துக்கு செல்லாமல் எங்கிருப்பான்?
வருந்துவது வேண்டாம் வீரன் அபிமன்யுவுக்கு.

அபிமன்யுவுக்கு நேரிட்ட அடாத செயல்குறித்து,
ஆயுதத்து வாயிலாக உயிரிழந்து வீழுவோருக்கு,
கிடைப்பது வீரசொர்க்கம் கிடைத்தது அபிமன்யுவுக்கும்,
சுபத்திரையது மனமுடைந்தது சீர்மிக்கான் மாண்டதால்.

மாண்டால் வருந்திய மாதா சுபத்திரை,

குந்திபால் சென்றுக் கதறியே புலம்பினாள்,
திரௌபதியிடத்தில் வந்து தனதுநிலை விளம்பினாள்,
மைந்தர்கள் அனைவரையும் முன்வரவே அழைப்பீர்.

அழைப்பீர் மைந்தர்களை அவர்களைக் காணவென,
கூறியதோர் சொல்கேட்டு கதறினர் மாதர்கள்,
அணைத்தனர் சுபத்திரையை அழுதனர் அவளுடன்,
வருந்தியோர் குழுவிலே உத்தரை இருந்தாள்.

இருந்தாள் உத்தரை இடிவிழுந்த நிலையிலே,
வினவினாள் சுபத்திரை வாஞ்சை மருமகளிடம்,
எவ்விடத்தில் இருக்கிறான் அபிமன்யு இப்போது?
உன்னிடத்தில் சொன்னானா விடைபெற்று செல்லுகையில்?

செல்லுகையில் உன்னிடம் சொன்னானா ஏதேனும்?
வருகையில் எனக்கு உடனே தகவலனுப்பு,
என்குரல் கேட்டால் எப்போதுமே என்மைந்தன்,
கூடாரத்தில் இருந்து காணவருவான் என்னை.

என்னைக் காண எப்போதுமே வருபவன்,
வரவில்லை இன்று வாராததன் காரணமென்ன?
தாய்மாமன்களைப் பொறுத்தவரை திடத்துடன் இருக்கிறார்கள்,
தேர்ப்படை கொண்டோர் தாக்குவர் எதிரிகளை.

எதிரிகளை வெல்லுதற்கு ஆற்றல்களை உடையோர்,
காலைவேளை உன்னைக் கண்டதும் வாழ்த்துவர்,
போர்க்களத்தை அண்டிப் பெறுவாய் பெருவெற்றியென,
களநிகழ்வை இன்றும் கூறவேண்டும் எனக்கு.

எனக்கு நடந்தவற்றை இயம்பு அபிமன்யு,
எதற்கு இத்தினம் என்னிடம் வரவில்லை?
வாவென்று சுபத்திரை வாய்விட்டு அழுதாள்,
சுபத்திரைக்கு ப்ரீதா சொன்னாள் ஆறுதல்.

ஆறுதல் பெறுவாய் அணங்கு சுபத்திரையே,
அவனருகில் வாசுதேவன் யுதாமன்யு இருந்தும்,
களத்தில் வீழ்ந்தான் காளை அபிமன்யு,
காலத்தால் நிகழ்ந்தது கொடுமையான் இந்நிகழ்வு.

இந்நிகழ்வு குறித்து இனிமேல் வருந்தாதே,
இறப்பது உறுதிதான் இவ்வுலகில் பிறந்தவர்கள்,
யதுகுலத்து மாதே இருகுறித்து வருந்தாதே,
தடுப்பதற்கு இயலாத திடமிக்கான் உன்மகன்.

உன்மகன் அடைந்தான் உன்னதப் பெருநிலையை,
கூத்ரியரின் குலத்தைச் சார்ந்தவரின் வாழ்விலே,
உத்தமரின் வழியிலே விழுந்தான் களத்திலே,
பெண்மானின் கண்ணாளே பெருவருத்தம் வேண்டாம்.

வேண்டாம் வருத்தம் உந்தன் மனத்திலே,
உத்தரையும் இங்கே உள்ளாள் காணுவாய்,
அவளிடம் இருக்கிறது அபிமன்யுவின் குழந்தை,
பேரனாகும் வடிவிலே பிள்ளையே பிறப்பான்.

பிறப்பான் பேரனென பகர்ந்தார் குந்திதேவி,
வருந்ததான் வேண்டாமென விளம்பினார் சுபத்திரையிடம்,
யாதவர்தம் குலக்கொடி அறிவுமிக்க சுபத்திரை,
வருத்தம் விடுத்து வந்தாள் அபிமன்யுவிடம்.

அபிமன்யுவிடம் வந்தாள் இறுதிச்சடங்குகள் செய்வதற்கு,
அவ்விடத்தில் யுதிஷ்டிரனும் அதிதீரன் பீமனும்,
இரட்டையர்கள் குழுவாக இருந்தனர் வருத்தமாக,
வீரத்தில் எமனுக்கு ஒப்பானோர் அவர்கள்.

அவர்கள் அனைவரும் அருகில் நின்றிருக்க,
தானங்கள் அளித்தாள் தூயவள் சுபத்திரை,
பிராமணர்கள் பலருக்கு பசுக்களை தானமீந்தாள்,
மனதில் ஆறுதலுற்று மொழிந்தாள் உத்தரையிடம்.

உத்தரையிடம் சொன்னாள் வ்ருஷ்ணிகுலத்து குந்திதேவி,
விராடர்தம் குலக்கொடியே வருத்தமேதும் வேண்டாம்,
வட்டமாகும் இடுப்புடைய வஞ்சியே உன்வயிற்றில்,
கருத்தரித்ததாம் குழந்தையைக் கருத்துடன் காப்பாற்று.

காப்பாற்று இந்தக் குழந்தையை வயிற்றிலென,
உரைத்துவிட்டு குந்திதேவி அமைதியுற்று நின்றார்,
அங்கிருந்து சுபத்திரையை அழைத்துவந்தேன் உம்மிடம்,
இவ்விதத்து மைத்துனன் இறந்தான் போர்க்களத்தில்.

போர்க்களத்தில் சிம்மெனப் போரிட்டு வீழ்ந்தான்,
அந்நிகழ்வில் நீவிர் அடையாதீர் வருத்தமேதும்,
வருந்துதல் வேண்டாம் வீரமரணம் அடைந்தாருக்கு,
ஆதலால் நீவிர் அடைவீர் மனவமைதி.

(62)அஸ்வமேதிக பர்வம், பகுதி 62

மனவமைதி கொள்ளுவீர் மாற்றுவீர் சோகத்தையென,
ஆறுதலை உரைத்த அச்சுதன் சொல்கேட்டு,
வருந்துவதை நிறுத்தினார் வாசுதேவராம் சூரகுலத்தார்,
இறுதிச்சடங்கை செய்தார் அபிமன்யுவின் நலத்துக்கு.

நலத்துக்கு உகந்தவிதம் நடத்தினார் இறுதிச்சடங்கை,
மைத்துனனுக்கு இறுதிக்கடனை மாமனான கண்ணனும்,
தந்தையொடு சேர்ந்து தகுந்தவிதம் முடித்தார்,
கண்ணனுக்கு செல்லமானக் குழந்தை அபிமன்யு.

அபிமன்யு இறுதிச்சடங்கில் அறுபதுலட்சம் பேருக்கு,
உணவளித்து தானமீந்து உகந்தவிதம் கவனித்தனர்,
ஆடையொடு அணிகளும் அநேகவித பானங்களும்,
குவியலொடு தங்கமும் கொடுத்தனர் பசுக்களுடன்.

பசுக்களுடன் கட்டில்கள் போர்வைகள் கொடுத்தனர்,
அவ்விதம் தானங்களை அடைந்தவர்கள் அனைவரும்,
கண்ணனின் வளமைகள் கூடட்டும் என்பதாக,
மனமகிழும் வாழ்த்துக்களை மொழிந்தவிதம் சென்றனர்.

சென்றனர் வந்தோரெலாம் செல்லவில்லை உறவினர்கள்,
சாத்யகர் வலதேவர் சாத்யகி ஆகியோர்,
செய்தனர் இறுதிச்சடங்கை சோகம் நீங்கவில்லை,
பாண்டவர் மனதும் பரிதவித்து நொடிந்தது.

நொடிந்தது பாண்டவரின் நெஞ்சமும் அதேவிதத்தில்,
வேழத்துப் பெயர்கொண்ட வெகுபெருத்த நகத்தில்,
அபிமன்யு குறித்து அனைவரும் வருந்தினர்,
மனதுக்கு அமைதியில்லை மாதருக்கும் ஹஸ்தினாபுரத்தில்.

ஹஸ்தினபுரத்தில் விராடரின் அன்புமகள் உத்தரை,
சோகத்தில் பலதினங்கள் சாப்பிட மறுத்தாள்,
உறவினர்கள் மனதிலும் உண்டானது கடுஞ்சோகம்,
கருவில் குழந்தைகூடக் கருகுமென அஞ்சினர்.

அஞ்சினர் குழந்தை இறந்துவிடக் கூடுமென,
வியாசர் நிகழ்வுகளை உணர்ந்தார் உளத்திலே,
வந்தார் அவ்விடத்துக்கு விளம்பினார் ப்ரீதாவிடம்,
அழாதீர் மாதரசி அனைத்துமே நலமாகும்.

நலமாகும் உமக்கு நடக்க இருப்பதெலாம்,
அழகுமிகும் வலிமைமிகும் ஆற்றல்மிகும் குழந்தை,
பிறந்துவரும் வாசுதேவன் பரந்தாமன் கருணையால்,
பாண்டவர்தம் காலமுடிவில் பாராளும் அக்குழந்தை.

அக்குழந்தை குறித்து அர்ஜுனனிடம் யுதிஷ்டிரனிடம்,
தன்கருத்தை உரைத்தார் த்வைபாயனர் வியாசர்,
வருத்தத்தை விடுவீர் உங்களின் பேரன்,
ஆழிவரை இருக்கும் அனைத்துலகை ஆளுவான்.

ஆளுவான் தேசத்தை அழிப்பான் எதிரிகளை,
இதுதான் திண்ணம் அடையாதீர் சந்தேகம்,
வ்ருஷ்ணியரின் வீரன் வாசுதேவன் வார்த்தைகள்,
நடந்துதான் நிறைவேறும் நெஞ்சம் பதைக்காதீர்.

பதைக்காதீர் நெஞ்சத்தில் நினைக்காதீர் வேறேதும்,
மாவீரர் செல்லும் மாண்புமிக்க மண்டலத்துக்கு,
சென்றவர் குறித்து சிறிதளவும் கலங்காதீர்,
வானவர் உலகிலே வாழுகிறான் அபிமன்யு.

அபிமன்யு வானுலகில் அடைந்தான் வெகுமேன்மை,
அவனுக்கு வருந்தாதீர் அன்புமிக்க உறவினரே,
அமைதியுற்று மகிழ்வீரென இயம்பினார் வியாசர்,
அனைவரது மனத்திலும் ஏற்பட்டது அமைதி.

அமைதி உண்டானது அர்ஜுனன் மனதிலும்,
வளர்ச்சி அடைந்தான் உனது தந்தையார்,
வானத்து மதியானது வளரும் காலமென,

கருப்பைக்கு உள்ளாகக் குழந்தை வளர்ந்தது.

வளர்ந்தது குழந்தை வலிமையுடன் கருவிலே,
நிகழ்த்துவது வேண்டும் நலமிக்க அஸ்வமேதிகமென,
யுதிஷ்டிரனுக்கு வியாசர் அளித்தார் அறிவுரையை,
பயணத்துக்கு வேண்டியதை பார்வேந்தன் செய்தான்.

செய்தான் ஏற்பாடுகள் சொர்ணத்தைக் கொணருதற்கு,
இமயத்தின் சாரலிலே இருக்கும் தங்கத்தை,
வியாசரின் சொற்படி வேள்விக்குப் பயன்படுத்த,
நினைந்துதான் யுதிஷ்டிரன் நடத்தினான் ஏற்பாடுகள்.

(63)அஸ்வமேதிக பர்வம், பகுதி 63

ஏற்பாடுகள் செய்தான் அரசன் யுதிஷ்டிரனென,
நிகழ்வுகள் குறித்து நவின்றவர் வைசம்பாயனரிடம்,
எவ்விதத்தில் ஏற்பாடுகளை யுதிஷ்டிரர் மேற்கொண்டார்?
பொன்பொருள் மருத்தருடைத்தைப் பெற்றாரா யுதிஷ்டிரர்?

யுதிஷ்டிரர் வியாசர்சொல் ஏற்று எவ்விதத்தில்,
ஏற்பாடுகள் செய்தார் அஸ்வமேதிக வேள்விக்கு?
விளக்குங்கள் என்று வேண்டினான் வேந்தன்,
நடந்தவைகள் அனைத்தையும் நவின்றார் வைசம்பாயனர்.

வைசம்பாயனர் உரைத்தார் விளைந்த நிகழ்வுகளை,
த்வைபாயனர் என்னும் தீவாந்திரத்தில் பிறந்தவர்,
முனிவர்கள் வரிசையில் மிகச்சிறந்த மகரிஷி,
சொன்னசொல் கேட்டு செயலாக்கினான் அக்கணமே.

அக்கணமே சகோதரர்களை அழைத்தான் யுதிஷ்டிரன்,
அர்ஜுனனுடனே பீமனும் இரட்டையர் மாத்ரேயரும்,
வந்ததுமே வேந்தன் விளம்பினான் அவர்களிடம்,
வீரர்களே நீவிர் வியாசர்சொல் கேட்டீர்.

கேட்டீர் தவமிகும் கிருஷ்ணர் சொன்னதை,
கௌரவர் நலத்தினைக் காக்கும் நோக்கத்தில்,
தவமிக்கார் நமக்குத் தெரிவித்தார் வழிகளை,

பீஷ்மர் கோவிந்தன் பகர்ந்ததும் அதைத்தான்.

அதைத்தான் உரைத்தனர் அருமைமிக்க மூவரும்,
மதித்துதான் அவர்சொல்லை மனதிலே ஏற்போம்,
பிரமத்தின் ஞானத்தைப் பெற்றவர்கள் மூவரும்,
சொன்னதன் செயலாக்கத்தால் செரிவுறும் வளமை.

வளமை மேன்மை வாய்க்கும் ஆதலால்,
சொன்னதைக் கேட்டுச் செய்வோம் சொன்னவிதம்,
குருவம்சத்தை வளர்க்கும் காளையரே கேளீர்,
வளங்களை இழந்து வையமே வறிதானது.

வறிதானது இவ்வையம் வளமை இழந்ததென,
அறிந்துகொண்டு வியாசர் அளித்தார் வழிமுறையை,
மருத்தரது பொன்பொருட்கள் மண்ணுக்கு உள்ளாக,
இருக்கிறது புதைந்தென்றும் எடுப்பது உசிதமென்றும்.

உசிதமென்றும் உரைத்ததால் உடன்வருவீர் நீவிர்,
இதற்குமேலும் என்செய்தல் இயலும் என்பதையும்,
இயம்பவேண்டும் பீமசேனா என்னதான் உன்கருத்தென,
இயம்பியதும் பீமசேனன் அளித்தான் பதிலை.

பதிலை உரைக்கிறேன் பரதரின் வேந்தரே,
பொன்பொருளைக் கொணர்ந்திட பெருமுனி வியாசர்,
சொன்னதைச் செயலாக்குதல் சரிதானென நானும்,
ஒப்புதலைக் கொடுக்கிறேன் உமது கருத்துக்கு.

கருத்துக்கு ஒப்பினேன் காரணமும் இருக்கிறது,
அவிக்ஷித்தருக்கு மைந்தன் அவ்விடத்தில் வைத்திருக்கும்,
கனகத்துக் குவியல் கிடைத்தால் அதன்மூலம்,
நடத்துவது எளிதுதான் நமது வேள்வியை.

வேள்வியை நடத்துவது வெகுசுலபம் ஆகிவிடும்,
கிரீசரை வணங்கிக் கிளம்புவோம் பொன்பெற,
கடவுளரைக் காக்கும் கடவுளாம் மகேசரிடம்,
வணக்கத்தைச் செலுத்தி வளத்தைப் பெறுவோம்.

பெறுவோம் கின்னரர்கள் பாதுகாக்கும் பொன்பொருளை,
காளையேறும் இறைவர் கருணை காட்டினால்,

கின்னரரும் நமக்குக் கனிந்து உதவுவார்,
காரணம் மகேசருக்குக் கருணையுண்டு நம்மிடம்.

நம்மிடம் பொன்பொருள் நிறையும் என்பதாக,
அண்ணனிடம் கருத்தை இயம்பினான் பீமசேனன்,
அவ்விதம் உரைத்ததும் அகமகிழ்ந்தான் யுதிஷ்டிரன்,
அர்ஜுனனும் மற்றவரும் அவ்விதமே ஒப்பினர்.

ஒப்பினர் அவ்விதமே ஆகட்டுமென இயம்பியே,
பாண்டவர் படைகளைப் பாங்குடன் திரட்டினர்,
த்ருபர் நட்சத்திரத்தில் த்ருபர் தினத்தில்,
கிளம்பினர் மஹேஸ்வரரைக் கும்பிட்டு பூசித்து.

பூசித்து கிளம்பினர் பிராமணர்கள் வாழ்த்திட,
மோதகத்தொடு கொழுக்கட்டை மற்றபல நிவேதனங்கள்,
இறைவருக்கு அளித்தனர் அதன்பின்பு கிளம்பினர்,
அவர்களுக்கு வாழ்த்துக்களை அளித்தனர் பிராமணர்.

பிராமணர் வாழ்த்தொலிக்க புறப்பட்டனர் பாண்டவர்,
சென்றனர் பயணமாக சொர்ணத்தைக் கொணர்ந்திட,
பெற்றனர் அனுமதியை பேரரசர் திருதராஷ்டிரரிடம்,
கண்டனர் பேரரசி காந்தாரியையும் பாண்டவர்.

பாண்டவர் செல்லுகையில் பேரரசர் திருதராஷ்டிரர்,
வருந்தியிருந்தார் களத்தில் வீழ்வுற்ற மகன்களுக்கு,
உடனிருத்தினர் யுயுத்சுவை உதவிகள் புரிவதற்கு,
விடைபெற்றனர் ப்ரீதாவிடமும் வணங்கினர் குடிமக்களை.

குடிமக்களை வணங்கிக் கிளம்பினர் பாண்டவர்,
பாண்டவரை வழியனுப்பப் பெருந்திரளாய் மக்கள்,
வீதிகளை நிரப்பினர் வாழ்த்துக்களை வழங்கினர்,
பாண்டவரைத் தொடர்ந்து படைகளும் புறப்பட்டன.

(64)அஸ்வமேதிக பர்வம், பகுதி 64

புறப்பட்டன படைகளெனப் பகர்ந்தார் வைசம்பாயனர்,
மகிழ்வான மனத்துடன் மனிதர்களும் விலங்குகளும்,

நெடிதான பாதையில் நடந்தனர் உற்சாகமாக,
தேர்களென வந்தவை தரையை அதிர்வித்தன.

அதிர்வித்தன தேர்கள் அவர்களின் பாதைகளை,
பாணரென சூதரென பலரும் திரண்டுவந்து,
மகதரென இருந்தோருடன் மகிழ்ந்து பாடினர்,
ஆதித்யரென ஒளியுடன் இருந்தனர் பாண்டவர்கள்.

பாண்டவர்கள் துணைக்குப் படைகள் வந்தன,
வெண்குடையில் வந்த வேந்தன் யுதிஷ்டிரன்,
பௌர்ணமியில் நிலவெனப் பொலிவுடன் திகழ்ந்தான்,
வாழ்த்துக்கள் அனைத்தையும் வணங்கி ஏற்றான்.

ஏற்றான் யுதிஷ்டிரன் எல்லோர் வாழ்த்தையும்,
மக்களின் மகிழ்வொலியை மனமுவந்து ஏற்றான்,
படைகளின் நடுவிலே பேச்சொலிகள் கேட்டன,
அவர்களின் பாதையில் அநேக ஏரிகள்.

ஏரிகள் குளங்கள் ஆறுகள் சோலைகள்,
தோட்டங்கல் பலவும் தாண்டி நடந்தார்கள்,
பூமியில் பொன்பொருள் புதைந்திருந்த இடத்துக்கு,
அருகாமையில் வந்து அமைத்தனர் கூடாரங்கள்.

கூடாரங்கள் அமைத்த கட்டாந்தரை சமதளத்தில்,
தவத்தில் மிக்கவராய் தூயமனம் உடையவராய்,
பிராமணர்கள் பலரை பூசைக்கென அமர்த்தினர்,
அவ்விடத்தில் இருந்தார் அக்னிவேஸ்யர் வழிகாட்ட.

வழிகாட்ட இருந்தனர் வேதத்தை அறிந்தவர்கள்,
முதற்கட்ட பூசைகளை முடித்தனர் அவ்விடத்தில்,
அமைத்திட வைத்தனர் அநேக கூடாரங்களை,
ஒன்பதுவித பிரிவுகளுடன் ஆறுவித சாலைகளுடன்.

சாலைகளுடன் இருந்தது சக்ரவர்த்தியின் கூடாரம்,
அவ்விடத்தின் அருகாமையில் அநேகரும் தத்தமது,
இருப்பிடம் அமைத்தனர் அரசனின் கட்டளைப்படி,
பிராமணரின் குழாத்திடம் பகர்ந்தார் வேந்தன்.

வேந்தன் உரைத்தான் வேதியரே நீவிரெலாம்,

பூசைதான் துவக்குவீர் பொன்பொருளைப் பெற்றிட,
அதற்குதான் தகுந்ததாக அடுத்ததொரு நன்னாளில்,
தாமதந்தான் இல்லாமல் துவக்குவீர் பூசைகளை.

பூசைகளைச் செய்து பொன்பொருளை எடுப்பதற்கு,
உகந்ததை நடத்துமென உரைத்தான் வேந்தன்,
அச்சொல்லைக் கேட்டு அகமகிழ்ந்த வேதியர்கள்,
பதிலை உரைத்தனர் பூசிக்கலாம் இன்றென.

இன்றென இருக்கும் ஈடிலா நன்னாளில்,
பூசையினைத் துவக்குகிறோம் புனிதமான நாளிது,
தேவையான அனைத்தையும் தக்கவிதம் செய்கிறோம்,
நீரினை உண்டு நடத்துவோம் பூசையை.

பூசையை செய்வதற்கு பக்தியுடன் விரதம்,
தேவை ஆதலால் தாங்கள் அனைவரும்,
எங்களைப் போலவே ஏதும் உண்ணாமல்,
உபவாசத்தைக் கடைப்பிடித்து வருவீர் பூசிக்க.

பூசிக்க காலையில் புறப்படுவோம் நாமெலாம்,
இருக்க வேண்டும் எல்லோரும் உபவாசத்திலென,
உரைத்த விதத்திலே உண்ணாமல் விரதமிருந்து,
கழிக்கத் துவங்கினர் காரிருள் இரவினை.

இரவினைக் கழிக்க உறங்கினர் குசப்புல்லில்,
பலகதை பேசிப் போக்கினர் இரவினை,
அதிகாலை வந்தது இருளை விலக்கியது,
மேகமில்லை வானத்தில் மிகத்தெளிந்த ஒளிவந்தது.

ஒளிவந்தது அப்போது விளம்பினர் வேதியர்கள்,
பூசனைக்கு உகந்தவற்றைப் புரிந்திடும் காலமிது,
இறைவருக்கு பூசனைகள் அளிக்கும் நேரமிது,
முன்வந்து பூசனைகளை மன்னவர் செய்யவேண்டும்.

(65)அஸ்வமேதிக பர்வம், பகுதி 65

செய்யவேண்டும் பூசைகள் சிவனாகும் மகேசருக்கு,

முக்கண்ணராம் மகாதேவருக்கு மனமுவந்து நிவேதனம்,
அளித்துதான் முடித்தபின் ஆரம்பிக்கலாம் தேடுதலென,
பகர்ந்தனர் வேதியர் பார்வேந்தன் யுதிஷ்டிரனிடம்.

யுதிஷ்டிரனிடம் வேதியர்கள் இயம்பியவிதம் அவ்வேந்தன்,
மலைகளிடம் உரைந்திடும் மகாதேவராம் இறைவரை,
நெய்யும் ஆகுதிகளும் நல்கி வழிபட்டான்,
தெளமியராம் அரசகுரு தயாரித்தார் சாருவை.

சாருவை தயாரித்து சந்தமான மந்திரங்களால்,
பூசைகளை முடித்தார் புனிதமிக்க மாமுனிவர்,
மலர்களை எடுத்து மந்திரங்களால் தூய்மைசெய்து,
அவற்றை சிவனுக்கு அளித்தார் பூசையாக.

பூசையாக மோதகமும் பஞ்சாமிர்தமும் இனிப்புகளும்,
பலவிதமாக உணவுகளும் படைத்தனர் இறைவருக்கு,
பொறியாக நெல்லும் பூக்களும் அளித்து,
சிறப்பாக பூசைகளைச் செய்தார் தெளம்யர்.

தெளம்யர் உணவுகளைத் தந்தார் பூதங்களுக்கும்,
மகாதேவர் கணங்களுக்கும் மணிபத்ரருக்கும் வழங்கினார்,
யக்ஷர் கணத்தின் அரசர் குவேரருக்கும்,
அளித்தார் உணவுகளை அருந்தவர் தெளம்யர்.

தெளம்யர் பாத்திரங்களில் திரட்டினார் உணவுகலை,
எள்ளிலோர் நவபழும் ஊனுணவும் க்ரிசரமும்,
கலந்ததோர் உணவினைக் கொடுத்தார் அனைவருக்கும்,
அளித்தார் தானமாக ஆவினங்கள் பல்லாயிரம்.

பல்லாயிரம் ஆவினங்களை பிராமணருக்கு அளித்தபின்,
அல்லாகிடும் இரவில் அலைந்திடும் பூதங்களுக்கு,
எல்லாவிதம் உணவுகளும் அளித்தார் முறையாக,
தூபங்களின் புகையால் தூயமணம் பரவியது.

பரவியது நறுமணம் பூக்களின் குவியலாலும்,
ஈசரது புனிதமிகு இருப்பிடம் அப்பகுதி,
மகிழ்வுதரும் இடமாக மிளிர்ந்தது அக்கணத்தில்,
உருத்திரருக்கும் கணங்களுக்கும் வழங்கினர் பூசைகளை.

பூசைகளை செய்தனர் பரமனை வழிபட்டனர்,
வியாசரை உள்ளடக்கிய வேதஞானம் மிக்கவர்கள்,
புதையலை எடுக்கப் புறப்பட்டனர் அப்பொருழுது,
குபேரனை வழிபட்டு கொடுத்தனர் பூசைகள்.

பூசைகள் மலர்களால் புரிந்தனர் வேதியர்கள்,
க்ரிசரங்கள் இனிப்புகள் கொடுத்தனர் காவலருக்கு,
பெயர்கள் நந்தியும் பீடுமிக்க சங்கனும்,
பிராமணர்கள் பதம்பணிந்து பெற்றார்கள் ஆசிகலை.

ஆசிகளைப் பெற்றனர் அனைத்து அரசர்களும்,
தவபலத்தை உடையவர்கள் தந்ததான பலத்துடன்,
பொன்பொருளைக் கண்டெடுக்க பூமியைத் தோண்டினர்,
பொருட்களைக் கண்டனர் பொன்னிலே செய்தவை.

செய்தவை பொன்னிலே சகலவிதப் பொருட்களும்,
தட்டுகளை கெட்டில்களை தகதகக்கும் ப்ரிங்கரங்களை,
கடஹங்களை பஜனங்களை கல்சங்களை பர்தமனகங்களை,
வரிசையாய்த் தோண்டியெடுத்து வைத்தனர் ஒரிடத்தில்.

ஒரிடத்தில் குவித்தனர் உன்னதமிகு தங்கத்தை,
ஆட்கள் தோளிலே அமைத்த கழிமீது,
இருபுறத்தில் தொங்கிட அடுக்கினர் தங்கத்தை,
சுமப்பதோர் தராசுபோலச் சென்றனர் தங்கத்துடன்.

தங்கத்துடன் சென்றனர் தந்தியெனும் யானைகளில்,
வேழங்களின் கணக்கை விளம்பினால் ஒருலட்சம்,
குதிரைகளின் கணக்கைக் குறிப்பிட்டால் இருபதாயிரம்,
ஒட்டகங்களின் கணக்கை உரைத்தால் மிகப்பெரிது.

மிகப்பெரிது ஒட்டகங்களின் முழுதானக் கணக்கு,
ஒருலட்சத்து இருபதாயிரம் ஒட்டங்கள் இருந்தன,
தேர்களுக்குக் கணக்கெடுத்தால் துல்லியமாய் ஒருலட்சம்,
வண்டிகளுக்குக் கணக்கும் உரைத்தால் ஒருலட்சம்.

ஒருலட்சம் பெண்கரிகள் வந்தன அத்திரளில்,
பெண்புரவிகளின் கணக்கை பகர்ந்திடல் இயலாது,
தோண்டியெடுக்கும் பொன்னுக்கும் தெரியவில்லை முழுமதிப்பு,
ஒட்டகம் ஒவ்வொன்றிலும் வைத்தனர் தங்கக்காசு.

தங்கக்காசு பதினாறாயிரத்தைத் தூக்கியது ஒட்டகம்,
தேர்மீது எட்டாயிரம் தங்கக்காசுகள் வைத்தனர்,
யானைமீது இருபதொடு நான்காயிரத்துப் பொற்காசுகள்,
குதிரைமீது வைத்ததும் கனத்தைச் சுமக்குமளவு.

சுமக்குமளவு அறிந்து சுமைகளை வைத்தனர்,
ஈசருக்கு இறுதியிலே அளித்தனர் பூசைகள்,
வணங்கிவிட்டு பாண்டவரின் வீரமிகு வேந்தன்,
வேழத்துப் பெயருடைய உன்னதநகர் வந்தான்.

வந்தான் தேரிலே வேதியர் தௌமியருடன்,
நிதந்தான் கோயுதமென நல்கப்படும் ஒருமைல்,
நடந்துதான் அனைவரும் நிதானமாக முன்னேறினர்,
சுமந்துதான் செல்லுவது சொர்ணத்தின் பெருஞ்சுமை.

பெருஞ்சுமை ஆகவே பொன்னைச் சுமந்தபடி,
ஹஸ்தினாரியை நெருங்கினர் அனைத்துப் படைகளும்,
படைகளைக் கண்டதும் பெருமகிழ்வு மக்களுக்கு,
வாழ்த்துகளைத் தெரிவித்து வரவேற்கத் தயாராகினர்.

(66)அஸ்வமேதிக பர்வம், பகுதி 66

தயாராகினர் பாண்டவர்கள் தங்கத்துடன் நகர்புக,
வசம்பாயனர் தொடர்ந்தார் வாசுதேவன் வரவுபற்றி,
கௌரவர் தலைநகருக்குக் கண்ணனும் வ்ருஷ்ணியரும்,
வந்தனர் காரணம் வேள்விக்கு அழைத்ததால்.

அழைத்ததால் கண்ணன் ஹஸ்தினாபுரம் திரும்பினான்,
திரும்புகையில் கண்ணனிடம் தெரிவித்தான் யுதிஷ்டிரன்,
த்வாரகையில் தங்காமல் திரும்பிவர வேண்டும்,
ஹஸ்தினாபுரத்தில் வேள்வியை இயற்றிட வருவாய்.

வருவாய் என்று வேந்தன் யுதிஷ்டிரன்,
அஸ்வமேதிகத்தை நடத்திட அழைத்திருந்த காரணத்தால்,
தலைநகரை அடைந்தான் தசர்ஹன் கண்ணன்,

ருக்மணியை யுயுதானனை அழைத்துவந்தான் உடனாக.

உடனாக சாருதேஷ்ணனும் உரமிக்கான் சம்வனும்,
க்ருதவர்மனோடு கடனும் கனவீரன் சரணனும்,
உன்முகனோடு நிசதனும் வாசுதேவரும் வலதேவரும்,
சுபத்ரையோடு வந்தனர் சீர்மிகுந்த வேள்விக்கு.

வேள்விக்கு வந்தவர்கள் உத்தரைக்கு திரௌபதிக்கு,
குந்திக்கு ஆறுதல்கள் கூறவும் வந்தனர்,
கூத்ரியகுலத்து மாதர்கள் சோகத்திலே இருந்தனர்,
அவர்களது உறவினர்கள் இறந்து வீழ்ந்ததால்.

வீழ்ந்ததால் வருந்தியோரும் உறவேதும் அற்றவரும்,
நிர்கதியில் நின்றோரும் நிறையபேர் இருந்ததால்,
ஆறுதல் கூறவும் அச்சுதன் வந்திருந்தான்,
வரவேற்றார்கள் திருதராஷ்டிரரும் விதுரரும் முறையாக.

முறையாக வரவேற்று மரியாதைகள் புரிந்து,
விதுரரோடு யுயுத்சு வழங்கினர் விருந்தோம்பல்,
தலைநகராக இருந்ததில் தங்கினான் கண்ணன்,
அவ்விதமாகத் தங்குகையில் அற்புதம் நிகழ்ந்தது.

நிகழ்ந்தது பரீட்சித்தின் நிலவுலகப் பிறப்பு,
உங்களது தந்தையார் உத்தரையின் கருவிலிருந்து,
பிறப்பதற்கு முன்னதாகவே பிரமாஸ்திரத்தில் தாக்குண்டு,
பிறந்தபின்பு அசையாமல் பிண்டமெனக் கிடந்தார்.

கிடந்தார் உயிரின்றி கௌரவர் குலத்தோன்றல்,
பிறந்தார் இளவரசரெனும் பாங்குமிக்க செய்தியால்,
மகிழ்ந்தவர் குரல்களோ மண்ணுலகைக் கடந்தன,
அனைவர் முகத்திலும் அண்டியது சோகம்.

சோகம் உண்டானது செத்திருந்தது பிள்ளையென,
கண்ணனும் யுயுதானனும் கவலையுடன் சென்று,
குழந்தையிருக்கும் அறையருகில் குந்தியைக் கண்டனர்,
அழுகுரலும் கதறலும் அவர்களை உலுக்கியது.

உலுக்கியது சோகம் உள்ளிருந்த மாதர்களை,
குந்திக்குப் பின்னாக கிருஷ்ணை திரௌபதியும்,

சுபத்திரையொடு பாண்டவர்களின் சொந்தபந்தம் அனைவரும்,
குழுமின்நின்று அழுதனர் குந்தி பேசினாள்.

பேசினாள் குந்தி போஜர்குல நன்மாது,
கண்களில் கண்ணீர் கரைந்து ஓடவே,
வலுக்கரங்கள் உடையோனே வாசுதேவா தேவகிமைந்தா,
உனைப்பெற்று வெகுமேன்மை உற்றாள் உன்னன்னை.

உன்னன்னை உன்னை உன்னதனாய்ப் பெற்றெடுத்தாள்,
இக்குலத்தைக் காத்து எங்களை வாழ்விக்கும்,
பொறுப்பினை உடையாய் பரந்தாமா கண்ணா,
குழந்தையைக் காண்பாய் கிடக்கிறான் உயிரின்றி.

உயிரின்றி கிடக்கிறான் உன்சகோதரி பேரன்,
அஸ்வத்தாமனது பிரமாஸ்திரம் அக்குழந்தையைக் கொன்றது,
உயிரளித்து அக்குழந்தையை உலகிலே வாழவை,
மந்திரித்த தர்ப்பையால் மடியவைத்தான் அஸ்வத்தாமன்.

அஸ்வத்தாமன் மந்திரித்து எரிந்த தர்ப்பைப்புல்,
பிரமரின் அஸ்திரமாகப் பாய்ந்தது குழந்தைமீது,
கௌரவரின் வாரிசாகக் கருவிலே இருக்கும்,
குழந்தையின் உயிரைக் காப்பேனென உரைத்தாய்.

உரைத்தாய் அக்குழந்தை உலகிலே பிறக்கையில்,
இறந்தாய் இருந்தாலும் அளிப்பேன் உயிரென்று,
அச்சொல்லை உண்மையாக்கு அச்சுதனே கேசவா,
குழந்தை உயிரிழந்து கிடக்கிறது காணுவாய்.

காணுவாய் குழந்தையைக் கொடுப்பாய் உயிரை,
சுபத்திரை திரௌபதி உத்தரை நானென்று,
மாதரை அல்லாமல் மன்னவன் யுதிஷ்டிரனுடன்,
அர்ஜுனனை பீமனை இரட்டையரைக் காப்பாய்.

காப்பாய் எங்களைக் கருணைமிகும் கண்ணா,
குழந்தை பிழைத்தால்தான் கௌரவருக்கு வாழ்வுண்டு,
தசர்ஹரை வாழ்விக்கும் தூயவனே கண்ணா,
பிண்டத்தை எங்களுக்குப் போடவேண்டும் இக்குழந்தை.

இக்குழந்தை பிண்டத்தை இட்டால்தான் இக்குலத்தில்,

மாமனாரை அபிமன்யுவை மாண்புடன் அவ்வுலகம்,
சொர்க்கபதவியை அளித்து சாந்தியுடன் வாழ்விக்கும்,
அபிமன்யுவை எவ்வளவு அன்புடன் நேசித்தாய்.

நேசித்தாய் அபிமன்யுவை நீயேதான் அவனென்று,
இவற்றை நினைந்து எழுப்புவாய் குழந்தையை,
உத்தரை அபிமன்யு உற்றமகன் இப்போது,
எதிரிக்கணை பாய்ந்து இறந்து கிடக்கிறான்.

கிடக்கிறான் உயிரிழந்து கொடுக்கவேண்டும் உயிரை,
உரைத்தான் அர்ஜுனனின் அன்புமகன் உத்தரையிடம்,
விராடரின் மகளே வீரமகன் பிறப்பான்,
எந்தன் மாமனுடன் அன்பாய் வளருவான்.

வளருவான் அந்தகருடன் வ்ருஷ்ணியரின் தேசத்தில்,
ஆயுதங்களின் பயன்பாடும் அறிவியலும் அரசியலும்,
நெறிகளின் வழிகளும் நன்கு அறிவான்,
எங்களின் மாமன்கள் அன்புடன் வளர்ப்பார்கள்.

வளர்ப்பார்கள் மாமன்களென விளம்பினான் அபிமன்யு,
அச்சொற்கள் நிறைவேற அச்சுதா நீதான்,
அளித்தல் வேண்டும் அக்குழந்தைக்கு உயிரை,
மாதவத்தில் மிக்கவனே மன்றாடிக் கேட்கிறோம்.

கேட்கிறோம் இந்தக் குழந்தைக்கு உயிர்வாழ்க்கை,
செய்யவேண்டும் எங்களுக்கு சீர்தரும் நற்செயலை,
வ்ருஷ்ணியர்தம் வேங்கையே வேண்டும் உதவியென,
இருகரம் சிரத்தில்மேல் எழுப்பி வணங்கினாள்.

வணங்கினாள் குந்தி வாசுதேவன் கண்ணனை,
அதேகணத்தில் மாதர்கள் அனைவரும் வணங்கினர்,
தரையில் விழுந்து துதித்தனர் அனைவரும்,
கண்களில் கண்ணீர் கருத்தில் வெகுசோகம்.

வெகுசோகம் தாக்கியது வஞ்சியரின் மனத்தை,
வாசுதேவர்தம் மைத்துனன் உயிரற்று பிறந்தானென,
மாதரெலாம் புலம்பி மிகவும் அழுதனர்,
ஜனார்தனனாம் கண்ணன் சென்றான் ப்ரீதாவிடம்.

ப்ரீதாவிடம் சென்ற பரந்தாமன் கண்ணன்,
பரிவுடன் கரங்களால் ப்ரீதாவைத் தூக்கினான்,
அன்புடன் ஆறுதல்கள் இயம்பினான் கனிவாக,
அண்ணன் வந்ததும் அழுதாள் சுபத்திரை.

(67)அஸ்வமேதிக பர்வம், பகுதி 67

சுபத்திரை அழுதபடிச் சொன்னாள் கண்ணனிடம்,
தாமரைக் கண்ணனே தனஞ்செயரின் பேரனின்,
நிலைமையைக் கண்டு நல்லதைச் செய்வாய்,
மெலிந்தநிலை அடைந்தது மிகச்சிறந்த குருவம்சம்.

குருவம்சம் மெலிந்தது குழந்தை இறந்ததால்,
புல்லாகும் தர்ப்பையை பிரமரது அஸ்திரமாக்கி,
விடுத்தான் துரோணர்மகன் உத்தரைமேல் விழுந்தது,
என்மீதும் விஜயன்மீதும் அடித்தது அஸ்திரம்.

அஸ்திரம் என்னுடலில் இருக்கிறது இன்னுமும்,
என்னிதயம் தன்னிலே இருக்கிறது உட்புகுந்து,
இக்குழந்தையும் இதனப்பனும் இறந்து வீழ்ந்தபின்னும்,
அதைக்காணும் நிலைபட்டு அஸ்திரத்தால் தாக்குண்டேன்.

தாக்குண்டேன் இக்குழந்தை துடிப்பின்றி மாண்டதால்,
என்மகனின் மைந்தன் இவ்விதம் இறந்தானே,
யுதிஷ்டிரராம் வேந்தர் என்சொல்வார் இதுகுறித்து?
பீமனும் அர்ஜுனனும் பகருவரே ஏதேனும்.

ஏதேனும் உரைப்பாரே இரட்டையராம் மாத்ரிமைந்தர்,
அஸ்வத்தாமன் மைந்தன் இறந்தே பிறந்தானென,
அறிந்ததும் தமையெலாம் அஸ்வத்தாமன் ஏமாற்றியதாய்,
இதயம் துடிப்பாரே ஈடிலா வீரர்கள்.

வீரர்கள் ஐவரின் வாஞ்சைமகன் அபிமன்யு,
களத்தில் இறந்தாலும் குழந்தை உள்ளானென,
நம்பிக்கையில் இருந்தனரே நடந்த நிகழ்வினால்,
இறத்தல் ஆகியதே இந்தக் குழந்தையும்.

குழந்தையும் இறந்தால் குருவம்சம் அழிந்துவிடும்,
உன்னிடம் சிரந்தாழ்த்தி வணங்கி வேண்டுகிறேன்,
ப்ரீதாவும் திரௌபதியும் பதறி அழுகிறாரே,
இதைக்காணும் உன்மனதில் இறக்கம் கொள்ளுவாய்.

கொள்ளுவாய் இறக்கம் குழந்தைக்கு உயிர்கொடு,
ஈனனாய் அஸ்வத்தாமன் இக்குழந்தையை தாக்கியதும்,
கோபமாய் அஸ்வத்தாமனிடம் கூறினாயே வார்த்தைகள்,
கேடனாய் இருக்கும் கீழான பிராமணனே.

பிராமணனே உன்செயல் பாதகத்திலே மாபாதகம்,
பாவியரிலே மிகப்பாவியே புல்லரிலே மிகப்புல்லனே,
இக்குழந்தையே உயிர்பெறும் எந்தன் ஆற்றலால்,
உயிர்கொடுத்தே குழந்தையை உலகிலே வாழ்விப்பேன்.

வாழ்விப்பேன் என்று விளம்பிய வார்த்தைகளை,
நிறைவேற்றதான் வேண்டும் நீசொன்ன விதத்திலே,
அபிமன்யுவின் குழந்தையை அழைப்பாய் உயிர்கொடுத்து,
செய்யதான் மறுத்தால் செத்துவிடுவேன் நானும்.

நானும் சாவேன் நீசொன்னது நடவாவிடில்,
இறையெனும் நீதான் இருந்தும் குழந்தையை,
எழுப்பதான் இயலாதெனில் என்னபலன் நீயிருந்து?
அபிமன்யுவின் மகனை எழுப்பிவிடு உயிருடன்.

உயிருடன் எழுப்பு அபிமன்யுவின் குழந்தையை,
நிலத்தில்தான் பயிரானது நீரின்றிக் கருகினாலும்,
மழைதான் பெய்வதால் மீண்டு எழுவதுபோல்,
உண்மையுடன் வீரமும் உற்றவனே தோற்பிலியே.

தோற்பிலியே உன்வார்த்தை தெரிவித்த கருத்துக்கள்,
உண்மையிலே நடக்கவேண்டும் உத்தமனே மாதவா,
மூவுலகிலே உன்சொல் முழுதும் உண்மையானது,
இறந்தவர்க்கே உயிர்கொடுக்கவும் இயலுமே உன்னால்.

உன்னால் ஆகாததென உள்ளதா ஏதேனும்,
என்பால் அன்புற்று எழுப்புவாய் குழந்தையை,
பிறப்பால் மகன்வழியில் பேரனான அக்குழந்தை,
எழுதல் வேண்டுமென இறைஞ்சி வேண்டுகிறேன்.

வேண்டுகிறேன் மாதவா வழங்குவாய் உயிரை,
பாண்டவரின் மைந்தருக்கு பெருநன்மை செய்வாய்,
பலத்தின் உறைவிடமே பாராய் உத்தரையை,
என்னையுன் சகோதரியாய் அன்னையாய் எண்ணுவாய்.

எண்ணுவாய் மகனை இழந்துவிட்ட அன்னையை,
தஞ்சமாய் உந்தன் தாளையே பணிகிறேன்,
குழந்தையைக் காப்பாற்று கோவிந்தா மாதவா,
உன்சொல்லை உண்மையாக்கு உயிர்கொடு பிள்ளைக்கு.

(68)அஸ்வமேதிக பர்வம், பகுதி 68

பிள்ளைக்கு உயிர்கொடுக்கப் பரந்தாமனை வேண்டி,
அழுகையொடு பேசியே அண்ணனை விளித்தவளை,
எண்ணியது நடக்குமென இயம்பினான் பேரொலியாய்,
அனைவரது மனங்களிலும் ஆனந்தம் உண்டானது.

உண்டானது ஆனந்தம் உன்னதனின் வார்த்தைகளால்,
வியர்த்துக் கிடந்தவர்மேல் வீழ்ந்தது குளிர்நீரென,
அனைத்து மனங்களிலும் அமைதி ஏற்பட்டது,
அறைக்கு உள்ளாக ஏகினான் மாதவன்.

மாதவன் நுழைந்தபோது மாலைகளுடன் நீர்க்குடங்களுடன்,
திண்டுகத்தின் மரத்துண்டுகளும் தூவிய கடுகுகளும்,
நனைத்துதான் கரித்துண்டுகளை நெய்யில் துவைத்ததாயும்,
ஆயுதங்களின் வரிசையும் அக்கினியும் அமைத்திருந்தனர்.

அமைத்திருந்தனர் அறையை அன்னைக்கு ஏற்றதாக,
வயதுமுதிர்ந்தவர் மாதர்கள் வந்திருந்தனர் அறைக்குள்,
வைத்தியம்புரிவோர் பலபேர் வந்திருந்தனர் அவ்விடம்,
திறமிக்கவர் அவரெலாம் தாய்சேய் நலத்திலே.

நலத்திலே குழந்தை நல்லவிதம் இருக்கவும்,
ராட்சதரே அண்டாவிதமும் அனைத்து ஏற்பாடுகளும்,
தக்கவிதமே அமைத்திருந்தனர் தூயதான அறையில்,
ஏற்பாடுகளே சிறப்பென்று இயம்பினான் அச்சுதன்.

அச்சுதன் அவ்விடம் அடைந்திட வருகையில்,
உத்தரையின் அருகாகி உரைத்தாள் திரௌபதி,
விராடரின் நன்மகளே வருகிறார் மாதவன்,
அறியதான் இயலாத ஆத்மரூப மகரிஷி.

மகரிஷி வருவதாக மொழிந்த வார்த்தைகளால்,
அழுகைக்கு நிறுத்தம் அளித்தாள் உத்தரை,
இழுத்துவிட்டு ஆடைகளை அமைத்தாள் முறையாக,
கண்ணீரிவிட்டுத் தன்கருத்தைக் கூறினாள் கோவிந்தனிடம்.

கோவிந்தனிடம் உத்தரை கூறினாள் சோகத்துடன்,
இவ்விதம் குழந்தை இறந்து பிறந்ததால்,
அபிமன்யுவும் நானும் இறந்தோம் இப்போது,
வ்ருஷ்ணியர்தம் வேங்கையே வணங்கினேன் சிரந்தாழ்த்தி.

சிரந்தாழ்த்தி வணங்கினே ஸ்ரீதரா மாதவா,
உயிரற்றுக் கிடக்கும் உத்தரையின் குழந்தைக்கு,
உயிரளித்து எழுப்பவேண்டும் விஷ்ணுவே நீதான்,
துரோணரது மைந்தனால் தாக்குண்டது இக்குழந்தை.

இக்குழந்தை குறித்து என்சொல்வேன் யுதிஷ்டிரருக்கு,
பீமசேனரை உம்மைப் பார்த்தால் என்சொல்வேன்?
பிரமாஸ்திரத்தை என்மீது பாய்ச்சிய கணத்திலே,
அன்னை சாகட்டுமென அளித்திருக்கலாம் வார்த்தை.

வார்த்தை உரைத்திருக்கலாம் வாசுதேவா அப்போதே,
அறியாவிதமாய் உறங்கும் அன்னை சாகட்டுமென,
அவ்விதமாய் உரைத்திருந்தால் அப்போதே செத்திருப்பேன்,
இவ்விதமாய் இடர்பாடு ஏற்படுதற்கு வாய்ப்பில்லை.

வாய்ப்பில்லை இவ்விதம் வேதனை தாக்குதற்கு,
பிரமாஸ்திரத்தை விடுத்து பிள்ளையைக் கொன்றானே,
சிசுவைக் கருவிலேயே சிதைத்தானே அஸ்வத்தாமன்,
உன்னை சிரந்தாழ்த்தி வேண்டுகிறேன் கோவிந்தா.

கோவிந்தா இந்தக் குழந்தையைக் காப்பாற்று,
அவ்விதமாய்ச் செய்யாவிடில் அன்னையான நானும்,
என்னுயிரை வைத்திருக்க எக்காரணமும் இல்லை,

இக்குழந்தை பிறப்பிலே எதிர்பார்ப்புகள் அதிகம்.

அதிகம் எதிர்பார்ப்புகள் அனைத்தும் வீணாகினால்,
எவ்விதம் உயிரோடு இருப்பேன் நானும்?
இவ்விதம் என்மடியில் இறந்து கிடந்திடும்,
இக்குழந்தையும் வணக்கம் அளிக்குமென நினைத்தேன்.

நினைத்தேன் உனக்கு நல்கும் வணக்கமென,
அபிமன்யுவின் மரணத்தாலே அழிந்தன ஆசைகளும்,
எந்தன் மனதுக்கு இனியவர் அபிமன்யு,
இறந்ததும் சோகம் இப்போதும் பெருஞ்சோகம்.

பெருஞ்சோகம் மீண்டும் பற்றியது என்மனதை,
பிரமாஸ்திரம் தாக்கியதால் பிணமானது இக்குழந்தை,
பாண்டவர்தம் வளமைகளைப் பரமாரிக்க வாராமல்,
கல்மனம் கொண்டுக் கிடக்கிறது அசைவற்று.

அசைவற்று எமனுலகை அண்டியது இக்குழந்தை,
அபிமன்யுவுக்கு மரணம் ஏற்பட்டு விழுந்தால்,
அவரொடு வானுலகம் அண்டுவேன் நானுமென,
சிந்தித்து முன்னரே செய்திருந்தேன் முடிவு.

முடிவு செய்தபடி மடிவு அடைவேன்,
வாழ்வு வேண்டுமென வையத்தில் இருந்தேனே?
தாமதித்து சென்றால் தாங்குவாரா அபிமன்யு?
என்னிடத்து என்சொல்வார் ஏதும் அறியேனே.

(69)அஸ்வமேதிக பர்வம், பகுதி 69

அறியேனே என்று அரற்றினாள் உத்தரை,
குழந்தைக்கே உயிரைக் கொடுக்க வேண்டினாள்,
தரையிலே விழுந்து தவித்தாள் சோகத்துடன்,
உடலிலே துணிகளும் விலகின உத்தரைக்கு.

உத்தரைக்கு நேரிட்ட வெகுசோக நிலைகண்டு,
பெருங்குரலெடுத்து அழுதனர் பாண்டவரின் உறவினர்,
சிறிதுநேரத்துக்குப் பிறகு சித்தம் தெள்ளிந்தவளாக,

எழுந்துவந்து குழந்தையை ஏந்தினாள் மடியில்.

மடியில் கிடந்த மழலை அசையாததால்,
கடிதல் போன்று கூறினாள் பிள்ளையிடம்,
எதிரில் வந்துளார் அந்தகர்கள் வேங்கை,
வணங்குதல் செய்யாமல் விடுவதோ மரியாதை?

மரியாதை வழங்காது மாதவனை விடுத்தாய்,
தந்தையைக் காணுகையில் தெரிவிப்பாய் என்சொல்லை,
காலத்தை அடையுமுன்பு காலனிடம் வந்துசேரல்,
எளிதில்லை என்பதுதான் இவ்வுலகில் உண்மை.

உண்மை என்னவெனில் உம்மை இழந்ததால்,
மிடிமை தாக்கினாலும் மகனை இழந்தாலும்,
இறப்பை அடையாமல் இருக்கிறேன் உயிருடன்,
புனிதமாய் ஏதுமில்லை பேதை என்னிடம்.

என்னிடம் வாழ்ந்திடும் எண்ணமேதும் இல்லை,
யுதிஷ்டிரரிடம் உரைத்தபின் உண்ணுவேன் ஆலத்தை,
இல்லாவிடினும் அக்கினியில் இறங்கி உயிர்விடுவேன்,
கணவனும் இறந்தார் குழந்தையும் மாண்டது.

மாண்டது குழந்தையும் மண்ணிலினி உறவில்லை,
உடைந்து என்னிதயம் ஓராயிரம் துண்டுகளாய்,
ஓடாது இருக்கிறது உண்மையில் காரணமென்ன?
எழுந்து வந்து ஆறுதல்சொல் பாட்டிக்கு.

பாட்டிக்கு மனதில் பெருஞ்சோகம் உண்டானது,
உனைநினைத்து அழுது உருகியே கிடக்கிறார்,
உடலிளைத்துத் துவண்டு உகுக்கிறாள் கண்ணீரை,
பாஞ்சாலத்து இளவரசியும் பதறியே அழுகிறார்.

அழுகிறார் சத்வதரின் அணங்கும் உனக்காக,
உயிரிழந்ததோர் மகனாக உன்னைக் காணுகையில்,
எனக்கோர் சோகம் ஏற்பட்டதே பெரிதாக,
அம்புபட்டதோர் மானென்று அரற்றித் துடிக்கிறேன்.

துடிக்கிறேன் ஆனால் துடிப்பில்லை உன்னுடலில்,
அகிலத்தின் இறைவர் அருகிலே நிற்கிறார்,

ஞானத்தின் உறைவிடமாய் நேத்திரங்கள் கமலமாய்,
தந்தையின் உருவொத்தவராய்த் தெரிகிறார் காண்பாய்.

காண்பாய் உன்னெதிரில் கண்ணன் வந்தாரென,
வருத்தமாய் உத்தரை விளம்பினாள் குழந்தையிடம்,
சோகமாய்த் தரையில் சாய்ந்தாள் உத்தரை,
ஆறுதலாய் மாதரெலாம் அரவணைத்து எழுப்பினர்.

எழுப்பினர் உத்தரையை அமர்த்தினர் நேராக,
மத்ஸ்யர் குலக்கொடி மாதவனை ஏறெடுத்து,
காப்பீர் குழந்தையைக் கண்ணா நீவிரென்று,
வ்ருஷ்ணியர் வேங்கையை வணங்கி அழுதாள்.

அழுதாள் உத்தரை அச்சுதன் இரங்கினான்,
கரத்தால் நீரைக் கொஞ்சம் தொட்டபின்னர்,
யோகத்தால் பிரமாஸ்திரத்தை எடுத்தான் அச்சுதன்,
பிழைக்கவைத்தல் செய்வேனென பகர்ந்ததை நினைத்தான்.

நினைத்தான் தான்சொன்ன நல்வார்த்தையை அப்போது,
உரைத்தான் உத்தரையே ஒருபோதும் எவரிடமும்,
விளையாட்டில் கூட விளம்பியதில்லை பொய்யை,
வார்த்தைகள் எல்லாம் உண்மையன்றி வேறில்லை.

வேறில்லை என்சொற்கள் விளம்பியன உண்மைதான்,
அகிலத்தைச் சேர்ந்த அனைத்துயிரும் கண்டிருக்க,
உன்பிள்ளை பிழைத்துவரும் உத்தரையே வருந்தாதே,
விளையாட்டைக் கருதிகூட விளம்பியதில்லை பொய்யை.

பொய்யை உரைத்ததில்லை போரிலே புறமுதுகிட்டதில்லை,
சொன்னவை உண்மையெனில் சொன்னவிதம் இக்குழந்தை,
உயிரைப் பெற்று உலகிலே வாழட்டும்,
நெறிகளை பிராமணரை நொடியும் விலகிடேன்.

விலகிடேன் நெறிவிட்டு விளம்பினேன் உண்மையை,
அபிமன்யுவின் மைந்தன் அழுகுரலை எழுப்பி,
இறந்தோரின் உலகிலிருந்து இவ்வுலகம் பீளட்டும்,
சொல்லுகிறேன் மேலும் சண்டையில்லை விஜயனுடன்.

விஜயனுடன் எனக்கு விவாதத்திலோர் நடத்தையிலோ,

கருத்துபேதம் சண்டை கிடையாது எப்போதுமே,
சொன்னேன் உண்மையை சொன்னதன் பலத்தினால்,
அபிமன்யுவின் குழந்தை எழுந்துவரும் உயிருடன்.

உயிருடன் வரட்டும் உன்னுடைய குழந்தை,
கன்சன் கேசியைக் கொன்றேன் நெறிவழியில்,
அன்றுநான் செய்தது அறமே என்பது,
உண்மைதான் என்றால் உயிர்பெறும் இக்குழந்தை.

இக்குழந்தை உயிர்பெறுமென இயம்பினான் அச்சுதன்,
அந்தவேளை அக்குழந்தை அசைந்தது உயிர்பெற்று,
படிப்படியாய் அசைந்து புரண்டது அக்குழந்தை,
உயிரினைப் பெற்றது உத்தரையின் மகவு.

(70)அஸ்வமேதிக பர்வம், பகுதி 70

மகவு உயிர்பெற்ற் அசைவு காட்டியதும்,
பெருகு ஒளியால் பொலிந்தது அவ்விடம்,
உனது தந்தையார் உடலினின்று ஆற்றல்,
எழுந்து அறைக்கு அளித்தது ஒளியை.

ஒளியைக் கண்டு விலகினர் ராட்சதர்கள்,
அவ்விடத்தை விட்டு அகன்று ஓடினர்,
அசரீரியாய் வானவர் அச்சுதனை வாழ்த்தினர்,
சிறந்ததைச் செய்தான் ஸ்ரீதரன் மாதவனென.

மாதவனென இறைவன் மரித்ததான குழந்தைக்கு,
உயிரீத்தான் செயலாலாமகிழ்ந்தனர் மாதர்கள்,
வேதியரென இருந்தோரை வரவழைத்தான் மாதவன்,
ஓதுவீரென வாழ்த்துக்கள் வழங்கவைத்தான் குழவில்கு.

குழவிக்கு உயிரைக் கொடுத்தான் மாதவனென,
கடலுற்று உடைந்த கலமானதில் மீண்டு,
படகுற்று தரைவந்து பிழைத்ததாய் மகிழ்ந்தனர்,
குந்திக்கு திரௌபதிக்குகளிப்புமிகைத்தது.

மிகைத்தது நகிழ்வுமாதா உத்தரைக்கு,

சுபத்திரையொடு திரௌபதியும் சித்தம் குளிர்ந்தனர்,
மல்லரொடு சோதிடர் மன்றினர் அவ்விடத்தில்,
பாணரொடு பாடகர் புகழ்ந்தனர் மாதவனை.

மாதவனைப் புகழ்ந்தவர்கள் மகவை வாழ்த்தினர்,
கௌரவரை அவர்களின் குலத்தைப் போற்றினர்,
யாதவரை மகிழ்விக்கும் ஆண்டவன் கண்ணனை,
உத்தரை குழந்தையுடன் விழுந்து வணங்கினாள்.

வணங்கினாள் உத்தரை வாழ்த்தினான் கண்ணன்,
அளித்தான் பொன்மணிகள் அனேகவிதப் பொருட்கள்,
வ்ருஷ்ணியரின் வேங்கையரும் வாழ்த்தினர் குழந்தையை,
பரந்தாமன் செயலொத்து பரிசுகளை வழங்கினர்.

வழங்கினர் வாழ்த்துக்களை வந்திருந்த அனைவரும்,
வ்ருஷ்ணியர் வேங்கை வாசுதேவன் ஜனார்த்தனன்,
வழுவாததோர் உண்மையை விரதமாக உடையவன்,
குழந்தைக்கோர் பெயரைக் கொடுத்தான் வாழ்த்துடன்.

வாழ்த்துடன் இக்குழந்தைக்கு வைக்கிறேன் பெயரை,
அபிமன்யுவின் மைந்தன் அதிசயப் பிறவியாக,
கௌரவரின் வம்சம் கெட்டு அழியாவிதம்,
பிறந்தவன் ஆதலால் பெயரிட்டேன் பரீட்சித்தென.

பரீட்சித்தென பிள்ளைக்கு பரந்தாமன் பெயரிட்டார்,
குழந்தையான பரீட்சித்தால் களிப்புற்றார் அனைவரும்,
சிறப்பான விதத்திலே சிறுகுழந்தை வளர்ந்தது,
வேந்தரான உம்தந்தை வலிமையுடன் வளர்ந்தார்.

வளர்ந்தார் உம்தந்தை வயது ஒருமாதமென,
இருந்தார் அப்போது ஐவரான பாண்டவர்கள்,
கொணர்ந்தார் கணக்கிலாக் கனகமணிப் பொருட்களை,
நகரத்தார் மகிழ்ந்து நல்கினர் வரவேற்பு.

வரவேற்பு கொடுத்திட வளைவுகளை அமைத்தனர்,
மாலைகளொடு கொம்புகளில் மிகநீண்ட கொடியமைத்து,
அலங்கரித்து மாளிகைகளை அழகாக்கி வைத்தனர்,
தெய்வங்களுக்கு பூசனைகளைத் துவக்கினார் விதுரர்.

விதுரர் தெய்வங்களுக்கு வழங்கவைத்தார் பூசைகள்,
வீதிக்கோர் அழகுசேர்க்க வகைவகை மலர்களால்,
செய்தனர் அலங்காரம் சிங்காரமிகு ஹஸ்தினாபுரிக்கு,
பேசினர் மக்கள் பெருங்கடலின் ஓசையாக.

ஓசையாக நகரமே உற்சாகத்தில் மிதந்தது,
ஆடலாகப் பாடலாக அநேகவித விளையாட்டாக,
வைஸ்ராவணனாக இருந்தவன் வானவரின் குபேரனின்,
நகரமாக ஹஸ்தினாபுரம் நற்காட்சி அளித்தது.

அளித்தது நகரம் அழகுமிகு தோற்றத்தை,
அழகுமிகு மாதருடன் அநேகவிதப் பாணர்கள்,
ஆங்காங்கு குழுமியே அழகுசேர்த்தனர் நகருக்கு,
கொடியமைத்து நகருக்குக் கொடுத்தனர் புதுப்பொலிவு.

புதுப்பொலிவு உண்டானது பலப்பலக் கொடிகளால்,
காற்றடித்தது வடக்குதெற்கில் விசையுடன் ஆதலால்,
திசையெது என்றுத் திணறாவிதம் பாண்டவர்க்கு,
தெரிவிப்பது போலவே தெற்குவடக்காய்ப் பறந்தன.

பறந்தன கொடிகள் பாண்டவரை வரவேற்க,
கொண்டாட்டமான காலமானது கனகமணிகள் வந்ததால்,
அதிகாரியான பலரும் அறிவித்தனர் நகரத்தில்,
விடுமுறையான தினமின்று வரவேற்போம் பாண்டவரையென.

(71)அஸ்வமேதிக பர்வம், பகுதி 71

பாண்டவரையென வரவேற்கப் போனார்கள் மக்கள்,
நண்பர்களான பாண்டவர்கள் நகரருகில் வந்தாரென,
அறிந்தவனான கண்ணன் அமைச்சர் குழாத்துடன்,
வரவேற்பதான விதத்திலே வந்தான் முன்னோக்கி.

முன்னோக்கி வந்த மாதவனை வ்ருஷ்ணியரை,
கண்ணோக்கி பாண்டவர்கள் கொடுத்தனர் மரியாதை,
நுழைவோகி வந்தனர் நகரமான ஹஸ்தினாபுரிக்குள்,
ஆழியாகியக் கடலென எழுப்பினர் ஓசைகள்.

ஓசைகள் தேர்களின் ஓட்டத்தால் உண்டானது,
அதற்குமேல் வீரர்களும் அங்கிருந்த மக்களும்,
பேசுதல் செய்ததாலும் பிறந்தது பேரோசை,
மாளிகையில் திருதராஷ்டிரரை முறையாக வணங்கினர்.

வணங்கினர் பெயர்களை விளம்பியே ஐவரும்,
பணிந்தனர் காந்தாரியாம் பாங்குமிக்க அன்னையை,
சுவாலர் மகளாகிய சக்திமிக்க காந்தாரியை,
வணன்கியோர் அதன்பின் வந்தனர் குந்தியிடம்.

குந்தியிடம் வந்து கொடுத்தனர் மரியாதைகள்,
விதுரரிடம் பணிந்து வாழ்த்துக்கள் பெற்றனர்,
வைசியமாதாம் அன்னைவழியில் வேந்தன் திருதராஷ்டிரருக்கு,
பிறந்ததாம் மைந்தனைப் பார்த்து வாழ்த்தினர்.

வாழ்த்தினர் யுயுத்சுவை வந்தனர் அவைக்கு,
இருந்தனர் அனைவரும் வந்திருந்த ஐவரையும்,
திகழ்ந்தனர் ஐவரும் தூயதான ஒளியுடன்,
கூறினர் அப்போது குழந்தை பிறந்ததை.

பிறந்ததை உரைத்தனர் பிள்ளை இறந்தநிலையில்,
குழந்தையை எவ்விதம் கண்ணன் உயிர்கொடுத்து,
கௌரவரை வாழ்த்திக் குலநாசம் நேரிடாமல்,
வளர்ச்சியைக் கொடுத்தானென விளம்பினர் விவரத்தை.

விவரத்தை அறிந்ததும் வாசுதேவன் கண்ணனை,
மரியாதை கொடுத்து மனதார வணங்கினர்,
வணக்கத்தை ஏற்க உகந்தவன் வாசுதேவன்,
மரியாதை அனைத்தையும் மாண்புடன் ஏற்றான்.

ஏற்றான் கண்ணன் ஐவரின் வணக்கங்களை,
சிலதினந்தான் நகர்ந்தபோது சத்யவதியின் மைந்தர்,
ஹஸ்தினாபுரத்தின் அரண்மனைக்குள் ஏகினார் வாழ்த்திட,
ரிஷியின் பாதங்களை அனைவரும் தொழுந்தனர்.

தொழுதனர் வியாசரை தசர்கஹரும் வ்ருஷ்ணியரும்,
அந்தகர் இளவரசர்களும் அநேகவித மக்களும்,
வணங்கினர் மகரிஷியை வாழ்த்துக்கள் பெற்றனர்,
வினவினர் நலங்களை வழக்கமான வார்த்தைகளை.

வார்த்தைகளைப் பேசினான் வேந்தன் யுதிஷ்டிரனும்,
பொன்பொருளை உம்மருளால் பெற்றேன் மகரிஷியே,
இப்பொருளை அஸ்வமேதிகம் இயற்றப் பயன்படுத்த,
எண்ணத்தைக் கொண்டு அளித்தேன் உம்மிடம்.

உம்மிடன் கொடுத்தேன் உள்ள பொருட்களை,
கண்ணனுடன் நீவிர் கூறுவதான வழிப்படி,
புரிவேன் அஸ்வமேதிகமாம் புரவி வேள்வியென,
உரைத்தான் வேந்தன் விடையளித்தார் வியாசர்.

வியாசர் உரைத்தார் வேந்தனே உனக்கு,
அனைவர் அனுமதி இருக்கிறது வேள்விசெய்ய,
தேவர் அனைவரையும் தொழுது தானமளிப்பாய்,
பாவத்துக்கோர் நிவர்த்தியாகும் புரவிவேள்வி அஸ்வமேதிகம்.

அஸ்வமேதிகம் புரிந்தால் அகன்றோடும் பாவங்களென,
அரசனிடம் உரைத்தார் அருந்தவ மாமுனிவர்,
யுதிஷ்டிரனும் அதைக்கேட்டு ஏற்பாடுகள் செய்தான்,
கண்ணனிடம் வந்து கூறினான் கருத்தை.

கருத்தை உரைக்கிறேன் கண்ணா கேளாய்,
உன்னைப் பெற்றதால் உயர்வுற்றார் தேவகி,
அன்னை அனைவரிலும் அவரே முதலானவர்,
என்சொல்லைக் கேட்டு அதனை நிறைவேற்று.

நிறைவேற்று கண்ணா நான்சொல்லும் வார்த்தைகளை,
அனைத்தும் மகிழ்வுகளும் அடைந்தேன் உன்னால்,
உலகெலாம் என்னாட்சியில் வந்தது இப்போது,
இதற்கெலாம் காரணம் உந்தன் கருணைதான்.

கருணைதான் காட்டிக் கொடுத்தாய் நன்னலத்தை,
ஆதலால்தான் இப்போது அஸ்வமேதிக வேள்வியை,
செய்யதான் நீவந்து செய்வாய் துவக்கத்தை,
கர்த்தாதான் நீயாகிக் குதிரைவேள்வி நிகழ்த்துவாய்.

நிகழ்த்துவாய் வேள்வியை நீலமேக வண்ணனே,
பாவங்களாய் இருப்பதெலாம் போய்விடும் எனைவிட்டு,
அழிவினை அடையாதவனே அச்சுதனே கண்ணா,

ப்ரஜாபதியாய் இருப்பதும் பரந்தாமன் நீயேதான்.

நீயேதான் உயிர்கள் நாடிவரும் ஓரிலக்கு,
இதுதான் என்மனதில் ஏற்பட்டதான் திடமுடிவு,
வரதான் வேண்டுமென வேந்தன் அழைத்தான்,
வாசுதேவன் கண்ணன் விடையளித்தான் பரிவாக.

பரிவாக உமக்குப் பகருகிறேன் வேந்தனே,
உயர்வாக உரைத்ததெலாம் உமக்குப் பொருந்தும்,
உயிராக இருப்பதெலாம் உமையே குறியாக்கி,
விடுதலையாக பெறுமென்று விளம்புகிறேன் உறுதியாக.

உறுதியாக உரைக்கிறேன் உன்னதமிகு வேந்தனே,
தருமமாக இருப்பதில் துளியும் விலகாததால்,
ஒளிமிகப் பெற்று உன்னதனாய் மிளிருகிறாய்,
தீயோராக இருந்தவரைத் தாக்கி அழித்துவிட்டாய்.

அழித்துவிட்டாய் கேடரை அடைந்துவிட்டாய் அரசாட்சியை,
வேந்தாகினாய் எங்களுக்கு விழுப்பமிக்க மூத்தவனே,
அனுமதியை அளிக்கிறேன் அரசரே உங்களுக்கு,
தேவர்களை மகிழ்விக்கத் தக்கவிதம் வேள்விசெய்.

வேள்விசெய் வேதவியாசர் விளம்பிய விதத்திலே,
உதவிகளை எல்லாம் உகந்தவிதத்தில் செய்கிறேன்,
வேள்வியை உன்னுடன் விளைப்பார் சகோதரர்கள்,
பீமனை அடுத்து பார்த்தனும் இரட்டையரும்.

(72)அஸ்வமேதிக பர்வம், பகுதி 72

இரட்டையரும் அர்ஜுனனும் அதிபலத்தான் பீமனும்,
நீவிரும் சேர்ந்து நடத்துவீர் வேள்வியென,
உரைத்ததும் தர்மபுத்திரன் யுதிஷ்டிரன் அதையேற்று,
வியாசரிடம் உரைத்தான் வழங்குவீர் கட்டளைகள்.

கட்டளைகள் அளிப்பீர் காலநேரம் குறித்து,
வழிமுறைகள் அனைத்துடன் வேதங்களைத் தொகுத்தவரே,
நடைமுறை என்னவென நவிலுவீர் எங்களுக்கு,

வேள்வியைச் செய்தல் உம்மை நம்பிதான்.

நம்பிதான் செய்கிறோம் நீங்கள் சொல்வதையென,
விளம்பிதான் வேந்தன் வியாசரைப் பணிந்ததும்,
என்னுடன் பைலரும் யக்ஞவல்கியரும் இருக்கிறார்கள்,
காலநேரம் கணித்து கூறுகிறோம் வேள்விக்கு.

வேள்விக்கு கர்த்தாவாக உன்னை நியமித்து,
சடங்கனைத்தும் செய்வதற்கு சொல்கீறேன் நாளை,
சித்திரைமாதத்து பௌர்ணமியன்று செய்கிறோம் முதல்பூசை,
பூசைக்கு வேண்டிய பொருட்களைத் திரட்டு.

திரட்டு பூசைக்குத் தேவையான பொருட்களை,
அதையடுத்து வேள்விக்கான அஸ்வமேதமாம் குதிரையை,
தேர்ந்தெடுத்துக் கொடுப்பதற்குத் தேவை சூதர்கள்,
அவர்களொடு வேதியரும் அஸ்வமேதத்தை நியமிப்பார்.

நியமிப்பார் வேள்விக்கான நல்லதொரு புரவியை,
அன்னவர் நியமிக்கும் அஸ்வமேதத்தை அதன்பின்னர்,
செல்லவிடுவீர் அதன்போக்கில் செல்லட்டும் பூமியெங்கும்,
தனக்கோர் நிகரிலையெனத் திரியட்டும் புவியெங்கும்.

புவியெங்கும் சுற்றிவரட்டும் புரவியென உரைத்ததும்,
பாண்டுமைந்தன் யுதிஷ்டிரன் பகர்ந்தான் ஆகட்டுமென,
சொன்னவிதம் அனைத்தையும் செய்தான் வேந்தன்,
பொருளனைத்தும் திரட்டியபின் பகர்ந்தான் வியாசரிடம்.

வியாசரிடம் வந்ததும் விளம்பினார் வியாசர்,
சொன்னவிதம் நாங்கள் செய்யத் தயாராகினோம்,
உன்னையும் சகோதரர்களையும் வேள்விக்கு நியமிப்போம்,
வேள்விசெய்யும் பொருட்களை வடிப்பாய் தங்கத்தில்.

தங்கத்தில் செய்வாய் தேவையான பாத்திரங்களை,
புவியில் சுற்றிவரப் புரவியை அனுப்பவும்,
இந்நாள் உகந்ததாகும் ஆதலால் அனுப்புவோம்,
அதனருகில் வீரர்கள் இருக்கட்டும் காவலுக்கு.

காவலுக்கு வீரர்களுடன் குதிரை செல்லட்டுமென,
மாமுனிக்கு ஒப்புதலை மொழிந்தான் யுதிஷ்டிரன்,

அதன்போக்கு எவ்விதமோ அவ்விதத்து அப்புரவி,
புவிமுழுதும் சுற்றிவந்து பூசைக்குத் தயாராகட்டும்.

தயாராகட்டும் என்று தெரிவித்த வேந்தனிடம்,
போகட்டும் புரவிக்குப் பாதுகாப்பாய்ப் பெருவீரன்,
பீமனாகும் வீரனுக்குப் பின்னதாகப் பிறந்தவன்,
ஜிஷ்ணுவெனும் பெயருடையான் பொறுமைமிக்கான் செல்லட்டும்.

செல்லட்டும் எதிரிகளைச் சிதறடிக்கும் மாவீரன்,
நிவடகவசராம் அரக்கர்களை நசித்தழித்த மாவீரன்,
உலகையெலாம் வென்றிட வல்லமை படைத்தவன்,
தேவாஸ்திரம் தரித்தவன் தரணியை வெல்லட்டும்.

வெல்லட்டும் அர்ஜுனன் வையத்தை முழுதவதாக,
உடல்பலம் தாங்குதிறம் உடையவன் தேவர்போல,
காமார்த்தம் அறிந்தவன் குதிரையுடன் செல்லட்டும்,
அறிவியலும் நெறிமுறையும் அறிந்தவன் அர்ஜுனன்.

அர்ஜுனன் சென்று அஸ்வமேதத்தைக் காக்கட்டும்,
கருமைநிறம் கொண்டவன் கனபலத்தை உடையவன்,
கண்ணிரண்டும் தாமரையெனக் கொண்ட மாவீரன்,
அபிமன்யுவாம் மாவீரனை ஈன்றவன் செல்லட்டும்.

செல்லட்டும் அர்ஜுனன் சுற்றிவரும் புரவியுடன்,
தேசமெலாம் நலம்பெற திடமிக்கான் பீமனுடன்,
நகுலனும் இருந்து நடத்தட்டும் அரசாட்சியை,
சகாதேவனாம் உன்னதன் செய்யட்டும் விருந்தோம்பல்.

விருந்தோம்பல் செய்து வந்தோரை கவனித்து,
கவனித்தல் வேண்டும் கனவீரன் சகாதேவனென,
உரைத்தவைகள் அனைத்தையும் உள்வாங்கினான் யுதிஷ்டிரன்,
அர்ஜுனனிடத்தில் உரைத்தான் அஸ்வத்தைக் காப்பாயென.

காப்பாயென அர்ஜுனனுக்குக் கொடுத்தான் கட்டளை,
விருப்பமான வழிகளிலே வையத்தை வலம்வந்து,
செல்லுவதான புரவிக்கு செல்லுவாய் காவலாக,
இதற்கான வீரதீரம் இருப்பவன் நீமட்டுமே.

நீமட்டுமே இச்செயலை நிகழ்த்த வல்லவன்,

எதிர்க்கவே வருவோருடன் அமைதிவர முயற்சிசெய்,
மோதலே தவிர்ப்பாய் முடிந்த அளவுக்கு,
அவர்களையே வேள்விக்கு அழைத்து திரும்புவாய்.

திரும்புவாய் வையத்தில் தேசங்களை வென்றபின்னர்,
நட்புறவாய் இருக்கும்படி நல்லுறவை நிலைநாட்டென,
தன்கருத்தை உரைத்தான் தூயவன் யுதிஷ்டிரன்,
பீமனை நகுலனை பாதுகாவலுக்கு நியமித்தான்.

நியமித்தான் பீமனை நகுலனை நகர்க்காவலுக்கு,
திருதராஷ்டிரன் அனுமதியுடன் தம்பியான சகாதேவனை,
விருந்தினரின் ஓம்பலுக்கு வைத்தான் பொறுப்பாளனாக,
செய்தான் ஏற்பாடுகளை சீர்மிக்கான் யுதிஷ்டிரன்.

(73)அஸ்வமேதிக பர்வம், பகுதி 73

யுதிஷ்டிரன் இயற்றிய அஸ்வமேதிக வேள்விக்கு,
ஆரம்பத்தின் பூசைகளை இயற்றினர் ரித்விஜர்கள்,
யாகத்தின் புரவியை அவ்விடத்தில் தளைத்தபின்னர்,
கௌரவரின் வேந்தன் கதிரவனென ஒளிர்ந்தான்.

ஒளிர்ந்தான் யுதிஷ்டிரன் உன்னதமிகு அழகுடன்,
வேள்வியின் புரவியை விடுத்தனர் அதன்போக்கில்,
கனகத்தின் மாலையுடன் கருத்த மானுரியுடன்,
செந்நிறத்தின் பட்டுடன் சீர்மிக்கான் மிளிர்ந்தான்.

மிளிர்ந்தான் யுதிஷ்டிரன் மிகவும் அழகுடன்,
பிடித்திருந்தான் கோலொன்றைப் பார்வேந்தன் யுதிஷ்டிரன்,
ப்ரஜாபதியின் வடிவமாகப் பொலிந்தான் யுதிஷ்டிரன்,
அர்ஜுனன் அவ்விடத்தில் அக்கினியென இருந்தான்.

இருந்தான் அர்ஜுனன் ஆற்றலின் வடிவாக,
தேரின் ஓட்டத்துக்கென திடமிக்க வெண்புரவிகளை,
தளைத்தான் தேரிலே தயாரானான் பயணத்துக்கு,
கருமானின் நிறத்துக் குதிரையை விடுத்தனர்.

விடுத்தனர் அஸ்வமேதிக வேள்விக்கான புரவியை,

யுதிஷ்டிரர் ஆணையின்படி அப்புரவி விடுபட்டது,
நிறத்திலோர் கருமையுடன் நடையிலோர் திடத்துடன்,
சென்றதோர் புரவியுடன் சென்றான் அர்ஜுனன்.

அர்ஜுனன் காண்டீபத்தை இழுத்து விடுத்தான்,
காண்டீபத்தின் நாணொலி கடுமையாய்க் கேட்டது,
கரத்தின் விரல்களில் கீரியின் தோலிலே,
உறைதான் அணிந்திருந்தான் உளத்தில் மகிழ்ந்திருந்தான்.

மகிழ்ந்திருந்தான் அர்ஜுனன் மகிழ்ந்திருந்தன மக்களும்,
ஹஸ்தினாபுரத்தின் மக்களெலாம் அவ்விடத்தில் திரண்டனர்,
வயோதிகரின் குழந்தைகளின் வெள்ளமாகின சாலைகள்,
வேள்விசாலையின் அருகிலே வந்தனர் அனைவரும்.

அனைவரும் வந்ததும் அர்ஜுனன் தயாராகி,
புரவியின் பின்னாகப் போனான் காவலுக்கு,
மக்களெலாம் உற்சாக மகிழ்வொலி எழுப்பினர்,
திசையெலாம் எதிரொலித்தது திரண்டோரின் வாழ்த்தொலி.

வாழ்த்தொலி எழுப்பி விளம்பினர் மக்கள்,
புரவி செல்கிறது பார்த்தனும் தொடருகிறான்,
நோக்கி அவ்விடத்தில் நன்கு காணுவீர்,
ஏந்திச் செல்வதோ ஈடிலாப் பெருவில்.

பெருவில் கரமேந்தி போகிறான் அர்ஜுனன்,
பாருங்கள் என்று பகர்ந்தனர் மக்கள்,
அவ்விடத்தில் பேசியதை அர்ஜுனனும் கேட்டான்,
வாழ்த்தொலிகள் கிளம்பின வாழ்க அர்ஜுனனென.

அர்ஜுனனென பரதகுலத்து அரிமா செல்லுகிறான்,
பாதுகாப்பான விதத்திலே பயணத்தை முடித்து,
மீளவேண்டுமென அனைவரும் மனமார வாழ்த்தினர்,
கூட்டமான நெரிசலில் கடினமானது காண்பது.

காண்பது மக்களுக்குக் கடிதானது அக்கூட்டத்தில்,
எங்கு காண்டீபனென எல்லோரும் தேடினர்,
கேட்கிறது காண்டீபத்தில் கிளம்பும் நாண்லியென,
அங்கு காண்டீபன் இருப்பர்தாகப் பேசினர்.

பேசினர் மக்கள் பார்த்தனின் பெருமைகளை,
வாழ்த்தினர் காண்டீபன் வெற்றியொடு வருவானென,
ஆபத்தானதோர் நிகழ்வெலாம் அகலட்டுமென உரைத்தனர்,
கூறினர் நிச்சயமாய்க் காண்டீபன் வெல்வானென.

வெல்வானென உரைத்தனர் வையத்தையே காண்டீபன்,
இவ்விதமான வார்த்தைகளை அர்ஜுனன் கேட்டான்,
இனிமையான சொற்களால் இயம்பினர் வாழ்த்துக்களை,
ஆண்களெனப் பெண்களென அனைவரும் திரண்டனர்.

திரண்டனர் மக்கள் தனஞ்செயனை வாழ்த்திட,
யக்ஞுவல்கியர் சீடரிலே அறிவாற்றல் மிக்கவராய்,
வேதமறிந்தவர் ஒருவர் வந்தார் அர்ஜுனனிடம்,
புரிந்தார் வெற்றிதரும் புனிதமிக்க சடங்குகளை.

சடங்குகளை செய்தார் சீர்மிக்க வேதியர்,
அர்ஜுனனைத் தொடர்ந்தனர் அனேக க்ஷத்ரியர்கள்,
கட்டளை கொடுத்த கெளரவர் வேந்தனின்,
ஆணையை ஏற்று அர்ஜுனனுடன் சென்றனர்.

சென்றனர் வீரர்கள் ஜிஷ்ணுவின் தேருடன்,
வேள்விக்கானதோர் புரவி விருப்பப்படி சென்றது,
புவியானதோர் மண்ணுலகில் போனது அதன்போக்கில்,
பலபேர் தடுத்துப் புரவியை மறித்தனர்.

மறித்தனர் புரவியை மோதினர் காண்டீபனுடன்,
அவ்விதமெவர் மோதினர் அவர்களுக்கு என்னானதென,
உனக்கோர் தொகுப்பாக்கி உரைக்கிறேன் வேந்தே,
கிழக்கானதோர் திசையிலே குதிரை சென்றது.

சென்றது வடக்கிலே சென்றபின் அப்புரவி,
வந்தது கிழக்கிதிக்கில் வலிமைமிக்க தேசங்களுக்கு,
புரவியொடு அர்ஜுனன் போனான் காவலாக,
க்ஷத்ரியரது சாதனைகளைச் சொல்லி முடியாது.

முடியாது சாதனைகளை முழுதாக உரைப்பது,
அர்ஜுனனோடு மோதியவர் அனேகபேர் இருந்தனர்,
போர்செய்து பாண்டவர்கள் பெருவெற்றி பெற்றபோது,
இறப்புற்று உறவினர்கள் இறந்ததற்குப் பழிதீர்க்க.

பழிதீர்க்க வந்தனர் பார்வேந்தர் அனேகர்,
போர்தொடுக்க வந்தனர் பலமிகுந்த கிருதர்கள்,
யவனத்து வீரர்களும் எதிர்த்துத் தாக்கினர்,
மிலேச்சரது படைகளும் மோதினர் அர்ஜுனனுடன்.

அர்ஜுனனுடன் மோதினர் ஆரிய வேந்தர்களும்,
வெகுதிடத்துடன் படைகளை வைத்திருந்தனர் அனைவரும்,
வேகத்துடன் வந்து விஜயனைத் தாக்கினர்,
பாண்டுமைந்தன் அர்ஜுனன் போரிட்டு வென்றான்.

வென்றான் அர்ஜுனன் வந்த எதிரிகளை,
கணக்குதான் சொல்லுதல் கடினமே மோதல்களுக்கு,
மோதல்களின் பலவற்றில் முக்கியமான சிலவற்றை,
வேந்தன் உங்களுக்கு விளம்புகிறேன் கேளீர்.

(74)அஸ்வமேதிக பர்வம், பகுதி 74

கேளீர் வேந்தரே கூறும் விவரங்களை,
வானவர் கிரீடத்தை வைத்திருக்கும் விஜயன்,
திரிகர்த்தர் வேந்தனுடன் திடமாக மோதினான்,
பாண்டவர் திரிகர்த்தர் பகைமை பழையது.

பழையது திரிகர்த்தருடன் பாண்டவரது பகைமை,
திர்கர்த்தரது வீரர்களும் திறமிக்கார் பலமிக்கார்,
தேரில்வந்து போரிட்டுத் தாக்குவார் வலிமையாக,
கௌரவரது வேள்வியின் குதிரைகுறித்து அறிந்தனர்.

அறிந்தனர் குதிரை அவ்வழியில் வருவதாக,
பாண்டவர் வேள்விக்கான புரவியைத் தடுத்திட,
பூண்டனர் கவசத்தை சூழ்ந்தனர் பார்த்தனை,
வந்தனர் தேர்களில் வலுமிக்கப் புரவிகளுடன்.

புரவிகளுடன் விற்களுடன் போர்தொடுக்க அவந்தனர்,
அம்புகளுடன் குடுவைகள் அனேகம் இருந்தன,

அர்ஜுனனுடன் வந்ததான அஸ்வமேதிகப் புரவியை,
பிடித்திடும் நோக்கத்தில் பார்த்தனைத் தாக்கினர்.

தாக்கினர் அப்போது தனஞ்செயன் அவர்களிடம்,
மோதாதீர் வேண்டாம் மீண்டுமோர் அழிவென்று,
வந்தவர் அனைவரையும் வேண்டித் தடுத்தாலும்,
நின்றனர் போரை நடத்துவது உறுதியென.

உறுதியென சண்டைக்கு வந்ததான படைகளிடம்,
இறுதியான எச்சரிக்கை அளித்தான் அர்ஜுனன்,
நேர்மையான வழியறியா நீசர்களே நீவிர்,
வரவமான உயிர்வாழ்வை விட்டுவிட முனைவதேன்?

முனைவதேன் உயிரை மாய்த்து சாயவென,
யுதிஷ்டிரனின் சொற்படி இயம்பினான் அர்ஜினன்,
கூத்திரியரின் உயிரெடுத்தல் சம்மதம் இல்லையென,
குருக்ஷேத்திரத்தின் போரழிவால் கூறிவிட்டான் யுதிஷ்டிரன்.

யுதிஷ்டிரன் கட்டளையை எண்ணினான் அர்ஜுனன்,
திரிகர்த்தரின் படைகளைத் தடுத்தும் கேட்கவில்லை,
அர்ஜுனன் சூரவர்மனை அடக்கி வீழ்த்தினான்,
எண்ணில்தான் அடங்காது அம்புகளின் கணக்கு.

கணக்கு உரைத்தல் கடினமே தேர்களுக்கு,
எண்ணற்றுத் தேர்கள் எல்லா திசையிருந்தும்,
மோதுதற்கு வந்தனர் மாவீரன் அர்ஜுனனுடன்,
தனஞ்செயனது அழிவுக்குத் துடிப்புடன் திரண்டனர்.

திரண்டனர் திரிகர்த்தர் தாக்கினர் அம்புகளால்,
பாண்டவர் மாவீரன் பார்த்தன் அம்புகளால்,
அனைவர் அம்புகளையும் அழித்து முடித்தான்,
சகோதரர் சூரியவர்மனுடன் சேர்ந்தான் கேதுவர்மன்.

கேதுவர்மன் இளைஞன் கனபலம் படைத்தவன்,
மோதினான் வேகத்துடன் மிகவும் ஆத்திரத்துடன்,
சகோதரரின் வீழ்வினால் சீறியே போய்ந்தான்,
தாக்கினினான் அர்ஜுனன் திடமிக்கான் கேதுவர்மனை.

கேதுவர்மனை அர்ஜுனன் கீழே வீழ்த்தினான்,

அர்ஜுனனைத் தாக்கிட ஆவேசம் மிகக்கொண்டு,
வேகத்தைக் காட்டி வந்தான் திரிதவர்மன்,
அம்புகளை மழைபோல எய்தான் அர்ஜுனன்மேல்.

அர்ஜுனன்மேல் எய்த அம்புகளின் வேகத்தால்,
அகத்தில் மகிழ்ந்தார் அர்ஜுனன் வெகுவாக,
கரத்தில் திரிதவரன் கணைகள் எய்ததை,
காணுதல் இயலவில்லை குடாகேசன் அர்ஜுனனால்.

அர்ஜுனனால் கணிக்க இயலவில்லை விடுத்ததை,
வானத்தில் அம்புகள் வெகுபெருத்த மழைபோல,
பெருகுதல் மட்டுமே பார்த்தன் கண்டான்,
சிலகணங்கள் அர்ஜுனன் சிந்தை குளிர்ந்தான்.

குளிர்ந்தான் அர்ஜுனன் கனவீரன் திறத்தினால்,
திறந்தான் கொண்டவன் திர்கர்த்தரின் திரிதவர்மன்,
இளைஞன் அம்புகளை எய்யும் திறத்தானை,
அன்புடன் நோக்கினான் ஆத்திரம் மிகவில்லை.

மிகவில்லை ஆத்திரம் மிதமாக அம்பெய்தான்,
அக்கினியை ஒத்ததான அம்பினை விடுத்து,
காண்டீபனைக் கரத்திலே கடுமையாய்த் தாக்கியதால்,
கைப்பிடியை விட்டுக் காண்டீபம் விழுந்தது.

விழுந்தது கரத்தினின்று வில்லான காண்டீபம்,
அழுத்தாது பிடித்திருந்த அர்ஜுனன் கரத்தினின்று,
சருப்ததது காண்டீபம் சிறிதளவு கவனக்குறைவால்,
திருதவர்மனது சிரிப்பொலி திசைகலை நிறைத்தது.

நிறைத்தது அர்ஜுனனை நெடுப்பான கோபத்தால்,
கரமெடுத்து அம்புகளைக் கணக்கின்றி பொழிந்தான்,
குழப்பமுற்று அனைவரும் காட்சியற்றுத் திணறினர்,
தனஞ்செயனது செயல்குறித்துத் திகைத்தது உயிரெலாம்.

உயிரெலாம் திகைத்து உரைத்தது சிறப்பென்று,
எமனெனும் வடிவத்திலே இருந்தான் விபத்சு,
ஜிஷ்ணுவாம் மாவீரனைச் சுற்றினர் திரிகர்த்தர்கள்,
காக்கவேண்டும் திரிதவர்மனையெனக் காண்டீபனைத் தாக்கினர்.

தாக்கினர் ஆனால் தனஞ்செயன் கோபத்துடன்,
திரிகர்த்தர் பதினெண்மரைத் தரையிலே வீழ்த்தினான்,
கண்டவர் எல்லாம் கலங்கி ஓடினர்,
சென்றவர் பயந்தோடச் செலுத்தினான் அம்புகளை.

அம்புகளை விடுத்து அர்ஜுனன் சிரித்தான்,
அர்ஜுனனைக் கண்டு அரண்டனர் திரிகர்த்தர்,
அவ்விடத்தை விட்டு அகன்று ஓடினர்,
சம்சப்தகரை அழித்தானிடம் சரணாகதி அடைந்தனர்.

அடைந்தனர் சரணாகதி இயம்பினர் காப்பீரென,
பாண்டவர் வேங்கையே பார்த்தனே உம்மிடம்,
எம்மவர் உயிர்களை அடைக்கலம் கொடுத்தோம்,
உமக்கோர் அடிமையென உம்மிடம் வந்தோம்.

வந்தோம் நீர்சொல்லும் வார்த்தையைச் செயலாக்க,
இடவேண்டும் கட்டளை ஏந்துவோம் சிரத்திலே,
அடைந்தோம் தஞ்சமென அரற்றிப் பணிந்தன்,
ஆகட்டும் அவ்விதமென அர்ஜுனன் உரைத்தான்.

உரைத்தான் திர்கர்த்தரிடம் விபத்சுவான் அர்ஜுனன்,
காத்திடும் உம்முயிரைக் கலகத்தை விட்டுவிடும்,
தஞ்சம் அளித்தேன் திடமிக்கார் உங்களுக்கு,
பிழைத்திடும் என்று பகர்ந்தான் பரிவுடன்.

(75)அஸ்வமேதிக பர்வம், பகுதி 75

பரிவுடன் திரகர்த்தரிடம் பகர்ந்த அர்ஜுனன்,
புரவியுடன் அதன்பின் போனான் காவலுக்கு,
ப்ரக்ஜ்யோதிஷம் என்னும் பெருநாட்டை அடைந்து,
விரும்பிடும் விதத்திலே வலம்வந்தது புரவி.

புரவி வந்ததெனப் பரவிய செய்தியால்,
பெயரை வஜ்ரதத்தெனப் பெற்றவன் அவ்வேந்தன்,
தந்தை பகதத்தன் தனஞ்செயனிடம் உயிரிழந்தார்,
பழியைத் தீர்ப்பதற்குப் பார்வேந்தன் எத்தனித்தான்.

எத்தனித்தான் அர்ஜுனனை எதிர்த்து மோதிடவே,
மடக்கிவிட்டான் புரவியை மீண்டுசென்றான் நகர்நோக்கி,
கௌரவரின் வேங்கை காண்டீபத்தைக் கரமெடுத்து,
வேகத்துடன் அம்புகளை விடுத்தான் எதிரிமீது.

எதிரிமீது அம்புகள் அதிவேகமாய்ப் பாய்ந்தன,
வஜ்ரதத்தனுக்கு ஏதும் விளங்கவில்லை ஒருகணம்,
பகதத்தனது மைந்தன் புரவியை விட்டுவிட்டு,
நகருக்கு உட்புகுந்து நன்கு தயாராகினான்.

தயாராகினான் வஜ்ரதத்தன் திடமிக்க வேழத்துடன்,
அணிந்தான் கவசத்தை தரித்தான் ஆயுதங்களை,
வந்தான் நகரைவிட்டு வேழத்தின் மீதமர்ந்து,
வைத்திருந்தான் தலைமீது வெண்கொற்றக் குடையை.

குடையை வைத்திருந்தான் காற்றுவீசினர் ஏவலர்,
விசிறியை செய்தது வெண்மையான மான்வாலில்,
குழந்தைத் தனமாகக் காண்டீபனை எதிர்த்தான்,
வேங்கை பார்த்தன் வெகுபலம் வாய்த்தவன்.

வாய்த்தவன் வெகுதீரம் வஜ்ரதத்தன் ஆதலால்,
பார்த்தன் இருப்பிடம் போகவிட்டான் வேழத்தை,
மலையின் தோற்றத்துடன் மாக்கரி இருந்தது,
தொப்புளின் வழியாகத் தெளித்தது மதநீர்.

மதநீர் வழிந்தோட மாக்கறி பிளிறிவர,
ஆத்திரத்திலோர் வேகத்துடன் அக்கரி முன்னேறியது,
மழைநீர் போலவே மதநீர் வழிந்தோட,
போருக்கோர் நெறிப்படி பெருங்கரி இருந்தது.

இருந்தது யானை அனைத்துவிதக் கவசங்களுடன்,
கொதித்தது கோபத்தில் கொண்டிருந்தது மதத்தை,
தடுப்பது இயலாதெனத் தோன்றிவும் விதத்திலே,
எடுத்தது வேகம் அர்ஜுனனைக் குறிவைத்து.

குறைவைத்து அர்ஜுனன் கணைகளைச் செலுத்தினான்,
கரிமீது இருந்தவனைக் கணைகள் தாக்கின,
கோபமுற்று வஜ்ரதத்தன் கனமான அம்புகளில்,
தலைபெருத்து இருந்தவற்றால் தாக்கினான் அர்ஜுனனை.

அர்ஜுனனை வஜ்ரதத்தன் அடித்ததான அம்புகள்,
அக்கினியை ஒத்ததாக ஆற்றலுடன் இருந்தன,
ஈசல்களை ஒத்திருந்தன அவனெய்த அம்புகள்,
கணக்கில்லை ஆனால் காணப்பட்டன தொகுப்பாக.

தொகுப்பாக வந்தத் திடமிக்க அம்புகளை,
எதிர்ப்பாக அம்புகளால் அழித்தான் அர்ஜுனன்,
வான்வழியாக வந்தவற்றை வானிலேயே வெட்டினான்,
வலுமிக்கதான அம்புகள் வெட்டுண்டு வீழ்ந்தன.

வீழ்ந்தன அம்புகளென வெகுண்டான் வஜ்ரதத்தன்,
பகதத்தனான வேந்தனின் பலமிக்கானான மைந்தன்,
தொடர்ச்சியான அம்புகளால் தாக்கினான் அர்ஜுனனை,
கடுங்கோபமான அர்ஜுனன் கனவேகமாக அம்பெய்தான்.

அம்பெய்தான் அர்ஜுனன் அதிவேகமாக எதிரிமீது,
அர்ஜுனனின் அம்புகளால் அடிபட்ட வஜ்ரதத்தன்,
அம்புகளின் வேகத்தால் அடிபட்டு விழுந்தான்,
தரைமீதுதான் கிடந்தாலும் தாக்குண்டு மயங்கவில்லை.

மயங்கவில்லை ஆதலால் மாக்கரியில் ஏறினான்,
வெற்றியைப் பெற்றிட விரும்பிய வஜ்ரதத்தன்,
கொதிப்பை அடையாமல் கணைகளை விடுத்தான்,
கோபத்தை அடைந்தான் காண்டீப வில்லாளன்.

வில்லாளன் அர்ஜுனன் விடுத்ததான அம்புகள்,
வஜ்ரதத்தன் திசையிலே வேகத்துடன் வந்தன,
விடமிக்கதாம் அரவங்களென வந்தன கணைகள்,
அடிபட்டுதான் யானை இரத்தவாந்தி எடுத்தது.

எடுத்தது இரத்தவாந்தி அசலத்து நீரோடையென,
பெருத்தது இரத்தத்தின் பரவல் தரையிலே,
வஜ்ரதத்தனொடு அர்ஜுனனின் வெகுபெருத்த மோதல்,
நடந்தது வேகத்துடன் நிறுத்தம் ஏதுமில்லை.

(76)அஸ்வமேதிக பர்வம், பகுதி 76

ஏதுமில்லை நிறுத்தம் அவ்விருவர் போரிலே,
மூன்றுதினத்தைக் கடந்தது மிகப்பெரும் மோதல்,
நூறுவேள்வியை செய்தவன் நிகரிலான் இந்திரன்,
விருத்திரனை எதிர்த்ததுபோல் விளைந்தது மோதல்.

மோதல் மூன்றாந்தினமும் முடியாமல் தொடர்ந்தது,
நாலாந்தினத்தில் வஜ்ரதத்தன் நவின்றான் அர்ஜுனனிடம்,
இத்தினத்தில் நீவிர் என்னிடம் தப்பமாட்டீர்,
உம்வீழ்வில் எனக்கு உண்டாகும் நிறைவு.

நிறைவு உண்டாகி நீரினால் தந்தைக்கு,
சடங்கு செய்வேன் சிந்தை குளிருவேன்,
வயது பாரத்தால் விழுந்தார் தந்தையார்,
இளங்கன்று என்னிடம் எடுபடாது உன்வித்தை.

உன்வித்தை என்னிடம் ஒன்றும் எடுபடாதென,
வார்த்தைகளை உகுத்தபடி வேழத்தை முடுக்கினான்,
அர்ஜுனனை நோக்கி அதிவேகமாக வந்தான்,
துதிக்கை வழியாகத் தூவியது மதநீரை.

மதநீரை உமிழ்ந்த மாக்கரி அவ்விடத்தில்,
நீலமலை போலவே நெருங்கியது அர்ஜுனனை,
பிளிறலை வெளிப்படுத்தி பார்த்தனைத் தாக்கிட,
வேகத்தைக் காட்டி வந்தது வேழம்.

வேழம் வேகத்துடன் வந்தாலும் அர்ஜுனன்,
சிறிதும் அஞ்சாமல் சாந்தமாக நின்றான்,
எவ்விதம் வஜ்ரதத்தன் இடர்கள் கொடுத்தானென்றும்,
பாண்டவர்தம் எதிரிகள் ப்ரக்ஜ்யோதிஷரென்றும் எண்ணினான்.

எண்ணினான் அர்ஜுனன் ஏறியது பெருங்கோபம்,
தனஞ்செயன் வேழத்தைத் தடுத்தான் அம்புகளால்,
உடலின் பாகமெலாம் வெங்கணைகள் குத்தியதால்,
முன்னேறதான் இயலாமல் மாக்கரி நின்றது.

நின்றது வேழம் நடப்பதற்கு இயலாமல்,

குத்துபட்டு முள்ளம்பன்றி கிளர்ந்து நிற்பதாக,
தோன்றியது வேழம் தவித்துநின்ற காட்சி,
பகதத்தனது மைந்தனுக்கு பெருங்கோபம் அர்ஜுனன்மேல்.

அர்ஜுனன்மேல் அம்புகளை அதிவேகமாய் விடுத்தான்,
கணைகள் அனைத்தையும் காண்டீபன் தடுத்தான்,
கண்டவர்கள் மனது களித்துத் திகைத்தனர்,
ப்ரக்ஜ்யோதிஷர்கள் வேந்தன் பெருங்கரியை முடுக்கினான்.

முடுக்கினான் வேழத்தை முன்னேறியது யானையும்,
மலையின் வடிவத்திலே மாக்கரி தெரிந்தது,
அர்ஜுனன் யானை அசைந்து முன்னேறுவதை,
கண்டுதான் கோபத்துடன் கணையொன்றை விடுத்தான்.

விடுத்தான் அக்கணை வெகுபலம் பொருந்தியது,
அக்கினியின் ஆற்றலுடன் அக்கணை முன்னேறியது,
யானையின் முக்கியத்தலத்தில் அடித்தது அக்கணை,
மலைதான் சரிந்ததென மாக்கரி விழுந்தது.

விழுந்தது பெருங்கரி வேகத்துடன் தரையிலே,
தனஞ்செயனது அம்பிலே தாக்குண்டு சாய்ந்து,
கிடந்ததை மலையொன்று கீழே விழுந்ததாக,
இந்திரனது வஜ்ராயுததால் அடிபட்ட மலைமுகடென.

மலைமுகடென அக்கரி மண்ணிலே கிடந்தபோது,
அர்ஜுனனான மாவீரன் அறிவித்தான் வஜ்ரதத்தனிடம்,
யுதிஷ்டிரரான மாவேந்தர் என்னை அனுப்புகையில்,
அரசரான எவரையும் இறக்கும்படி தாக்காதே.

தாக்காதே உயிரிழந்து தரையில் வீழும்படி,
ஆயுதமே இழந்துவிட்டால் அவர்களை வென்றதாக,
விட்டுவிட்டே வரவேண்டும் வேண்டாம் உயிரிழப்புகள்,
கொல்லாமலே குதிரையைக் கொணரவேண்டும் உயிரிழப்பின்றி.

உயிரிழப்பின்றி குதிரை வரவேண்டும் மீண்டுமென,
வேந்தரன்றி அவர்பொருட்டு வீரர்களும் மாளாவிதத்தில்,
உறவென்று நட்பென்று வேறெவரும் மடியாமல்,
கொண்டுவந்து நிறுத்து குதிரையை அமைதிவழியில்.

அமைதிவழியில் அனைவரையும் அழைத்துவா வேள்விக்கென,
கட்டளைகள் இட்டார் கௌரவர்தம் வேந்தர்,
ஆதலால் உன்னை அழித்திடேன் வீரனே,
எழுந்ததன் வரவேண்டும் அழைப்பினை ஏற்கவேண்டும்.

ஏற்கவேண்டும் அழைப்பை அச்சமேதும் வேண்டாமே,
சித்திரைமாதம் பௌர்ணமிதினம் செய்கிறோம் அஸ்வமேதிகம்,
அத்தினம் நீவருவாய் ஹஸ்தினாபுர நகருக்கு,
வரவேண்டும் யுதிஷ்டிரரின் வேள்விக்கு பெருமைசெய்ய.

பெருமைசெய்ய வரவேண்டுமெனப் பார்த்தன் உரைத்ததும்,
மண்ணில்சாய நேர்ந்த மன்னவன் வஜ்ரதத்தன்,
அப்படிசெய்ய விருப்பமென இயம்பினான் ஒப்புதலை,
ப்ரக்ஜ்யோதிஷ தேசத்தினின்று புரவி புறப்பட்டது.

(77)அஸ்வமேதிக பர்வம், பகுதி 77

புறப்பட்டது குதிரை போனது சிந்துவுக்கு,
சைந்தவரது சேனையில் சாகாத வீரரெலாம்,
வந்தது அஸ்வமேதிக வேள்விப் புரவியென,
கேட்டது முதலாகக் கொதித்துத் திரண்டனர்.

திரண்டனர் சைந்தவர்கள் தாக்கினர் அர்ஜுனனை,
கொடிதானதோர் விடமெகக் கொதித்தனர் சைந்தவர்,
பிடித்தனர் குதிரையை பயமென்று ஏதுமின்றி,
அன்னவர் படைக்கெதிராய் அர்ஜுனன் நின்றான்.

நின்றான் தரையிலே நிகரிலான் அர்ஜுனன்,
தேரின் உதவியின்றி தாவினான் புரவிமீது,
வேள்வியின் புரவிமீது விபத்சு அமர்ந்திருந்தான்,
சுற்றிதான் இருந்தனர் சைந்தவரின் படைகள்.

படைகள் பலவும் போரிடச் சூழ்ந்தனர்,
தோல்வியில் விழுந்ததால் துடித்திருந்த கூத்ரியர்கள்,
வெல்லுதல் வேண்டுமென வேகத்துடன் வந்தனர்,
சொன்னார்கள் பெயர்களை செய்தார்கள் பெருமோதல்.

பெருமோதல் நேரிட்டது பார்த்தனுக்கும் சைந்தவருக்கும்,
வந்தவர்கள் பார்த்தன்மீது விடுத்தனர் அம்புகளை,
அன்னவர்கள் அம்புகளின் ஆற்றலோ மிகப்பெரிது,
யானைகள் வந்தாலும் எளிதிலே வீழ்த்திவிடும்.

வீழ்த்திவிடும் வேகத்துடன் வந்தன அம்புகள்,
சைந்தவர்தம் தேர்கள் செரிவான வேகத்தில்,
வந்தபோதும் விபத்சு வெறுங்காலில் நின்றான்,
நிவடகவசரிடம் வென்றவனை நசித்திட வந்தனர்.

வந்தனர் சம்சப்தகரை வீழ்த்தியோனை அழித்திட,
சைந்தவர் வேந்தன் ஜெயத்ரதனை வீழ்த்தியதால்,
கொண்டனர் அர்ஜுனன்மேல் கோபம் ஆறாததாக,
சூழ்ந்தனர் பத்தாயிரம் சிறப்புமிக்க தேர்களில்.

தேர்களில் சூழ்ந்தனர் திடமிக்கான் அர்ஜுனனை,
குதிரைகள் பத்தாயிரத்தைக் கொணர்ந்தனர் மோதலுக்கு,
களத்தில் ஜெயத்ரதனைக் கொன்றதன் காரணமாய்,
கொதிப்பில் விபத்சுமீதுக் கணைகள் பொழிந்தனர்.

பொழிந்தனர் கணைகளைப் பெருமழை விழுந்ததாக,
மேகத்திலோர் பரிதியென மறைந்தான் விபத்சு,
கூண்டிலோர் பறவையென்றும் கூறலாம் அந்நிலையை,
கண்டவர் ஓவெனக் கத்தினர் வருத்தத்தில்.

வருத்தத்தில் சூரியனும் ஒளிக்கற்றை மறைத்தான்,
கோபத்தில் ராகு கதிரவனை நிலவினை,
ஒரேநேரத்தில் விழுங்கி வலிமையைக் காட்டினான்,
பெருங்காற்றில் பூமியெலாம் பதற்றத்தில் நடுங்கியது.

நடுங்கியது கயிலைமலை நடந்தது தீங்கென்று,
சூரியனது மண்டலத்தைச் சுற்றிவந்தன் விண்கற்கள்,
மோதுவது செய்து மிகவேகம் காட்டின,
சப்தரிஷிகளது மனதிலே சோகம் நிரம்பியது.

நிரம்பியது விண்கற்கள் நிலவின் மண்டலத்திலும்,
புகைவந்து திசைகளைப் போர்வையாய் மூடியது,
சிவந்த மேகங்கள் செந்தீயாய் மிதந்தன,
எழுந்த இடிமின்னல் ஆகாயத்தை உலுக்கியது.

உலுக்கியது இயற்கை உலகத்தைப் பலவிதத்தில்,
விபத்சுவது நிலைகண்டு விளைந்தன பலதீங்குகள்,
செயலிழந்து விபத்சு சிலகணங்கள் திகைத்தான்,
கரவிட்டு நழுவிக் காண்டீபமும் விழுந்தது.

விழுந்தது காண்டீபம் விஜயன் திகைத்தான்,
சைந்தவரது வீரர்கள் சரமாரியாய் அம்புகளை,
அடுத்தது ஒருமுறை எடுத்து எய்தனர்,
விபத்சுவது நிலைமை விபரீதமாய் ஆகியது.

ஆகியது கேடென்று அமரரது உலகத்தார்,
சோகமுற்று வந்து சொன்னார்கள் ஆசிகளை,
ரிஷிகளது சார்பாக ஏழுபேர் வந்தனர்,
மௌனத்து பாடமாக மந்திரங்கள் ஓதினர்.

ஓதினர் மந்திரங்களை விபத்சு வெல்லுதற்கு,
தேவரது வேண்டுதலால் தனஞ்செயன் ஆற்றலுற்றான்,
தேவாஸ்திரத்து பயன்பாட்டைத் தெரிந்துவைத்த மாவீரன்,
அசையாதிருந்து அவ்விடத்தில் அம்புகளைத் தாங்கினான்.

தாங்கினான் அம்புகளை தனஞ்செயன் ஒருவனாக,
அசையாதுதான் மலையொன்று இருப்பதைப் போலவே,
வில்லெடுத்தான் அம்பெய்தான் வீரமிக்கான் அர்ஜுனன்,
காண்டீபத்தின் நாணொலி கலக்கியது திசைகளை.

திசைகளைக் கலக்கியது திடமிக்க வில்லோசை,
அம்புகளை மழைபோல அடித்தான் விபத்சு,
நிற்கவில்லை அர்ஜுனனின் நெருப்பொத்த அம்புமழை,
கானவில்லை சைந்தவர்கள் காண்டீபனின் அம்புகளால்.

அம்புகளால் சைந்தவர்கள் அங்கிருந்து மறைந்தனர்,
காண்டீபத்தில் எழுந்த கடுமையான நாணொலியே,
சைந்தவர்கள் மனதைச் சிதைத்து வாட்டியது,
அழுதார்கள் கத்தினார்கள் அங்கிருந்து ஓடினார்கள்.

ஓடினார்கள் சைந்தவர்கள் விபத்சுவின் அம்புபட்டு,
சக்கரம்போல் விபத்சு சுற்றினான் போர்க்களத்தில்,
இந்திரன்பால் இருக்கு ஈடிலா வஜ்ரமென,

அம்புகள் ஒவ்வொன்றும் அடித்தன சைந்தவரை.

சைந்தவரை விபத்சு சிதறியோட வைத்தான்,
மாயவேலை போலவே மழையானது அம்புகள்,
எதிரிகளை அழித்து ஆதவனென ஒளிர்ந்தான்,
அர்ஜுனனை நோக்கவும் ஆளில்லை எதிரிகளில்.

(78)அஸ்வமேதிக பர்வம், பகுதி 78

எதிரிகளில் எவரும் ஈடில்லை அர்ஜுனனுக்கு,
மலைபோல் நின்றான் மாவீரன் அர்ஜுனன்,
உலகில் ஹிமவத் ஓரிடத்தில் நிற்பதுபோல்,
பலங்கள் கொண்டவன் பார்த்தன் நின்றான்.

நின்றான் பார்த்தன் நசித்தான் சைந்தவரை,
கோபத்தின் உச்சத்தில் கணைகளைக் கரமெடுத்து,
அர்ஜுனன் மீதாக அடித்தனர் சைந்தவரும்,
ஓடிதான் சென்றவர்கள் ஒன்றாகத் திரண்டனர்.

திரண்டனர் அவர்களிடம் தனஞ்செயன் உரைத்தான்,
வந்தவர் அனைவரிடமும் விளம்பினான் அர்ஜுனன்,
போரிடுவீர் உமது பலங்களின் அளவுக்கு,
காணுவீர் நானொருவன் காட்டும் ஆற்றலை.

ஆற்றலை உடையேன் அனைவரையும் எதிர்த்திட,
மேகத்தைப் போலவே மிகப்பல எம்புகள்,
என்னை நோக்கி அதிவேகமாய் வந்தாலும்,
அவற்றை அழிக்கும் ஆற்றல் எனக்குண்டு.

எனக்குண்டு ஆற்றல் எல்லோரையும் அழிப்பதற்கு,
தலையைகூர்ந்து சற்றுத் தள்ளிநின்றால் தப்புவீர்,
திமிர்கொண்டு எதிர்த்தால் தலையிழந்து வீழ்வீரென,
கோபத்தொடு கொதிப்பொடு கூறினான் அர்ஜுனன்.

அர்ஜுனன் அக்கணத்தில் அண்ணன் யுதிஷ்டிரன்,
க்ஷத்ரியரின் கூட்டங்களைச் சாகடிக்க வேண்டாம்,
பணியெதான் வைத்தாலே போதுமே குழந்தாயென,

சொன்னதன் கருத்தை சற்று சிந்தித்தான்.

சிந்தித்தான் அர்ஜுனன் செய்யவேண்டிய செயலை,
கொல்லத்தான் கூடாதென கௌரவரின் வேந்தர்,
கட்டளைதான் எனக்குக் கொடுத்தார் ஆதலால்,
அதைத்தான் மதித்து அழிவைத் தவிர்க்கவேண்டும்.

தவிர்க்கவேண்டும் கொலையெனத் தனயர் சொன்னதால்,
சைந்தவரிடம் அர்ஜுனன் சொன்னான் கருத்தை,
எதிரியாகும் உங்களை அழிக்காத விட்டிடவே,
எவரேனும் சரணடைந்தால் அவரெலாம் பிழைக்கலாம்.

பிழைக்கலாம் என்னிடம் புகலிடம் வேண்டினால்,
மாற்றலாம் என்று மனதால் நினைத்தாலும்,
ஆபத்தாகும் அவ்விதம் அகத்தில் நினைந்தோர்க்கென,
சொன்னாலும் சைந்தவர்கள் சற்றும் விலகவில்லை.

விலகவில்லை சைந்தவர்கள் வேகமுற்றான் அர்ஜுனன்,
வெற்றியெல்லை அருகிலென வீணாசை கொண்டவர்கள்,
அர்ஜுனனைத் தாக்கவே ஆத்திரத்துடன் வந்தனர்,
அம்புகளை விருத்தான் அர்ஜுன பல்லாயிரமாய்.

பல்லாயிரமாய் அம்புகள் பாய்ந்தன படைமீது,
கொடுவிடமாய் அம்புகள் காண்டீபன்மீது பாய்ந்தன,
அம்புகளை எல்லாம் அழித்தான் அர்ஜுனன்,
ஒவ்வொருவரை ஓரம்பால் தாக்கினான் பல்குனன்.

பல்குனன் மீதுப் பகைமை கொண்டவர்கள்,
ஜெயத்ரதன் கொலைக்குச் சரியான பதிலடியாய்,
கொல்லவேண்டும் அர்ஜுனனைக் களத்திலே என்பதாக,
ஈட்டிகளும் அம்புகளும் எறிந்தனர் ஜிஷ்ணுமீது.

ஜிஷ்ணுமீது ஆயுதங்கள் சென்றுத் தாக்கவில்லை,
பாண்டுவது மைந்தன் பாய்ச்சிய அம்புகள்,
ஆயுதமென்று வந்தவற்றை அழித்து முடித்தன,
கோபத்தோடு அர்ஜுனன் கணைகளை விடுத்தான்.

விடுத்தான் கணைகளை வீரமிக்கோன் அர்ஜுனன்,
சைந்தவரின் தலைகள் சாய்ந்தன தரையிலே,

இறந்தவரின் நிலைகண்டு அருகிலே இருந்தவர்கள்,
ஓலந்தான் எழுப்பி ஓடினர் களம்விட்டு.

களம்விட்டு ஓடியோர் கடல்போன்று இறைந்தனர்,
உயிரற்று வீழ்ந்தவர்கள் வீழட்டும் என்பதாக,
உறுதியுற்று சிலபேர் வந்தனர் மோதலுக்கு,
சைந்தவத்து வீரர்கள் சரிந்தனர் அடிபட்டு.

அடிபட்டு வீழ்ந்தனர் அர்ஜுனன் அம்புகளால்,
இதைக்கண்டு அரசியான அறிவுமிக்க துஷ்சலை,
திருதராஷ்டிரரது திருமகள் தன்கரத்தில் பேரனை,
அணைத்தெடுத்து வந்தாள் அர்ஜுனனைக் காண்பதற்கு.

காண்பதற்கு வந்தாள் காண்டீபனை துஷ்சலை,
சுரதனென்று தன்மகன் ஜெயத்ரதனது மைந்தன்,
ஈன்றெடுத்த மகனுடன் அண்ணனிடம் வந்தாள்,
தனஞ்செயனுக்கு முன்வந்து தேம்பி அழுதாள்.

அழுதாள் தங்கை அரண்டான் அர்ஜுனன்,
வீசினான் காண்டீபத்தை வந்தான் துஷ்சலையிடம்,
வரவேற்றான் தங்கையை வினவினான் நலத்தை,
வேண்டினான் செய்ய உகந்தது என்னவென.

என்னவென தனஞ்செயன் எழுப்பிய வினாவிற்கு,
உனதான தங்கை உற்ற மைந்தனின்,
மகனான இக்குழந்தை மலழையாய் இருக்கிறான்,
பாட்டனான உன்னைப் பணிவுடன் வணங்குகிறான்.

வணங்குகிறான் என்று விளம்பிய பதில்கேட்டு,
இக்குழந்தையின் தந்தை அதிதீரன் சுரதன்,
எங்குளான் தங்கையே இயம்புவாய் என்றதும்,
சோகத்தின் தாக்கத்தால் செத்து விழுந்துவிட்டான்.

விழுந்துவிட்டான் சுரதன் உன்வரவைக் கேட்டதும்,
ஜெயத்ரதன் எவ்விதம் சாய்ந்தான் உன்னாலென,
கேட்டுளான் ஆதலால் கலங்கினான் சுரதன்,
செய்திதான் கேட்டதும் சரிந்து விழுந்தான்.

விழுந்தான் மடிந்தான் வேந்தன் சுரதன்,

அன்னவன் மனதிலே ஆழமான சோகமுற்றான்,
உந்தன் வரவுபற்றி வந்த செய்தியால்,
வேந்தன் இறந்தான் வந்தேன் குழந்தையுடன்.

குழந்தையுடன் வந்து கேட்கிறேன் தஞ்சமென,
தங்கையின் கருத்தைத் தெரிவித்ததும் அர்ஜுனன்,
சோகத்தின் வடிவமாக சோர்ந்து நின்றான்,
தலைசாய்த்தான் அதன்பின் தரையை நோக்கினான்.

நோக்கினான் தரையை நெஞ்சிலே பாரத்துடன்,
அண்ணனின் அருகாகி இயம்பினாள் துஷ்சலை,
உந்தன் தங்கை உற்றதான் நிலைகாணாய்,
எந்தன் பேரனின் இந்நிலையைக் காணாய்.

காணாய் இந்தக் குழந்தை முகத்தை,
கடமை அறிந்தவனே காண்டீபனே விபத்சுவே,
கௌரவரை அழித்த கேடான இளவரனுடன்,
ஜெயத்ரதனை மறத்னு சீர்தூக்குவாய் நிலையை.

நிலையை உரைத்தால் நினது பேரனான,
பரீக்ஷித்தை ஈன்ற பிதாவான அபிமன்யுபோல,
என்பேரனைப் பெற்ற அப்பன் சுரதனும்,
இல்லை இவ்வுலகிலே என்குலம் அழிந்துவிடும்.

அழிந்துவிடும் என்குலம் இக்குழந்தை இறந்தால்,
உன்னிடம் வந்தேன் வழங்குவாய் அபயமென,
எங்களின் வீரர்களையும் அழிக்காதே காண்டீபா,
சொல்லும் வார்த்தைகளைச் சற்று கவனி.

கவனி என்சொல்லைக் கனிவான அண்ணனே,
கேடனின் குழந்தை கேட்கிறது அபயமென,
வீரரில் சிறந்தோனே வழங்கு அபயத்தை,
அபயமளி இந்த அழகுமிகு குழந்தைக்கு.

குழந்தைக்கு உனமனம் கனிந்து இரங்கட்டும்,
போர்விடுத்து அமைதியாய் படைகளைப் போகவிடு,
கடமையென்று இருப்பதெலாம் கருத்திலே அறிந்தவனே,
உறவென்று எவருமில்லை ஒற்றைமகன் இருக்கிறான்.

இருக்கிறான் இவனொருவன் எவருமற்ற தனியனாக,
கோபந்தான் கொண்டால் குழந்தை தாங்கிடான்,
பாட்டனின் கெடுமதிக்கு பேரனை தண்டிக்காதே,
குழந்தையின் முகங்கண்டு கனிந்து அபயமளி.

அபயமளி என்று அபலை அழுததும்,
காந்தாரி திருதராஷ்டிரர் கண்முன்னர் தெரிந்தனர்,
பெரியோரின் நிலைகருதி பாண்டுமகன் வருந்தினான்,
ஷத்ரியரின் வாழ்வுமுறையை சாடினான் அர்ஜுனன்.

அர்ஜுனன் கூறினான் அன்புமிக்க தங்கையிடம்,
கேடன் துரியோதனன் கெடுத்தான் குலத்தை,
நாட்டின் ஆட்சிக்காக நெஞ்சில் ஆசையுற்று,
அவனொருவன் பொருட்டாக அனைவரும் அழிந்தனர்.

அழிந்தனர் க்ஷத்ரியர்கள் ஏகினர் எமனுலகென,
சைந்தவர் அரசியிடம் சொன்னான் காண்டீபன்,
மனதிலோர் உறுதியுடன் மொழிந்தான் கருத்தை,
போருக்கோர் விருப்பமில்லை பாசமிக்க தங்கையே.

தங்கையே என்று தனஞ்செயன் முடித்ததும்,
வீரர்களே போர்வேண்டாம் வாரும் நகருக்கென,
கட்டளையே கொடுத்தாள் காந்தாரியின் நன்மகள்,
அழகுக்கே உறைவிடமான அணங்கு திரும்பினாள்.

திரும்பினாள் நகருக்குள் துஃசலையாம் பேரரசி,
சைந்தவரின் படைகளும் சென்றனர் பின்வாங்கி,
குதிரையின் போக்கிலே காண்டீபன் பின்சென்றான்,
பிநாகத்தின் இறைவர் பசுபதிபோல் தோன்றினான்.

தோன்றினான் அர்ஜுனன் திடமிக்கார் பசுபதியென,
மானின் பின்சென்ற மகேசரை ஒத்தவனாய்,
குதிரையின் பின்சென்றான் காண்டீப வில்லாளன்,
அடுத்துதான் குதிரை அடைந்தது மணிப்புரம்.

(79)அஸ்வமேதிக பர்வம், பகுதி 79

மணிப்புரம் ஆண்ட மன்னவன் வப்ருவாஹனன்,
தந்தையாகும் அர்ஜுனன் தனதுநகர் வந்தானென,
அறிந்ததும் பணிவுடன் அழைத்தான் எதிர்கொண்டு,
வேதியருடன் வந்தான் வண்டிகளில் பொன்பொருள்.

பொன்பொருள் தந்தைக்குப் பணிவுடன் அளித்திட,
அன்புகொள் குழந்தையென அர்ஜுனனை அண்டியதை,
வீரர்கள் குலத்தால் விஜயன் ஏற்கவில்லை,
கூத்ரியர்கள் முறைப்படி சண்டையிட விரும்பினான்.

விரும்பினான் மகனுடன் வேண்டும் மோதலென்று,
கூறினான் ஆத்திரத்துடன் கேளாய் மைந்தனே,
உந்தன் நடவடிக்கை ஒன்றும் சரியில்லை,
கூத்ரியரின் நெறிவிட்டு சரிந்து விழுந்தாய்.

விழுந்தாய் நெறிவிட்டு விஜயனின் மைந்தனே,
வேள்வியை செய்வதற்கு வேந்தர் யுதிஷ்டிரரின்,
குதிரையைக் காக்கவே காண்டீபன் வருகிறேன்,
எதிர்க்கவில்லை ஆனால் என்னிடம் பணிகிறாய்.

பணிகிறாய் அதுவோ பெருமை கூத்ரியருக்கு?
கேவலமாய் நடக்கிறாய் கூரிலா அறிவாளனே,
கூத்ரியராய் இருப்பவர்போல் சண்டையிட்டு எதிர்க்காமல்,
அமைதியாய்ப் பணிந்தால் அதுவே மிகக்கேடு.

மிகக்கேடு உண்டானது முறையற்று நடந்ததால்,
ஆயுதமற்று உந்தன் அப்பனாக வந்திருந்தால்,
சரியானது உன்செயலெனச் சொல்லி மகிழுவேன்,
வந்திருப்பது சண்டைக்கு நடந்திருப்பது பொருந்தாது.

பொருந்தாது உன்செயலென பார்த்தன் உரைத்ததும்,
இவ்விதத்து வார்த்தைகளை அர்ஜுனன் உரைத்தபோது,
அரவங்களுக்கு அரசனது அன்புமகள் உலூபி,
கோபங்கொண்டு புவியினின்று கிளம்பிவந்தாள் வெளியே.

வெளியே வந்தாள் வெஞ்சினத்துடன் உலூபி,
முறையே அர்ஜுனனுக்கு மனைவியாக ஆனவள்,
எதிரே மைந்தன் இருந்த நிலைகண்டால்,
சோகத்திலே தலைசாய்த்து சோர்ந்திருந்தான் வப்ருவாஹனன்.

வப்ருவாஹனன் தன்னுடன் வைரியாக மோதவேண்டுமென,
விரும்பிதான் அர்ஜுனன் வைதான் பலவிதம்,
அழகுடன் இருந்த அணங்கு உலூபியும்,
நெறிகளின் வழிப்படி நவின்றாள் வப்ருவாஹனனிடம்.

வப்ருவாஹனனிடம் உலூபி உரைத்தாள் இவ்விதம்,
நாகர்குலம் பிறந்த நாரியான என்னை,
உலூபியெனும் பெயரிலே உலகோர் அறிவார்,
அன்னையெனும் உறவுமுறை உற்றவள் உனக்கு.

உனக்கு அன்னையாக உரைக்கிறேன் மைந்தனே,
எனது சொல்கேட்டு அதன்படி நடப்பாய்,
உனது தந்தையுடன் வில்லெடுத்து மோதுவாய்,
குருகுலத்து மாவீரனுடன் கணையெடுத்துப் போரிடு.

போரிடு அதனால் பெருமைகள் உனதாகும்,
தந்தையது மனதிலும் தோன்றும் வெகுமகிழ்வு,
தயங்குவது வேண்டாமெனத் தெரிவித்தாள் உலூபி,
அன்னையது வார்த்தைகேட்டு எழுந்தான் போர்செய்ய.

போர்செய்ய வேண்டியப் பலவித ஆயுதங்களை,
காப்புசெய்ய உதவும் கவசங்களை அணிந்தான்,
வலுவாகிய தேரிலே உட்கார்ந்தான் வப்ருவாஹனன்,
பலநூறாகிய அஸ்திரங்கள் பெருந்தேரில் இருந்தன.

இருந்தன வலுவான அதிபெருத்த சக்கரங்கள்,
உபஷ்கரமென இருந்ததும் வலுவுடன் இருந்தது,
ஆபரணமென பலவற்றால் அலங்கரித்த பெருந்தேரில்,
வேங்கையென அமர்ந்தான் வேந்தன் வப்ருவாஹனன்.

வப்ருவாஹனன் தேரிலே வெகுபெருத்த கொடியை,
ஏற்றினான் அக்கொடியில் இருந்த சின்னமாகும்,
அரிமாவின் வடிவத்தை அமைத்திருந்தான் பொன்னிலே,
போரிடான் கிளம்பினான் வப்ருவாஹனன் வேகத்துடன்.

வேகத்துடன் வந்து விஜயனின் அருகிருந்த,
யாகத்தின் புரவியை இழுத்துக் கட்டினான்,
குதிரைகளின் பழக்கத்தில் கரைகண்ட வீரர்கள்,

ஆர்வத்துடன் குதிரையை இழுத்துச் சென்றனர்.

சென்றனர் படைகள் சண்டையிடத் தயாரென,
பாண்டவர் வேங்கை பார்த்தன் கண்டதும்,
மனதிலோர் மகிழ்வுடன் மைந்தனை நோக்கினான்,
அம்பிலோர் வேகத்துடன் அடித்தான் வப்ருவாஹனன்.

வப்ருவாஹனன் அம்புகளை விடுத்தான் வேகத்துடன்,
அரவங்களின் கூட்டமென அனைத்து அம்புகளும்,
அர்ஜுனனின் திசையிலே அதிவேகம் பாய்ந்தன,
தேவாசுரரின் மோதலெனத் தெரிந்தது அம்மோதல்.

அம்மோதல் நிகழ்ந்ததால் அகமகிழ்ந்தனர் இருவரும்,
அக்கணத்தில் வப்ருவாஹனன் எய்தான் ஓரம்பை,
தோளில் அர்ஜுனனைத் தாக்கியது அம்பு,
உடலில் துளையிட்டு விழுந்தது பூமியில்.

பூமியில் சென்று புதைந்து நின்றந்து,
வலியில் அர்ஜுனன் ஒருகணம் திகைத்தான்,
காண்டீபத்தில் ஊன்றியபடி கொஞ்சம் அயர்ந்தான்,
அவனிடத்தில் தேவபலம் இருந்தாலும் அயர்ந்தான்.

அயர்ந்தான் அர்ஜுனன் இறந்தான் என்பதாக,
மீண்டான் சிலகணத்தில் மகேந்திரனின் மைந்தன்,
பாராட்டினான் வப்ருவாஹனன் போரிட்ட திறத்தை,
சித்ராங்கதாவின் மைந்தா செய்தாய் நற்செயல்.

நற்செயல் செய்தாய் நிகரிலா வீரனே,
இச்செயல் உன்பெருமைக்கு ஏற்றசெயல் மைந்தா,
பதிலம்புகள் விருகிறேன் பலத்தைக் காட்டிட,
தாங்குதல் செய்யென தனஞ்செயன் அம்பெடுத்தான்.

அம்பெடுத்தான் அர்ஜுனன் அடித்தான் வேகத்துடன்,
வப்ருவாஹனன் அவற்றை வெட்டினான் விண்ணிலேயே,
சிலதான் இரண்டாகிச் சிதறின வானிலே,
துண்டுதான் மூன்றாகியும் தெறித்தன ஒருசில.

ஒருசில அம்புகளால் விஜயனான அர்ஜுனன்,
திடமுளப் பனையெனத் தெரிந்த கொடிமரத்தை,

வெட்டிடச் செய்து வீழ்த்தினான் தரையிலே,
கொன்றிடச் செய்தான் குதிரைகளை அர்ஜுனன்.

அர்ஜுனன் குதிரைகளை அடித்து வீழ்த்தினான்,
கோபத்துடன் வப்ருவாஹனன் குதித்தான் தரையிலே,
ஆத்திரத்துடன் தரையிலிருந்து அம்பெய்தான் வப்ருவாஹனன்,
வேகத்துடன் அர்ஜுனனும் விடுத்தான் அம்புகளை.

அம்புகளை வேகத்துடன் அனுப்பினான் வப்ருவாஹனனும்,
கணைகளைத் தாங்குதல் கடினமாக ஆனதால்,
அம்பொன்றை எடுத்து அடித்தான் அர்ஜுனன்மேல்,
மார்பினைக் குறிவைத்தான் மிகக்கூரிய அம்பினால்.

அம்பினால் தாக்குண்டான் அர்ஜுனனாம் விஜயன்,
உடலில் முக்கியத்தலத்தில் உட்புகுந்தது அம்பு,
தரையில் மங்கித் துடித்தான் அர்ஜுனன்,
கௌரவர்கள் வேங்கை கிடந்தான் வெறுந்தரையில்.

வெறுந்தரையில் தந்தை வீழ்ந்தநிலை கண்டதும்,
சோகத்தில் சாய்ந்தான் சித்ராங்கதாவின் மைந்தன்,
தந்தைமேல் அம்பெய்துத் தாக்கிக் கொன்றேனெனும்,
எண்ணத்தால் வப்ருவாஹனன் அதிர்வுற்று மயங்கினான்.

மயங்கினான் வப்ருவாஹனன் மண்ணிலே விழுந்தான்,
மாண்டான் கணவனென்றும் மயங்கினான் மகனென்றும்,
கேட்டுதான் சித்ராங்கதா கண்ணீருடன் வந்தாள்,
அழுதுதான் புலம்பினாள் அவ்விருவர் நிலைகண்டு.

நிலைகண்டு சித்ராங்கதா நெகிழ்ந்தாள் மனதிலே,
தரைவீழ்ந்து மாண்டான் தனஞ்செயன் எனக்கண்டு,
ஆத்திரத்தொடு அழுகையால் அரற்றிப் புலம்பினாள்,
பாண்டுவது மைந்தன் பார்த்தனுக்கெனக் கதறினாள்.

(80)அஸ்வமேதிக பர்வம், பகுதி 80

கதறினாள் அம்மாது கமலமெனக் கண்ணுடையாள்,
புலம்பினாள் சோகத்துடன் பார்த்தனது நிலைகண்டு,

மயங்கினாள் விழுந்தாள் மண்ணிலே கிடந்தாள்,
தெளிந்தாள் எழுந்தாள் தன்னருகே நோக்கினாள்.

நோக்கினாள் உலுபி நின்றாள் அவ்விடத்திலென,
நாகர்கள் இள்ளவரசியிடம் நவின்றாள் சித்ராங்கதா,
காணுதல் செய்வாய் கணவரின் நிலைமையை,
மனைவிகள் இருவரும் மணாளனை இழந்தோம்.

இழந்தோம் வெற்றியை அடைந்திடும் விஜயனை,
இளமைமிகும் என்மகனை ஏவிவிட்டு அதன்மூலம்,
தந்தையாகும் அர்ஜுனனைத் தாக்கிக் கொன்றாயே,
இவ்விதம் செய்வது அடுக்குமோ மரியாதைக்கு?

மரியாதைக்கு உரித்தான மாதர்கள் இவ்விதத்தில்,
கணவனுக்கு ஊறுசெய்து கொல்வாரோ இவ்வுலகில்?
பதிக்கு உண்மையுடன் பரிவுடைய சதியாநீ?
கேடுகெட்டு நீசெய்தக் கயமையால் மாண்டார்.

மாண்டார் நம்கணவர் மாபெரும் வில்லாளர்,
தனஞ்செயர் உனக்கேதும் தவறுகள் செய்திருந்தால்,
அன்னவர் தவற்றுக்கு அவரை மன்னித்துவிடு,
மணாளர் உயிரை மீட்டுக்கொடு மாதே.

மாதே கணவனை மரணத்தினின்று மீட்டுக்கொடு,
நல்லவளே நீயென்று நன்கறியும் மூவுலகும்,
கணவனே இறந்தபின்னும் கவலையே இல்லாமல்,
கல்லென்றே நிற்பது காரிகைக்கு இயலுமோ?

இயலுமோ கல்மனதாய் இருப்பது இவ்விதத்தில்?
மகனோ இறந்துவிட்டான் மகனுக்கென வருந்தவில்லை,
தந்தையோ மைந்தனிடம் தாக்குண்டு இவ்விதத்தில்,
வீழ்வதோ முறையாகும் வேதனைமேல் வேதனை.

வேதனை வந்ததென விளம்பிய சித்ராங்கதா,
உலூபியை விட்டகன்று வந்தாள் அர்ஜுனனிடம்,
எழுவாய் என்னிறைவா எதற்காக வீழ்ந்துவிட்டாய்,
கௌரவரை ஆளுநபவருக்குக் களிப்புதரும் மாவீரா.

மாவீரா குதிரையை மீட்டு எடுத்துக்கொள்,

புரவிக்கா இந்தப் பேரிழப்பு நிகழ்ந்தது?
காவலுக்காய் வந்தீரே காக்கவேண்டாமா புரவியை?
உமக்காய் என்னுயிரை வைத்துளேன் கெளரவரே.

கெளரவரே உமக்கெனக் கிடக்கிறேன் இம்மாது,
பிறருக்கே உயிரளிப்பவர் பூமியிலே சாயலாமா?
உலாபியே உனக்கு உவகைதரும் விதத்திலே,
கணவரே இறந்து கிடக்கிறார் தரைமீது.

தரைமீது கணவரைத் துடித்து விழவைத்து,
மைந்தனது உதவியால் மரணத்திலே தள்ளியும்,
துளியாவது வருந்தாமல் திரிகிறாய் மகிழ்வோடு,
என்கணவனது கரத்தால் என்கணவரைக் கொன்றாய்.

கொன்றாய் கணவனைக் கவலை உனக்கில்லை,
மைந்தனை இழந்ததால் மிகவருத்தம் எனக்கில்லை,
செய்தவை தவறானதால் செத்ததில் தவறில்லை,
விஜயனை குடாகேசனை விழிக்கவை உயிர்பெற்று.

உயிர்பெற்று எழட்டும் வீரமிக்க செங்கணான்,
பலரோடு உறவுறுதல் பாவையருக்கு பாவச்செயல்,
கணவருக்கு பலமனையால் கிடையாது பாவமேதும்,
வெறுப்பற்று கணவரை வரவழைப்பாய் உயிருடன்.

உயிருடன் எழுப்பு உந்தன் கணவனை,
பிரமரிடம் இருந்து பிறந்ததாகும் இவ்வுறவை,
மாற்றதான் இயலாது மாதே அறிந்துகொள்,
அர்ஜுனன் உறவுற்றது எப்போதுமே மாறாது.

மாறாது கணவனுடன் மகிழ்ந்ததான உன்னுறவு,
மைந்தனது கரத்தால் மணாளனது உயிரெடுத்தாய்,
கணவனது உயிரைக் கொணராது விடுத்தால்,
எனது உயிர்விட்டு ஏகுவேன் எமனுலகம்.

எமனுலகம் சென்றிட இருப்பேன் ப்ரயாவில்,
கணவனும் மகனும் காலனிடம் சென்றனர்,
இவ்விடம் தன்னிலே அமருவேன் ப்ரயாவிலென,
நாகர்தம் இளவரசியிடம் நவின்றாள் சைத்ரவாஹினி.

சைத்ரவாஹினி பேச்சடக்கி சோகத்துடன் அமர்ந்தாள்,
இறப்பதினி முடிவென்று இருந்தாள் ப்ரயாவில்,
வேண்டாமினி பேச்சென்று உட்கார்ந்தாள் கணவனருகில்,
கணவனில் கால்களைக் கொண்டாள் மடியில்.

மடியில் கணவனின் மதிப்புமிக்கக் கால்வைத்து,
சோகத்தில் சித்ராங்கதா சோர்ந்து அமர்ந்திருக்க,
மயக்கத்தில் இருந்த மன்னவன் வப்ருவாஹனன்,
நினைவுகள் திரும்பிட நடந்ததைக் கண்டான்.

கண்டான் நிலையைக் கதறினான் வேந்தன்,
வளமைதான் உடையவர் உலகாளும் அரசமாது,
கணவனின் உடலருகே கட்டாந்தரையில் அமர்ந்திருக்கும்,
இந்நிலைதான் வாழ்விலே எல்லாவற்றிலும் பெருஞ்சோகம்.

பெருஞ்சோகம் உண்டானது பார்த்தர் இறந்ததால்,
எதிரியெலாம் சிதறடிக்கும் ஈடிலாராம் மாவீரரே,
என்னிடம் அடிபட்டு இறந்தீரே இத்தினத்தில்,
இறக்கும் காலத்திலன்றி இறந்திடார் மாந்தர்.

மாந்தர் இறக்கவும் மரணத்தைத் தழுவவும்,
சரியானதோர் காலம் சேர்ந்து வரவேண்டும்,
அர்ஜுனர் இறந்தும் அன்னையார் துயருற்றும்,
எனக்கோர் இறப்பு இன்னும் வரவில்லை.

வரவில்லை இறப்பு வீணன் எனக்கு,
தன்னுயிரை இழந்த தனஞ்செயரின் கவசம்,
அவருடலை விட்டு அகன்று தரையிலே,
தனியாய்க் கிடக்கிறதே தனயன் என்செயலால்.

என்செயலால் தந்தை இவ்விதம் விழுந்தாரே,
பிராமர்கள் காணுவீர் பெருவீரரின் இந்நிலையை,
தன்மகனால் இறந்தார் தனஞ்செயனாம் மாவீரர்,
பாவத்தில் விடுபடுதல் பாதகன் எனக்கில்லை.

எனக்கில்லை பாவத்துக்கு எவ்வித நிவர்த்தியும்,
தந்தையைக் கொன்றேன் தளைத்தது பெரும்பாவம்,
விடுதலை பெறுதற்கு வழியில்லை எனக்கு,
அவர்தோலை அணிந்து அலைவேன் பாவத்தினால்.

பாவத்தினால் தாக்குண்ட பாதகன் என்கரத்தில்,
தரையில் கிடக்கும் தந்தையின் கபாலத்தை,
கொடுத்தால் அதையேந்திக் கரைப்பேன் பாவத்தை,
வேறுவிதத்தில் பாவநிவர்த்தி வாராது எனக்கு.

எனக்கு இந்நிலை ஏற்பட்டதன் காரணம்,
பாம்புக்கு மகளான பாவை உலூபிதான்,
உயிரிழந்து உன்கணவர் விழுந்து கிடக்கிறார்,
நீயுனது நோக்கத்தை நன்கு நடத்தினாய்.

நடத்தினாய் உன்மனது நினைத்ததை உலூபியே,
என்கரத்தைக் கொண்டு அர்ஜுனரைக் கொன்றதால்,
உளமகிழ்வை உனக்கு உண்டாக்கினேன் மாதே,
என்னுயிரை விடுகிறேன் அதற்கும் மகிழ்ந்துகொள்.

மகிழ்ந்துகொள் அன்னையே மடிகிறேன் நானும்,
சத்தியத்தில் நிலைத்தன சொன்னசொல் அனைத்துமென,
கோபத்தில் பேசிக் கரத்தில் நீரெடுத்தான்,
ப்ரயாவில் அமர்ந்துப் பிணமாவேன் உறுதியாக.

உறுதியாக என்னுயிரை விடுவேன் இத்தினத்தில்,
உயிராக தனஞ்செயர் வாராமல் இருந்துவிட்டால்,
உடனாக என்னுயிரும் வானுலகம் ஏகிவிடும்,
பாவியாக வீழ்த்தினேன் பெற்ற தந்தையை.

தந்தையைக் கொன்றால் தகுந்த நிவர்த்தியில்லை,
கூத்ரியரைக் கொன்றால் செய்யலாம் கோதானம்,
நூறுபசுவைக் கொடுத்தால் நிவர்த்தியாகும் பாவம்,
என்செயலைப் பொறுத்தவரை எப்போதும் நிவர்த்தியில்லை.

நிவர்த்தியில்லை ஏனெனில் நிலத்திலே என்னை,
உருவாக்கியவரைக் கொன்ற உன்மத்தன் நானாவேன்,
நெறிகளை மீறாதவர் நிகரிலாதார் மாவீரரை,
கொன்றதை மன்னிக்கக் கிடையாது வழியேதும்.

வழியேதும் இல்லை உயிருற்று வாழவென,
வார்த்தைகள்லை உகுத்த வப்ருவாஹனன் அப்போது,
கரத்தை நீரிலிட்டுக் கூறினான் சூளுரை,

ப்ராயாவைக் கடைப்பிடித்து போவேன் எமனுலகென.

எமனுலகென மறுவுலகம் ஏகுவதே தகுமென்று,
சோகமான மனத்துடன் சொன்ன வப்ருவாஹனன்,
அன்னையான சித்ராங்கதாவுடன் அமர்ந்தான் ப்ரயாவில்,
உலூபியான மங்கை வரவழைத்தாள் நாகரத்தினத்தை.

நாகரத்தினத்தை மனதிலே நினைத்த கணத்திலே,
அவ்விடத்தை அடைந்தது உயிர்கொடுக்கும் கல்லானது,
அரவங்களைக் காக்கும் அற்புதக் கல்லுக்கு,
இறந்தவரை உயிர்ப்பிக்கும் ஆற்றல் இருக்கிறது.

இருக்கிறது அர்ஜுனனை எழுப்பும் ஆற்றலென,
மகனிடத்து உலூபி மகிழ்வுடன் உரைத்தாள்,
எழுந்துவந்து நிகழுபவை அனைத்தும் காணுவாய்,
உனது அம்புபட்டு வீழவில்லை ஜிஷ்ணு.

ஜிஷ்ணு தோற்பது எங்ஙனம் நடக்கும்?
வானத்து இந்திரரே வந்தாலும் ஜிஷ்ணுவை,
வெல்லுவது இயலாது வெல்லுவரோ மாந்தர்?
இவ்விதத்து மாயை ஏற்படுத்தியது நானே.

நானே உண்டாக்கினேன் நீகாணும் நிலையை,
திறமே கொண்டவனே தீரனே உந்தன்,
ஆற்றலையே கண்டு அகமகிழும் நோக்கிலே,
இவ்விடமே ஏகினார் ஈடிலாதார் அர்ஜுனன்.

அர்ஜுனன் எதிரிகளை அழிக்கும் மாவீரன்,
உந்தன் திறங்காண வந்ததன் காரணமாய்,
மோததான் வேண்டுமென மைந்தனை தூண்டினேன்,
உனக்குதான் அச்செயலால் ஒருபாவமும் இல்லை.

இல்லை பாவமேதும் அர்ஜுனரை எதிர்த்ததால்,
மனிதரில்லை அர்ஜுனன் மகரிஷியாம் உத்தமர்,
அழிவைக் கடந்தவர் அனந்தர் நித்தியர்,
இந்திரனை வெல்லவும் ஆற்றல்பெற்ற மாவீரர்.

மாவீரர் அர்ஜுனரை மீட்டு எழுப்புதற்கு,
நாகதேவர் வசைருந்த நாகரத்தினம் வரவழைத்தேன்,

அரவமானவர் எத்தனைமுறை அழிந்து இறந்தாலும்,
மீண்டெழுவர் இந்த மாமணியின் சக்தியால்.

சக்தியால் உயிரளிக்கும் சீர்மிக்க இம்மணியை,
மார்பின்மேல் வைப்பாய் மண்வீழ்ந்த அர்ஜுனருக்கு,
அக்கணத்தில் அர்ஜுனர் எழும்புவார் உயிர்பெற்றென,
உரைத்தல் செய்தாள் உலூபியாம் அன்னை.

அன்னை உரைத்ததை அக்கணமே நிறைவேற்ற,
மணியை தந்தையின் மார்பிலே வைத்தான்,
பாவத்தைச் செய்யாத புண்ணியமிகு இளவரசன்,
மணியை வைத்ததும் மீண்டெழுந்தான் அர்ஜுனன்.

அர்ஜுனன் செங்கண்கள் அழகுடன் திறந்தன,
நெடுநேரம் உறங்கியதாக நிகரிலாதான் எழுந்தான்,
தந்தையின் உயிர்மூச்சு திரும்பியதைக் கண்டதும்,
வப்ருவாஹனன் மகிழ்வுடன் வணங்கினான் அர்ஜுனனை.

அர்ஜுனனை இறப்பினின்று எழுப்பிய அக்கணத்தில்,
வானவரை ஆளும் வாசவன் இந்திரன்,
பகனை அழித்தவன் புரந்தரன் சக்ரன்,
மலர்களைத் தூவி மகிழ்வினைக் காட்டினான்.

காட்டினான் இந்திரன் காண்டீபன்மீது அன்பினை,
வானவரின் முரசுகள் விளைத்தன இன்னிசையை,
மேகத்தின் முழக்கமென மிகவும் ஆழமாக,
கருவிகளின் இசையொலிகள் கேட்டன விண்ணிலே.

விண்ணிலே அனைவரும் வாழ்த்தினர் சிறப்பென்று,
அசரீரிகளே வானில் இயம்பின வாழ்த்துகளை,
அன்பினாலே வப்ருவாஹனனை அணைத்தான் அர்ஜுனன்,
மகனருகிலே அன்னையை மிகச்சோகத்திலே கண்டான்.

கண்டான் சித்ராங்கதாவை கண்ணீர் உகுத்தவளாய்,
உலூபியின் அருகிலே உட்கார்ந்திருந்தாள் சித்ராங்கதா,
வினவினான் களத்திலே வேதனையின் கூறுகளை,
காண்கிறேன் அதற்கான காரணம் என்ன?

என்ன காரணத்தால் எல்லோர் முகத்திலும்,

இன்ன உணர்வென ஏதும் விளங்காவிதம்,
சின்ன வருத்தமும் சிரிப்பிம் திகைப்பும்,
உண்டான நிலைக்கு உரித்தான காரணத்தை.

காரணத்தை நீயறிந்தால் கூறவேண்டும் மைந்தா,
உன்னன்னை எதற்காக வந்துளாள் போர்க்களத்துக்கு?
அரவங்களை ஆளும் அரசரின் திருமகள்,
உலூபியை வரவழைக்க உண்டான சூழலென்ன?

சூழலென்ன நேர்ந்ததால் சோகமான முகத்துடன்,
மாதரான இவரெலாம் மண்ணிலே அமர்ந்தபடி,
போர்களமான இவ்விடத்தில் பெரிதும் வருந்துகிறார்?
விளக்கமான பதிளித்தல் வேண்டும் மகனே.

மகனே என்றதும் மணிப்புரத்தின் வேந்தன்,
உடனே சிரஞ்சாய்த்து வணக்கமே செலுத்தி,
இதுகுறித்தே தாங்கள் எழுப்பும் வினாக்களை,
உலூபியிடத்திலே வினவினால் விடைகள் கிடைக்கும்.

(81)அஸ்வமேதிக பர்வம், பகுதி 81

கிடைக்கும் விடையெனக் கூறினான் வப்ருவாஹனன்,
உலூபியிடம் அர்ஜுனன் வினாவினை எழுப்பினான்,
கௌரவார்தம் மருமகளே காரணமென்ன இவ்விடத்தில்,
நீயும் சித்ராங்கதாவும் நிலைக்குலந்து நிற்பதற்கு?

நிற்பதற்குக் காரணமென்ன நடுக்களத்தில் இருவரும்?
இருவரிடத்து நட்புணர்வு இருக்கிறதா இன்னும்?
மான்போலும் கண்ணுடைய மாதே உன்மனதில்,
நல்லெண்ணம் எனைக்குறித்து நெஞ்சத்தில் உள்ளதா?

உள்ளதா உன்மனதில் உறுத்தல்கள் ஏதேனும்?
வப்ருவாஹனனா சித்ராங்கதாவா உன்கணவன் நானா,
எதிர்ப்பாக் உனக்கு ஏதேனும் தீங்கிழைத்தவர்?
தெரியாமலா ஏதேனும் தீங்கிழைத்தோம் உனக்கு?

உனக்கு உளத்தில் வெறுப்பு வரும்படி,

சித்ராங்கதரது மகளான சித்ராங்கதா ஏதேனும்,
பெருந்தவறு செய்தாளா பகருவாய் மாதேயென,
வினவியது கேட்டதும் உலூபி பதிலளித்தாள்.

பதிலளித்தாள் உலூபி பரந்த புன்னகையுடன்,
உங்களால் சித்ராங்கதாவால் வப்ருவாஹனனால் எனக்கு,
இடர்கள் ஏதும் ஏற்பட்டதே கிடையாது,
தாதிபோல் என்னிடம் தணிவுறுவாள் சித்ராங்கதா.

சித்ராங்கதா குறித்தும் சிறிதும் கோபமில்லை,
விளக்கமாய் உமக்கு உரைக்கிறேன் எவ்விதத்தில்,
செயல்களாய் இவையெலாம் செயலாகி முடிந்ததென,
கோபமாய் இருக்காதீர் கனிவுறுவீர் என்னிடம்.

என்னிடம் கனிவுற்றுக் கேட்பீர் விவரத்தை,
உம்மிடம் சிரந்தாழ்த்தி வணங்கினேன் மாவீரரே,
கௌரவர்தம் குலத்தாரே கேளீர் என்சொல்லை,
நலம்வேண்டும் உமக்கென நடந்த நிகழ்விது.

நிகழ்விது உண்டானது நினது செயலால்தான்,
குருக்ஷேத்திரத்து மண்ணிலே கடும்போர் நிகழுகையில்,
சந்தனுவது மைந்தரை சாய்த்தீர் நெறிதவறி,
அப்பாவத்து தாக்கத்தை அகற்றினேன் இச்செயலால்.

இச்செயலால் அகன்றது இயற்றிய பெரும்பாவம்,
சிகண்டியிடத்தில் பீஷ்மர் செய்திருந்த மோதலில்,
நேர்முகத்தில் இல்லாமல் நடத்தினீர் தாக்குதலை,
நிவர்த்திகள் செய்திராவிடில் நரகத்தில் வீழ்ந்திருப்பீர்.

வீழ்ந்திருப்பீர் நரகத்தில் விலக்காத நிலையிலே,
உயிரிழந்துநீர் வானுலகில் உட்புக நேர்ந்திருந்தால்,
அடைந்தீர் பாவத்தை அகற்றும் நிவர்த்தியை,
வீழ்ந்தீர் உமதுமகன் விடுத்த கணையால்.

கணையால் விழுந்தீர் காரணம் யாதெனில்,
களத்தில் சந்தனுமைந்தர் களைத்து விழுந்தபின்,
வசுக்கள் கங்கைதீரம் வந்து உரையாடினர்,
கங்கையிடத்தில் கருத்தைக் கூறினர் இவ்விதம்.

இவ்விதம் பீஷ்மரை அழித்தானே தனஞ்செயன்,
சிகண்டினிடம் பீஷ்மர் சண்டை செய்திருக்க,
கயமைமிகும் அர்ஜுனன் கொன்றானே பீஷ்மரை,
சண்டையும் நிறுத்தினார் சக்ரன்மகன் ஓயவில்லை.

ஓயவில்லை அர்ஜுனன் ஓய்ந்தார் பீஷ்மரெனினும்,
இத்தவற்றை முன்னிட்டு இந்த அர்ஜுனனுக்கு,
சாபத்தை வழங்கச் சித்தத்தைக் கொண்டோமென,
வேகவதியை நோக்கி விளம்பினர் வசுக்கள்.

வசுக்கள் உரைத்த வார்த்தைகள் கேட்டதும்,
அதுபோல் செய்வீரென ஒப்பினார் கங்கை,
அதற்குமேல் எனக்கு ஏதும் கேட்கவில்லை,
தந்தையிடத்தில் சொன்னேன் தவித்தார் தந்தை.

தந்தை வசுக்களிடம் தனியாகச் சென்று,
பலவகைத் துதிகளால் தணிவுறச் செய்து,
எல்லாவகை பூசைகளும் அளித்தார் வசுக்களுக்கு,
பதிலை அதன்பின் பகர்ந்தனர் வசுக்கள்.

வசுக்கள் உரைத்தனர் வீரமிக்க அர்ஜுனனுக்கு,
மணிப்புரத்தில் ஒருமைந்தன் மாவீரனாய் இருக்கிறான்,
களத்தில் அம்மைந்தன் கொல்லுவான் அர்ஜுனனை,
தரையில் வீழ்ந்து தனஞ்செயன் மாளுவான்.

மாளுவான் தனஞ்செயன் மடிந்து வீழ்ந்தால்தான்,
அன்னவன் பாவங்கள் அவனை விட்டகலும்,
இதுதான் சாபமென இயம்பினர் தந்தையிடம்,
திரும்பதான் வந்து தெரிவித்தார் என்னிடம்.

என்னிடம் தந்தை இயம்பிய சொல்கேட்டு,
அதேவிதம் நிகழ்வுகளை ஏற்படுத்தி அதன்மூலம்,
உங்களின் சாபத்தை விலகக்கினேன் வீரரே,
இந்திரன் வந்தாலும் அர்ஜுனனை வென்றிடான்.

வென்றிடான் வாசவனும் வீரமிக்கான் அர்ஜுனனை,
உங்களின் மைந்தன் உங்களின் மறுவடிவே,
ஆதலின் உம்மை ஆற்றலுடன் வீழ்த்தினான்,
என்செயலின் தவறென்ன எனக்கு உரைப்பீர்?

உரைப்பீர் ஏதேனும் ஊறாகச் செய்திருந்தால்?
எவ்விதம்நீர் என்னை ஏழுவீர் என்பதாக,
நாகர் குலக்கொடி நவின்றாள் அர்ஜுனனிடம்,
கௌரவர் வேங்கை கனிவுடன் பதிலளித்தான்.

பதிலளித்தான் அர்ஜுனன் பாங்குமிக்க மாதிடம்,
தேவதையின் வடிவமே தூயவளே உன்செயலில்,
உகந்தவைதான் எனக்கென உரைத்தான் கனிவுடன்,
மணிப்புரத்தின் வேந்தனிடம் மொழிந்தான் அடுத்ததாக.

அடுத்ததாக உனக்கு அளிக்கிறேன் தகவலை,
யுதிஷ்டிரனான வேந்தர் இயற்றுகிறார் அஸ்வமேதிகம்,
சித்திரையான மாதத்தில் சோமனின் முழுநிலவு,
பௌர்ணமியாகப் பொலிகையில் பெருவேள்வி நடக்கும்.

நடக்கும் வேள்விக்கு நீயும் வரவேண்டும்,
அன்னையையும் உன்னுடன் அழைத்துவா மகனேயென,
அவ்விதம் அழைத்ததும் அரசனான வப்ருவாஹனன்,
கண்ணீர்மிகும் பார்வையுடன் கூறினான் பதிலை.

பதிலை உரைத்தான் பார்த்தனின் மைந்தன்,
கடமைகளை எல்லாம் கருத்திலே அறிந்தவரே,
வேள்வியைக் காண வந்திடும் அனைவருக்கும்,
உணவுகளைப் அளிக்கும் வேலை எனதாகும்.

எனதாகும் கருத்தை அகமேக வைப்பீர்,
சரிதவறும் சிந்தியாது சொன்னதைக் கேட்கவேண்டும்,
உமதாகும் மனைவியர் உள்ளனர் இருவர்,
இரவாகும் நேரத்தில் அவர்களுடன் இருப்பீர்.

இருப்பீர் ஓரிரவு இந்த மாளிகையில்,
களிப்பீர் அதன்பின் கிளம்புவீர் காலையில்,
செல்லுவீர் குதிரை செல்லும்வழியில் தொடர்ந்தென,
சொன்னதோர் மொழ்கேட்டு சிந்தித்து பதிலளித்தான்.

பதிலளித்தான் அர்ஜுனன் வப்ருவாஹனன் வேண்டலுக்கு,
விரதந்தான் கொண்டேனென விவரந்தான் அறிந்தவனே,
அதைநான் முடிக்கும்வரை அரண்மனைக்கு வரலாகாது,

புரவிதான் அதன்போக்கில் போய்க்கொண்டே இருக்கும்.

இருக்கும் உனக்கு எப்போதும் என்னாசி,
ஆகினும் இப்போது அகன்று செல்லவேண்டும்,
ஓய்வேதும் இல்லாமல் ஓடவேண்டும் குதிரையுடன்,
ஓய்வெடுக்கும் இடமென ஒன்றுமில்லை எனக்கு.

எனக்கு ஓய்வில்லை இக்குதிரை திரும்பும்வரை,
தங்குதற்கு இயலாதென தனஞ்செயன் விளம்பினான்,
தந்தைக்கு ஒப்பியே தனயன் அருகில்வந்து,
பூசித்து விடையளித்துப் பணிவுடன் நின்றான்.

நின்றான் வப்ருவாஹனன் நிறைவான மனத்துடன்,
பார்த்தன் மனைவியரைப் பார்த்து விடைபெற்று,
கிளம்பினான் குதிரையின் காண்டீப வில்லாளன்,
புரவியின் வழியிலே போனான் காவலாக.

(82)அஸ்வமேதிக பர்வம், பகுதி 82

காவலாக அர்ஜுனன் குதிரையைப் பின்தொடர,
பயணமாகச் சென்ற புரவி திரிந்தது,
ஹஸ்தினாபுரமாக இருந்த அழகுநகர் செல்லும்,
திசையாக இருந்ததில் திரும்பி நடந்தது.

நடந்தது அதன்போக்கில் நுழைந்தது ராஜக்ரிஹத்தில்,
சஹாதேவனது மைந்தன் கூத்ரியரின் சிம்மம்,
மேகசாந்தியென்று பெயருடையான் மன்னனாக அரசாண்டான்,
அரசரது நெறிப்படி அர்ஜுனனை எதிர்த்தான்.

எதிர்த்தான் அர்ஜுனனை ஏறினான் தேரிலே,
எடுத்தான் பெருவில்லை அணிந்தான் கவசத்தை,
பொருத்தினான் தோலுறைகள் பலமாக அம்புவிட,
வேகத்துடன் தனஞ்செயனை வீழ்த்திட வந்தான்.

வந்தான் தனஞ்செயன் வெறுங்காலில் தரைமீது,
நிறுபிள்ளையின் செயல்போல சொன்னான் அர்ஜுனனிடம்,
திறமையிலான் பேதமையால் தெரிவித்தான் இக்கருத்தை,

உங்களின் குதிரைக்கு அணங்குகளே காவலர்.

காவலர் அணங்குகளே குதிரையுடன் இருக்கிறார்கள்,
உம்மவர் புரவியை ஓட்டிச் செல்லுகிறேன்,
முயலுவீர் மீட்பதற்கு முழுபலத்தை வெளிக்காட்டி,
முன்னோர் இருவரும் முழுப்பாடம் புகட்டவில்லை.

புகட்டவில்லை பாடத்தைப் பெரியோர்கள் சரியாக,
குலப்பெருமை நிலைநாட்டக் கிளம்பினேன் இப்போது,
ஆயுதத்தைக் கரமெடுத்து அளிப்பேன் மரியாதை,
என்னைத் தாக்கினால் அளிப்பேன் பதிலடி.

பதிலடி கொடுப்பேனென பகர்ந்தவன் மேகசாந்தியிடம்,
பாண்டுவது மைந்தன் புன்னகைத்து பதிலளித்தான்,
அண்ணனது கட்டளையை ஏற்று வந்துளேன்,
குதிரையது பாதையிலே குறுக்கிட்டால் தாக்குவேன்.

தாக்குவேன் குதிரையைத் தளைக்க நினைப்போரை,
எந்தன் விரதம் இதுதான் என்பதை,
அறிந்துதான் இருப்பாய் ஆதலால் போர்செய்,
உந்தன் மீது உளத்திலே கோபமில்லை.

கோபமில்லை எனக்கென்று கூறிய அர்ஜுனனை,
மகதத்தை ஆண்டவன் மிகவேகம் தாக்கினான்,
இந்திரனைப் போலவே ஆயிரமாயிரம் அம்புகளை,
அர்ஜுனனை நோக்கி அதிவேகமாய் எய்தான்.

எய்தான் அம்புகளை அடைமழைப் பொழிவென,
காண்டீபத்தின் உதவியால் கணைகளை எய்து,
எதிரியின் அம்புகளை அழித்தான் அர்ஜுனன்,
அரவங்களை ஒத்ததான அம்புகளை பதிலாக்கினான்.

பதிலாக்கினான் அர்ஜுனன் பெரிதான அம்புகளை,
கொடிமரத்தின் மீதும் கொடியின் மீதாகவும்,
தேரின் காலிலும் தாக்கினான் அர்ஜுனன்,
வேந்தன் உடலைமட்டும் வெகுவாகத் தாக்கவில்லை.

தாக்கவில்லை பாகனையும் தனஞ்செயன் அம்புகளால்,
இடக்கரத்தைப் பயன்படுத்தி எய்தான் அம்புகளை,

மகதத்தை ஆண்ட மன்னவனை அடிக்காததால்,
தற்பெருமை கொண்டான் தனஞ்செயனின் எதிரி.

எதிரி ஆகிய அர்ஜுனனை மிஞ்சும்,
பலசாலி தானெனப் பகட்டாக நினைந்து,
பார்த்தனை அம்புகளால் பலமாகத் தாக்கினான்,
மகத்தின் வேந்தன் மனதிலே திமிருற்றான்.

திமிருற்றான் மகதவேந்தன் தாக்கினான் அர்ஜுனனை,
அவ்விதந்தான் தாக்கியதும் அர்ஜுனன் கோபமுற்று,
தேர்ப்பாகன் சிரத்தைத் தள்ளினான் பூமியிலே,
உடைத்தான் மகதவேந்தன் வில்லை ஓரம்பால்.

ஓரம்பால் மகதவேந்தன் வில்லை உடைத்தபின்,
கரத்தில் தோலுறையை காண்டீபன் அறுத்தெறிந்தான்,
உடைத்தல் செய்தான் உயர்ந்த கொடிமரத்தை,
தரையில் விழுந்தது தேரின் கொடியானது.

கொடியானது விழுந்தது குதிரைகளும் மாண்டன,
பாகனற்று வில்லற்று பார்வேந்தன் தனித்தான்,
கரத்திலொரு கதையேந்தி குதித்தான் தரைமீது,
எதிரியது கதையை அர்ஜுனன் உடைத்தான்.

உடைத்தான் அம்புபல ஒருசேர விடுத்து,
ரத்தினங்களுடன் கயிறுகள் அறுந்தோடின கதைவிட்டு,
தரையின் மீதுத் தள்ளிய பெண்ணரவமென,
கதையின் பகுதிகள் கிடந்தன உடைந்து.

உடைந்து போனது வேந்தனின் கதையும்,
தேரிழந்து வில்லிழந்து திடமிக்க கதையிழந்து,
பலமிழந்து நின்றவனை பார்த்தன் நோக்கினான்,
தாக்குவது வேண்டாமென தனஞ்செயன் அமைதியானான்.

அமைதியானன் தனஞ்செயன் அன்புடன் இயம்பினான்,
க்ஷத்ரியரின் கடமையைச் செய்தாய் மைந்தனே,
உந்தன் பரக்கிரமம் உன்னதமாய் இருந்தது,
இளைஞன் ஆகினும் ஆற்றல்மிகு போராளன்.

போராளன் உனக்குப் பகருகிறேன் நிலைமையை,

யுதிஷ்டிரரின் கட்டளையை எனக்கு இயம்பினார்,
எதிர்ப்பவரின் உயிர்களை எடுத்தல் கூடாதென,
அதனால்தான் நீயின்னும் இருக்கிறாய் உயிருடன்.

உயிருடன் இருக்கிறாய் வெறுப்புடன் தாக்கினாலும்,
காரணம் வேந்தர் கூறியதான கட்டளையென,
மகதரின் வேந்தனிடம் மாவீரன் அர்ஜுனன்,
உரைத்தான் அக்கருத்தை உணர்ந்தான் மேகசாந்தி.

மேகசாந்தி அர்ஜுனனை மதித்து வணங்கினான்,
உம்மிடத்தில் தோற்றேன் உயர்வுமிக்க வீரரே,
போரிடுதல் விருப்பமில்லை போதும் மோதல்கள்,
கட்டளைகள் கொடுப்பீர் கருத்துடன் முடிக்கிறேன்.

முடிக்கிறேன் சொன்னதை முழுமனதுடன் என்பதாக,
அர்ஜுனன் கட்டளையை அரசன் வேண்டினான்,
கௌரவரின் வேந்தர் குதிரைவேள்வி செய்கிறார்,
சித்திரையின் பௌர்ணமியில் செய்யப்படும் அவ்வேள்வி.

அவ்வேள்வி நடக்கும்போது ஹஸ்தினாபுரம் வருவேண்டுமென,
வரச்சொல்லி அர்ஜுனன் விளம்பிய சொல்கேட்டு,
மறுப்பில்லை உம்சொல்லுக்கென மன்னவன் ஒப்பினான்,
குதிரையை வணங்கிவிட்டு கும்பிட்டான் பார்த்தனை.

பார்த்தனை வணங்கியபின் பார்வேந்தன் திரும்பினான்,
பிடரியை அழகாகப் பெற்றதான குதிரை,
பயணத்தைத் துவங்கி போனது அதன்போக்கில்,
வங்கத்தை புண்ட்ரத்தை வலம்வந்து கடந்தது.

கடந்தது கோசலத்தையும் குதிரை அதன்போக்கில்,
அங்கங்கு எதிர்த்தோரை அர்ஜுனன் அடக்கினான்,
மிலேசரது குழுக்களை மிரண்டு ஓடவைத்தான்,
பயணித்தது குதிரை போனது மனம்போல.

(83)அஸ்வமேதிக பர்வம், பகுதி 83

மனம்போல குதிரை மண்ணுலகை வலம்வந்தது,
வளமுள மகதத்தை வலம்வந்த புரவியானது,
தென்புலத் திசையிலே திரும்பி நடந்தது,
வெண்மையுளப் புரவியான் வலம்வந்தான் குதிரையுடன்.

குதிரையுடன் சென்றான் காண்டீப வில்லாளன்,
வெண்மைமிகும் புரவிகள் வாய்த்ததான தேரிலே,
பின்தொடர்ந்தான் வேள்வியின் புரவியை அதன்போக்கில்,
சேதியரின் தலைநகரம் சென்றது வேள்விப்புரவி.

வேள்விப்புரவி வந்ததால் வேந்தன் வெளிவந்தான்,
சிசுபாலனது மைந்தன் செய்தான் மோதலை,
மோதிவிட்டு அர்ஜுனனை மாண்புடன் பணிந்தான்,
தன்போக்கில் புரவி திரிந்து நடந்தது.

நடந்தது புரவி நகரான காசிக்குள்,
அங்கத்து கோசலத்து அரசர்களின் பகுதிகளில்,
புகுந்து கிரதரது பிரதேசத்தில் திரிந்தது,
சென்றது தங்கணரின் சீர்மிக்க நகருக்குள்.

நகருக்குள் சென்று நடந்தது அதன்போக்கில்,
அவ்விடங்களில் மரியாதைகள் அளித்தனர் அர்ஜுனனுக்கு,
தசர்னகர்கள் தேசத்திலும் திரிந்து நடந்தது,
அவ்விடத்தில் அரசாண்டவன் அதிதீரன் சித்ராங்கதன்.

சித்ராங்கதன் விஜயனுடன் செய்தான் பெருமோதல்,
பணியவைத்தான் அர்ஜுனன் பார்வேந்தன் சித்ராங்கதனை,
நிஷதரின் தேசத்தில் நுழைந்தான் அர்ஜுனன்,
அந்நாட்டின் மன்னவன் ஏகலைவன் மகனாவான்.

மகனாவான் ஏகலைவனுக்கு மன்னனாய் அரசாண்டவன்,
எதிர்த்துநின்றான் அர்ஜுனனை ஏகலைவன் மைந்தன்,
கடும்போரின் முடிவிலே காண்டீபன் வென்றான்,
தென்நாட்டின் பரப்புகளில் திரிந்தது புரவி.

புரவி தென்கடலில் பலதேசம் சென்றது,

தடையை செய்தனர் திராவிடரும் ஆந்திரரும்,
வெற்றி பெற்றபின் விஜயன் முன்னேறினான்,
மஹிஷரை வென்றான் மலைதேசம் சென்றான்.

சென்றான் கோல்வமென சொல்லப்படும் மலைதேசம்,
வென்றான் அங்கிருந்த வலுமிக்க மலைவாசிகளை,
சௌராஷ்டிரரின் தேசத்துக்குள் சென்றது குதிரை,
கோகர்ணத்தின் வழியாகக் கொணர்ந்தது ப்ரபாசத்துக்கு.

ப்ரபாசத்துக்கு உட்புகுந்து போனது த்வாரகைக்குள்,
யாதவரது இளைஞர்கள் எதிர்த்துவந்து மோதியே,
கட்டுதற்கு முயன்றனர் குதிரையை அவ்விடத்தில்,
அதையறிந்து உக்ரசேனர் அவர்களைத் தடுத்தார்.

தடுத்தார் உக்ரசேனர் துடிப்பான இளைஞர்களை,
வ்ருஷ்ணியர் அந்தகர் வந்தனர் நகரிலிருந்து,
வணங்கினர் அர்ஜுனனை வாழ்த்துக்கள் அளித்தனர்,
வாசுதேவர் அர்ஜுனனை வாழ்த்தினார் அன்புடன்.

அன்புடன் வாழ்த்தினார் அன்னைவழி மாமன்,
வாசுதேவரின் குழுவினர் வழங்கிய மரியாதைகளை,
கௌரவர் வேங்கை கனிவுடன் ஏற்றான்,
அனுமதிகள் பெற்று அங்கிருந்து கிளம்பினான்.

கிளம்பினான் குதிரையுடன் காண்டீப வில்லாளன்,
மேலைக்கடலின் பகுதிகளில் முன்னேறியது புரவி,
பாஞ்சாலரின் தேசத்தில் புகுந்து சென்றபின்னர்,
காந்தாரரின் நாட்டிலே குதிரை நுழைந்தது.

நுழைந்தது காந்தாரத்தில் நடந்தது அதன்போக்கில்,
குதிரையொடு காண்டீபனும் காவலுக்கு சென்றான்,
நாந்தது காந்தாரத்தில் நெடிதானப் பெருமோதல்,
சகுனியது மைந்தன் சண்டைக்கு வந்தான்.

வந்தான் சண்டைக்கு வஞ்சம் தீர்ப்பதற்கு,
பாண்டவரின் மீதுப் பெருங்கோபம் கொண்டவன்,
காந்தாரத்தின் வேந்தன் காட்டினான் வெறுப்பினை,
சகுனியின் மைந்தன் செய்தான் பெருமோதல்.

(84)அஸ்வமேதிக பர்வம், பகுதி 84

பெருமோதல் நேரிட்டது பாண்டவரின் வைரியுடன்,
பலத்தில் மிகைத்தவன் பெருந்தேர் உடையவன்,
காந்தாரர்கள் வேந்தன் கேடுமிக்க சகுனிமகன்,
படைகள் திரட்டிப் பார்த்தனை எதிர்த்தான்.

எதிர்த்தான் குழல்சுருண்ட அர்ஜுனனை காந்தாரன்,
தேருடன் புரவிகள் தக்கவிதம் அணியாக்கி,
யானைகளுடன் காலாட்களுடன் ஏகினான் களத்துக்கு,
கொடிகளுடன் பதாகைகளுடன் கிளம்பினர் போருக்கு.

போருக்கு நால்விதப் படைகளும் கிலம்பின,
தங்களது வேந்தனுக்குத் தீங்கிழைத்து கொன்றதால்,
பழிக்குப் பழிவாங்கப் புறப்பட்டனர் காந்தாரர்,
சகுனிக்கு உற்றவர்கள் சேர்ந்துவந்து எதிர்த்தனர்.

எதிர்த்தனர் ஆகினும் அழித்திடும் விருப்பமின்றி,
யுதிஷ்டிரர் சொன்னதை எடுத்துரைத்தான் அர்ஜுனன்,
காந்தார் ஒருவரும் கேட்கவில்லை அச்சொல்லை,
கோபித்தனர் கொதித்தனர் குதிரையைச் சூழ்ந்தனர்.

சூழ்ந்தனர் குதிரையைச் செல்வதற்கு வழியின்றி,
பாண்டவர் சிம்மம் பார்த்தன் கோபத்துடன்,
காந்தாரர் படைமீது கணைகளை எய்தான்,
இழந்தனர் சிரத்தை ஏனைய வீரர்கள்.

வீரர்கள் அர்ஜுனனின் வில்லின் வேகத்தை,
தாளுதல் இயலாமல் தவித்துத் திகைத்தனர்,
அதன்போக்கில் குதிரையை அங்கிருந்து அனுப்பினர்,
போரிடுதல் இயலாமல் பார்த்தனை நோக்கினர்.

நோக்கினர் வேறுசிலர் நெருங்கினர் பார்த்தனை,
வந்தவர் கூட்டத்தில் வெகுபேர் சிரமிழந்தனர்,
இறந்தவர் பெயர்களை இயம்பினான் பார்த்தன்,
காந்தாரர் வேந்தன் களத்தில் முன்னேறினான்.

முன்னேறினான் வேந்தன் மோதலுக்குத் தயாராக,
சகுனியின் மைந்தனிடம் சொன்னான் அர்ஜுனன்,
யுதிஷ்டிரரின் ஆணையை ஏற்று வெந்துளேன்,
எதிர்ப்பவரின் அரசனை அழித்துக் கொன்றிடேன்.

கொன்றிடேன் அரசர்களை காந்தார வேந்தனே,
எதிர்க்கதான் தேவையில்லை அமைதியாய் சென்றுவிடு,
தோற்கதான் விரும்பினால் தாக்குவாய் என்னையென,
உரைத்ததன் பொருளை உணரவில்லை சகுனிமகன்.

சகுனிமகன் அம்புகளைச் சரமாரியாய்ப் பொழிந்தான்,
அறிவீனத்தின் காரணமாய் அவ்விதம் செய்ததால்,
இந்திரன் போலிருந்த அர்ஜுனன் மீதாக,
அம்புகளின் மழைபொழிந்து அவ்விடத்தை மூடினான்.

மூடினான் அம்புகளால் மாவீரன் பார்த்தனை,
காண்டீபன் கொதித்துக் கணையொன்றை எடுத்தான்,
தலைதான் பெருத்தத் திடமிக்கக் கணையால்,
தலையின் கவசத்தைத் தரித்து எடுத்தான்.

எடுத்தான் தலைக்கவசம் எடுத்தபின் அதனை,
அடித்தான் அடுத்தடுத்து அம்புகளால் சரமாரியாக,
தரையில்தான் விழாமலே தலைக்கவசம் பறந்தது,
ஜெயத்ரதன் சிரத்தை செங்களத்தில் நினைவூட்டியது.

நினைவூட்டியது ஜெயத்ரதனுக்கு நிகழ்ந்ததை அச்செயல்,
வேந்தனுக்கு அர்ஜுனன் உயிர்தானம் கொடுத்தானென,
காந்தாரத்துப் படைகளுக்குக் கருத்து புரிந்தது,
அங்கிருந்து வேந்தன் அவசரமாய் ஓடினான்

ஓடினான் வேந்தன் உடன்வந்தனர் படைகளும்,
மான்களின் கூட்டம் மிரண்டு ஓடுவதாய்,
அவர்களின் ஓட்டம் இருந்தது அக்கணத்தில்,
வீரர்களின் சிரங்களை வெட்டினான் அர்ஜுனன்.

அர்ஜுனன் அம்புகளால் அப்படையில் சிலபேர்,
கரந்தான் இழந்தாலும் கலக்கத்தால் அதைமறந்து,
ஓடதான் விழழந்து வெகுதூரம் சென்றனர்,

காந்தாரரின் படைகள் காண்டீபனால் சிதறின.

சிதற்றின படைகள் சிந்தை கலங்கியே,
ஆட்களென குதிரைகளென யானைகளென குழுக்களாக,
பிழைப்போமென ஓடினர் போரிடுதல் இயலாதென்று,
ஓடின படைகள் விடவில்லை அர்ஜுனன்.

அர்ஜுனன் அம்புகளால் அழிந்தனர் காந்தாரர்,
போர்க்களத்தின் நடுவிலே போனார்கள் சுழல்போல,
இறந்தவரின் நடுவிலே அர்ஜுனன் ஒருவன்மட்டும்,
இருந்தான் என்பதையே அனைவரும் கண்டனர்.

கண்டனர் எவரும் காண்டீபனுக்கு ஈடில்லையென,
காந்தாரர் படைகளின் கலங்கிய நிலைகண்டு,
வந்தார் காந்தார வேந்தனின் அன்னையார்,
வந்தனர் அவருடன் வயோதிக அமைச்சர்கள்.

அமைச்சர்கள் துணையுடன் அன்னையார் வந்தார்,
அர்க்கியங்கள் பூசனைகள் அளித்தார் அர்ஜுனனுக்கு,
காந்தார்கள் வேந்தனிடம் கூறினாள் நிறுத்தென்று,
மரியாதைகள் செய்தான் மாவீரன் அர்ஜுனன்.

அர்ஜுனன் அந்த அன்னையை வணங்கினான்,
சகுனியின் மகனிடம் சொன்னான் பரிவுடன்,
என்னுடன் மோதியதால் எனக்கு மகிழ்வுதான்,
க்ஷத்ரியரின் கடமையைச் செய்தாய் குறைவின்றி.

குறைவின்றி கடமைகளைக் கருத்துடன் செய்தாய்,
சகோதரனென்று உறவுமுறை சொல்கிறேன் உனக்கு,
எதிரியென்று வருவோரை அழிக்கும் காந்தாரனே,
உனதுயிருக்கு ஊறில்லை உறவானாய் எனக்கு.

எனக்கு காந்தாரி அன்னை ஆனதால்,
திருதராஷ்டிரருக்கு உகந்ததையே தனஞ்செயன் செய்வதால்,
உனது உயிரெடுக்க விருப்பம் எனக்கில்லை,
படையென்று வந்தோரைப் போகவைத்தேன் எமனிடம்.

எமனிடம் அனுப்பினேன் ஏனைய வீரர்களை,
அவ்விதம் மேன்மேலும் அலங்கோலம் நேரவேண்டாம்,

சிந்தையும் சரிசெய்வாய் செல்லுவாய் வேள்விக்கு,
அஸ்வமேதிகம் செய்கிறார் ஹஸ்தினொஉரத்தில் யுதிஷ்டிரர்.

யுதிஷ்டிரர் நிகழ்த்தும் அஸ்வமேதிக வேள்வி,
சித்திரையிலோர் பௌர்ணமியில் சிறப்பாக நடைபெறும்,
செல்லுவீர் காந்தாரர் சக்ரவர்த்தியின் வேள்விக்கென,
காந்தாரர் வேந்தனிடம் கூறினான் காண்டீபன்.

(85)அஸ்வமேதிக பர்வம், பகுதி 85

காண்டீபன் காந்தாரனிடம் கூறினான் அழைப்பினை,
தொடர்ந்தான் குதிரையின் தடத்திலே காவலுக்கு,
அதன்பின் குதிரை ஹஸ்தினாபுரிக்கு செல்லும்,
சாலையின் திசையிலே திரும்பிச் சென்றது.

சென்றது குதிரை சுற்றியது போதுமென்று,
வந்தது அர்ஜுனனென வேந்தன் அறிந்தான்,
நலத்தொடு அர்ஜுனன் நாடினான் ஹஸ்தினாபுரியென,
காந்தாரத்து நிகழ்வையும் கேட்டறிந்தான் வேந்தன்.

வேந்தன் குதிரையின் வழித்தடம் முழுவதும்,
நடந்ததன் நிகழ்வுகளை நெஞ்சத்திலே அறிந்தான்,
மகமாதத்தின் சுக்லபட்சத்தில் மதியானது வளர்ந்து,
பனிரண்டாம் தினமென்று பிறையை கணித்தான்.

கணித்தான் அப்போது காலம் உகந்தென,
பீமன் நகுலனுடன் பாங்குடைய சகாதேவனை,
அழைத்தான் வேந்தன் அள்றிவித்தான் கருத்தை,
பீமனின் முன்னிலையில் பகர்ந்தான் காலத்தை.

காலத்தை அறிவாய் கனவீரா பீமசேனா,
குதிரையைத் தொடர்ந்துசென்ற காண்டீபன் திரும்புகிறான்,
இச்செய்தியை உரைத்தனர் அர்ஜுனனின் தூதர்கள்,
வேள்விக்குதிரை நகரருகில் வருகிறது இப்போது.

இப்போது மகமாதத்து அம்புலியின் பௌர்ணமி,
வருகிறது அருகிலே வெகுவிரைவில் இம்மாதம்,

முடிகிறது ஆகையால் மாவீரனே வருகோதரா,
பிராமணரிடத்து வேள்விக்குப் பொருந்துமிடம் குறிப்பிட.

குறிப்பிட வேண்டும் காலநேரம் வேள்விக்கென,
இயம்பிட வேண்டும் ஈடிலானே பீமாவென,
உரைத்ததும் பீமன் ஒப்புதல் அளித்தான்,
அகமகிழ்ந்தான் அர்ஜுனன் ஹஸ்தினாபரம் வருவதால்.

வருவதால் குதிரைக்கான வேள்வியை புரிவதற்கு,
வேதங்கள் முறைகளை வெகுசிறப்பாய் கற்றவர்கள்,
பலபேர்கள் துணையுடன் புறப்பட்டான் பீமன்,
வேள்விசாலைகள் அமைத்திட உதவினர் விற்பன்னர்.

விற்பன்னர் பலரும் வந்தனர் பீமனுடன்,
பிராமணர் பலருடன் போனான் பீமசேனன்,
அழகானதோர் இடத்திலே அமைத்தனர் வேள்விசாலை,
கட்டினர் வீடுகளைக் காண்பவர் தங்குதற்கு.

தங்குதற்கு ஏற்றவிதம் தலைசிறந்த மாளிகைகள்,
கணக்கு பலநூறு கட்டினான் பீமசேனன்,
தரையது சமமாக்கித் தக்கவிதம் அலங்கரித்து,
மணிகளொடு அணிகளால் முடித்தனர் அலங்காரம்.

அலங்காரம் செய்தனர் அங்கிருந்த மாளிகைகளை,
தங்கமும் வைரமும் தகதகத்தன எங்கெங்கும்,
தூண்களும் அழகுமிகும் தங்கத்தில் அமைந்தன,
வருவோரெலாம் தங்குதற்கு வடிவமைத்தனர் மாளிகைகள்.

மாளிகைகள் அமைத்தனர் மாதர்கள் தங்கவும்,
வேந்தர்கள் ஓய்வெடுத்து வேள்வியைக் காணவும்,
பலதேசங்கள் சேர்ந்தோர் பாங்குடன் இருக்கவும்,
பிராமணர்கள் தங்கவும் பிர்த்தான் பகுதிகளை.

பகுதிகளைப் பிரித்தான் பார்வேந்தர்கள் தங்கவும்,
அரசகட்டளை ஏற்று அனைத்துதேச வேந்தருக்கும்,
அழைப்பிதழை அனுப்பினான் அதிதீரன் பீமசேனன்,
அழைப்பினை ஏற்று அனேகர் வந்தனர்.

வந்தனர் பலதேசத்து வேந்தர்கள் பொன்பொருளுடன்,

கொணர்ந்தனர் பெண்களைக் குதிரைகளை ஆயுதங்களை,
அன்னவர் ஓசைகள் ஆகாயத்தை நிரப்பின,
வானவர் மண்டலத்திலும் வெகுபெரிதாய் ஒலித்தன.

ஒலித்தன அங்கே ஓசைகள் பலவிதமாய்,
வேந்தனான யுதிஷ்டிரன் வசதிகளை அமைத்தான்,
உணவென படுக்கையென உகந்தபலப் பொருட்களென,
வசதியான வாழ்வுக்கு வழங்கினான் தேவைகளை.

தேவைகளை விலங்குகட்கும் தந்தான் யுதிஷ்டிரன்,
கொட்டகை அமைத்துக் கொடுத்தான் உணவுகளை,
மானிடரைப் பொறுத்தவரை மாமன்னன் வேள்விக்கு,
இருபிறப்பை உடையோரெலாம் ஏகினர் விடுபடாமல்.

விடுபடாமல் அனைவரும் வந்தார்கள் சீடருடன்,
வந்தவர்கள் அனைவரையும் வேந்தன் வரவேற்றான்,
தற்பெருமைகள் இல்லாமல் தனது விருந்தினருக்கு,
இருப்பிடங்கள் உணவுகளுக்கு ஏற்பாடுகள் செய்தான்.

செய்தான் விருந்தினருக்கு சிறப்பான மரியாதை,
வேந்தன் ஆணைப்படி வேண்டியபடி கட்டடங்கள்,
அமைத்துதான் முடித்தோமென அறிவித்தனர் பொறியாளர்கள்,
அவர்களின் வார்த்தைகளால் அகமகிழ்ந்தான் யுதிஷ்டிரன்.

யுதிஷ்டிரன் பொறியாளருக்கு அளித்தான் மரியாதை,
பணியாளரின் தேவைகளையும் பரிவுடன் கவனித்தான்,
வேள்வியின் துவக்கத்தில் வெகுபேர்கள் அவ்விடத்தில்,
கருத்துகளின் நிமித்தமாகக் கடுமையாய் வாதித்தனர்.

வாதித்தனர் தமது வார்த்தைகளே சரியென,
இந்திரனார் நகரமென இருந்தது வேள்விசாலை,
வந்தவர் நலங்குறித்து விசாரித்தான் யுதிஷ்டிரன்,
கண்டனர் வெற்றியைக் குறிப்பிடும் வளைவுகளை.

வளைவுகளை மாளிகைகளை வடிவமைத்தான் பீமன்,
தங்கத்தை எங்குமே தாராளமாய்ப் பயன்படுத்தினான்,
படுக்கைகளை ஆசங்களைப் பொருத்தினான் தேவைப்படி,
மூடிகளைப் போட்டதாக மிகப்பல பாத்திரங்கள்.

பாத்திரங்கள் வாணலிகள் பால்தூக்குகள் குவளைகள்,
எவைகள் கண்டாலும் அவைகள் தங்கமே,
ஆரண்யகங்கள் சொன்னபடி அனைத்தும் தயாராகின,
தங்கத்தில் வேள்விக்குத் தயாராகின பொருட்கள்.

பொருட்கள் அனைத்தையும் பொன்னால் அமைத்தபின்,
மந்திரங்கள் ஓதினர் மண்ணிலே வைத்தனர்,
தரையில் தண்ணீரில் திகழும் விலங்குகள்,
அவ்விடத்தில் இருந்ததை அரசன் கண்டான்.

கண்டான் யுதிஷ்டிரன் காளைகளைப் பசுக்களை,
எருமைகளின் கூட்டமும் இருந்தது அவ்விடத்தில்,
நீர்வாழ்வதன் குழுக்களும் நிரம்பியே இருந்தன,
குட்டியிடுவதன் முட்டைபோடுவதன் கூட்டங்கள் இருந்தன.

இருந்தன அழுக்கிலே ஏற்படும் உயிர்களும்,
தாவரமென இருப்பவையும் திரண்டு கிடந்தன,
மலையான பகுதிகளில் மட்டுமே வளரும்,
தாவரமென விலங்கெனத் தென்பட்டன வேள்விநகரில்.

வேள்விநகரில் அனைத்துவித விலங்குகள் தாவரங்கள்,
இருந்ததால் வேந்தர்களுக்கு ஏற்பட்டது களிப்பு,
இனிப்புவகைகள் பலவும் இருந்தன தயாராக,
வந்தவர்கள் அனைவரும் உண்டு மகிழ்ந்திட.

மகிழ்ந்திட ஒருலட்சம் மறையோதுவோர் உண்டதும்,
இசைத்திடச் செய்தனர் அனேகவித பேரிகைகளை,
எழுந்திடச் செய்தது இன்னிசை அவ்வப்போது,
தொடர்ந்திடச் செய்தது தினமும் இசையொலிகள்.

இசையொலிகள் கேட்டிட இனிதாக இருந்ததான,
வேள்விநகரில் உணவுகளை வழங்கினர் மலைகளென,
ஏரிபோல் நெய்யும் இருந்தது அவ்விடத்தில்,
அம்வுத்வீபத்தில் இருந்தோரெலாம் சேர்ந்தனர் ஒன்றாக.

ஒன்றாக இருந்தனர் வெவ்வேறு இனத்தாரும்,
ஆயிரமாக தேசங்களும் அவற்றின் மாந்தர்களும்,
ஓரிடமாக வந்தனர் வேள்விநகரில் தங்கினர்,
மாலைகளாகக் காதணிகளாக மிகப்பல அணிந்தனர்.

அணிந்தனர் நல்லாடைகள் அவரவர் வழக்கப்படி,
அளித்தனர் உணவுகளை அங்கிருந்த அனைவருக்கும்,
அரசர் குலத்தார் அருந்தவும் உண்ணவும்,
தகுந்தோர் உணவையே தந்தனர் அனைவருக்கும்.

(86) அஸ்வமேதிக பர்வம், பகுதி 86

அனைவருக்கும் உகந்தவிதம் அமைந்தது வேள்விநகரம்,
வேதமெலாம் உணர்ந்தவர்கள் வையத்தின் வேந்தர்கள்,
யுதிர்ஷ்டிரனாம் வேந்தனின் அழைப்பிற்கென வந்தனர்,
பீமனிடம் யுதிஷ்டிரன் பகர்ந்தான் விருப்பத்தை.

விருப்பத்தை உடையேன் வந்தோர்க்கு மரியாதைசெய்ய,
வெகுமேன்மை உடையோர் வந்தனர் வேள்விக்கு,
மரியாதை செய்யவேண்டும் மண்ணாளும் வேந்தருக்கென,
சொன்னதைக் கேட்டுச் செய்தான் பீமசேனன்.

பீமசேனன் ஏற்பாடுகள் புரிவதற்கு உதவியாக,
சகாதேவன் நகுலன் சென்றனர் அண்ணனுடன்,
உடனிருந்தான் கோவிந்தன் வ்ருஷ்ணியரின் குழுவுடன்,
வலதேவன் அவர்களுடன் வந்திருந்தான் பார்வையிட.

பார்வையிட வந்தனர் ப்ரத்யும்னன் யுயுதானன்,
கடனொடு நிஷதன் க்ரிதவர்மனொடு சம்வன்,
வந்தது கண்டதும் வ்ருகோதரன் வணங்கினான்,
அவரவரது மாளிகைகளை அடைந்தனர் அனைவரும்.

அனைவரும் திரண்டிருந்த அப்பெரும் சபையிலே,
கண்ணனாம் மாதவன் கூறினான் யுதிஷ்டிரனிடம்,
வெகுதூரம் சென்று வேள்விப் புரவிக்கென,
போரிடும் பார்த்தன் பெரிதும் இளைத்தானென.

இளைத்தானென மெலிந்தானென இயம்பினான் கண்ணன்,
யுதிஷ்டிரனான குந்திமைந்தன் ஆர்வமான குரலிலே,
அர்ஜுனனான தம்பி எந்நிலையில் உள்ளானென,
தொடர்ச்சியான கேள்விகளைத் தொடுத்தான் கண்ணனிடம்.

கண்ணனிடம் யுதிஷ்டிரன் கேட்டதற்கு பதிலாக,
த்வாரகையாம் நகரிலே தங்கியிருக்கும் ஒருவன்,
அர்ஜுனனாம் வீரன்பற்றி அறிவித்தான் எனக்கு,
அனேகம் சண்டைகளால் அர்ஜுனன் இளைத்தான்.

இளைத்தான் அர்ஜுனனென இயம்பினான் அம்மனிதன்,
வந்துவிட்டான் நமக்கு வெகுவாக அருகிலென்றும்,
தெரிவித்தான் அம்மனிதன் தனஞ்செயன் நிலைகுறித்து,
வேள்விதான் செய்வதற்கு வேண்டியன செய்வீர்.

செய்வீர் வேள்விக்கு செயத்தகும் அனைத்துமென,
வ்ருஷ்ணியர் வேங்கை விளம்பிய சொல்கேட்டு,
முன்னோர் புண்ணியத்தால் மாவீரன் அர்ஜுனன்,
ஏதோர் தீங்குமின்றி ஏகுகிறான் ஹஸ்தினாபுரம்.

ஹஸ்தினாபுரம் வருகின்ற அர்ஜுனன் எனக்கென்று,
தகவலேதும் கொடுத்தானா தெரிவிப்பாய் கண்ணவென,
கேட்டதும் கண்ணன் கூறினான் மறுமொழி,
யுதிஷ்டிரரிடம் இயம்புதற்கு அளிக்கிறேன் தகவலை.

தகவலை உரைத்தால் தரணியில் இருக்கும்,
பலவகை தேசங்களின் பார்வேந்தர் வருகிறார்கள்,
அவர்களை மரியாதைகள் அளித்து வரவேற்கவேண்டும்,
முக்கியமாய் ஒருவிவரம் மொழிகிறேன் வேந்தருக்கு.

வேந்தருக்கு எனது விண்ணப்பம் யாதெனில்,
இதற்குமுன்பு அர்க்கியம் அளிக்கின்ற நேரத்தில்,
நேரிட்டது போல நடலைகளும் உயிரிழப்பும்,
நேரிடாது தவிர்க்கவேண்டும் நவிலுவீர் வேந்தரிடம்.

வேந்தரிடம் கூறுவதை வ்ருஷ்ணியர்தம் கண்ணனும்,
ஒப்பவேண்டும் என்று உரைப்பீர் தூதுவரே,
வேந்தரிடம் உண்டாகும் வெறுப்புகளின் காரணமாக,
மக்களும் இறக்காவிதம் முடிக்கவேண்டும் வேள்வியை.

வேள்வியை முடிப்பதற்கு விஜயன் வழிமுறையை,
தனிமுறையாய் இன்னொரு தகவலும் அளித்தான்,
மணிப்புரத்தை ஆளும் மாவீரன் வப்ருவாஹனன்,

வேள்வியைக் காணுதற்கு வருகிறான் அழைப்பேற்று.

அழைப்பேற்று வந்திடும் ஆடலேறு வப்ருவாஹனனை,
எனக்கென்று தனிக்கவனம் அளித்து வரவேற்று,
வாஞ்சையொடு நடத்தவேண்டும் வேந்தரே என்பதை,
இன்னொரு வேண்டுகோளாய் இயம்பவேண்டும் வேந்தரிடம்.

வேந்தரிடம் சொல்வதற்கு விஜயன் அனுப்பியதான,
தகவலெலாம் கேட்டதும் தருமபுத்திரன் யுதிஷ்டிரன்,
அதற்கெலாம் ஒப்புதல் அளித்து ஏற்றான்,
இயம்பினான் இதுகுறித்து அவனது கருத்துக்களை.

(87)அஸ்வமேதிக பர்வம், பகுதி 87

கருத்துக்களை உரைத்தான் கண்ணனிடம் யுதிஷ்டிரன்,
உன்சொற்களைக் கேட்டேன் ஒவ்வொன்றும் எனக்கு,
உகந்தவை அதேசமயம் உயர்ந்தவை ஆகின,
மனமகிழ்வை அளித்தன மொழிந்த விவரங்கள்.

விவரங்கள் பலவும் விளம்பினாய் கண்ணா,
சந்தேகத்தில் வேறுவிவரம் சொல்வாயெனக் கேட்கிறேன்,
வாழ்நாளில் பெரும்பகுதி விஜயன் வெளியேறி,
அரண்மனையில் வாழாமல் அலைந்து வாடுகிறான்.

வாடுகிறான் விஜயன் வெகுகூர்மை மதியாளன்,
வேலைகளின் சுமைகள் வெகுவாய்க் குறைந்தபின்,
அர்ஜுனனின் சிந்தனைதான் எனக்குள் இருக்கிறது,
வருந்திதான் திரிகிறான் வாழ்நாளில் பெரும்பகுதி.

பெரும்பகுதி இவ்விதமாய்ப் பாடுபட நேரிட்டதே,
அறிகுறி தெய்வீகமாக அமைந்த உடலுடையான்,
எக்குறி காரணமாக இவ்விதம் வருந்துகிறான்?
தவறி ஏதொன்றும் தெரியவில்லை அர்ஜுனனிடம்.

அர்ஜுனனிடம் இருக்கும் அறிகுறிகள் பலவற்றில்,
ஏதேனும் பழுந்துண்டா இயம்புவாய் கேசவா,
இந்தவிதம் காண்டீபன் அடைந்திடும் வருத்தங்கள்,

அண்டிடும் காரணத்தை அறிவிப்பாய் எனக்கு.

எனக்கு பதிலை அளிக்க வேண்டுமென,
யுதிஷ்டிரனது வார்த்தைகளை இயம்பிய கணத்திலே,
போஜரது இளவல்களின் பெருமையை மேம்படுத்தும்,
ஹ்ரிஷிகேசனது மனதிலே ஏற்பட்டது சிந்தனை.

சிந்தனை செய்தபின் சொன்னான் கண்ணன்,
புனிதமற்றதாய் அறிகுறிகள் பார்த்தனிடம் கிடையாது,
கன்னங்களைப் பொருத்தவரை கன்னத்தின் எலும்புகள்,
தூக்கலாய் உள்ளதெனத் தெரிவிக்கலாம் ஓரளவு.

ஓரளவு கன்னத்தெலும்பு உயர்ந்து இருப்பதால்தான்,
சாலைமீது அர்ஜுனன் சென்றவண்ணம் இருக்கிறான்,
வேறொரு காரணமும் விளம்புதல் இயலாதே,
இவ்விதத்து அர்ஜுனனை அலைக்கழிக்கும் காரணமாக.

காரணமாக இதைமட்டும் கூறலாம் என்பதாக,
பதிலாக ஒன்றினைப் பகர்ந்தான் கண்ணன்,
சீற்றமாகக் நோக்கினாள் சீர்மிக்காள் திரௌபதி,
அன்பாக இருப்பவளின் அறிகுறிதான் இச்செயல்.

இச்செயல் காரணமாய் அந்தகரின் கண்ணன்,
பார்வையால் ஒப்புதல் பகர்ந்தான் திரௌபதிக்கு,
நட்பால் திரௌபதி நிகரிலான் கண்ணனும்,
இணக்கத்தில் இருந்தனர் அர்ஜுனனின் நட்புக்கு.

நட்புக்கு உதாரணமாய் நின்றான் கண்ணன்,
அர்ஜுனனது வெற்றிகளை அறிந்த பீமனும்,
வேள்விக்கு வந்திருந்த வேதியர் குழுக்களும்,
மகிழ்வுற்றுப் பேசினர் மாவீரன் பெருமைகளை.

பெருமைகளை உடையவன் பார்த்தனைக் குறித்து,
பேச்சுகளை அவர்கள் பகரும் வேளையிலே,
சபைதனை நாடினான் செய்தியுடன் தூதுவன்,
வணக்கத்தைத் தெரிவித்தான் வேந்தனுக்கும் பிறருக்கும்.

பிறருக்கும் வணக்கத்தைப் பகர்ந்த தூதுவன்,
பாண்டவர்தம் சிம்மம் பல்குனன் வந்தானென,

உரைத்ததும் யுதிஷ்டிரன் உகுத்தான் புன்கணீர்,
பரிசுகளும் அளித்தான் பார்வேந்தன் யுதிஷ்டிரன்.

யுதிஷ்டிரன் பரிசுகளை அளித்தான் மகிழ்வுடன்,
அச்செய்தியின் பின்னர் இரண்டாவது தினத்திலே,
அர்ஜுனனின் வருகையால் எழுந்தது பேரோசை,
குதிரையின் குளம்புகளால் கிளம்பியது பெரும்புழுதி.

பெரும்புழுதி கிளம்பிட புரவி வந்தது,
வானவரின் உச்சைஸ்ரவமென வந்தது வேள்விப்புரவி,
மாநகரின் மாந்தர்கள் மொழிந்தனர் வாழ்த்துக்களை,
நல்லநேரத்தின் காரணமாய் நலமாக வந்துளான்.

வந்துளான் பார்த்தன் வெற்றிபெற்ற வீரனாக,
பேற்றிதான் வேந்தனையும் பார்த்தனையும் புகழுகிறோம்,
வேறெவர்தான் இவ்விதம் வையத்தை வெல்லவல்லார்?
சாகரன் வெற்றிகூட சொல்லலாகாது நிகரென்று.

நிகரென்று ஏதுமில்லை நீயடைந்த வெற்றிக்கு,
இதற்கடுத்து வருவோரும் இவ்விதத்தில் வெல்லுதல்,
இயலாதென்று அனைவரும் இயம்பினர் அர்ஜுனனிடம்,
அவர்களது சொல்கேட்டு அர்ஜுனனும் நடந்தான்.

நடந்தான் வேள்வியானது நடக்கும் பகுதிக்குள்,
யுதிஷ்டிரன் திருதராஷ்டிரருடன் எதிர்கொண்டு அழைத்தான்,
தந்தஞ்செயன் வணங்கினான் திருதராஷ்டிரரை யுதிஷ்டிரனை,
பீமனின் பாதத்திலும் பணிந்தான் பல்குனன்.

பல்குனன் கேசவனைப் பாசத்துடன் அணைத்தான்,
கப்பல்தான் உடைந்தபின் கரைசேர்ந்த மனிதன்,
கரைதான் சேர்ந்ததுபோல் காண்டிபனும் மகிழ்தான்,
வபுருவாஹனன் அதேகணத்தில் வந்தான் அன்னையருடன்.

அன்னையருடன் வந்த அரசன் வப்ருவாஹனன்,
கௌரவரின் மூத்தோரைக் கும்பிட்டு வணங்கினான்,
சபையின் மாந்தரும் செலுத்தினர் வணக்கத்தை,
குந்தியின் வீட்டுக்குள் களிப்புடன் சென்றான்.

(88)அஸ்வமேதிக பர்வம், பகுதி 88

சென்றான் குந்தியிடம் செய்தான் மரியாதை,
பாட்டியின் நலங்குறித்து பாங்குடன் விசாரித்தான்,
சித்ராங்கதாவும் உலூபியும் சென்றனர் அர்ஜுனனிடம்,
கிருஷ்ணையிடம் வணங்கியபின் கண்டனர் சுபத்திரையை.

சுபத்திரையை வணங்கியபின் சென்றனர் குந்தியிடம்,
இருவரை ஆசீர்வதித்த அன்புமிக்க குந்தி,
பொன்பொருளை ஏராளமாகப் பரிவுடன் வழங்கினாள்,
மருமகள்களை குந்தி மகிழ்வுடன் கவனித்தாள்.

கவனித்தாள் மருமகள்களைக் கொடுத்தாள் உறைவிடம்,
படுக்கைகள் ஆசனங்கள் பெருமதிப்பு வாய்த்ததாக,
மருமகள்கள் வசதிக்கென மாமியார் வழங்கினார்,
பாட்டியிடத்தில் விடைபெற்று புறப்பட்டான் வப்ருவாஹனன்.

வப்ருவாஹனன் திருதராஷ்டிரரை வணங்கினான் முறையாக,
யுதிஷ்டிரன் பீமனை அடுத்தடுத்து வணங்கினான்,
பாண்டவரின் பிறரையும் பணிவுடன் வணங்கினான்,
பணிவுடன் நடந்தான் வப்ருவாஹனன் அனைவரிடமும்.

அனைவரிடம் வணங்கிய அரசன் வப்ருவாஹனனை,
அனைவரும் தழுவி அன்புடன் வாழ்த்தினர்,
அன்புமிகும் வார்த்தைகூறி அளித்தனர் பொன்பொருட்கள்,
கண்ணனிடம் மணிப்புரத்தின் கோவானவன் வந்தான்.

வந்தான் கண்ணனிடம் வணக்கம் தெரிவித்தான்,
கதையுடன் சக்கரம் கொண்டிருந்த கண்ணனுடன்,
ப்ரத்யும்னன் போலவே பணிவுடன் சென்றான்,
கொடுத்தான் கண்ணன் கனகமணித் தேரை.

தேரை வப்ருவாஹனனுக்கு தந்தான் கண்ணன்,
அடுத்ததாய் யுதிஷ்டிரனும் அதிதீரன் பீமனும்,
தொடர்ச்சியாய் அர்ஜுனனும் திடமிக்க இரட்டையரும்,
வப்ருவாஹனை தனித்தனியாய் வாழ்த்தி பரிசளித்தனர்.

பரிசளித்தனர் வப்ருவாஹனனுக்கு பாண்டவர் ஜவரும்,

உறவினர் கூட்டங்கள் உவந்து மகிழ்ந்தனர்,
மூன்றானதோர் தினத்திலே மன்னவன் யுதிஷ்டிரனை,
காணவந்தார் வியாசர் கூறினார் கருத்தை.

கருத்தை உரைக்கிறேன் கௌரவரின் வேந்தனே,
வேள்வியைத் துவக்குவாய் வேளைவந்தது இத்தினமே,
துவக்கத்தைக் கொடுக்கத் தருணம் இதுதான்,
உன்னை வரச்சொல்கிறார் வேதியர்கள் வேள்விசெய்ய.

வேள்விசெய்ய வந்து விக்கினங்கள் ஏதுமின்றி,
முடித்துவைக்க வேண்டுகிறார் மறையோதும் வேதியர்கள்,
சொர்ணமாகிய தங்கம் செரிவாகி காரணத்தால்,
தங்கமய வேள்வியென்று தெரிவிக்கிறார் இதனை.

இதனைப் பொன்வேள்வியென இயம்புகிறார் அனைவரும்,
தட்சிணை அளிக்கும்போது தரவேண்டும் மும்மடங்கு,
புண்ணியத்தை நீயும் பெறுவாய் மும்மடங்காய்,
உறவினரைக் கொன்றதான வெகுபாவம் விலகும்.

விலகும் பாவங்கள் வழங்கும் தட்சிணையால்,
அஸ்வமேதிகம் செய்திடும் ஆற்றல்மிகும் வேதியர்கள்,
இவ்விடம் தன்னிலே இருக்கிறார் வேந்தனே,
இறுதியாகும் குளியலுக்கு ஈடிணைகள் கிடையாது.

கிடையாது ஈடிணைகள் குதிரைவேள்விக்கு இவ்வுலகில்,
தருகிறது புண்ணியத்தை தரணியின் வேந்தனே,
மிகப்பெரிது நீயடையும் மாண்பும் புண்ணியமுமென,
உரைத்தது கேட்டு யுதிஷ்டிரன் மகிழ்ந்தான்.

மகிழ்ந்தான் யுதிஷ்டிரன் முனிவரின் சொல்கேட்டு,
அஸ்வமேதிகத்தின் நிகழ்வுக்கு ஆகினான் தயாராக,
ஆரம்பத்தின் அறிகுறியாய் அளித்தனர் தீட்சை,
யுதிஷ்டிரன் அதையடுத்து இயற்றினான் வேள்வியை.

வேள்வியை நடத்தினான் வேந்தன் யுதிஷ்டிரன்,
உணவுகளை பானங்களை வழங்கினர் அனைவருக்கும்,
தேவைகளை அனைத்தும் தீர்த்திடும் விதமாக,
வந்தோரை எல்லாம் உகந்தவிதம் கவனித்தனர்.

கவனித்தனர் வேதியர் காலத்தின் ஓட்டத்தை,
சென்றனர் அங்கிங்காக செய்தனர் பூசைகளை,
பெற்றவர் அவரெலாம் பரமாத்மனின் ஞானத்தை,
புரிந்தனர் வேள்வியில் பிழையேதும் நேராமல்.

நேராமல் இருந்தது நெறிகேடு ஏதொன்றும்,
வேதங்கள் உரைத்தபடி வேள்வியை நடத்தினர்,
உரைக்காமல் விட்டதையும் உகந்தவிதம் செய்தனர்,
ப்ரவர்க்கியத்தில் துவங்கி புரிந்தனர் சடங்குகளை.

சடங்குகளைத் துவக்கிடச் செய்தவது ப்ரவர்க்கியம்,
அதனை தர்மமென்றும் இயம்புவர் ஒருசிலர்,
ப்ரவர்க்கியத்தை அடுத்து புரிந்தனர் அபிஷவத்தை,
சோமத்தை எடுத்து செய்தனர் சவனம்.

சவனம் எனப்படும் சோமத்தின் சடங்கினை,
வேதம் உரைத்தபடி வேதியர் இயற்றினர்,
அவ்விடம் தன்னிலே அனைவரும் மகிழ்ந்தனர்,
வருந்துவோரும் பசித்தவரும் வாடுவோரும் அங்கில்லை.

அங்கில்லை ஏழைகள் அசிங்கமாகத் தோன்றுவோர்,
வந்தவரை எல்லாம் வ்ருகோதரன் கவனித்து,
உணவுகளை உடைகளை வழங்கினான் வெகுவாக,
நாள்கணக்காய் வேதியர்கள் நடத்தினர் வேள்வியை.

வேள்வியை நடத்தினர் வேதவழியை அறிந்தவர்,
வேதப்பொருளை விவாதத்தை வேதவழியை ஆறங்கத்தை,
முழுமையாய் அறியாதவர் மந்திரங்கள் தெரியாதவர்,
அங்கில்லை ஏனெனில் அனைவரும் விற்பன்னர்.

விற்பன்னர் உபாத்யாயர் விவாதக்கலை அறிந்தவர்,
இருந்தனர் அவ்விடத்தில் இல்லை அறிவிலாதார்,
நட்டனர் வேள்விக்காலை நடத்தினர் வேள்வியை,
பொருத்தினர் ஆறுகால்கள் புனிதமான வில்வத்தில்.

வில்வத்தில் ஆறுகால்கள் கடிரத்தில் ஆறுகால்கள்,
சரவர்ணினில் ஆறுகால்கள் தேவதருவில் இருகால்கள்,
ஸ்லேஷ்மதகத்தில் ஒருகால் செய்திருந்தனர் வேள்விசாலையில்,
அழகுக்காய் சிலகால்களை அமைத்தான் பீமசேனன்.

பீமசேனன் யுதிஷ்டிரன் பகர்ந்ததான ஆணைப்படி,
நிறுத்தினான் தங்கத்தால் நிலைக்கால்கள் அழகுக்கென,
துணிகளின் உதவியால் தூண்களை அலங்கரித்தனர்,
இந்திரன் தேவர்களொடு ஏகியதாய்த் தோன்றியது.

தோன்றியது தூண்கள் தேவர்களின் வடிவமாக,
சப்தரிஷிகளொடு இந்திரன் சபையோர் அனைவரும்,
அங்குவந்து நின்றதாஅக அக்காட்சி தோன்றியது,
ச்யவணமமைத்து முடித்திட சேர்த்தனர் தங்கக்கல்.

தங்கக்கல் கொண்டு தயாரித்த ச்யவணமானது,
தட்சவேள்வியில் இருந்ததுபோல் தகதகத்து மின்னியது,
நான்கடுக்கில் உண்டாகிய நிகரிலாத ச்யவணம்,
கொள்ளளவில் பதினெட்டு கனவடிகள் கொண்டது.

கொண்டது வேள்விசாலை கனகத்தில் ஒருபறவை,
கருடனது வடிவத்திலே காணப்பட்டது அப்பறவை,
விலங்கு பறவையென்று வகைவகை உயிரிகளை,
தளைத்து வைத்தனர் தங்கமான வேள்விக்காலில்.

வேள்விக்காலில் காளைகளை வைத்தனர் தளைத்து,
நீருயிர்கள் பலவற்றையும் நெறிப்படி தளைத்தனர்,
அக்கினிகுண்டத்தில் நெருப்பை ஏற்றினர் முறைப்படி,
விலங்குகள் கணக்கை விளம்பினால் முன்னூறு.

முன்னூறு விலங்குகளை மாபெரும் வேள்வியிலே,
தளைத்து வைத்தனர் தனித்தனி வேள்விக்காலில்,
அழகுமிகுந்து இருந்தது அந்த வேள்விசாலை,
கந்தர்வரது இசைக்கேற்ப குதித்தாடினர் அப்ஸரஸ்கள்.

அப்ஸரஸ்கள் கந்தர்வருடன் அப்பொரும் வேள்விக்கு,
கிம்புருடர்கள் கின்னரர்கள் கணக்கின்றி வந்தனர்,
பிராமணர்கள் குடில்களும் பாங்குடன் இருந்தன,
ஞானத்தில் நிலைத்தவர்கள் நிறையபேர் இருந்தனர்.

இருந்தனர் ஆத்மனை அறிந்த ஞானியர்,
வியாசர் சீடர்களுடன் வந்திருந்தார் வேள்விக்கு,
அம்முனிவர் சீடர்கள் அறிந்திருந்தார் நெறிநூல்களை,

தொகுத்தனர் நெறிகளை த்வைபாயனர் சொன்னவிதம்.

சொன்னவிதம் வேள்வியைச் செய்தனர் வேதியர்கள்,
நாரதரும் தும்புருவும் நலமிக்கார் விஸ்வாவசுவும்,
சித்ரசேனரும் மற்றவரும் சேர்ந்து வந்திருந்தனர்,
இடைவேளைகளில் கந்தர்வர் இன்னிசை எழுப்பினர்.

எழுப்பினர் இசையை அழகுமிக்க கந்தர்வர்,
ஆடினர் இசைக்கேற்ப அங்கிருந்த ஒருசிலர்,
பிராமணர் ஓய்வெடுத்துப் பார்த்தனர் நிகழ்ச்சிகளை,
வந்தோர் அனைவரும் வருத்தமின்றி மகிழ்ந்தனர்.

(89)அஸ்வமேதிக பர்வம், பகுதி 89

மகிழ்ந்தனர் வேள்வியில் மறைகளை ஓதுவோரும்,
சமைத்தனர் வேள்விக்கென சகலவித விலங்குகளையும்,
வேதமானதோர் நெறிநூலில் வழங்கப்பட்ட விதிப்படி,
வேள்விக்கானதோர் புரவியை வெட்டி பலியிட்டனர்.

பலியிட்டனர் துண்டாடினர் புரவியை வேள்விசாலையில்,
அழைத்தனர் திரௌபதியை அந்தக் குவியலருகில்,
மூவிதமானதோர் பொருத்தம் மந்திரத்தில் பொருட்களில்,
சிரத்தையன்பதோர் மனதுடன் சேர்ந்தவள் திரௌபதி.

திரௌபதி புரவியின் தரித்த உடலருகில்,
அமன்ந்து இருக்கையில் அந்தணர் குழுக்கள்,
எழும்பில் இருந்து எடுத்தனர் மஜ்ஜையை,
சமைத்தல் செய்தனர் சக்ரவர்த்தியை அழைத்தனர்.

அழைத்தனர் சக்ரவர்த்தியை அளித்தனர் கந்தத்தை,
மஜ்ஜையானதோர் பொருளை முறைப்படி சமைத்ததன்,
பாவமறுப்பதோர் கந்தத்தைப் பாண்டவர்கள் ஐவரும்,
நுகர்ந்தனர் அதன்மூலம் நசிந்தன பாவங்கள்.

பாவங்கள் அனைத்தையும் போக்கும் அப்புகையை,
நுகருதல் செய்து நலம்பெற்றனர் பாண்டவர்கள்,
மிகுதல் ஆகிய மாமிசம் அனைத்தையும்,

அக்கினியில் இட்டனர் அருமறை வேதியர்.

வேதியர் பதினாறுபேர் வேள்வியை நடத்தினர்,
அன்னவர் வேள்வியை அருமறை வேதப்படி,
முடித்தனர் அதன்பின் மன்னவன் யுதிஷ்டிரனும்,
வானவர் இந்திரனென வெகுமேன்மை அடைந்தான்.

அடைந்தான் யுதிஷ்டிரன் அளவிலா மேன்மையை,
மன்னவன் பெருமையை மொழிந்தார் வியாசர்,
அன்னவர் சீடர்களும் அரசனைப் போற்றினர்,
பெற்றனர் ஆயிரங்கோடி பொன்னாலான நிஷ்கங்களை.

நிஷ்கங்களை அளித்த நாடாளும் வேந்தன்,
பூமியை முழுதும் பெருமுனிவர் வியாசருக்கு,
தானமாய் அளித்தான் தூயதான மனத்துடன்,
தாந்தைப் பெற்றபின் தெரிவித்தார் வியாசர்.

வியாசர் உரைத்தார் வேந்தரின் வேந்தனிடம்,
எனக்கோர் தானமாக அளித்தாய் புவியை,
பேரரசர் உனக்கு பூமியையே கொடுக்கிறேன்,
அதற்கோர் ஈடாக அளிக்கவேண்டும் பொன்பொருள்.

பொன்பொருள் ஆசை பிராமணரிடத்தில் உண்டு,
ஆதலால் எனக்கு அளிப்பாய் பொன்பொருளை,
பெறுதல் வேண்டும் பூமியை என்றார்,
வியாசரிடத்தில் யுதிஷ்டிரன் விளம்பினான் பதிலை.

பதிலை அளிக்கிறேன் பெருமுனி வியாசரே,
நெறிகளை ஒட்டி நடத்தினீர் அஸ்வமேதிகத்தை,
தட்சிணை அதற்குத் தரணிகள் அனைத்துமே,
பூமியை உங்களுக்கு பகர்ந்தேன் தட்சிணையாக.

தட்சிணையாக அளித்தேன் தனஞ்செயன் வென்றதை,
இதன்பின்னாக செல்லுவேன் அடவியில் தவமிருக்க,
பிராமணராக இருப்பவர்கள் பங்கிடு இப்புவியை,
நான்காகப் பங்கிடுவீர் நெறிகூறும் முறைப்படி.

முறைப்படி சதுர்ஹோத்ரம் மொழிந்ததான வழியிலே,
பெருந்தரணி முழுதையும் பெற்று அனுபவிப்பீர்,

சகோதரரின் கருத்தையும் சொல்லிவிட்டேன் உங்களுக்கென,
வியாசரை நோக்கி விளம்பினான் யுதிஷ்டிரன்.

யுதிஷ்டிரன் சொன்னதை ஆமோதித்தாள் திரௌபதி,
அதுதான் சரியென்று அனைத்து தம்பியரும்,
ஒருமித்துதான் வியாசரிடம் உரைத்தனர் கருத்தை,
அதைதான் கேட்டதும் அசரீரி ஒலித்தது.

ஒலித்தது அசரீரி உன்னதம் இச்செயலென்று,
சிறப்பென்று மீண்டுமீண்டும் சொன்னது அசரீரி,
வேதியரது குழுக்களும் வார்த்தைகளை முணுமுணுத்தனர்,
எனக்கு இப்புவியை அளித்தீர் தட்சிணையாக.

தட்சிணையாக அளித்ததைத் தருகிறேன் உங்களுக்கே,
தங்கமாக அதற்கீடாய்த் தருவீர் எங்களுக்கு,
பூமியாக இருப்பதைப் பெற்றிடும் எங்களிடமென,
உரையாகச் சொன்னதும் வாசுதேவன் ஒப்பினான்.

ஒப்பினான் வாசுதேவன் வியாசர் உரையுடன்,
வேந்தரின் வேந்தனே வியாசரின் சொற்படி,
பொன்பொருளின் விலைகோடுத்து பூமியைப் பெற்றிடென,
உரைத்ததும் யுதிஷ்டிரன் வெகுமகிழ்வு கொண்டான்.

கொண்டான் மகிழ்வு கொடுத்தான் கோடிப்பொன்,
சகோதரரின் குழாத்துடன் சக்ரவர்த்தி யுதிஷ்டிரன்,
வேதியரின் காணிக்கையென வழங்கினான் பொன்னை,
அஸ்வமேதிகத்தின் வேள்வி அற்புதமாய் முடிந்தது.

முடிந்தது அஸ்வமேதிகம் மருத்தரது வேள்வியென,
தங்கத்து தட்சிணையை தூயமுனி வியாசர்,
பங்கிட்டு நான்காக்கி பிராமணர்களுக்கு வழங்கினார்,
சகோதரரொடு யுதிஷ்டிரன் சாந்தியுற்றான் மனதில்.

மனதில் மகிழ்ந்தனர் மன்னவனும் தம்பியரும்,
பொன்பொருள் அனைத்தையும் பிராமணர்கள் பங்கிட்டனர்,
ஆபரணங்கள் நகைகளையும் அளித்தனர் பங்கிட்டு,
வேந்தனிடத்தில் அனுமதிபெற்று வழங்கினர் ஆபரணங்கள்லை.

ஆபரணங்களை அடுத்து அந்த வேள்விசாலையில்,

பலவிதமாய்ப் பயனாகிய பொன்பொருள் அனைத்தையும்,
வளைவுகளைத் தூண்களை வட்டில்களை பாத்திரங்களை,
தனித்தனியாய்த் தங்களுக்குள் தகுந்தவிதம் பங்கிட்டனர்.

பங்கிட்டனர் பிராமணர்கள் பொன்பொருளை தங்களுக்குள்,
அவரவர் தேவைக்கு ஏற்றவிதம் அந்தணர்கள்,
எடுத்தனர் பொன்பொருளை அகன்றனர் அங்கிருந்து,
கூத்ரியர் வைசியர் செம்பொன்னை எடுத்தனர்.

எடுத்தனர் பொன்பொருளை அனேகவித மாந்தரும்,
சூத்திரர் மிலேசர் சிந்தையில் விரும்பியவிதம்,
யுதிஷ்டிரர் வேள்வியில் அளித்ததான பொன்பொருளை,
பெற்றனர் மகிழ்வுடன் பரதவேந்தன் வாழ்கவென.

வாழ்கவென யுதிஷ்டிரனை வாழ்த்திச் சென்றனர்,
வியாசரான மாமுனிவர் வாங்கியதான பங்கினை,
குந்தியான அன்னைக்குக் கொடுத்தார் அன்புடன்,
நிறைவான மனத்துடன் நற்பொருளை பெற்றாள்.

பெற்றாள் குந்தி பெரும்பொருள் அனைத்தையும்,
நியமித்தாள் அதைக்கொண்டு நடத்தத்தகும் தருமகாரியம்,
வேள்வியில் இறுதியான வேதமுறைக் குளியலால்,
பாவங்கள் அகன்று பொலிவுற்றான் யுதிஷ்டிரன்.

யுதிஷ்டிரன் தம்பியருடன் இருந்ததான பொலிவு,
வானவரின் நடுவிலே வாசவனை ஒத்ததாகும்,
அரசர்களின் நடுவிலே அமர்ந்திருந்த பாண்டவர்கள்,
யானையுடன் பொன்பொருளை அளித்தனர் தானமாக.

தானமாகத் தங்கத்தையும் தையல்கள் பலரையும்,
ஆடையாகத் தங்கமாக அனேகவிதப் பொருளையும்,
அளித்ததான நேரத்திலே அரசன் யுதிஷ்டிரன்,
வைஸ்ராவணனாகத் தோன்றினான் வளங்களை வழங்குவதில்.

வழங்குவதில் மகிழ்ந்த வேந்தன் யுதிஷ்டிரன்,
தன்னருகில் வப்ருவாஹனனைத் தணிவுடன் அழைத்தான்,
பொன்பொருட்கள் பலவும் பாங்குடன் அளித்தான்,
அனுமதிகள் கொடுத்தான் அன்னவன் திரும்பிட.

திரும்பிட அனுமதிகள் தந்தான் வப்ருவாஹனனுக்கு,
தங்கையாகிய துஹ்சலையின் தனயனின் மைந்தனை,
சிந்துவாகிய தேசத்தின் சக்ரவர்த்தியாக நியமித்து,
மகிழ்ந்திட வைத்தான் மாண்புமிக்க தங்கையை.

தங்கையை மகிழ்வித்தத் தரணிவேந்தன் யுதிஷ்டிரன்,
வந்தோரை எல்லாம் வெகுமகிழ்வில் ஆழ்த்தினான்,
தன்னை அடக்கிய தருமவான் யுதிஷ்டிரன்,
கோவிந்தனை வலதேவனைக் கும்பிட்டான் மரியாதையாக.

மரியாதையாகப் பரிசளித்தான் மற்றபல வ்ருஷ்ணியருக்கு,
ப்ரத்யும்னனான இளவலும் பிறப்பிற சகோதரரும்,
த்வாரகையான நகருக்குதி திரும்பிட எத்தனித்தனர்,
ஒப்புதலாக அனுமதிகள் அளித்தான் யுதிஷ்டிரன்.

யுதிஷ்டிரன் வேள்வியிலே அளவிலாப் பொன்பொருளும்,
கடலின் அளவுக்குக் குடிக்கும் பானங்களும்,
ஏரிகளின் அளவுக்கு ஆவினத்தின் நெய்யும்,
மலைகளின் அளவாக மன்றின உணவுகளுடன்.

உணவுகளுடன் கண்டவரகமெனும் வகையான இனிப்பை,
செய்தவரும் உண்டவரும் சேர்ந்தே மகிழ்ந்தனர்,
ஆறுவிதம் சுவைமிக்க அருவிகளாய் பானங்கள்,
தரையெங்கும் ஓடின தண்ணீரென மதுபானங்கள்.

மதுபானங்கள் உண்டவர் மயக்கத்துடன் விழிப்புடன்,
திரிந்தார்கள் மதுபானம் தந்ததான உற்சாகத்தில்,
பேரிகைகள் முரசுகள் பேரொலிகள் எழுப்பின,
மகிழ்வுகள் உடையதாக முடிந்தது வேள்வி.

வேள்வி சிறப்பென்றும் வழங்கியது மனநிறைவென்றும்,
உணவில் இதனை உண்பது வேண்டுமென்றும்,
கூவி அங்கிருந்தோர் களிப்பில் பேசினர்,
இரவில் பகலில் இல்லை ஓய்வேதும்.

ஓய்வேதும் இல்லை வேள்வியின் சாலையில்,
பெரிதாகும் விழாவில் பங்குகொண்ட அனைவரும்,
மகிழ்வாகும் மனதுடன் மனநிறைவில் இருந்தனர்,
எங்கெங்கும் மக்கள் இதனையே பேசினர்.

பேசினர் மக்கள் பாண்டவரின் வேள்வியையே,
வந்தவர் மகிழ வளங்களை உணவுகலை,
வானிலோர் அருவியென வழங்கிய பரதவேந்தன்,
பாவமென்றோர் கறையகன்று புகுந்தான் தலைநகரில்.

தலைநகரில் நுழைந்தான் தருமவேந்தன் யுதிஷ்டிரன்,
ஆபரணங்கள் நவமணிகள் ஆடைகள் பானங்கள்,
உணவுகள் என்றே விரும்புவோர் விரும்புவதை,
வழங்குதல் செய்தபின் வந்தான் ஹஸ்தினாபுரம்.

(90)அஸ்வமேதிக பர்வம், பகுதி 90

ஹஸ்தினாபுரம் சென்றான் அரசன் யுதிஷ்டிரனென,
வைசம்பாயனரின் மொழிகேட்டு வினவினான் ஜனமேஜெயன்,
வேள்வியாகும் சடங்கினை வேதியர்கள் முடித்தபின்,
ஏதேனும் அதிசயங்கள் ஏற்பட்டதா அவ்விடத்தில்?

அவ்விடத்தில் உண்டான அதிசயத்தை உரப்பேனென,
வேந்தனிடத்தில் உரைத்தார் வைசம்பாயன முனிவர்,
வேந்தர்கள் வேந்தனே விளம்புகிறேன் ஒருநிகழ்வை,
வேள்விமுடிவில் உண்டானது வியத்தகும் நிகழ்வு.

நிகழ்வு யாதெனில் நடந்த வேள்வியின்,
முடிவு நேரத்தில் மறையோர்கள் உறவினர்கள்,
நொடிவு உற்றவர்கள் நாடுதற்கு உறவிலார்,
கேட்டு பார்வை குறையுடையோர் நின்றனர்.

நின்றனர் அனைவரும் நிகரிலா வேள்விசாலையில்,
பேசினர் பரதகுலப் பேரரசன் மேன்மையை,
உரைத்தனர் பரிசுகளின் உயர்வை மேன்மையை,
மெச்சினர் யுதிஷ்டிரனை மலர்தூவி வாழ்த்தினர்.

வாழ்த்தினர் அப்போது வந்தது கீரிப்பிள்ளை,
கண்டனர் அந்தக் கீரியின் உடலை,
தங்கமானதோர் பாதியுடல் தகதகத்து மின்னியது,
இடியானதோர் முழக்கம் எழுப்பியது கீரி.

கீரி எழுப்பிய கடுமையான ஓசைகள்,
கூடி இருந்தோரை கதிகலங்க வைத்தன,
மீதி இருந்ததான மிருகங்கள் பறவைகளும்,
பீதி அடைந்தன பெருத்த குரல்கேட்டு.

குரல்கேட்டு திரும்பினர் குழுமிநின்ற அனைவரும்,
மனிதர்போன்று பேசியது மிகப்பெருத்த கீரி,
உங்களது பெருவேள்வி ஒருப்ரஸ்தம் பார்லிமாவுக்கு,
ஈடானது இல்லையென அறிவீர் அனைவரும்.

அனைவரும் கேளீர் அரைத்த பார்லிமாவை,
உஞ்சமெனும் விரதத்தில் வாழ்ந்தவராம் வேதியர்,
தகுதியாகும் ஒருவருக்கு தானமாக அளித்தார்,
ஒருபிரஸ்தம் அளவானது அரைத்த பார்லிமாவு.

பார்லிமாவு அளவல்ல பெருவேள்வி நிகழ்த்தியது,
குருக்ஷேத்திரத்து பூமியில் கண்டேன் அந்நிகழ்வை,
உங்களது வேள்வியை விஞ்சியது அவர்செயலென,
உரைத்தது அதைக்கேட்டு வியந்தனர் அனைவரும்.

அனைவரும் வியந்து அண்டினர் கீரியை,
அதனிடம் வினவினர் அரங்கத்தில் வேள்விக்கு,
வந்திடும் நோக்கமென்ன விளம்பவேண்டும் என்பதாக,
இவ்விடம் நல்லவர்கள் இருக்கும் புனிதமண்.

புனிதமண் இவ்விடத்தில் புகுந்ததான கீரியே,
உந்தன் கல்வியென்ன உனது கேள்வியென்ன?
அடைக்கலம் எவ்விடத்தில் அடைந்தாய் கீரியே?
குறைதான் கூறியதேன் குற்றமிலா வேள்வியை?

வேள்வியைக் குறைகூறியதும் வினவினர் மேலும்,
மறைகளை உணர்ந்து முழுதாய்க் கடைப்பிடித்து,
பலவகை நடைமுறைகளைப் பழுதின்றிக் கடைப்பிடித்து,
சடங்குகளைச் செய்தோம் சொன்னாயே குற்றமென.

குற்றமென உரைத்ததன் காரணமென்ன கீரியே,
நெறியென இருப்பதை நன்கு கடைப்பிடித்து,
மதியூகமான விதத்திலே முடித்தோம் வேள்வியை,

வணக்கமென அளித்தோம் வணங்கத் தகுந்தோர்க்கு.

தகுந்தோர்க்கு தானங்கள் தாராளமாக அளித்தோம்,
அக்கினிக்கு போதுமான ஆகுதிகள் கொடுத்தோம்,
கொடுத்தது எதற்கும் கொள்ளவில்லை கர்வம்,
இருபிறப்பு உடையாரும் அகமகிழ்ந்தார் தானத்தால்.

தானத்தால் சடங்கினால் தக்கவிதம் முடித்தோம்,
கூடத்ரியர்கள் சண்டைசெய்து சிந்தை குளிர்ந்தார்கள்,
ஸ்ரத்தங்கள் புரிந்ததால் சீருற்றனர் மூத்தோர்,
பாதுகாவல் கொடுத்ததால் பெருமகிழ்வு வைசியருக்கு.

வைசியருக்கு மகிழ்வு வளமைகளைக் காத்ததால்,
மாதருக்கு மனநிறைவு மனக்கிடக்கை நிறைவேறியதால்,
சூத்திரருக்கு மகிழ்வு சாந்தமிக்க இன்சொல்லால்,
வந்திருந்த அனைவருக்கும் வெகுமகிழ்வு உண்டானது.

உண்டானது அனைவருக்கும் உளமகிழ்வு இவ்விடத்தில்,
மிகுந்ததென்று இருந்ததெலாம் மனம்போலப் பெற்றனர்,
நட்புறவு கொண்டோரும் நெஞ்சம் மகிழ்ந்தனர்,
மரியாதையொடு கவனித்த மன்னவன் மாண்பினால்.

மாண்பினால் தேவரும் மகிழ்ந்தனர் இவ்விடத்தில்,
வேள்வியில் அளித்ததெலாம் வெகுமேன்மை கொண்டவை,
செயல்கள் அனைத்தும் சீர்மை மிகுந்தவை,
உண்மையில் உன்மனதில் உள்ளதை விளம்பு.

விளம்பு உன்கருத்தை வந்திருக்கும் அனைவருக்கும்,
பிரமத்து ஞானத்தைப் பெற்றிருக்கும் இவரெலாம்,
உணர்ந்து கொள்ளும்படி உரைத்திடு கருத்தை,
ஆர்வமுற்று அனைவரும் அறிந்திட வருகிறார்.

வருகிறார் உன்னருகில் விலங்கினக் கீரியே,
வார்த்தையிலோர் உண்மை வைத்துளாய் என்பதாக,
நினைக்கிறார் ஆதலால் நவிலுவாய் கருத்தை,
வானவர் உலகினின்று வந்தவரெனத் தோன்றுகிறாய்.

தோன்றுகிறாய் பொலிவுடன் பேசுகிறாய் தெளிவுடன்,
விவரங்களை முழுதாக வாம்பவேண்டும் கீரியே,

விளம்புவாய் என்றபடி வந்தனர் அனைவரும்,
தெளிவாய் கீரி தெரிவித்தது கருத்தை.

கருத்தை உரைக்கிறேன் கேளீர் மேலோரே,
தவற்றை உரைக்கவில்லைத் திமிராய்ப் பேசவில்லை,
என்கருத்தை இதற்குமுன்னே உங்களில் எவரேனும்,
வாய்மொழியாய்க் கேட்டிருக்க வாய்ப்புகள் உண்டு.

உண்டு இதற்குமேலும் உயர்வான நிகழ்வு,
சிறிது பார்லிமாவைச்செய்த தானத்துக்கு,
ஈடு கிடையாது இப்பெரும் வேள்வியும்,
அற்புதமிகு நிகழ்வை இயம்புகிறேன் உங்களுக்கு.

உங்களுக்கு உரைப்பதை உன்னித்து கவனிப்பீர்,
அற்புதமிகு நிகழ்வினை அனைவருக்கும் கூறுகிறேன்,
நடந்தது அனைத்துக்கும் நானும் சாட்சியானேன்,
பலனென்று உண்டானதைப் பார்த்து உணர்ந்தேன்.

உணர்ந்தேன் நடந்ததன் உன்னத நற்பலனை,
உஞ்சத்தின் வாயிலாக வாழ்ந்திருந்த பிராமணர்,
குருக்ஷேத்திரத்தின் மண்ணிலே கொடுத்த தானத்தால்,
சொர்க்கத்தின் வாழ்வுபெற சென்றார் குடும்பத்துடன்.

குடும்பத்துடன் அம்மனிதருக்குக் கிடைத்தது சொர்க்கம்,
மனைவியுடன் மகனும் மருமகளும் உடன்வர,
வானவரின் சொர்க்கத்தில் வாழ்வு பெற்றுவிட்டார்,
என்னுடலின் ஒருபாதி ஆகியது தங்கமாக.

தங்கமாக பாதியுடன் தகதகத்து மின்னியதென,
தொடர்ச்சியாகக் கீரி தெரிவித்தது நிகழ்வுகளை,
தானமாக அம்மனிதர் தந்ததான பார்லிமாவு,
சிறிதளவாக இருப்பினும் சிறப்போ மிகமேன்மை.

மிகமேன்மை கொண்ட மாண்புமிக்க முனிவர்,
வாழ்க்கை நடத்தினார் வழுவாத நெறிவழியில்,
புறாவினை ஒத்துப் புசிப்பார்கள் உணவினை,
தவத்தைச் செய்தனர் தூயவரின் குடும்பம்.

குடும்பம் ஆகியக் கணவன் மனைவியுடன்,

மகனும் மருமகளும் மாதவம் புரிந்தனர்,
புலனைந்தும் கட்டினர் பெருநெறியில் வாழ்ந்தனர்,
கிளியாகும் பறவைபோலக் கொண்டனர் வாழ்வுமுறை.

வாழ்வுமுறை பறவைபோல வாழ்ந்த குடும்பத்தார்,
விரதங்களை எப்போதும் வழுவாது நோற்றனர்,
உணவுகளை ஏற்றனர் ஆறாங்காலம் வரும்போது,
உணவில்லை என்றால் உண்ணாது விரதமிருப்பார்.

விரதமிருப்பார் மறுநாள் உணவுவேளை வரும்வரை,
உண்ணமாட்டார் மறுதினம் ஆறாங்காலம் வரும்வரை,
கடுமையானதோர் பஞ்சத்தில் குருக்ஷேத்திரம் தவித்தது,
அம்முனிவர் வீட்டிலே எவ்வுணவும் இல்லை.

இல்லை உணவேதும் அகத்தில் சேமிப்பாக,
இலைதழை மீதமின்றி அனைத்துமே வாடியது,
செடிகொடியைப் பஞ்சம் சிதைத்தது வரட்சியால்,
உணவில்லை அனுதினமும் உண்ணும் நேரத்தில்.

நேரத்தில் உணவின்றி நசிந்தது குடும்பமே,
உணவுகள் கிடைக்காமல் வாடினர் பசியிலே,
நாட்கள் நகர்ந்தாலும் நேரவில்லை மாறுபாடு,
பட்டினியில் காலத்தைப் போக்கினர் நால்வரும்.

நால்வரும் நசிந்து நலிந்து கிடந்தனர்,
ஜேஷ்டமாதம் தன்னிலே சிறிதளவு சோளத்தை,
சேர்க்கும் முயற்சியில் சோர்ந்தார் முனிவர்,
பசியும் வெம்மையும் பொசுக்கின முனிவரை.

முனிவரை வெம்மை மிகவும் தாக்கியது,
முடிந்தவரை தேடியும் முனிவருக்கு ஏதொன்றும்,
கிடைக்கவில்லை ஆதலால் கிடந்தனர் பட்டினியாக,
தேடுதலை அனுதினம் தொடர்ந்தார் முனிவர்.

முனிவர் தேடுகையில் மிகவும் சிறிதளவாய்,
பார்லியானதோர் தானியம் பிரஸ்தம் ஒன்றளவு,
கண்டெடுத்தார் அப்பொருளைக் கொணர்ந்தார் வீட்டுக்கு,
மாவாக்கினர் சக்துவென மகிழ்வுடன் உண்பதற்கு.

உண்பதற்கு முன்னர் உரைத்தார் மந்திரங்களை,
அக்கினிக்கு ஆகுதிகளை அளித்தார் முறைப்படி,
பிரஸ்தத்து பார்லிமாவைப் பிரித்தனர் நான்காக,
குடவத்து அளவாகக் குறைந்த பங்களவு.

பங்களவு உணவினைப் புசிப்பதற்கு நால்வரும்,
உட்கார்ந்த நேரத்தில் வந்தார் ஒருநபர்,
விருந்தென்று வந்தவரை வரவேற்றனர் மகிழ்வுடன்,
வணங்கிவிட்டு அவரது வளநலம் விசாரித்தனர்.

விசாரித்தனர் நலத்தை வெறுப்பிலாத நன்மனத்தார்,
கட்டியிருந்தனர் மனத்தைக் கருத்திலே தூயவர்கள்,
வெறுப்பற்றவர் கோபமற்றவர் வீட்டிலிருந்த நால்வரும்,
தவமிக்கவர் நால்வரும் தக்கவிதம் வரவேற்றனர்.

வரவேற்றனர் பிறர்மகிழ்வில் வாட்டம் கொள்ளாதவர்,
விட்டுவிட்டனர் தற்பெருமை வீண்கர்வம் திமிர்வாதம்,
கடப்பிடித்தனர் அனைத்துக் கடமைகளை வழுவலின்றி,
கோபமற்றவர் திமிரற்றவர் கூறினர் தமைப்பற்றி.

தமைப்பற்றி குடும்பவழி தாழுறைத்த உன்னதர்,
முறைப்படி விருந்தினரை மரியாதையாய் அழைத்தனர்,
அர்க்கியத்தை வழங்கி அளித்தனர் பாதபூசை,
குசப்புல்லில் அவருக்குக் கொடுத்தனர் ஆசனம்.

ஆசனம் கொடுத்து அமர்த்தினர் விருந்தினரை,
சக்தம் முறைப்படி சேகரித்து தயாரித்தது,
எங்களிடம் இருக்கிறது எடுத்து உண்பீரென,
முனிவர்தம் பங்கினை முழுதாக அளித்தார்.

அளித்தார் முனிவர் அளவு ஒருகுடவம்,
உண்டார் வந்தவர் உணவென அளித்ததை,
வந்தவர் பசியோ விலகவில்லை ஆதலால்,
முனிவர் மனதிலே மிகவும் கலங்கினார்.

கலங்கினார் முனிவர் கொடுக்கவேண்டும் உணவென,
மனைவியார் முனிவரிடம் மொழிந்தார் கருத்தை,
கொடுப்பீர் என்பங்கையும் கேட்ற முனிவருக்கு,
வந்தவர் பசியாறி வேறிடம் செல்லட்டும்.

செல்லட்டும் வந்தவர் சிந்தை குளிர்ந்தென்று,
முனிவரிடம் மனைவி மொழிந்தார் கருத்தினை,
பசிமிகும் சூழலில் புசித்திடக் கிடைத்ததை,
அளித்திடும் பங்கினை ஏற்கவில்லை முனிவர்.

முனிவர் மனைவியின் மிடிமையைக் கண்டார்,
ஒட்டியதோர் உடலுடன் உளத்திலே சோர்வுடன்,
பசித்ததோர் நிலையிலே பார்த்தார் மனைவியை,
தோல்போர்த்ததோர் எலும்பாகத் தெரிந்தார் மனைவி.

மனைவி வாழ்வுக்கு மணாளனே ஆதாரமெனும்,
கருத்தை அறிந்ததால் கூறினார் முனிவர்,
அழகில் மிகைத்தவளே அறிவிக்கிறேன் என்கருத்தை,
மனைவியைக் காக்கும் மிகக்கீழாம் விலங்கினமும்.

விலங்கினமும் மனைவிக்கு உணவளித்துக் காக்கும்,
ஆகவேதான் உன்சொல் ஏற்பில்லை எனக்கு,
அறம்பொருளும் இன்பமும் அளிப்பவர் மனைவியே,
வளங்களும் பரிவும் வம்சவிருத்தியும் மனைவியால்.

மனைவியால் உண்டாகிறது மூதாதையர் மகிழ்வும்,
இறந்தவர்கள் வானுலகில் ஏற்றம் அடைந்திடவும்,
வழிகள் அளிக்கும் உறுதுணை மனைவிதான்,
கணவன்மேல் பழிவரும் கொண்டவளைக் காவாவிடில்.

காவாவிடில் அம்மனிதன் கேடுற்று வீழுவான்,
பெருநிலைகள் பெற்றிருந்தும் பீடிழந்து அழிவுறுவான்,
வானுலகில் அவனுக்கு வாய்க்காது சொர்க்கமென,
கருத்துக்கள் மனைவியிடம் கூறினார் முனிவர்.

முனிவர் உரைத்த மொழிகளைக் கேட்டதும்,
கணவர் உரைக்குக் காரிகை பதிலளித்தார்,
உடையீர் இருபிறப்பு வெகுதவம் நற்பொருள்,
அடைவீர் என்செயலில் அகமகிழ்வு எப்போதும்.

எப்போதும் என்னிடம் அன்புடன் இருப்பவரே,
இப்போதும் என்செயலை ஏற்பீர் மகிழ்வுடன்,
சொர்க்கலோகம் மாதருக்கு சேருதல் பதியால்,

சுகங்களும் பொருட்களும் செல்வமும் கணவரால்.

கணவரால் அனைத்தும் கிடைக்கிறது மாதருக்கு,
குழந்தைகள் பிறப்பிலே குருதியாய் அன்னையர்,
உள்ளார்கள் அவர்களிடம் விதையாதல் கணவர்தான்,
கடவுளாதல் மனைவிக்குக் கணவரெனும் தெய்வமே.

தெய்வமே கணவர்தான் தையல்களின் மனதிலே,
சுகத்துடனே சந்தானம் சேருவது கணவரால்,
பதியென்றே எனையாளும் பெருமான் நீவிர்தான்,
பத்ரியென்றே வாழ்விக்கப் பொழிவீர் வளங்களை.

வளங்களை அளிக்கிறீர் வாழ்விக்கும் பத்ரியே,
வரந்தனை வழங்கியதால் விளைந்தது புத்ரபாக்கியம்,
இத்தனை செய்ததற்கு ஈடிணைகள் கிடையாதே,
பார்லிமாவை அளிக்கிறேன் பசியாறட்டும் விருந்தினர்.

விருந்தினர் பசியாற வழங்குகிறேன் பார்லிமாவை,
நீவிர் வயோதிகத்தில் நலிந்து மெலிந்தீர்,
பலமிழந்தீர் பசிப்பிணியால் பெரிதும் வாடுகிறீர்,
விரதமிருந்தீர் அதனாலும் வெகுமெலிவு உம்முடலில்.

உம்முடலில் எலும்பிலே உடையீர் தோலினை,
இவ்விதத்தில் இளைத்தவர் ஈந்தீர் பார்லிமாவை,
என்னிடத்தில் இருப்பதை ஈவதற்கு ஏதுதடை?
கொடுங்கள் என்பங்கைக் கொடுக்கிறேன் உவகையுடன்.

உவகையுடன் அளிப்பதாக உரைத்த மனைவியின்,
பாங்கானதாம் பார்லிமாவைப் பெற்றார் முனிவர்,
விருந்தினரின் பசிதீர்க்க வழங்கினார் பார்லிமாவை,
உண்ணதான் வேண்டுமென உவந்து வேண்டினார்.

வேண்டினார் முனிவர் உண்ணவேண்டும் மாவையென,
வந்தவர் அவ்வுணவை உண்டார் வேகமாக,
உண்டார் ஆகினும் விலகவில்லை பசிப்பிணி,
கண்டார் முனிவர் கவலையுடன் விருந்தினரை.

விருந்தினரை உபசரிக்க வேண்டியது கிடைக்காமல்,
வாட்டத்தை அடைந்தவரிடம் வந்தார் அவர்மகன்,

என்பங்கை ஏற்று அளிப்பீர் விருந்தினருக்கு,
வெகுமேன்மை இச்செயலென வழங்குகிறேன் பார்லிமாவை.

பார்லிமாவை கொடுக்கிறேன் பெருமகிழ்வு என்மனதில்,
தந்தையைக் காப்பது தனயனுக்குக் கடமையாகும்,
வயோதிகத்தை அடைந்த விப்ரரான தந்தையை,
காப்பதே கடமையெனக் கூறுகின்றன நெறிநூல்கள்.

நெறிநூல்கள் கூறுவதை நவின்றேன் மகரிஷியே,
வெறும்வயிற்றில் தவமியற்றும் வல்லமை உமக்குண்டு,
அவ்விதத்தில் எனக்கும் இருக்கிறது தவபலம்,
ஆதலால் பார்லிமாவை ஏற்பீர் என்னிடமும்.

என்னிடமும் பார்லிமாவை ஏற்கவேண்டும் என்பதாக,
தந்தையிடம் கோரிய தனயனிடம் மாமுனிவர்,
ஓராயிரம் ஆண்டுகள் வயதாகினும் உன்னை,
குழந்தையெனும் பாங்கிலேயே காண்கிறேன் தந்தை.

தந்தை வெற்றிகள் தனயனால் அமைந்திடும்,
உன்னைப் பெற்றதால் உளமகிழ்வு எனக்கு,
குழந்தைப் பசியைக் கொஞ்சமும் தாங்கிடேன்,
வயோதிகத்தை அடைந்தவன் வாழுவேன் பசியிலும்.

பசியிலும் வாட்டத்திலும் பாடுபட்டுக் கிடந்தாலும்,
எவ்விதமும் உயிர்மூச்சு என்னிடம் ஒட்டிநிற்கும்,
வயோதிகம் என்னை வாட்டியே தாக்கினாலும்,
தாங்கிடும் பலமுண்டு தவத்தின் வலிமையால்.

வலிமையால் உயிர்பெற்று வாழுவேன் எவ்விதமேனும்,
உணவினால் இல்லாவிடினும் உள்ளது அகபலம்,
ஆதலால் உன்பங்கை ஏற்பது இயலாதென,
மறுத்தல் செய்தவரிடம் மைந்தன் உரைத்தான்.

உரைத்தான் மைந்தன் உன்னத முனிவரிடம்,
உங்களிம் வழித்தோறல் உமது புத்ரனாவேன்,
வேதங்களின் மொழிப்படி உங்களைக் காப்பதற்கு,
எந்தன் கடமைகள் இருக்கின்றன வேதப்படி.

வேதப்படி நோக்கினாலும் உரைத்தது சரிதான்,

ஏதெப்படி இருந்தாலும் அப்பனே பிள்ளையாக,
பிறப்பதை அறிந்ததால் பிள்ளை வேறில்லை,
என்பங்கை அளிப்பது ஏற்புதான் தந்தையே.

தந்தையே என்று தெரிவித்த தனயனிடம்,
வடிவத்திலே நடத்தையிலே வாழுகிறாய் எனைப்போல,
தன்னடக்கமே கொண்டதும் தந்தை எனைப்போல,
பலவிதத்திலே சோதித்துப் புரிந்துகொண்டேன் உன்னை.

உன்னை அறிந்தவன் உந்தன் தந்தைநான்,
உன்பங்கை ஏற்கிறேன் உன்னதமிகு மகனேயென,
பார்லிமாவை மகிழ்வுடன் பெற்றார் தந்தையார்,
வாங்கியதை விருந்தினருக்கு வழங்கினார் பரிவுடன்.

பரிவுடன் கொடுத்த பார்லிமாவை உண்டாலும்,
பசியின்னும் அடங்காது பரிதவித்தார் விருந்தினர்,
மிகவும் அவமானமாக மருவினார் மாமுனிவர்,
வந்தவர்தம் பசியை விலக்க இயலாமையால்.

இயலாமையால் மாமனார் இடர்பட்டு நின்றதை,
கண்டால் மருமகள் கருத்துடன் பேசினாள்,
உங்கள் மகனால் அடைவேன் மகனை,
ஆதலால் என்பங்கையும் அளிப்பீர் விருந்தினருக்கு.

விருந்தினரை கவனிக்க வழங்குவீர் பார்லிமாவை,
உம்கருணை வாயிலாக வானவரின் சொர்க்கத்தை,
நிச்சயமாய் பெறுவேன் நிகரிலா தவசீலரே,
வானுலகை அடைந்தபின்னும் வெகுமேன்மை பேரனால்.

பேரனால் நீவிர் பெறுவீர் மேன்மையை,
வருத்தங்கள் இல்லாத வெகுநல்ல நிலையிலே,
வானுலகில் இடம்பெற்று வாழுவீர் மகிழ்வாக,
சமயம்போல் முத்திரட்டும் சேரும் வானுலகில்.

வானுலகில் கூட வெகுசிறந்த முத்திரட்டு,
மூன்றக்கினிபோல் உண்டாகி மிகநன்மை கொடுக்கும்,
மகனால் பேரனால் மிகமேன்மை அடைவீர்,
புத்ரனால் கடனடைத்தல் பெற்றவரின் மகிழ்வு.

மகிழ்வு வானுலகில் மிகைத்து உண்டாகிட,
வானுலகு தன்னிலே உதவுவது மைந்தன்,
மைந்தனது மைந்தனும் மிகநலம் கொடுப்பான்,
தவமிகு உங்களுக்குத் தலைப்படும் சொர்க்கசுகம்.

சொர்க்கசுகம் கிடைக்குமெனச் சொன்ன மருமகளிடம்,
விரதமிகும் மாதே வேண்டாம் உன்பங்கு,
வெயிலிலும் காற்றிலும் வாடியே கிடக்கிறாய்,
உடல்பொலிவும் இழந்தாய் வாடுகிறாய் பசியால்.

பசியால் வாடிப் பாதியளவு மயங்கினாய்,
மயக்கமாய் வாடும் மாதரசி உன்பங்கை,
தானமாய் வழங்கித் தவற்றினை இழைத்திடேன்,
ஒஉனிதத்தை உடையவளே பேசாதே இவ்விதம்.

இவ்விதம் பேசாதே இனிமைமிகும் மாதே,
குடும்பம் நலம்பெறுதல் குலமாது உன்னால்தான்,
ஆறாம்பாகம் இந்நாளில் இப்போது வந்ததே,
உணவேதும் இல்லாமல் உனைவிடுதல் தவறாகும்.

தவறாகும் உன்னைத் தவிக்கவிட்டு தானமீனல்,
தூய்மையும் நன்னடத்தையும் தவபலமும் கொண்டவளே,
வருத்தமிகும் சூழலிலே வாழுகிறாய் எங்களுடன்,
இளமைமிகும் அணங்கே இருக்கிறாய் பசியில்.

பசியில் வாடுகிறாய் பெண்ணாய்ப் பிறந்தவளே,
உன்மேல் பரிவுற்று உன்னைக் காப்பதுதான்,
எங்கள் கடமையென அறிந்துகொள் அணங்கே,
இவ்விதத்தில் வாடினாயே எவ்விதத்தில் தாங்குவேன்?

தாங்குவேன் என்பசியைத் தாங்கிடேன் உன்பசியை,
உறவினரின் மகிழ்வு உன்னால்தான் உண்டாகிறது,
ஆதலால்தான் உன்பங்கை அளித்திட விரும்பவில்லை,
வேண்டாம் உன்பங்கென விளம்பினார் முனிவர்.

முனிவர் உரைத்ததும் மாதரசி பதிலளித்தாள்,
பெரியவர் நீவிர் பீடுமிக்க மூத்தவர்,
கணவர் தெய்வமெனில் கணவரின் தெய்வம்நீர்,
ஏற்பீர் என்பங்கை அளிப்பீர் விருந்தினருக்கு.

விருந்தினருக்கு பார்லிமாவை வழங்குவீர் மாமுனியே,
அவ்விதத்து செய்தால் அனேகவித மண்டலங்கள்,
வானுலகு ஏகுகையில் வாய்க்கும் எனக்கு,
எனது பாதுகாவலாய் இருப்பவர் நீங்களும்.

நீங்களும் எனக்கு நல்குகிறீர் உணவுகளை,
பாதுகாக்கும் உங்களிடம் பணிந்து வேண்டுகிறேன்,
என்பங்காம் பார்லிமாவையும் அளிப்பீர் விருந்தினருக்கென,
அனேகவிதம் முனிவரிடம் அணங்கு வேண்டினாள்.

வேண்டினாள் மருமகள் விளம்பினார் மாமனார்,
புனிதத்தில் மிகுந்த பாவையே உன்செயல்,
வையத்தில் பெருமைபெற்று வெகுவாய்ப் போற்றப்ப்டும்,
விரதங்கள் நோற்கிறாய் விழுப்பம் உடையாய்.

உடையாய் மூத்தவரை வணங்கும் நற்குணம்,
பெரியோரைக் காக்கும் பெண்ணே உன்செயல்,
வெகுமேன்மை ஆனதென விளம்புகிறேன் மாதரசி,
அதனைக் கருதியே ஏற்கிறேன் உன்பங்கை.

உன்பங்கை ஏற்று வழங்குகிறேன் விருந்தினருக்கு,
உன்னை ஏமாற்றிட விரும்பிடேன் எப்போதும்,
நல்வழியைக் கடைப்பிடிக்கும் நன்மாதர் அனைவரிலும்,
மிகமேன்மை உடையவள் மாதரசி நீதான்.

நீதான் மேலான நாரியென உரைத்து,
மருமகளின் பங்கான மாவைப் பெற்றார்,
விருந்தினரின் பசிதீர்க்க வழங்கினார் பார்லிமாவை,
பசிதான் அடங்கியது புசித்த விருந்தினருக்கு.

விருந்தினருக்கு பசியடங்கி வாழ்த்தினார் நால்வரையும்,
மந்திரென்று வந்தவர் மாண்ப்புமிகு தருமதேவன்,
முனிவரிடத்துப் பேசினார் மாதவமிகு முனிவரே,
தருமத்து வழியிலே தானத்தை அளித்தீர்.

அளித்தீர் தானத்தை அறங்களின் சொற்படியே,
வானத்து தேவர்களும் உங்களின் தானத்தை,
பெரிதென்று பேசியே புகழுகிறார் வியப்புடன்,

மலர்பொழிந்து உம்செயலை மனமார வாழ்த்துகிறார்.

வாழ்த்துகிறார் ரிஷிகள் வானத்து தேவர்கள்,
கந்தர்வர் குழுக்களும் களித்து வாழ்த்துகிறார்,
தேவரொடு வருவோரும் தேவர்களின் தூதுவரும்,
உங்களது பெருமைகளை உரக்கப் பேசுகிறார்.

பேசுகிறார் உமைப்பற்றி பிரமலோகத்து ரிஷிகளும்,
வியக்கிறார் உமது விழுப்பமிக்க நற்செயலால்,
வருகிறார் தேர்களிலே உங்களைக் காண்பதற்கு,
பித்ரியானோர் அனைவரும் பெற்றனர் உயர்வு.

உயர்வு பெற்றனர் உமது பித்ரிக்கள்,
பித்ரியென்று உயராதவரும் பெற்றனர் மேன்மை,
பல்யுகத்துக் காலமளவு பெருமகிழ்வு எய்துவர்,
உமது பிரமசரியத்தால் வருவீர் சொர்க்கத்துக்கு,

சொர்க்கத்துக்கு வருவீர் செய்த தானத்தால்,
கடைப்பிடித்து விரதத்தைக் காப்பாற்றி வாழ்ந்தீர்,
உங்களது தானத்தால் உம்பருக்கு மனநிறைவு,
உண்டானது ஆதலால் வென்றீர் சொர்க்கத்தை.

சொர்க்கத்தை வென்றீர் சீர்மிக்க உத்தமரே,
தூயமனதை உடையவர் தீங்கிலாதவர் நல்லவரே,
வெகுகடுமை சூழலிலும் வழங்கினீர் தானத்தை,
சொர்க்கத்தை அடைந்து சீர்மைபல பெறுவீர்.

பெறுவீர் சொர்க்கத்தைப் பெருந்தவம் உடையவர்,
ஒருவர் பசிப்பிணியால் வாடினால் அன்னவர்,
இழப்பார் நல்லறிவை அறவழி நாட்டத்தை,
அறியாதவர் போல அல்லலிலே உழலுவார்.

உழலுவார் பசிப்பிணியில் வாடுபவர் வருத்தத்தில்,
பசித்தவர் மனத்திலே போய்விடும் கட்டுப்பாடு,
எவரொருவர் பசியை அடியுடன் வென்றவரோ,
அன்னவர் தானத்தை அளிப்பார் பசியிலும்.

பசியிலும் வாட்டத்திலும் பகிர்ந்திடார் தம்முணவை,
தானமீனும் தகைமையைத் தள்ளிவிடும் பசிப்பிணி,

பசியெனும் கொடும்பிணிக்குப் பணியாது வென்றவர்,
சொர்க்கமெனும் வானுலகில் சிறப்புடன் வாழுவார்.

வாழுவார் வானுலகில் உமைப்போன்ற மேலோர்,
மானிடர் மனதிலே மகனுக்கென மனைவிக்கென,
உண்டாவதோர் பாசத்தையும் வென்றவர் நீவிர்தான்,
இயற்கையானதோர் ஈர்ப்புக்கும் இடந்தராத மேலோர்.

மேலோர் அளிக்கும் மாண்புமிகு தானமே,
உயர்ந்ததோர் மேன்மையை உண்டாக்கும் மாந்தருக்கு,
வானவர் சொர்க்கத்தின் வாயிலைக் காணுவது,
எளிதானதோர் செயலில்லை ஆசையுளார் கண்டிடார்.

கண்டிடார் ஆசையுளார் கதவின் இருப்பிடத்தை,
அன்னவர் ஆசையே அடைக்கும் தாளாக,
வானவர் சொர்க்கத்து வழியை மறித்திடும்,
சென்றிடார் எவரும் சொர்க்கத்து வாயிலுக்குள்.

வாயிலுக்குள் செல்லுதல் வெகுகடினம் ஒருவருக்கு,
கோபங்கள் தாபங்கள் காமசுக விருப்பங்கள்,
வென்றவர்கள் மட்டுமே வரலாம் சொர்க்கத்துக்கு,
தானங்கள் மதிப்புறுதல் தக்கவிதம் வழங்குவதால்.

வழங்குவதால் ஆயிரத்தில் ஒருநூற்றின் புண்ணியமூம்,
நூற்றில் பத்தினை நல்கும் புண்ணியமூம்,
கையில் ஏதுமிலார் கொடுக்கும் நன்மனதுடன்,
சிறிதளவில் நீர்தானம் செய்வதுடன் சமமாகும்.

சமமாகும் புண்ணியமெனச் சொன்னேன் ஏனெனில்,
பொருளெலாம் இழந்த பார்வேந்தன் ரந்திதேவன்,
வானவர்தம் சொர்க்கத்தை வென்றதற்குக் காரணம்,
தன்னிடத்தில் இருந்த தண்ணீரைக் கொடுத்ததால்.

கொடுத்ததால் நீரினாலும் கிடைத்தது சொர்க்கம்,
வானவர்கள் உலகத்தை வென்றார் ரந்திதேவன்,
மதிப்புகள் இல்லாததென மனதிலே நினைத்திடும்,
சிறுபொருள் கூடச் சேர்க்கும் புண்ணியத்தை.

புண்ணியத்தை அளிக்கும் பொருட்களில் சிறிதானதும்,

நன்மனத்தைக் கொண்டவர் நல்கும் சிறுபொருளும்,
வெகுமேன்மை கொடுக்கும் வானவரின் சொர்க்கத்தில்,
தருமதேவதை மகிழுவது தூயதான தானத்தில்.

தானத்தில் பொருள்மதிப்பை தருமதேவன் கணக்கிடார்,
மதிப்புகள் குறைந்ததென மண்ணுலகோர் நினைத்திடும்,
சிறுபொருள் தானமாகச் செய்திடும் சூழல்களால்,
பெருமைகள் மிக்கதெனப் போற்றுவார் தருமதேவன்.

தருமதேவன் போற்றுவது தகுதிமிகும் தானத்தையே,
பார்வேந்தன் ந்ருகன் பல்லாயிரம் பசுக்களை,
அளித்தான் தானமாக ஆகினும் அவற்றிலே,
ஒன்றுதான் சொந்தமிலாதது வீழ்ந்தான் நரகத்தில்.

நரகத்தில் வீழ்ந்தது நல்கிய தானத்தில்,
பொருத்தங்கள் இல்லாத பிழையான ஒருதானத்தால்,
தன்னுடல் சதையைத் தந்தவனான சிபியோ,
சொர்க்கத்தில் இன்றுவரை சிறப்புடன் வாழுகிறான்.

வாழுகிறான் சிபிவேந்தன் வானவரின் சொர்க்கத்தில்,
மானிடரின் செயல்கள் மதிப்பிலே உயர்ந்து,
மேன்மைகள் பெற்றிடும் முறையாக உண்பதாலும்,
வேள்விகள் பலசெய்தும் வெகுபுண்ணியம் கிடைக்காது.

கிடைக்காது புண்ணியம் கொடுப்பது முறைகேடெனில்,
தருமத்து வழியிலே தானீட்டிய நற்பொருளை,
சிறிதளவு தானம் செய்தாலும் மிகமேன்மை,
கோபத்து வயப்பட்டால் கேடுவரும் புண்ணியத்துக்கு.

புண்ணியத்துக்கு எதிரி பெருங்கோபம் ஒன்றுதான்,
காமத்துக்கு ஆசைக்குக் கட்டுப்பட்டு உழலுபவர்,
வானத்து சொர்க்கத்துக்கு வருவது இயலாது,
வழுவலற்று நெறிவழியில் வாழ்வார்க்கு சொர்க்கமுண்டு.

சொர்க்கமுண்டு நெறிகளைச் சிந்தித்து நடப்பார்க்கு,
தவமிருந்து வாழுவோர் தூயமனம் கொண்டவர்,
வானவரது சொர்க்கத்துக்கு வருவது உறுதியாகும்,
நீரளித்த சிறிதெனினும் நிகரிலாதது புண்ணியத்தில்.

புண்ணியத்தில் ராஜசூயங்கள் பலவற்றை மிஞ்சிவிடும்,
அஸ்வமேதிகள் பலவும் ஆகாது இதற்கீடாய்,
பார்லிமாவில் ஒருபிரஸ்தம் புரிந்தீர் தானமாக,
பிரமலோகத்தில் உமக்கெனப் பெற்றீர் உறைவிடம்.

உறைவிடம் அடைந்தீர் உயர்வான பிரமலோகத்தில்,
பாவம் ஏதுமிலாப் புண்ணியமிகு உலகமாகும்,
பிரமரிடம் செல்லுதற்கு பெருந்தேர் வந்தது,
அமருங்கள் தேரிலே அடைவீர் மேன்மையை.

மேன்மையை உடையவர் மாமுனிவர் நீவிரென,
பெரும்புகழை அடைவீர் பாருலகில் நிரந்தரமாய்,
மனைவியை மைந்தனை மருமகளை உடனழைத்து,
வானுலகை அடைந்து வெகுமகிழ்வு எய்துவீர்.

எய்துவீர் மகிழ்வென அறிவித்தார் தருமதேவன்,
மாமுனிவர் மகனுடன் மனைவியுடன் மருமகளுடன்,
அமரர் தேரேறி ஏகினார் வானுலகம்,
சென்றனர் அனைவரும் சென்றதைக் கண்டேன்.

கண்டேன் நடந்தவற்றைக் கொண்டேன் வியப்பு,
வந்தேன் குழியிலிருந்து வியப்பு குன்றாமல்,
தரையின் மீதாகத் தூவிய மலர்களுடன்,
பார்லிமாவின் குழம்பு கிடந்தது நீர்கலந்து.

நீர்கலந்து முனிவர் நல்கிய பார்லிமாவில்,
நடந்து சென்றதால் நிகழ்ந்ததைக் காணுவீர்,
எனது தலைப்பகுதி ஆகியது தங்கமாக,
அதையடுத்து பாதியுடல் ஆகியது தங்கமாக.

தங்கமாக பாதியுடல் தகதகத்து மின்னியது,
தவமிக்க மாமுனிவரின் தூயதனான தானத்தின்,
மிகுதியாக இருந்து மண்ணிலே சிந்தியவை,
இவ்விதமாக ஒருபாதியை ஆக்கின தங்கமாக.

தங்கமாக மறுபாதி தகதகக்க வேண்டுமென,
தவசிகளாக இருப்போர் தங்கும் ஆசிரமங்களில்,
வேந்தராக இருப்போர் விளைக்கும் வேள்விகளில்,
மிகுதியாக இருப்பவற்றில் மீண்டும்மீண்டும் புரளுகிறேன்.

புரளுகிறேன் வேல்விகள் புரிந்த மிகுதிகளில்,
கௌரவரின் வேந்தன் குதிரைவேள்வி செய்ததால்,
என்மனதின் நம்பிக்கை ஏற்றமுற்று வந்தேன்,
என்னுடலின் மறுபாதி ஆகவில்லை தங்கமாக.

தங்கமாக என்னுடன் தகதகத்து மின்னும்படி,
மறுபாதியாக இருப்பது மாறவில்லை ஆதலாலே,
அஸ்வமேதிகமாக நீவிர் இயற்றியதான இவ்வேள்வி,
தானமாக முனிவர் தந்ததற்குச் சமமில்லை.

சமமில்லை பார்லிமாவில் செய்த தானத்துக்கென,
கருத்தினை உங்களுக்குக் கூறியது இதனால்தான்,
பார்லிமாவை ஒருபிரஸ்தமே பசிதீர்க்க அளித்ததான,
தானத்தை மிஞ்சவில்லை தரணிவேந்தன் வேள்வி.

வேல்வி குறித்து விளம்பினேன் கருத்தையென,
கீரி வார்த்தைகளைக் கூறி முடித்தது,
ஓடி மறைந்தது வந்ததுபோல் தன்வழியில்,
மீதி இருந்தவர்கள் மனச்சோர்வில் திரும்பினர்.

திரும்பினர் அகங்களுக்குத் திரண்டிருந்த அனைவரும்,
இவ்விதமோர் அதிசயம் ஏற்பட்டது வேள்வியெலென,
பரதர்கள் வேந்தனுக்குப் பகர்ந்தார் வைசம்பாயனர்,
வேள்விகளால் பெருமையில்லை வேந்தனே உணருவாய்.

உணருவாய் வேந்தனே உளமடக்கும் தவத்தினால்,
மென்மையாய் நற்பலனை முனிவர்கள் பெற்றனர்,
அஹிம்சை மனநிறைவு ஆர்வம் சிரத்தை,
நன்னடத்தை தவபலம் நல்கும் புண்ணியத்தை.

புண்ணியத்தை அடையலாம் புலன்களை அடக்கியும்,
உண்மையைப் பேசினாலும் உண்டாகும் புண்ணியம்,
தானத்தை சிரத்தையுடன் தந்தாலும் புண்ணியமே,
மென்மை அடைவதற்கு மொழிந்தேன் வழிகளை.

(91)அஸ்வமேதிக பர்வம், பகுதி 91

வழிகளை உரைத்த வைசம்பாயன முனிவரிடம்,
வேள்விகளை செய்வது வேந்தர்களின் வழக்கம்,
தவத்தைச் விரும்புவது தூயவராம் ரிஷிகள்,
பிரமத்தை அறிந்தோர் புலனடக்கி அமைதியாவார்.

அமைதியாவார் பிரமத்தை அறிந்து உணர்ந்தவர்,
இவ்வுலகோர் நடுவிலே அறவழி வேள்விக்கு,
ஈடானதோர் நற்செயலும் இல்லை மாமுனியே,
உறுதியானதோர் நம்பிக்கை உடையேன் மனதிலே.

மனதிலே நம்புகிறேன் மிகமேன்மை வேள்வியென,
அதுவே சரியென்று அடிமனதும் உரைக்கிறது,
எண்ணிலே அடங்காத எத்தனையோ வேந்தர்கள்,
புகழுடனே சொர்க்கத்தில் புகுந்தனர் வேள்வியால்.

வேள்வியால் உண்டாகும் வெகுமேன்மை கருதினால்,
கண்கள் ஓராயிரம் கொண்டவனாம் அமரர்கோன்,
வேள்விகள் பலசெய்து வானவரின் அரசனாகி,
விருப்பங்கள் அனைத்தும் வரப்பெற்றான் நினைத்தபடி.

நினைத்தபடி நினைத்ததை நடத்தவல்ல இந்திரனென,
பலசாலி பீமனுடன் பெருவீரன் அர்ஜுனனை,
தன்னருகில் கொண்டிருக்கும் தருமவான் யுதிஷ்டிரனை,
இழிவாக்கி கீரிப்பிள்ளை இயம்பியது எதனால்?

எதனால் என்று எழுப்பிய வினாவுக்கு,
பதில்கள் அளித்தார் பெருமுனி வைசம்பாயனர்,
வேள்விகள் மற்றும் வேள்விகளின் பலன்களை,
நெறிகள் உரைத்தபடி நவிலுகிறேன் கேளாய்.

கேளாய் வேந்தனே கூறும் கருத்தினை,
தேவர்களை ஆளும் தேவேந்திரன் ஒருமுறை,
குறிப்பாய் ஒருவேள்வியைக் கருத்தாய் செய்தான்,
அங்கங்களாய் வேள்வி அழகுடன் அமைந்தது.

அமைந்தது வேள்வி அனைத்து அங்கங்களுடன்,

ரித்விகரது குழுக்கள் ஓதினார்கள் மந்திரங்களை,
விதிகளுக்கு உட்பட்டு வேள்வியை நடத்தினார்கள்,
அக்கினிக்கு நெய்யை அளித்தான் இந்திரன்.

இந்திரன் அருகிலே இருந்தனர் ரிஷிகள்,
யஜூசின் மந்திரங்களை இசைத்து அதன்மூலம்,
தேவரின் பங்குகளைத் தந்தனர் ஒவ்வொன்றாக,
அத்வார்யுக்களின் நடுவே அயர்வில்லை ஓதுவதில்.

ஓதுவதில் கவனம் உடையவராம் அத்வார்யுக்கள்,
இன்குரலில் யஜூசை இசைத்தனர் அவ்விடத்தில்,
விலங்குகள் பலிகொடுக்கும் வேளை வந்தது,
பிடித்தார்கள் விலங்குகளைப் பதைத்தார்கள் கருணையால்.

கருணையால் ரிஷிகள் கலங்கினர் மனதளவில்,
விலங்குகள் அச்சத்தால் விதிர்விதிர்த்து நின்றன,
தவத்தில் மிக்கவர்கள் தூய்மைமிக்க ரிஷிகள்,
இந்திரனிடத்தில் வந்து இயம்பினர் கருத்தை.

கருத்தை உரைக்கிறோம் கேட்பாய் சக்ரனே,
இந்தவகை வேள்வியை இயற்றுதல் சரியில்லை,
புண்ணியத்தை பெருமளவு பெற்றிட விரும்பியே,
வேள்வியை இவ்விதம் விளைப்பது சரியில்லை.

சரியில்லை உன்செயல் சக்ரனே கேளாய்,
விலங்குகளை பலியிட்டு வேள்விகளை செய்வதென,
வழிகட்டுதலை மீறி வேள்வியைச் செய்கிறாய்,
பலியிடுவதை சரியென்று பகரவில்லை நெறிகள்.

நெறிகள் உணராது நீசெய்யும் இச்செயலால்,
புண்ணியங்கள் அகன்று பாவங்களே உண்டாகும்,
ஆதலால் வேள்வியை ஆகமங்கள் உரைத்தபடி,
வேதியர்கள் செய்யட்டும் வேண்டாம் உயிர்க்கொலை.

உயிர்க்கொலை செய்யாமல் வேள்வியை முடித்திடு,
விதைகளை மூன்றாண்டுகள் வகையாய்ப் பாதுகாத்து,
வேள்வியில் இட்டு வெகுநன்மை அடைவாய்,
புண்ணியங்கள் பெறுவதற்கு புனிதவழி இதுதான்.

இதுதான் வழியென இயம்பினர் ரிஷிகள்,
பெருமிதம் கொண்டவன் புரந்தரன் கண்ணாயிரன்,
திமிர்தான் மிகைத்ததால் தூயவராம் ரிஷிகளின்,
வார்த்தைதான் ஏற்காததால் வாதம் உண்டானது.

உண்டானது சர்ச்சை உகந்ததான வழிகுறித்து,
ஆகுதியென்று வேள்விக்கு அளிக்க உகந்தது,
நகராதது மட்டுமா நகருவன உண்டாவென,
எழுந்தது விவாதம் ஏதொரு முடிவுமில்லை.

முடிவுமில்லை எழுந்த மிகப்பெரும் விவாதத்தில்,
உண்மைகளை மனதினால் உணரவல்ல ரிஷிகள்,
சக்ரனை உடனழைத்துச் சென்றனர் வாசுவிடம்,
புண்ணியத்தை உடையவனே பகரவேண்டும் முடிவென.

முடிவென வாதத்திற்கு மொழியவேண்டும் தீர்ப்பினை,
வேதமென இருப்பது விளம்பும் வழிமுறையில்,
விலங்கென இருப்பவற்றை வேள்வியில் பலியிடுவதா?
விதையென சாறுகளென வழங்குவதா ஆகுதிகள்?

ஆகுதிகள் எவ்விதம் அளிக்கவேண்டும் என்பதற்கு,
இருபுறங்கள் உரைத்த எக்கருத்தையும் உள்வாங்கி,
சீர்தூக்குதல் செய்யாமல் சொன்னான் வாசு,
இருவிதத்தில் செய்தாலும் ஏற்புதான் வேள்வி.

வேள்வி செய்வதற்கு விலங்குகள் விதைகளென,
இரண்டில் ஏதொன்று இருப்பினும் அப்பொருளால்,
ஆகுதி அளிக்கலாமென அறிவித்தான் வாசு,
தவறி இவ்விதம் தெரிவித்ததால் வீழ்ந்தான்.

வீழ்ந்தான் பாதாளத்தில் வெகுகொடிய நரகத்தில்,
சேதியரின் வேந்தன் சொன்னதான பொய்யால்,
பாவத்தின் தளைபட்டு பாதாளத்தில் வாடினான்,
அதனால்தான் சந்தேகத்துக்கு எடுக்கலாகாது தனிமுடிவு.

தனிமுடிவு எடுத்துத் தான்மட்டும் சொல்லுவது,
கூடாது அறிவொற்றலில் கனத்தவர் ஆகினும்,
பிதாமகரென்று இருக்கும் பிரமதேவர் ஒருவரன்றி,
தனித்து எவரொருவரும் தெரிவிக்கலாகாது முடிவை.

முடிவை எடுப்பதற்கு மற்றவரையும் கேட்கவேண்டும்,
தவற்றை இழைப்போர் தானத்தை அளித்தாலும்,
பெருமை ஒன்றுக்கே பொருளை அளித்தாலும்,
அழிவைச் செய்பவர் அளிப்பது வீணாகும்.

வீணாகும் தானம் வழங்குவது கேடரெனில்,
இவ்வுலகம் அவ்வுலகம் இரண்டுக்கும் உதவாமல்,
பலனேதும் அளிக்காது பாவியரின் பொருள்தானம்,
தவறிழைத்து பொருள்சேர்த்து தரலாகாது தானம்.

தானம் பாவியர்கள் தந்தாலும் அப்பொருள்,
புண்ணியம் எதனையும் பெற்றுக் கொடுக்காது,
ஆசையும் மூடத்தனமும் அடாத நடவடிக்கையும்,
உடையார்தம் பொருள்தானம் ஒருபலனும் நல்காது.

நல்காது கெடுபொருள் நலமான விளைவுகளை,
ஆசைக்கு உட்பட்டு அனேகவிதப் பொருட்களை,
சம்பாதித்து மானிடர் செய்கிறார் பாவங்களை,
விலங்குக்கு மனிதருக்கு விளைக்கிறார் தீங்குகளை.

தீங்குகளைச் செய்து திரட்டிய பொருள்கொண்டு,
தானத்தைச் செய்தாலும் தோன்றாது நற்பலன்,
வேள்வியைச் செய்தாலும் விளையாது புண்ணியம்,
பாவப்பொருளை பயன்படுத்தி பெறமுடியாது புண்ணியத்தை.

புண்ணியத்தை அடைவதற்கு புனிதமிக்க நல்லவர்கள்,
சோளத்தை தானியங்களை செய்வார் தானமாக,
கனிகிழங்கை கீரைகளைக் கொடுப்பார் தானமாக,
சிறுபொருளே ஆகினும் சேரும் பெரும்புண்ணியம்.

பெரும்புண்ணியம் சொர்க்கம் பெருநலம் உண்டாகும்,
நல்லவிதம் சம்பாதித்ததை நல்கும் தானத்தால்,
சிறுபொருளும் பெரும்புண்ணியம் சேர்க்க வல்லதாகும்,
சம்பாதிக்கும் வழிமுறை சரியானதாக அமைந்தால்.

அமைந்தால் புண்ணியமே அறவழி நற்பொருள்,
மனதில் கருணையும் மொழியில் உண்மையும்,
நடத்தையில் பிரமசரியமும் நன்மனனும் நன்னடத்தையும்,

குணத்தில் மன்னிப்பும் கொடுக்கும் நித்தியநலம்.

நித்தியநலம் கிடைக்க நெறிவழியில் வாழவேண்டும்,
விஸ்வாமித்ரரும் மற்றபல வேந்தர்களும் அசிதரும்,
ஜனகரும் காகூடசேனரும் சிந்துத்வீபரும் அர்ஷ்டிசேனரும்,
இதற்குமேலும் பலரும் இயம்பினர் இக்கருத்தை.

இக்கருத்தை இயம்பினர் ஈடிலாத தவசிகள்,
தருமத்தைக் கடைப்பிடித்துத் தாமடையும் பொருட்களால்,
வெற்றியைப் பெறலாமென விளம்பினர் மேலோர்,
தவத்தை செய்வதால் தூய்மை வாய்க்கும்.

வாய்க்கும் தூய்மை வருணத்தில் பேதமின்றி,
பிராமணரும் கூத்ரியரும் வைசியரும் சூத்திரரும்,
வருணபேதம் ஏதுமின்றி வெல்லலாம் புண்ணியத்தை,
தானமும் தருமமும் தந்திடும் சொர்க்கத்தை.

(92)அஸ்வமேதிக பர்வம், பகுதி 92

சொர்க்கத்தை அடைந்திட சிறந்த வழியென்று,
மார்க்கத்தை உரைத்த மாமுனிவர் வைசம்பாயனரிடம்,
சந்தேகத்தை வினவினான் சக்ரவர்த்தி ஜனமேஜெயன்,
சொர்க்கத்தை அடைந்திடச் சொன்னீர் வழிமுறை.

வழிமுறை என்னவென விளம்புவீர் முழுதாக,
இவற்றை முழுவதாக அறிந்தவர் நீவிர்தான்,
விளக்கத்தை அளிக்க வேண்டுதல் செய்கிறேன்,
புண்ணியத்தை முனிவர் பார்லிமாவால் பெற்றார்.

பெற்றார் புண்ணியத்தையெனப் பகர்ந்தது உண்மைதான்,
அன்னவர் தானத்தால் அடைந்த நற்பலன்,
மன்னவர் வேள்வியினும் மிகைத்தது என்பதை,
உறுதியானதோர் வார்த்தையில் உரைத்தது எங்ஙனம்?

எங்ஙனம் அறிந்தனர் ஈடிலாதது தானமென,
உன்னதம் மிக்கவரே உரைப்பீர் எனக்கென்று,
முனிவரிடம் வேண்டியதும் மொழிந்தார் வைசம்பாயனர்,

விளக்கம் அளித்திட விளம்புகிறேன் கதையை.

கதையை உரைக்கிறேன் கருத்தை உணர்ந்துகொள்,
முன்னை காலத்தில் மாமுனிவர் அகத்தியர்,
வேள்வியை நடத்துகையில் விளைந்த நிகழ்வினை,
உயிர்களை நலஞ்செய்ய உளமுற்றார் அகத்தியர்.

அகத்தியர் பன்னிரு ஆண்டுகள் தீட்சையில்,
இருந்தார் அதற்கு இயற்றினார் வேள்வியை,
அக்கினிக்கோர் உதாரணமென அனேக ஹோத்ரிகள்,
வந்தனர் அவர்கள் வாழ்ந்ததோ கனிகிழங்கில்.

கனிகிழங்கில் வாழ்ந்தோரும் கல்லால் தோலெடுத்து,
சோளத்தில் உணவை சமைத்து உண்போரும்,
நிலவொளியில் வாழ்ந்தோரும் நிறையபேர் இருந்தனர்,
சிலபேர்கள் உணவைச் சுவைப்பார் அளித்தால்மட்டும்.

அளித்தால்மட்டும் உணவை ஏற்போர் இருந்தனர்,
உணவுவேண்டும் என்பதற்கு ஒருபோதும் முயலாமல்,
வாழ்ந்திருக்கும் விரதத்தார் வெகுபேர்கள் இருந்தனர்,
பூசையேதும் செய்யாததைப் புசித்திடாரும் இருந்தனர்.

இருந்தனர் உணவை அழுக்கெனக் கழுவாதவரும்,
யதியானவர் பிக்ஷூக்களுடன் இருந்தனர் திரளாக,
ஒருசிலத் பித்ரிக்களுக்கு வழங்காது உண்டிடார்,
வேறுசிலர் தேவருக்கு வழங்காததை உண்டிடார்.

உண்டிடார் தமது விரதத்துக்கு விலக்காக,
வந்தவர் அனைவரும் வடிவெடுத்த உடலுடன்,
கண்டவர் தருமத்தின் கடவுளை நேரிலே,
கொண்டவர் புலனடக்கம் கோபத்தை வென்றவர்.

வென்றவர் பிறரை வருத்தும் சிந்தையை,
தூயவர் நடத்தையில் தீயவை அகற்றியவர்,
அன்னவர் தலைப்பட்ட அத்தனை செயலிலும்,
தள்ளுபவர் புலனாசையைத் வெல்லுபவர் நினைத்ததை.

நினைத்ததை நினைத்தவிதம் நடத்தி முடித்திடும்,
முனித்தொகை அனைவரும் முன்வந்து அவ்விடத்தில்,

அகத்தியர் வேள்வியை ஆர்வத்துடன் செய்தனர்,
வந்தவர் அனைவருக்கும் உணவளித்தார் அகத்தியர்.

அகத்தியர் உணவினை அளித்தார் வந்தோருக்கு,
ஈட்டினார் பொருட்களை அறத்துக்கு உட்பட்டு,
மாமுனிவர் தவத்தை முடிப்பதற்கு முன்னரே,
இந்திரர் மழையை அளிக்காது நிறுத்தினார்.

நிறுத்தினார் இந்திரர் நானிலத்துக்கு மழையை,
மண்ணோர் அனைவரும் மாமுனிவர் அகத்தியர்,
செய்தார் பெருவேள்வியெனச் சொல்லிப் புகழ்ந்ததால்,
கோபமுற்றார் இந்திரன் கொடுக்காதிருந்தார் மழையை.

மழையை அளிக்காத் மகேந்திரன் தன்மனதின்,
அகத்தியரைக் குறித்து ஆத்திரத்தைக் கொண்டிருந்தார்,
உணவை பகட்டின்றி வழங்கினார் அகத்தியரெனும்,
வாழ்த்தைக் கேட்டதும் வாசவன் வெகுண்டான்.

வெகுண்டான் வாசவன் வேதமுனிகள் சொற்களால்,
திமிரின் சாயலின்றி தூயவர் அகத்தியர்,
வந்தவரின் பசிதீர்க்க வழங்குகிறார் உணவுகளை,
தேவரின் அரசனோ தரவில்லை மழையை.

மழையை நிறுத்தி மண்ணை வருத்தி,
பயிர்களைக் கருக்கிப் பெருந்தீங்கு செய்து,
உணவுகளை விளைத்திட ஊறுகள் செய்கிறான்,
பனிரண்டாண்டைக் கடக்கும்வரை பெய்யாது மழையேதும்.

மழையேதும் இல்லாது மண்ணுலகம் வாடுகையில்,
ஏதேனும் வழிகொடுத்து எல்லோரையும் காப்பீரென,
அகத்தியரிடம் முறையிட்டு அரற்றினர் ரிஷிகள்,
அகத்தியரும் ஒப்புதலை அளித்தார் ரிஷிகளுக்கு.

ரிஷிகளுக்கு பதிலளித்தார் அகத்தியர் பணிவுடன்,
தலைசாய்த்து அகத்தியர் தெரிவித்தார் கருத்தினை,
பெய்யாது மழையெனப் பன்னிரு ஆண்டுகள்,
நிறுத்துவது புரந்தரனெனில் நான்செயது மனவேள்வி.

மனவேள்வி புரிவது மாற்றமிலா நெறிவழியே,

மழையில்லை பன்னீராண்டென மகேந்திரன் நிறுத்தினால்,
தொடுவேள்வி செய்வேன் தொன்மைநெறி மாற்றாமல்,
மாரியில்லை பனிரண்டாண்டெனில் முயலுவேன் வேறுவிதம்.

வேறுவிதம் செய்வேன் வேள்வியைத் தவபலத்தால்,
கடுமைமிகும் நோன்பினைக் கடைப்பிடித்தேன் வேள்விக்கென,
பல்லாண்டுகாலம் விதைகளைப் பாடுபட்டு சேர்த்தேன்,
சேர்த்ததாகும் விதைகளால் செய்கிறேன் வேள்வியை.

வேள்வியை செய்வதற்கு விதைகளைச் சேர்த்துளேன்,
இவற்றைக் கொண்டு இயற்றுவேன் வேள்வியை,
தடைகளைக் கடந்து தக்கவிதம் வேள்விசெய்து,
ஆகுதிகளை வழங்குவேன் அதிலேதும் மாற்றமில்லை.

மாற்றமில்லை நான்கொண்ட முயற்சி வெல்லுவதில்,
மழைப்பொழிவைக் கொடுத்தாலும் மழையைத் தடுத்தாலும்,
எனக்கில்லை ஆதனால் ஏதொரு தாக்கமும்,
வெகுதொல்லை கொடுத்தானெனில் வாசவனும் நானாவேன்.

நானாவேன் வாசவனாய் நானிலத்தைக் காப்பதற்கு,
இவ்வுலகின் வாழ்வுக்கென இந்திரன் தானாகவே,
மழைதான் பெய்விக்க மனமின்றி விட்டுவிட்டால்,
என்வடிவம் இந்திரனாக்கி அனைத்துயிரை வாழ்விப்பேன்.

வாழ்விபேன் உயிர்களை வாட்டமேதும் ஏற்படாமல்,
உயிரொன்றின் வாழ்வுக்கு உகந்ததென இதுவரையில்,
உண்டுவரும் உணவையே உண்ணுதற்கு நானளிப்பேன்,
வாழ்வின் நியதிகளை வேறுவிதமும் மாற்றுவேன்.

மாற்றுவேன் உலகத்தை மாண்புமிகு நல்லிடமாய்,
மூவுலகின் பகுதிகளில் மறைந்திருக்கும் தங்கமும்,
வைரத்தின் குவியலும் வைடூரியத்தின் திரட்டுகளும்,
இவ்வேள்வியில் சாலைக்கு அவையாகவே வரட்டும்.

வரட்டும் அப்ஸரஸ்கள் இஸ்வாவசுவுடன் கந்தர்வர்,
கின்னரரும் இவ்விடத்தில் குழுமி நிற்கட்டும்,
உத்தரகுருவாம் வேந்தர்கள் வைத்திருப்பதாம் வளங்கள்,
இவ்விடம் வந்து அவையாய் குவியட்டும்.

குவியட்டும் சொர்க்கத்தாரும் குறிப்பாக இவ்விடத்தில்,
தருமரெனும் தேவரும் தாமாகவே வரட்டுமென,
சொன்னதும் அம்முனிவர் சொன்னதெலாம் நடந்தது,
அக்கினியெனும் ஆற்றலுடன் அகத்தியர் மிளிர்ந்தார்.

மிளிர்ந்தார் அகத்தியர் மிகைத்த தவபலத்தால்,
மகிழ்ந்தார் அங்கிருந்த மகரிஷிகள் அனைவரும்,
வந்திருந்தோர் அனைவரும் வெகுமகிழ்வு அடைந்தனர்,
உரைத்தனர் ரிஷிகள் உவகைமிகும் வார்த்தைகளை.

வார்த்தைகளை உரைத்தனர் வலிமைமிகும் ரிஷிகள்,
உம்சொல்லைக் கேட்டு உளநிறைவை அடைந்தோம்,
சிரமத்தை அடைந்து சேர்த்ததான தவபலத்தை,
வீணாக்குவதை செய்யாதீர் வேண்டாம் விரயமேதும்.

விரயமேதும் செய்யாதீர் வெகுதவத்தின் நற்பலனை,
மறைகூறும் நெறிவழியில் முடிப்பீர் வேள்வியை,
நெறிவழுவும் தேவையின்றி நடத்தப்படும் வேள்விக்கே,
அளிக்கிறோம் அனுமதி அதுவே அறவழி.

அறவழி வேள்விக்கு அளிக்கிறோம் ஆதரவை,
உணவினை நெறிவழியில் உண்ணுதற்கு அடைந்தோம்,
கடமைகளை வழுவாமல் கடைப்பிடித்து வாழுகிறோம்,
ஆகுதி வேள்விக்கு அளிப்போம் முறைப்படி.

முறைப்படி சடங்குகளை முடிப்பது வழக்கம்,
பக்திவழி தேவர்களைப் பணிந்து ஏத்துவோம்,
பிரமசாரி வழியைப் பின்பற்றி வேதமோதி,
கல்வி முடிந்தபின்னர் கடமைசெய்து வாழுகிறோம்.

வாழுகிறோம் நெறிகளில் வழுவலேதும் செய்யாமல்,
பிறர்க்கேதும் தீங்குகள் புரியாத செயல்களையே,
அனுமதிப்போம் ஏனெனில் அஹிம்சைவழி எமதாகும்,
ஆகவேதாம் தாங்களும் அறவழியில் வேள்விசெய்வீர்.

வேள்விசெய்வீர் எவ்வுயிரையும் வதைக்காத விதத்திலே,
அவ்விதம்நீர் செய்தால் அடைவோம் பெருமகிழ்வு,
முடித்துநீர் வேள்வியை முழுமைசெய்த பின்னதாக,
அவரவர் இடத்துக்கு ஏகுவோம் நாங்கள்.

நாங்கள் செல்வோமென நவின்றனர் ரிஷிகள்,
தவத்தில் மிகைத்தத் தூயவர் அகத்தியரின்,
ஆற்றல்கள் முழுதையும் அறிந்தவனாம் இந்திரன்,
அச்சத்தில் அப்போது அளித்தான் மழையை.

மழையை அளித்தான் மகவத்தெனும் இந்திரன்,
மண்ணைக் குளிர்வித்து மண்ணுயிர்களை வாழ்வித்து,
வேள்வியை முடிக்கும்வரை வேண்டுமளவு மழையை,
காலத்தை அறிந்து கொடுத்தான் இந்திரன்.

இந்திரன் வ்ருஹஸ்பதியுடன் ஏகினான் அவ்விடத்துக்கு,
அகத்தியரின் மனதிலே அடைந்தார் வெகுமகிழ்வு,
வேள்வியின் முடிவிலே வேதரிஷி அகத்தியர்,
வணங்கிதான் பணிந்தார் வந்திருந்த ரிஷிகளை.

ரிஷிகளை வணங்கி அளித்தார் விடையை,
இல்லங்களை நாடி அவரவர்கள் திரும்பினரென,
நிகழ்வுகளைக் கேட்ட நாடாளும் வேந்தன்,
கீரியைக் குறித்துக் கேட்டான் விவரம்.

விவரம் உரைப்பீர் வைசம்பாயன மாமுனியே,
மனிதரிடம் மனிதர்போல் மொழிகளைப் பேசிடும்,
தங்கமாகும் பாதியுடல் தரித்ததான அவ்விலங்கு,
எவராகும் என்பதை எனக்கு விளம்புவீர்.

விளம்புவீர் என்றதும் வைசம்பாயார் பதிலளித்தார்,
என்னைநீர் இதுகாறும் இந்தக் கீரியானது,
எவராவார் என்பதாக ஏதும் வினவவில்லை,
அதுகுறித்தோர் விவரமும் அளிக்கவில்லை நானும்.

நானும் உமக்கு நவிலவில்லை இதுகுறித்து,
ஆகினும் இப்போது எழுப்பிய வினாவுக்கு,
மனிதர்தம் வார்த்தைகளை மொழியவல்ல கீரி,
எவராகும் என்பதை இயம்புகிறேன் வேந்தனே.

வேந்தனே ஜமதேக்னி வலிமைமிக்க மகரிஷி,
ஸ்ரத்தமே செய்வதற்கு சிரத்தையைக் கொண்டார்,
ஹோமத்துக்கே வேண்டிய ஆவினத்தின் பாலை,

மகரிஷியே கறந்தார் மிகநல்ல பாத்திரத்தில்.

பாத்திரத்தில் இருந்த பாலுக்குள் தருமதேவர்,
ஆத்திரத்தில் வடிவெடுத்து அதிவேகத்தில் நுழைந்தார்,
முனிவரிடத்தில் எவ்வளவு மனவடக்கம் உள்ளதென,
சோதித்தல் குறித்து செய்தார் இச்செயலை.

இச்செயலை செய்தவரான அறதேவன் தருமன்,
பாலினைக் கெடவைத்துப் புளித்திடச் செய்தார்,
கோபத்தைக் கொண்டுக் கெடுத்தார் பாலையென,
உண்மையை அறிந்தாலும் வெறுப்பில்லை முனிவரிடம்.

முனிவரிடம் கோபம் மிகைத்து எழவில்லை,
மாதாகும் வடிவெடுத்து மாமுனிவர் முன்னதாக,
கோபமெனும் அக்கடவுள் கனிவாய்ப் பேசினார்,
பிருகுகுலம் பெற்றபெயர் பெருங்கோபம் உடையாரென.

உடையாரென அறிவோம் உம்குலத்தார் கோபத்தை,
கோபமான என்னைக் கனிவினால் வென்றுவிட்டீர்,
வலிமையான ஆத்மபலம் உடையவரே உம்மால்,
கோபமான குலமெனும் குலப்பெயர் நீங்கியது.

நீங்கியது கோபத்தின் நீசமானத் தாக்கம்,
மன்னிப்பு கொடுக்கும் மாண்புடையீர் நீவிர்,
உங்களது கட்டளைக்கு உட்பட்டு நிற்கிறேன்,
தவத்து பலமுடையீர் தயவுசெய்து மன்னிப்பீர்.

மன்னிப்பீர் என்னை மாமுனியே என்பதாக,
வேண்டுதலை வைத்த வெம்மைக் கோபத்திடம்,
உடலை எடுத்ததான உக்கிர வடிவத்திலே,
கோபத்தைக் கண்டேனெனக் கூறினார் ஜமதக்னி.

ஜமதக்னி கோபத்துக்குக் கொடுத்தார் விடுதலை,
உன்வழி செல்லுவாய் வழங்கினேன் அனுமதியை,
தீங்கினை எனக்குத் தரவில்லை நீயேதும்,
பித்ரி பூசைக்கெனப் பாலைக் கறந்தேன்.

கறந்தேன் பாலைக் கெட்டுவிட்டது ஆதலால்,
பித்ரிக்களின் கருத்தைப் பாங்குடன் கேட்பாயென,

அனுமதிதான் கொடுத்து அனுப்பினார் கோபத்தை,
அங்கிருந்துதான் கோபம் அதன்வழியே சென்றது.

சென்றது கோபம் செல்லுகையில் அக்கோபம்,
பித்ரிக்களது சாபத்தைப் பெற்று உருமாறியது,
கீரியென்று உருமாறிக் கிடந்தது பூமியிலே,
பித்ரிக்களுக்கு ஜமதக்னி பூசைகள் செய்தார்.

செய்தார் பூசைகள் சாந்தமிக்க மாமுனிவர்,
முனோர் சாபத்தால் மிகவும் வாடியதான,
கீரிக்கோர் விடுதலை கொடுத்திட விரும்பியே,
மாமுனிவர் வேண்டியதும் முன்னோர் உரைத்தனர்.

உரைத்தனர் பித்ரிக்கள் விடுபடும் நிகழ்வினை,
தருமதேவர் குறித்துத் தவறான தூற்றுதலை,
பேசுவதோர் நிகழ்வினால் பெறுவாய் விடுதலையென,
கூறினர் அதன்படி கீரியும் கிளம்பியது.

கிளம்பியது கீரி கிடைக்கும் விடுதலையென,
எங்கெங்கு பெருவேள்வி ஏதேனும் நிகழ்ந்தாலும்,
அங்கங்கு சென்று அங்குசெய்த வேள்வியை,
தூற்றுவது செய்தது தருமத்தைப் பழிப்பதற்கு.

பழிப்பதற்கு தீயசொல்லைப் பேசிடும் கீரிதான்,
அவ்விடத்துக்கு வந்து இயம்பியது சுடுசொல்லை,
தரமனது மைந்தனான தரணிவேந்தன் யுத்ஷ்டிரனை,
பழித்தது ஒருபிரஸ்தம் பார்லிமாவைக் குறிப்பிட்டு.

குறிப்பிட்டு தருமனைக் குறைகூறிப் பேசியதால்,
தருமதேவருக்கு பழிச்சொல் தெரிவித்தது கீரியென,
கிடைத்தது விடுதலை கீரியான ஆத்திரத்துக்கு,
தருமனது மைந்தனும் தருமதேவன் மறுவடிவே.

மறுவடிவே ஆகிய மைந்தனைத் தூற்றியதால்,
பிருகுலத்திலே பித்ரிக்கள் பகர்ந்த சாபத்துக்கு,
விடுதலையே உண்டாகி வெளிப்பட்டது ஆத்திரம்,
அவ்விடத்திலே கீரி இல்லாமல் மறைந்தது.

மறைந்தது உருவத்தில் மாறிவந்த கீரியானது,

தருமத்து இறைவரைத் தரக்குறைவாய்ப் பேசியதால்,
விடுபட்டது அந்த வேள்வியின் முடிவிலே,
நடந்தது அனைத்தையும் நடத்தியது நாரணயணன்.

தருமத்து இறைவரைத் தரக்குறைவாய்ப் பேசியதால்,
விடுபட்டது அந்த வேள்வியின் முடிவிலே,
நடந்தது அனைத்தையும் நடத்தியது நாரணயணன்.